మేడం...*C*

కాశీపురం ప్రభాకర రెడ్డి

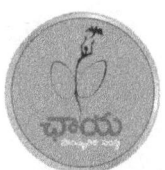

ఛాయ

హైదరాబాద్

MADAM...C

Author:
KASIPURAM PRABHAKARA REDDY
Mobile : 90000 85544

© Author

First Edition: January, 2023

Copies: 500

Published By :
Chaaya Resources Centre
103, Haritha Apartments, A-3, Madhuranagar,
Hyderabad – 500 038. Ph: (040) - 23742711.
Mobile: +91-70931065151
email: chaayaresourcescenter@gmail.com

Publication No.: CRC- 91

ISBN No. 978-93-92968-54-9

Cover Design :
Kamini Chandrasekhar Reddy
Kranthi @ 77027 41570

Book Design :
Gayatri Pixrcom @ 9246272581

For Copies:
All leading Book Shops
https:/amzn.to/3xPaeId
bit.ly/chaayabooks

కృతజ్ఞతలు

ఈ నవల చదివి అమూల్యమైన ముందుమాట రాసిన సన్నపురెడ్డి వెంకటరామిరెడ్డి గారికి, తమ విలువైన అభిప్రాయాలతో ప్రోత్సహించిన సుజాత వేల్పూరి గారికి, న్యాయమూర్తి భూపాల్ గోపు గారికి, మిత్రుడు శిల్పా చక్రపాణి రెడ్డి గారికి, ఈ పుస్తకం ఎడిటింగ్‌లో నాకు సహకరించిన బెజవాడ చెల్లాయి దీప్తి శ్రీకి, అనుంగు మిత్రుడు మరియు పబ్లిషర్ పాణ్యం నాగార్జునకు, బుక్ డిజైనర్ నిమ్మల మల్లేష్ గౌడ్‌కు, ఛాయా మోహన్ బాబు గారికీ, ముఖచిత్రాన్ని ఎంతో అర్థవంతంగా డిజైన్ చేసిన క్రాంతి గారికి, చందు ఆస్టేయకూ, విలువైన కామెంట్లు, సమీక్షలతో ఎప్పటికప్పుడు ప్రోత్సాహిస్తూ వచ్చిన సాహితి వాట్సాప్ గ్రూప్ కుటుంబ సభ్యులకు, ఫేస్‌బుక్ మిత్రులకు... రచనలో నాకు అడుగడుగునా తోడ్పాటును అందించి, పుస్తక ప్రచురణకు ముందే అనంత విశ్వానికి ఎగసి పోయిన నా జీవిత సహచరి ధనలక్ష్మి దేవికి....

రచయిత

ఈ నవల నేను ఎందుకు రాశాను..?

దాదాపు 20 ఏళ్ల క్రితం...

నేను ఈనాడు దిన పత్రికకు నంద్యాల ప్రాంత న్యూస్ కాంట్రిబ్యూటర్ గా ఉన్నప్పటి రోజులు...

బయటి ప్రపంచానికి ఫ్యాక్షన్ అంటే వేట కొడవళ్లు, విచ్చు కత్తులు, తుపాకీ సవ్వడులు, నాటు బాంబుల మోతలు. అయితే వీటి వెనుక అలుముకున్న చీకట్ల లోకి ఎవరూ తొంగి చూసేవారు కాదు.

ఈనాడు కర్నూలు డెస్క్ ఇంచార్జిగా ఉన్న లక్ష్మి నారాయణ చౌదరి గారితో చర్చించినప్పుడు ఆయన నా వెన్నుతట్టి ప్రోత్సహించారు.

అప్పట్లో మా పల్లెలను వేధించిన ఫ్యాక్షన్ లో అసలైన బాధితుల గురించి మానవీయ కోణంలో ఫ్యాక్షనిజం' శీర్షికన 10 వ్యాసాలు రాశాను. సబ్ ఎడిటర్ నందిగం శివ ఈ కథనాలకు అద్భుతమైన పేజీనేషన్ ఇచ్చారు. అవి అన్ని జిల్లాల సంచికల్లోనూ ప్రచురించడంతో రాష్ట్రవ్యాప్తంగా సంచలనం అయ్యాయి. రాష్ట్ర అత్యుత్తమ కథ అవార్డుకు ఈ సిరీస్ ఎంపికయ్యాయి. కేవలం స్టాఫ్ రిపోర్టర్లకు మాత్రమే పరిమితమైన ఈ అవార్డును మొట్ట మొదటిసారిగా ఒక కాంట్రిబ్యూటర్ అయిన నాకు ఇచ్చారు.

ఇవి ప్రచురితం అయ్యే రోజుల్లో, పేరెన్నికగన్న ఎందరో ఫ్యాక్షనిస్టులు నా వద్దకు వచ్చి కన్నీళ్లు పెట్టుకున్న ఉదంతాలు ఉన్నాయి.

ఆ స్ఫూర్తితో ఒక మంచి పుస్తకం రాయి, అంటూ మిత్రులు ప్రోత్సహించారు.

విద్యార్థి దశలో యర్రంశెట్టి శాయి నా అభిమాన రచయిత. రష్యన్ రచయిత బోరిస్ వసీల్యేవ్ రాసిన వార్ థ్రిల్లర్ 'ప్రశాంత ప్రత్యూషాలు' చదివి నేను కూడా ఆ స్థాయి రచన చేయాలి అని కలలు కనే వాడిని. యండమూరి, మల్లాది ల రచనల ప్రభావం కూడా అంతర్లీనంగా ఉండొచ్చు. పల్లకి అనే వారపత్రిక లో రెండు కథలు కూడా అచ్చయ్యాయి.

1987లో కొన్ని రాజకీయ కారణాల వల్ల మా కుటుంబం ఫ్యాక్షన్ ఊబిలో ఇరుక్కుపోయింది. అప్పటి నుంచి నేను ఒక నవల కూడా చదవలేదు. నా పుస్తక పఠనం పూర్తిగా అటకెక్కింది. 2002లో ఈనాడులో ఫ్యాక్షనిజంపై కథనాలకు వచ్చిన

అభినందనల తర్వాత ఒక నవల రాయాలి అనుకున్నప్పుడు నాకు తట్టిన కథే ఈ మేడం..C.

చాన్నాళ్ల నుంచి పుస్తక పఠనానికి దూరంగా ఉండటం వల్ల అప్పట్లో నడుస్తున్న రచనల పట్ల అవగాహన కూడా లేదు.

కుందూనది ఆనుకొని ఉన్న ఒక పల్లెలో జరిగిన కొన్ని యధార్థ సంఘటనల ఆధారంగా కథ అల్లుకున్నాను. హీరోయిన్ పాత్రను ఎస్టాబ్లిష్ చేసేందుకు శివకాశి మాఫియా వ్యవస్థపై లోతుగా రీసెర్చ్ చేశాను. విషయ సేకరణ ముగిశాక నవల రాయడం మొదలుపెట్టాను.

ఒక ఫ్యాక్షన్ వారసుడు క్రికెటర్‌గా ఎదిగి, ఆ పలుకుబడితో తమ ప్రాంతంలో అలుముకున్న ఉద్రిక్తతలను ఎలా పరిష్కరించాడు? అతడి ఆశయ సాధనలో ఒక సీనియర్ మహిళా క్రికెటర్ అతడికి ఎలా తోడ్పడింది..? ఈ క్రమంలో వీరిద్దరూ ఎదుర్కొన్న సవాళ్లు... ఆమె జీవిత పోరాట నేపథ్యం... ఇలా సాగింది రచన. సగం పైగా రాశాక ఈ కథకు ఒక లాజికల్ ముగింపు నాకు దొరకలేదు. కొన్నాళ్ళు పెండింగ్‌లో పెట్టాను. దీనికి తోడు టీవీలు, ఇంటర్నెట్ ప్రభావం పెరగడంతో తెలుగునాట పుస్తక పఠనం తగ్గిపోయింది. ఈ కారణంగా నాకు రచన పట్ల ఆసక్తి పోయింది అని చెప్పాలి. ఈ కథ గురించి దాదాపు మర్చిపోయాను.

అయితే, ఈ మధ్య కాలంలో హైదరాబాద్ బుక్ ఫెయిర్ పుణ్యమా అని పాఠకుల సంఖ్య పెరిగింది. కొత్త రచయితలు వెలుగులోకి వస్తున్నారు. ప్రతి ఏటా బుక్ ఫెయిర్ కు వెళ్లి పుస్తకాలు కొనడమే తప్ప చదివే వెసులుబాటు కల్పించుకోలేక పోయాను.

డా. కేశవరెడ్డి గారు మూడున్నర దశాబ్దాల క్రితం రాసిన 'అతడు అడవిని జయించాడు' నవలిక ఇటీవల కాలంలో బాగా పాపులర్ అయింది. 1987 తర్వాత నేను చదివిన పుస్తకం ఇది. అలాగే పి.రామకృష్ణ గారు రాసిన పెన్నేటి కథలు, సన్నపురెడ్డి వెంకటరామిరెడ్డి గారి ఒంటరి, కొండపొలం లాంటి పుస్తకాల వల్ల, రచనా వ్యాసంగం పట్ల నాకు మళ్ళీ ఆసక్తి కలిగింది.

రాసిన కథను ఏదైనా పత్రికకు పంపించి, దాని ప్రచురణ కోసం ఎదురు చూసే ఓపిక లేక "ఆమె చిరునవ్వు" అనే మినీ సీరియల్ ఫేస్ బుక్ లో రాశాను. ఈ సీరియల్ కు వచ్చిన అద్భుతమైన రెస్పాన్స్ తో 'ఓ వేట కథ', కొత్త చిగురు' 'బృందావని నవ్విన రోజు' వంటి మినీ సీరియల్స్ రాశాను. నాకు చిరకాల మిత్రుడైన పోలీస్ అధికారి, సాహిత్య ప్రేమికుడు అయిన ఎం.శ్రీనాథ్ రెడ్డి గారు 'సాహితి' అనే వాట్సాప్ గ్రూప్ పెట్టి నన్ను సభ్యుడిగా చేర్చారు.

"నువ్వు అద్భుతంగా రాయగలవు ప్రభాకర్..రాస్తూనే ఉండు "అంటూ నిద్రాణమై ఉన్న నాలోని రచయితను ఎప్పటికప్పుడు మేల్కొలిపే వాడు. పైన పేర్కొన్న సీరియల్స్ అన్నీ ఈ సాహితి వాట్సాప్ గ్రూప్‌లో పబ్లిష్ చేయించారు. ఎందరో ప్రముఖ రచయితలు, సాహిత్య అభిమానులు ఉన్న ఈ గ్రూప్‌లో నా రచన లపై విస్తారమైన చర్చ జరిగేది. కేవలం ఈ సాహితీ కుటుంబ సభ్యుల కోసమే ఒక సరికొత్త కథ రాయాలి అనుకుంటున్న దశలో... అల్మారాలు సర్దుతుండగా ఒక లాంగ్ నోట్‌బుక్ బయట పడింది. సుమారు 20 ఏళ్ల క్రితం అసంపూర్ణంగా రాసి పెట్టుకున్న 'మేడం C' రచన ఉంది. అందులోని పేజీలు తిరగేస్తూ ఎంతో ఉద్విగ్నతకు లోనయ్యాను. ఇన్ని రోజుల పాటు వెలుగులోకి తీసుకు రానందుకు నన్ను నేను నిందించుకున్నాను. 'సాహితి' వాట్సాప్ గ్రూప్‌లో ఈ కథ పబ్లిష్ చేస్తూ ఉండగా... సభ్యుల నుంచి నాకు రెగ్యులర్‌గా వస్తున్న ఫీడ్ బ్యాక్ బట్టి నా రచన పాఠక హృదయాల్లోకి చొచ్చుకు పోతుంది అనే నమ్మకం కలిగింది. ఇందులోని మహిమ, రిపుంజయ్‌ల పాత్రలతో భావోద్వేగంగా మమేకం అయినట్లుగా నాకు మెసేజ్‌లు పెట్టారు. మేడం..C, పుస్తక రూపంలో వచ్చి తీరాలి అని చెబుతూ అందుకోసం చందాలు కూడా ప్రకటించారు.

నాకు ఆ అవసరం రాకుండా ఫేస్‌బుక్ మిత్రుడైన ఛాయ పబ్లికేషన్స్ అధినేత మోహన్ బాబు గారు ఈ పుస్తక ప్రచురణకు ముందుకొచ్చారు.

ఇది నా మొదటి ప్రయత్నం అయినప్పటికీ ఈ రచన మిమ్మల్ని అలరించి తీరుతుంది అన్న విశ్వాసం నాకుంది. చదివాక మీ అభిప్రాయాలు తప్పకుండా తెలియజేయగలరు అని ఆశిస్తున్నాను.

కాశీపురం ప్రభాకర్ రెడ్డి
(సెల్ : 9000085544)
నంద్యాల.
14.01.2023

తొలిపలుకు

రాయలసీమ నుంచి మరో నవలా రచయిత పుట్టుకొచ్చాడు. కర్నూలు జిల్లా కుందేరు పరివాహక ప్రాంతాల పల్లెల వ్యవసాయ కుటుంబాల్లోంచి వచ్చిన ఈ రచయిత తన చుట్టూ ముసిరివున్న ఫ్యాక్షన్ జీవితాలనే కాకుండా, వాటికి దూరంగా ఎక్కడో తమిళనాడులోని శివకాశి బాలకార్మికుల జీవితాల కడగండ్లను కూడా సమర్థవంతంగా చిత్రించాడు. ఆయనే ఈ నవలా రచయిత కాశీపురం ప్రభాకర్ రెడ్డి.

ధనవంతులైన నగర వాసులకు తప్ప సామాన్యులకు మొబైల్ ఫోన్లులేని 2001వ సంవత్సరంలో ఈ నవల ప్రారంభమవుతుంది. ల్యాండ్ ఫోన్లు, పేజర్లు సమాచార ప్రసారానికి ఉపయోగించబడే కాలం అది. పాకెట్ రేడియోలు చెవులకు అంటిపెట్టుకొని క్రికెట్టే లోకంగా జనం వ్యవహరించే కాలం. క్రికెట్ తిని, క్రికెట్ తాగి, క్రికెట్ శ్వాసించే కాలం. అలాంటి క్రికెట్ క్రీడనే తన నవలకు వస్తువుగా తీసుకొన్నాడు.

పూర్తిస్థాయి క్రికెట్ నేపథ్యంగా రాసిన నవల 'మేడం సి'. మొదలు పెడితే చివరి దాకా ఉత్కంఠ తగ్గనీకుండా బిగి సడలనీకుండా చదివించిన నవల. డెబ్బై, ఎనభై దశకాల్లోని యండమూరి, మధుబాబు, కొమ్మూరి, విశ్వప్రసాద్‌ల నవలల పఠనీయతను మరోసారి రుచి చూపించింది.

ఇది ప్రభాకర్ రెడ్డి మొదటి నవల అంటే ఎవరూ నమ్మరు. చేయి తిరిగిన రచయిత రాసినట్లే ఉంది. సంఘటనలు సృష్టించడం గాని, వాటిని కొనసాగించి మరో సంఘటనకు కలపడం గాని, కథనాన్ని పరుగెత్తించడం గాని, బాగా అనుభవమున్న రచయితలా నిర్వహించాడు. పాత్రల స్వభావాల్ని తీర్చిదిద్దటంలో నైపుణ్యం చూపాడు.

చెన్నై మెరీనా బీచ్‌లో ఒక సాయం సంధ్యా సమయాన అపరిచితులైన స్త్రీ పురుషులిద్దరు మనశ్శాంతి కోసం వచ్చి పరిచయమవడంతో ప్రారంభమై ఒక ఉత్కంఠభరితమైన క్రికెట్ మ్యాచ్‌తో నవల ముగుస్తుంది.

చదవటం మొదలుపెట్టడం పాఠకుడి వంతయితే, చేయి పట్టుకుని అక్షరాల వెంట లాక్కెళ్లటం నవలే చేస్తుంది. నేనైతే వాట్సాప్ లో వచ్చిన నవల డిటిపి కాపీని మధ్యాహ్నం మొదలుపెట్టి సాయంత్రానికంతా పూర్తిచేశాను. రాయలసీమ నవల అనగానే రైతుల కష్టం, నేల దుఃఖం, మేఘాల బండతనం, కరువు విశృంఖలత్వం, ఫ్యాక్షన్ గొడవలు, నెత్తుటి నడకలు, కోర్టులు, పోలీసులు, ఛిద్రమవుతున్న సామాజిక జీవనం, నిర్లక్ష్యంగా చూసే రాజకీయం, వలస బతుకుల విషాదం... వీటిని గురించే

ఊహిస్తాడు పాఠకుడు. కానీ ఈ నవల ఆ పరిధుల్ని దాటి కొత్త దృష్టికోణంతో జీవితాల్ని చూసి ఆవిష్కరిస్తుంది.

ఈ నవలలో హీరో రిపుంజయ్ కుటుంబాన్ని కూడా ఫ్యాక్షన్ కార్చిచ్చు కమ్ముకుంటుంది. ఓవైపు నుంచి అది గ్రామాన్ని నిలువునా దహించి వేస్తూ ఉంటుంది. కనీసం చదువుకొనే కొడుకునన్నా దాన్నుంచి బయటపడేసేందుకు అతని తండ్రి ప్రయత్నిస్తాడు. ఆ విధంగా పల్లెకు దూరమై తండ్రి చివరి కోరిక మేరకు ఇంజనీరింగ్ చదువుల కోసం మద్రాస్ చేరుకుంటాడు అతను.

మరోవైపు చిన్నతనాన్నించే ఎవరూ ఎరుగనన్ని కష్టాలు ఎదుర్కొని, వాటికి తలంచకుండా, పైపెచ్చు వాటిని తొక్కుకొంటూ చిరుతపులిలా మారి మద్రాస్ చేరుకున్న మహిమ అతనికి పరిచయం అవుతుంది. క్రికెట్‌లో అంతర్జాతీయ స్థాయికి ఇద్దరూ కలిసి ప్రయాణించడాన్ని అద్భుతంగా చిత్రీకరించాడు రచయిత.

ఇది కేవలం క్రికెట్ గురించిన నవల మాత్రమే కాదు. ఓ వైపు కుందూనది పరివాహక ప్రాంతాల పల్లెల సంస్కృతి, సంప్రదాయాలు, ఆహారపు అలవాట్లు, ఆటలు, పాటలు, యాస మాటలు, కోపతాపాలు, ప్రేమలు, మాట పట్టింపులూ... మరోవైపు తమిళ నేల మీది శివకాశి టపాసుల కర్మాగారంలో యజమానుల ఒత్తిళ్ల మధ్య అణగి, బద్దలయ్యేందుకు సిద్ధంగా ఉన్న రసాయనిక పదార్థాలు నింపిన టపాసు లాంటి బాల కార్మిక జీవితాలూ... వాటికి క్రికెట్ ఆటలోని మెలకువల్ని, అధ్యయనాలని, ఆశల్ని, లక్ష్యాల్ని జత చేసి ముప్పురిగా పేనిన బలమైన మోకులాంటి కథాగమనం కలిగిన నవల ఇది.

తెలుగు నేల మీది కుందూనది పరివాహక ప్రాంత పల్లెల జనజీవన సంస్కృతిని ఎలా చెప్పాడో, అంతకంటే మిన్నగా తమిళ గడ్డమీద ఉత్తర కావేరి పక్కనున్న పల్లెల గురించి కూడా సాధికారికంగా వివరించాడు రచయిత. సమయపురం మరియమ్మ సన్నిధిలో పది రోజులపాటు జరిగే 'తాయిపూసం' పండుగ గురించీ, భక్తురాలికి వచ్చే పూనకం 'సామియాట్టం' గురించీ, బెల్లం, బియ్యప్పిండి, నెయ్యితో చేసిన 'మావిలక్కుం' అనే ప్రసాదం గురించీ, నెత్తిన నైవేద్యపు కుండలు పెట్టుకుని ఊగిపోతూ నర్తించే 'కరక్కొట్టం' గురించీ కళ్లకు కట్టినట్లు చెప్పాడు.

మహిమ ఎనిమిదేళ్ల వయసులో కిడ్నాప్ కు గురై, టపాసుల ఫ్యాక్టరీలో బాల కార్మికురాలుగా మారిపోతుంది. చుట్టూ ముళ్ళకంచె, ఓవైపు సముద్రం లాంటి చెరువు హద్దులుగా ఆమెలాంటి పసిపిల్లలు బంధించబడి ఉంటారు. అక్కడ నుంచి తప్పించుకునే ప్రయత్నాలు... జల్లికట్టు మైదానంలో దూకి ఎద్దు మూపురం కరచుకొని 'వడివాసల్' దాటేదాకా ఎక్కువ సమయం వేలాడి దాన్ని లొంగదీసిన విజేతగా

మారడం... వెంట్రుకలు నిక్కబడుచుకునేంత ఉత్కంఠ కలిగించేలా ఆ సంఘటనలను చిత్రీకరించాడు ప్రభాకర్ రెడ్డి.

'తాయిపొంగల్' వేడుకల్లో మూడవరోజు 'మట్టుపొంగల్' ఎద్దుల కోసమే జరుపుతారనీ, ఎద్దుల్ని ప్రేమగా కౌగిలించుకొనే 'ఏరుతజువుతాల్' పండుగ కాస్త ఎద్దుల్ని లొంగదీసుకునే పండుగగా వ్యాపారీకరించబడి నాలుగు రోజులపాటు జరిగే జల్లికట్టు క్రీడ పేరుతో జంతు హింస మొదలైందని వాపోతాడు రచయిత. మూపురాలు పెద్దవిగా ఉన్న 'పాలింగుమాడు', 'కలికట్టుమాడు', 'మణిమాడు' ఎద్దులు జల్లికట్టులో పాల్గొంటాయిట. లొంగని ఎద్దును 'అరషాన్ కాలై' అంటారుట. ఇప్పుడైతే 'కట్టప్ప' అంటారుట.

జల్లికట్టు ఆట గురించీ, అందులో పాల్గొనే ఎద్దుల లక్షణాలూ, ఒడుపూ, కొమ్ముల పదనూ, మూపురం బలమూ, అక్కడ వాడే సాంకేతిక పదజాలాన్నీ సాధికారికంగా వివరించి, పూర్తిగా ఆ ప్రాంతపు మనిషిగా మారిపోయి ఆ మట్టి వాసనను పాఠకులు ఆస్వాదించేలా చిత్రించాడు రచయిత. నవలంతా చెన్నై కేంద్రంగా జరుగుతుంది. మెరీనా బీచ్, లజ్ చర్చ్ రోడ్డు, నంగనల్లూరు, ట్రైడెంట్ హొటల్ జంక్షన్, శంకర ఇంజనీరింగ్ కాలేజ్, రాయవరం ఫిషింగ్ హార్బర్, కుందాలమ్మన్ టెంపుల్... వీటన్నింటినీ మనకు చూపిస్తూ రచన సాగుతుంది. కరుత్తమ్మ, వీరప్పన్, మురుగన్, తంగవేలు, ఆర్ముగం, కురంజసెల్వాన్ లాంటి పాత్రలెన్నో ఎదురవుతాయి. చెపాక్ ఇండోర్ స్టేడియం, బెంగళూరు చిన్న స్వామి స్టేడియం, ఒక్కసారైనా ఆడాలని ప్రతి భారతీయ క్రికెటర్ కలలుగానే ఈడెన్ గార్డెన్ మనకు పరిచయమవుతాయి.

అదే సమయంలో కుందుతీరంలో చెట్టుకు కట్టిన ఉయ్యాల, అందులో ఊగే ఆడపిల్ల నీలవేణి కనిపిస్తుంది. రిపుంజయ్‌కి నీలవేణికి ఉయ్యాల పందేలు మొదలవుతాయి. ఒంటరిగా ఊయల పీట మీద కూచుని వూగటం, నిలబడి వూగటం, జంటగా ఎదురెదురుగా నిల్చుని తొక్కుడు ఉయ్యాల ఊగటం లాంటి పందేలు పరిసరాలతో బాటు పాఠకుల్ని కూడా కొత్త లోకాలకు తీసికెళతాయి.

పొలాల వద్దకు సద్దిగంప రావడం... కొర్రన్నం, గోవాకుపప్పు, రోట్లో దంచిన ఉల్లికారం, ఎల్లఅగిసెలపొడితో బాటు పలుకునెయ్యి, రామ్ములక పండ్లతో చేసిన రసంతో కొర్రన్నం కలుపుకొని ఇష్టంగా తినటం, ఊరీవూరని పచ్చి ఉల్లిపాయ కొరికి నంజుకోవటం ... ఇవన్నీ పాఠకుల్ని పల్లెరుచుల పట్ల ఆసక్తి కలిగేలా చేస్తాయి.

అంతలోనే పల్లెకు సంబంధించిన మరో దృశ్యం చదువరులను ఉలిక్కిపడేలా చేస్తుంది. రాత్రి పడుకున్నప్పుడు బాంబులతో మనుషులు కాపలా కాయటం, ఒడిసెలతో బాంబులు విసిరేందుకు సిద్ధమై పోవడం, మిద్దెపైన పడుకొన్న వాళ్ళు

ప్రత్యర్థుల ఇండ్లకేసి పొరపాటున టార్చి వేస్తే, ఆ వెలుగు ఆధారంగా అవతలి వాళ్ళు తుపాకులు పేల్చేందుకు పూనుకోవటం... ఇదంతా పాఠకులను భయపెడుతుంది. ఫ్యాక్షన్ కరాళదంష్ట్రల గాట్లు పల్లెజీవితాల్ని ఎలా ఛిద్రం చేస్తున్నాయో దగ్గరుండి మరీ మనకు చూపిస్తాడు రచయిత.

"ఏదో ఆవేశంలో ఈ ఊబిలో కూరుకు పోయాం. ఎప్పుడూ భయపడుతూ జాగ్రత్తలు తీసుకొంటేనే బతికిపోతాం. పులి మీది స్వారీల అయ్యింది మా బతుకు. అంతా మా ఖర్మ" అంటూ ఫ్యాక్షనిస్టు తిమ్మారెడ్డి చేత కన్నీళ్లు ఒత్తుకుంటూ చెప్పించడం ద్వారా ఆ ప్రాంత గొడవల పట్ల పాఠకులకు ఒక అవగాహన కలిగించేందుకు ప్రయత్నిస్తాడు రచయిత. అనివార్యంగా ఫ్యాక్షన్ ఊబిలోకి నెట్టివేయబడిన బతుకుల గురించి సానుభూతితో చేసిన రచన ఇది. సినిమాల్లో చూపిస్తోన్న క్రూరత్వాన్ని ఎండగడుతూ ఫ్యాక్షనిస్టుల జీవితాల వెనకున్న వాస్తవాలు ఏమిటో చెబుతాడు రచయిత.

రిపుంజయ్, మహిమల ఫ్లాష్ బ్యాక్ జీవితాల్ని పాఠకులకు పరిచయం చేయటానికి ప్రభాకర్ రెడ్డి కొత్త నైపుణ్యాన్ని కనబరిచాడు. వాళ్ళిద్దరూ తమ గతజీవితాన్ని చెప్పుకునేందుకు ఇష్టపడరు. దాంతో ఒకరికి తెలియకుండా మరొకరు ఎదుటివారి స్వస్థలాల్ని వెతుక్కొంటూ వెళతారు. కుందేరు పల్లెలకు వెళ్లి రిపుంజయ్ గురించి మహిమ తెలుసుకుంటే, శివకాశి దాకా వెళ్లి ఆమె బాల్యం నుంచి ఇప్పటిదాకా జరిగిన విషయాలన్నీ రిపు తెలిసికొంటాడు. ఆ పాత్రల ప్రయాణం వల్ల రెండు ప్రాంతాల సంస్కృతి సంప్రదాయాల్ని పాఠకుడికి అర్థం చేయిస్తాడు రచయిత. ఎత్తుగడ పాఠకులకు కొత్తగా అనిపిస్తుంది. ఉత్కంఠ భరితంగా ఉంటుంది.

క్రికెట్‌కు సంబంధించిన అన్ని భావోద్వేగాలు నవల నిండా పరచుకొన్నాయి. సాంకేతిక పదాలూ, బౌలింగ్ టెక్నిక్కులూ, బ్యాటింగ్ విన్యాసాలూ, గ్రౌండ్ లో ఫీల్డింగ్ స్థానాలూ... ఒకటేమిటి క్రికెట్ పరిభాషనంతా ఎక్కడా విసుగు పుట్టించకుండా పాఠకులకు అందించగలిగాడు. నవలంతా ఒక ఇంటర్నేషనల్ క్రికెట్ మ్యాచ్ చూస్తున్నట్లే ఉంటుంది.

ఆన్ డ్రైవ్, ఆఫ్ డ్రైవ్, ఫ్లిక్ షాట్, స్క్వేర్ కట్, పుల్ షాట్ లాంటి బ్యాటింగ్ విన్యాసాలనూ, షార్ట్ పిచ్, గుడ్ లెంగ్త్, ఫుల్ టాస్, ఇన్ స్వింగర్, ఔట్ స్వింగర్, లెగ్ సైడ్, ఆఫ్ సైడ్ లాంటి బౌలింగ్ పోకడల్ని విశ్లేషిస్తూ, రంజీ, నేషనల్, ఇంటర్నేషనల్ క్రికెట్ మ్యాచ్‌లను కళ్ళకు కట్టినట్లు చూపిస్తూ అడుగడుగునా ఉత్కంఠత రేకెత్తిస్తూ పాఠకుల్ని కాస్తా వీక్షకులుగా మార్చేంత నైపుణ్యంతో రచన చేసాడు ప్రభాకర్ రెడ్డి. నవల పూర్తయ్యేదాకా ఆ బిగి సడలనీయలేదు.

క్రికెట్ ఆటలోని మెలకువలే కాదు, ఆట వెనకున్న చీకటి కోణాల్ని కూడా బయట పెట్టాడు రచయిత. బీసీసీఐ పంపిన నిధుల్ని మింగేసే నిర్వాహకుల గురించీ, క్రీడాకారులకు ఇచ్చే ఫీజుల్లోంచి కొంత మొత్తం తిరిగి వసూలు చేసుకునే వారి నికృష్ట మైన చేష్టల గురించీ, ఇష్టమైన వాళ్లకు ఆడే ఛాన్స్ ఇచ్చి, ఎంత టాలెంట్ ఉన్నా సరిపోని ఆటగాన్ని రిజర్వు బెంచికి పరిమితం చేసే కెప్టెన్ల గురించీ, బాడీ లైన్ టెక్నిక్ ఉపయోగించి బ్యాట్స్మన్ ను దెబ్బతీసే బౌలర్ల గురించి చెప్పాడు.

నవలంతా పోరాటమే. ఒక సాధారణ స్థాయి ఆటగాడు ఇంటర్నేషనల్ స్థాయికి ఎదిగేందుకు శారీరకంగా మానసికంగా నైపుణ్యపరంగా బలవంతుడయ్యేందుకు చేసిన పోరాటం. నిజాయితీగా బతికేందుకు పోరాటం. లక్ష్యసాధనకు చేసిన పోరాటం.

“ఏ ఆటలోనైనా తెల్లారేలోపు ఛాంపియన్స్ పుట్టుకురారు. దాని వెనక ఆ క్రీడాకారుల ఏళ్ల తరబడి నిరంతర కఠోర శ్రమ, త్యాగం దాగి ఉంటుంది, మరీ మధ్యతరగతి కుటుంబాల్లోంచి ఒక క్రికెటర్ తయారు కావాలంటే ఆ కుటుంబ సభ్యుల త్యాగం ఎంతో ఉంటుంది. తండ్రి ఎన్నో రోజులు పస్తులుంటేగాని ఆడేందుకు బ్యాట్ సమకూర్చలేడు. సోదరులు పండుగలకు కొత్త దుస్తులు త్యాగం చేస్తే గాని క్రికెట్ యూనిఫామ్ ఒంటి మీదకు రాదు. ఇంటిల్లిపాది నడిచి వెళితేగాని క్రికెటర్ సిటీ బస్సులో ప్రాక్టీస్‌కు వెళ్లలేడు. వ్యక్తిగత జీవితం, కుటుంబ జీవితం ఎంతో పోగొట్టుకుంటే గాని ఒక క్రీడాకారుడు తయారు కాలేడు.” నవలలోని సారాంశమంతా ఇదే.

రాయలసీమ గ్రామాల్లోని ఆధిపత్య భావజాలం వల్ల ఇద్దరు వ్యక్తుల మధ్య మొదలైన గొడవలు ఊరంతా వ్యాపించడం, పార్టీలుగా మారి ఒకరినొకరు చంపుకొంటూ పోలీస్ స్టేషన్ల చుట్టూ, కోర్టుల చుట్టూ తిరుగుతూ ఆస్తులన్నీ పోగొట్టుకుని బికార్లు కావటం, ఆధునిక రాజకీయాలు గ్రామాల్లో ప్రవేశించిన తర్వాత ఆర్థిక వనరుల్ని సాధించేందుకు రకరకాల ఎత్తుగడలు వేస్తూ ప్రకృతి వనరుల్ని దోచుకునే దిశగా ప్రయాణించటం... ఈ పరిణామాలన్నింటినీ చూస్తున్నవాడు, వాటి మూలాలు తెలిసినవాడుగా ప్రభాకర్ రెడ్డి నవలారచన సాగించవలసిన అవసరం ఉంది. ఫ్యాక్షన్ మూలాల్లోకి వెళ్లి వాటి వేళ్ళను కదిలించిన రచనలు సీమప్రాంతాల నుంచి తక్కువగా వచ్చాయి. ఆ లోటు పూరించే శక్తి ప్రభాకర్ రెడ్డికి ఉందనే నేను నమ్ముతున్నాను...

సన్నపురెడ్డి వెంకటరామిరెడ్డి
బాలరాజు పల్లె, కడప జిల్లా
10.01.2023

మేడం...C

అధ్యాయం – 1

2001 ఫిబ్రవరి మాసం...

చెన్నై మెరీనా బీచ్... సాయంత్రం 4:30 కావస్తోంది. అప్పటికే ఆ ప్రాంతం జనాలతో కిటకిటలాడిపోతోంది. ఎగిసిపడే అలల సౌందర్యాన్ని తిలకించేందుకు కొందరు.. ఆ ఉవ్వెత్తున ఎగిసే అలలతో సయ్యాటలాడేందుకు కొందరు... రొటీన్‌కు భిన్నంగా తమ పిల్లల కేరింతలు చూద్దాం అని వచ్చిన తల్లిదండ్రులు కొందరు..

అందమైన అమ్మాయిలకు సైట్ వేద్దామని వచ్చిన పోకిరి పిల్లగాండ్లు కొందరు.. అసాంఘిక, అనైతిక కార్యకలాపాల కోసం మరికొందరు.. వేలాది జనంలో ఎవరెవరు ఎందుకు వచ్చారో..!

ఆ వేలాదిలో మహిమ కూడా ఒకరు. ఆమె మాత్రం సంధ్యా వేళలో సంద్రపు సంగీతాన్ని వినేందుకే వస్తుంది.

ఆ సంగీతం ఎవరి గొంతు నుంచో వచ్చేది కాదు. సముద్రుడు స్వయంగా నోరు తెరిచి వినిపించే మంద్ర గీతం అది. పడి లేచే కడలి తరంగాల నుంచి ఒక సుమధుర సంగీతాన్ని ఆస్వాదించడం అందరికీ సాధ్యం కాదు. మహిమకు మాత్రమే వినిపించే సుస్వర రాగం అది. సాయంసంధ్యలో కడలిఘోష నుంచి అలవోకగా జాలువారే గమకాలను ఆస్వాదించేందుకు ఆమె ప్రతి ఆదివారం క్రమం తప్పకుండా అక్కడికి వస్తుంది.

బిజినెస్ పనుల్లో వారమంతా అలసి సొలసిన తన మనసుకు ఇక్కడ ఈ అలల సవ్వడిలో మాత్రమే సాంత్వన దొరుకుతుంది.

పార్కింగ్ స్థలంలో తన శాంత్రో కారును పార్క్ చేసి అలవాటుగా దక్షిణ వైపుకు అడుగులు వేసింది. జనాలు పూర్తిగా పలుచబడిన ప్రాంతం అది. సర్వీ పొదలు చిక్కగా ఉన్నాయి. ఇసుకలో ఎత్తుగా పెరిగిన సర్వీ చెట్టుకు ఆనుకునే ఒక నాటు పడవ ఉంది. అది ఎప్పటినుంచో పనికిరాకుండా అక్కడే పడి ఉంది. దాని పైకి ఎక్కి అడ్డంగా

అమర్చబడిన చెక్క పలకపై కూర్చోవడం.. అలా కూర్చుని సముద్రం నుంచి వచ్చే తరంగాలు, హెూరు గాలులు ఆమె చెవులకు చేరవేసే సంగీతాన్ని ఆస్వాదించడం కొన్ని నెలలుగా ఆమె అలవాటు.

ఆరోజు కూడా అలవాటుగా పడవ పైకి ఎక్కబోయిన ఆమె అప్పటికే కూర్చుని ఉన్న ఒక యువకుడ్ని చూసి ఆశ్చర్యంగా భృకుటి ముడి వేసింది.

ఆ యువకుడిని చూడటం ఇప్పటికి మూడోసారి. ఆ సమీపంలో ఎక్కడో బీచ్ ఒడ్డున ఇసుకలో కూర్చునే వాడు.

“ఏంటి ఇతను..! ఏకాంతం కోసం తను వస్తే, ఈ అబ్బాయి ఎవరో ఇక్కడే తగలడాలా..! ఇదే స్థలం ఇతనికి కూడా కావలసి వచ్చిందా..? ఇదే అలవాటైతే తన గతి ఏం కాను..? తాను ఎక్కడని మరో కొత్త స్థలం వెతుక్కోవాలి.?

ఎందుకైనా మంచిది... నిర్మొహమాటంగా చెప్పేసి పక్కకు వెళ్ళిపొమ్మనటమే మేలు.. అలా అనుకుని అతన్ని పలకరించబోయింది మహిమ.

“ ఎక్స్క్యూజ్ మీ..”

అయితే అతనికి ఆమె పిలుపు వినిపించినట్టు లేదు.

ఈసారి మరి కాస్త గట్టిగా అనబోయి ఆగింది. ఆ సీటుపై తనకేం హక్కు ఉంది.?

అతన్ని పరిశీలనగా చూసింది. అతని దృష్టి అంతా ఎగసిపడే అలల పైనే ఉంది.

‘అసలు ఈ ప్రపంచంలోనే లేను’ అన్నట్టుగా మైమరచి ఉన్నాడు.

తదేక దీక్షగా కడలి వైపు చూస్తున్న అతని కళ్ళు ఎందుకనో చెమర్చి ఉన్నట్లు అనిపించింది. అతని హృదయ ఘోష తాలూకు అలజడిని ఆ అలలు సృష్టిస్తున్న అలజడులతో కప్పిట్టే ప్రయత్నం చేస్తున్నట్టు అనిపించింది.

దీంతో అతడిని డిస్టర్బ్ చేయడం సరికాదు అనుకుంది. మరో చివరన ఉన్న పలకపై కూర్చుండిపోయింది.

ఈసారి ఆమెకు సంగీతం ఏది వినిపించలేదు. అసలు ఆమె ధ్యాసే మారిపోయింది.

ఆ యువకుడ్ని తదేక దీక్షతో గమనించడమే తన పని అన్నట్టుగా అయిపోయింది.

“ఇంతకూ ఎవరు ఈ అబ్బాయి..?”

వరుసగా ఇది మూడో వారం తనకు తారస పడటం. గడిచిన మూడు వారాలూ ఇసుక మేట పైనే కూర్చునే వాడు. అందుకే అతడిని అంత నిశితంగా పరిశీలించ లేదు. ఈసారి మాత్రం తను రెగ్యులర్ గా సేదదీరే బోటు పలక పై తిష్ట వేశాడు.

"ఇక్కడికి ఎందుకు వస్తున్నాడు..? కేవలం ఆదివారం మాత్రమే వస్తాడా రోజూనా..?... ఏమో తనకెందుకు..?

వచ్చిన రెండు గంటలు ప్రశాంతంగా గడిపితే సరి.."

అలా అనుకుని సరిపెట్టుకుంది. కానీ అది అంత సులభం కాలేదు.

కడలి ఘోష చెవులను రొదపెడుతున్న భావన.

సుమారు ఏడు గంటల ప్రాంతంలో ఇంటికి తిరిగి వెళ్లేందుకు లేచి నిలబడింది. ఆసక్తి కొద్దీ మళ్లీ ఆ యువకుడి వైపు తిరిగి చూసింది. ఉహూ.. అతని భంగిమలో ఏ మార్పు లేదు.

"తెల్లవార్లూ ఇక్కడే ఉండిపోతాడా ఏం..!" అనుకుంటూ ఇంటి దారి పట్టిందామె.

శాంత్రో ట్రిప్లికేన్ మార్కెట్ ప్రాంతం చేరే సరికి ట్రాఫిక్ జామ్ అయిపోయింది. దీంతో ఆమె మనోఫలకం నుంచి ఆ యువకుడు ఎగిరిపోయాడు.

లజ్ చర్చ్ రోడ్డులో ఉన్న ఆమె సొంత ఫ్లాట్లోకి పోనిచ్చి శాంత్రోను పార్క్ చేసింది. కరుత్తమ్మ అనే పనిమనిషి తప్ప ఆ ప్లాట్‌లో ఆమె ఒంటరిగానే ఉంటోంది. ఆఫీస్ వ్యాన్ డ్రైవర్ ఆమె పిలుపు మేరకు ఎప్పుడో ఒకసారి ఇంటికి వచ్చి సరుకులు తెచ్చి ఇస్తాడు.

స్నానం చేసి వచ్చి లివింగ్ హాల్లో ఉన్న సోఫా సెట్టు పై కూర్చుంది మహిమ.

భోజనం అక్కడికే తెమ్మని చెప్పి టీవీ ఆన్ చేసింది.

కొత్తగా వచ్చిన తెలుగు ఛానల్ టీవీ9 పెట్టింది. రాయలసీమలో ఏదో గ్రామంలో జరిగిన జంట హత్యల గురించి ఆ ఛానల్ ఊదర గొడుతోంది. ఏంటి ఈ హత్యలూ.. రక్తపాతాలూ..? మనిషిని మనిషి చంపుకోవడం ఏమిటి..? ఆ ప్రాంతంలో ఇంత దారుణాలు జరుగుతాయా..?

వెంటనే ఛానల్ మార్చింది.

స్టార్ స్పోర్ట్స్‌లో భైరవ ఇంటర్వ్యూ వస్తోంది.

అది చూస్తూనే ఆమె రక్తం ఉడికి పోయింది. ఏడెనిమిది ఏళ్లుగా ఇండియన్ క్రికెట్‌ను ఏలుతున్న ఆల్ రౌండర్ అతను. భారత జట్టులో కీలక సభ్యుడిగా మారిపోయాడు. రేపో మాపో కెప్టెన్సీ పగ్గాలు కూడా అతని చేతిలోకి వస్తాయన్న వార్తలు వినిపిస్తున్నాయి.

ఎందుకనో మహిమ ఉక్రోషంగా టీవీ కట్టేసింది. ఆమె మనసును ఆపుకోలేని ఉద్వేగం ఏదో ఊపేసింది.

బెడ్ రూమ్‌లోకి వెళ్ళిపోయి ఏదో మ్యాగజైన్ తిరిగేయ సాగింది.

అయితే ఆ పేజీలలో కాన్సంట్రేషన్ చేయలేక పోయింది. అందులో అక్షరాలూ, బొమ్మలు బ్లర్‌గా ఉన్నాయి.

బీచ్‌లో ఎదురుపడ్డ యువకుడే మళ్ళీ ఆమె మనో ఫలకం పైకి వచ్చాడు.

"అంత చిన్న వయసులో ఆ యువకుడికి వచ్చిన బాధ ఏంటి..?"

ఒక్కసారి చూస్తే మళ్ళీ మళ్ళీ చూడాలనిపించే అందమైన గంభీరమైన మోము అతడిది.

ఎడతెగని ఆలోచనలతో ఏ నడిరేయికో ఆమెకు నిద్రపట్టేసింది.

మరునాడు ఆఫీసు చేరేసరికి నిన్నటి తాలూకు ఆలోచనలు ఏమీ లేవామెకు. వ్యాపారంలోనూ అడ్మినిస్ట్రేషన్‌లోను పూర్తిగా నిమగ్నమైంది. మహిమది స్పోర్ట్స్ వేర్ బిజినెస్. తండ్రి నుంచి వారసత్వంగా వచ్చింది. 9 ఏళ్ల క్రితం తండ్రి ఆకస్మిక మరణానంతరం అనూహ్య పరిస్థితుల మధ్య ఈ వ్యాపారం చేపట్టాల్సి వచ్చింది. మౌంట్ రోడ్‌లో ఒక చిన్న ఔట్ లెట్‌గా ఉన్న వ్యాపారం కాస్తా ఆమె చేతికొచ్చాక కంపెనీగా అభివృద్ధి చెందింది. "Flexi wear" పేరుతో మెలమెల్లగా బ్రాండ్ ఇమేజ్ సృష్టిస్తోంది. తమిళనాడులో ఇప్పటికే అగ్రగామి కంపెనీల్లో ఒకటి అయింది. సౌతిండియా అంతటా ఇప్పుడిప్పుడే వేళ్ళునుకుంటోంది. చెన్నైలోనే 12 ఔట్ లెట్లు ఉండగా బెంగళూరు, కొచ్చి, కోయింబత్తూరు, మధురై, తిరుపతిలలో కూడా కంపెనీ ఔట్ లెట్స్ రన్ అవుతున్నాయి. స్పోర్ట్స్‌లో ఆమెకున్న పరిజ్ఞానం ఒకవైపు, నాణ్యత విషయంలోనూ, దుస్తుల తయారీలోనూ ఎక్కడా రాజీపడకపోవడం ఆమె విజయ రహస్యాలు.

ప్రతివారం ఒక బ్రాంచి సందర్శనతో పాటు ఎప్పటికప్పుడు కొత్త ఆలోచనలు, ప్రతిపాదనలు.. దీంతో ఆమెకు బిజినెస్ లో నిరంతరం తల మునుకలు అయ్యేంత పని ఉంటుంది.

వారాంతపు ప్రశాంతత కోసం అలా బీచ్ వద్దకు వెళ్లి పునరుత్తేజితురాలు అవుతుంటుంది.

ఆదివారం మళ్లీ వచ్చింది. ఈసారి కూడా పడవ మీదున్న అదే పలకపై ఆ యువకుడు దర్శనమిచ్చాడు.

ఈ సారి అతడిపై కోపం రాకపోగా ఆసక్తి రెట్టింపు అయింది. అతన్ని డిస్టర్బ్ చేసే ప్రయత్నం చేయకుండా జాగ్రత్తగా అతన్నే పరిశీలించింది. ఎప్పటి మాదిరే దీర్ఘాలోచనలో ఉంటూనే, అలల వైపు చూస్తున్నాడు. అతడి వయసు 20 ఏళ్ల లోపే

4 మేడం...C ✦ కాశీపురం ప్రభాకర రెడ్డి

ఉంటుంది. బహుశా 19 ఉండొచ్చు. మంచి ఒడ్డు పొడవుతో చక్కటి దేహం, కొనదేరిన ముక్కు.. చూడగానే ఆకర్షించేంత అందంగా ఉన్నాడు. భృకుటి ముడివేసిన తీరు చూస్తే అతని మెదడులో బలమైన సంఘర్షణ ఏదో ఉన్నట్లుగా తోస్తోంది.

వ్యాపారం తప్ప ఇంకొకరి విషయాలు పట్టించుకోని మహిమకు ఎందుకనో అతన్ని పలకరించి సమస్య ఏమిటో తెలుసుకోవాలని బలంగా అనిపించింది. కానీ తన భావాలను కష్టం మీద అణుచుకుంది.

తన దారిన తను ఉండక తనకెందుకు..? అని సరిపెట్టుకుంది.

కానీ మళ్లీ అంతలోనే ఆరాటం...

ఎందుకనో అతన్ని ఒక దానయ్యలా చూడాలనిపించలేదు. ఇంత చిన్న వయసులో అతనికి ఏం కష్టం వచ్చి ఉంటుంది..? ఇతన్ని చూస్తే ఒక కాలేజీ విద్యార్థి లాగే ఉన్నాడు. చదువుల్లో గాని ఫెయిల్ అయ్యాడా ఏంటి..!

ఏమో..! ఈ కాలం చదువులు విద్యార్థులను చాలా సెన్సిటివ్ గా చేస్తున్నాయి.

ఇలా పరిపరి విధాల అతని గురించి ఆలోచిస్తూ ఆమె ప్రశాంతంగా కూర్చోలేకపోయింది.

✦ ✦ ✦

వ్యాపార ఒత్తిళ్ల నుంచి విరామం కోసం, ప్రశాంతత, ఆహ్లాదం కోసం తాను వస్తే.. ఇతనేంటి..! తనని ఇంతలా డిస్టర్బ్ చేస్తున్నాడు..!

ఇక లాభం లేదు అనుకుని ఆరోజు పెందరాళే ఇంటికి చేరుకుందామె.

ఓ రెండు రోజుల తర్వాత చెపాక్ ఇండోర్ స్టేడియంలో...

తమిళనాడు క్రికెట్ అసోసియేషన్ అధికారులతో ఓ సమావేశం జరిగింది.

స్పోర్ట్స్ వేర్ వ్యాపారులు, స్పోర్ట్స్ మెటీరియల్ సరఫరాదారులు, కొందరు ఇండస్ట్రీలిస్టులు ఆ సమావేశంలో పాల్గొన్నారు.

అండర్ 16 ఒన్ డే క్రికెట్ టోర్నమెంటును సౌత్ ఇండియా స్థాయిలో అత్యంత ప్రతిష్టాత్మకంగా నిర్వహించ తలపెట్టినట్లు తమిళనాడు క్రికెట్ సంఘం కార్యదర్శి తంగవేలు ప్రకటించాడు.

ఈ టోర్నమెంట్ కు అవసరమైన సహాయ సహకారాలు అందించాలని, క్రీడా పరికరాలు డ్రెస్ మెటీరియల్ స్పాన్సర్ చేసి టోర్నమెంట్ ను సక్సెస్ చేయాలని కోరాడు. నిర్వహణ ఖర్చులు భరించేందుకు ముందుకు వచ్చే వారికి పబ్లిసిటీలో తగిన ప్రాధాన్యత ఇస్తామని చెప్పుకొచ్చాడు.

ఇలాంటిదేదో ఉంటుందని ముందే ఊహించినట్లుగా మహిమ లేచి...

“సార్.. నేను అతి ముఖ్యమైన పని మీద సెక్రటేరియట్ కి వెళ్ళాలి. నా కంపెనీ తరుపున చందాగా ఈ 20,000 ఇస్తున్న.”.. అని చెప్పి అప్పటికప్పుడు చెక్ అందజేసింది.

... “గెస్ట్ లకు డిన్నర్ ఏర్పాటు చేశాం..” అని తమిళ్ లో తంగవేలు ఏదో చెప్పబోయాడు.. కానీ అదేమీ వినిపించనట్లుగా అక్కడి నుంచి జర జరా బయటకు అడుగులేసింది మహిమ.

క్రీడా నిర్వహణ తతంగాల గురించి ఆమెకు ఎన్నో అనుభవాలు ఉన్నాయి. చిన్నప్పటినుంచి చూస్తూనే ఉంది.

ఔత్సాహిక క్రీడాకారులను వెలుగులోకి తెస్తామని జరిపే ఈ టోర్నమెంట్లలో అసలు విషయం కన్నా, ఆర్భాటం ఎక్కువ. క్రీడా సంఘాల అధ్యక్షులు, కార్యదర్శులు, పొలిటిషియన్లు, కోచ్‌లు, అంతా ఒక కోటరీగా మారిపోయి, తమ తమ సమీప బంధువులను లేదా శిష్యులను పైకి తెచ్చేందుకు పడే పాట్లే ఇవన్నీ..

వాస్తవానికి ఇండియన్ క్రికెట్లో డబ్బుకు కొదువే లేదు. అండర్ 14, అండర్ 16 మొదలుకొని రంజీ వరకు అన్ని రకాల టోర్నమెంట్లకు బీసీసీఐ నిధులు పంపిస్తోంది. ఆ నిధులను తెగ మెక్కేయటము, నిర్వహణ ఖర్చులను హెచ్చువేసి చూపించడము, క్రీడాకారులకు ఇవ్వాల్సిన ఫీజు నుంచి తిరిగి వసూలు చేసుకుని మింగేయటం.. ఇవన్నీ తనకు తెలిసిన విషయాలే..

చెపాక్ స్టేడియం నుంచి బయటకురాగానే ఆమెకు ఒక ఆలోచన కలిగింది.

అప్పుడు సమయం సాయంత్రం 5.30 అయింది. ఇక్కడికి మెరీనా బీచ్ సమీపంలోనే ఉంది. తను రెగ్యులర్‌గా వెళ్లే ప్లేస్‌కు ఓసారి వెళ్లి చూస్తే ఎలా ఉంటుంది..?

ప్రతి ఆదివారం అక్కడికి వచ్చే ఆ అబ్బాయి ఈరోజు కూడా ఉంటాడా..? రోజు వస్తుంటాడా..! లేక తనలాగే ఆదివారం మాత్రమే వస్తాడా..?

వెళ్లి చూస్తే...ఏ విషయం తెలిసిపోతుంది కదా..!

తన ఆలోచనలకు తనే నవ్వుకుంది మహిమ.

“ఆ అబ్బాయి రోజూ వస్తే తనకేంటి...! ఎప్పుడో ఒకసారి వస్తే ఏంటి?

తన షెడ్యూల్ ప్రకారం ఇవాళ ఆడిటర్ ను కలవాలి కదా..! బిజినెస్ విషయాల్లో తను ఎప్పుడూ కాంప్రమైజ్ అవ్వదు. అనుకున్నది అనుకున్నట్లు జరిగి తీరాలి. ఏ పనినీ

వాయిదా వేసుకునే తత్వం తనది కాదు. అయినప్పటికీ ఆమె మనస్సు ఆ యువకుడి వైపే మొగ్గింది.

“ఆడిటర్ని రేపు కలుద్దాం లే” అని సరిపెట్టుకుని వెంటనే కాల్ చేసి మరునాటికి అపాయింట్మెంట్ తీసుకుంది.

తన శాంట్రో కారును మెరీనా వైపు మళ్లించింది.

అక్కడ... ఆ బోటు మీద... అతడు లేడు. పలక ఖాళీగా ఉంది.

మహిమ ఆ ప్రాంతం పరికించి చూసింది.

మరో స్థలంలో ఏమైనా కూర్చుని ఉన్నాడా..?

ఆ చుట్టుపక్కల అంతటా గాలించింది. ఉహూ.. ప్రయోజనం లేదు. అతడు ఈరోజు వచ్చినట్టు లేదు.

దీన్ని బట్టి చూస్తే... తనలాగే అతను కూడా ఆదివారం మాత్రమే వస్తాడన్నమాట. అంటే కాలేజీ సెలవు దినాలు మాత్రమే ఇక్కడికి వచ్చి కాసేపు గడిపి వెళ్తాడనుకుంటా...

ఇలా ఆలోచిస్తూ ఎందుకైనా మంచిదని ఆ పడవ ఎక్కి పలకపై కూర్చుండి పోయిందామె. అక్కడ ఒక గంట సేపు గడిపినా, సముద్రం తాలూకు సంగీతం ఏదీ వినిపించలేదు.

కాసేపు గడిచాక, తీరం వైపు మరికాస్త దగ్గరికి నడిచింది. అక్కడ ఎత్తుగా ఉన్న ఇసుకమేటపై సరిగ్గా ఆ యువకుడు కూర్చునే స్థలంలోనే...

రెండు కాళ్ళు ముందుకు బార్ల చాపుకుని చేతులు చెరో వైపు పొమ్మదన్నుకుని కూర్చుంది. అతడి భంగిమలోనే కడలి తరంగాలవైపు తదేక దీక్షతో చూస్తూ గడిపింది.

ఇప్పుడు తన వీనులకు విందుగా వినిపించే అలల హెూరు... భయంకరమైన చెవి పోరుగా అనిపించ సాగింది. ఎంత ప్రయత్నం చేసినా ఆమె ప్రశాంతంగా ఉండలేకపోయింది.

అప్పుడప్పుడు చుట్టూరా కళ్ళు విప్పార్చి చూడటం... ఆ యువకుడు కనిపిస్తాడేమో అని భ్రమ పడటం.. అంతలోనే నిట్టూర్పు విడవడం...

ఇంతకూ ఏమైంది తనకూ...!

ఏడింటి వరకు అక్కడే గడిపి, చిందరబోయిన మనసుతో నేరుగా ఇంటికి వచ్చేసింది. వేన్నీళ్ళ షవర్ స్నానం చేసాక గాని ఆమె రిలాక్స్ కాలేకపోయింది.

ఆ రాత్రి ఎంతకూ నిద్ర పట్టలేదామెకు.

ఆ యువకుడికి తనకు ఏదో అనుబంధం ఉన్నట్లుగా చిత్రమైన ఆలోచనలు రాసాగాయి. అతడిని దగ్గరికి తీసుకుని ఓదార్చాలనీ, అతని బాధలను పంచుకోవాలనీ ఏవేవో కోరికలు కలగసాగాయి. వాస్తవానికి మగవారితో ఎటువంటి అనుబంధాలు స్నేహసంబంధాలు పెంచుకోవడానికి ఆమె ఇష్టపడదు. ఆమె రిజర్వుడ్నెస్ కారణంగా గడిచిన 10 ఏళ్ళుగా ఏ పురుషుడూ ఆమె జీవితం దరిదాపుల్లోకి రాలేదు.

✦ ✦ ✦

మరునాడు ఆఫీసులో...

ఆమె పనితీరు అక్కడి వారందరికీ ఆశ్చర్యం కలిగించసాగింది.

వ్యాపార వ్యవహారాలపై ఖచ్చితమైన నిర్ణయాలు తీసుకుంటూ, స్పాంటెనియస్‌గా తగిన ఆదేశాలు ఇస్తూ ఉండటం ఆమె పద్ధతి.

అయితే ఏదో పరధ్యానంలో ఉండటం.. ఆదేశాలు ఇవ్వటంలో తడబడటం.. మొట్టమొదటిసారి గమనించారు.

తమ బాస్ గురించి తెలుసుకోవాలని అక్కడ స్టాఫ్ అందరికీ ఆసక్తి.

అసలామె బ్యాక్ గ్రౌండ్ ఏమిటి..? పెళ్లయిందా లేదా? అయిఉంటే ఆమె భర్త ఎవరు..? ఏం చేస్తుంటాడు.? పిల్లలు ఎంతమంది? ఇలా ఎన్నో ప్రశ్నలు అందరినీ వేధిస్తుంటాయి.

నిజమే మరి... 30ఏళ్ల లోపు అందమైన చలాకీ యువతి తమకు బాస్ అంటే, .ఆమె గురించి తెలుసుకోవాలని ఎవరికుండదు..? అయితే ఆఫీసు విషయాలు తప్ప, ఆమె వ్యక్తిగత విషయాలు ఎవరితోనైనా చర్చించిన దాఖలాలు ఎప్పుడూ లేవు. తన సొంత పనులకు స్టాఫ్‌ను ఉపయోగించుకున్న సందర్భాలు కూడా లేవు. అలాంటప్పుడు ఆమె గురించి తెలుసుకునే అవకాశం ఎక్కడిది..?

అప్పుడప్పుడు మేడం ఇంటికి వెళ్లే వ్యాన్ డ్రైవర్‌కు ఆమె గురించి ఏమైనా తెలుసా..! అని ఆరా తీస్తే.. మేడం కారుకు సర్వీస్ అవసరమైనప్పుడో లేదా ప్రావిజినల్ సరుకులు చేర్చేందుకో తప్ప తాను మేడం ఇంట్లోకి వెళ్లలేదనీ.. తనకు తెలిసినంత వరకు ఒక పనిమనిషి తప్ప, వేరే కుటుంబ సభ్యులు ఎవరూ..ఇంట్లో ఉండగా చూడలేదన్నాడు.

దీంతో ఆమె గురించి ఎవరి ఊహాగానాలువారివి.

మేడంకు పెళ్ళై, ఇద్దరు పిల్లలు ఉన్నారనీ ఆమె భర్త ప్రభుత్వ సర్వీస్ లో పెద్ద అధికారి అనీ.. వ్యాపారంలో ఈమె ఇంత సక్సెస్ కావడానికి ప్రభుత్వం నుంచి ఆయన అందించిన అండదండలే కారణమనీ ఒక కథనం.

మేడంకు ఆమె భర్త ఎప్పుడో విడాకులు ఇచ్చాడని, పిల్లల కస్టడీ విషయంలో ఆమె అప్పుడప్పుడు కోర్టు మెట్లు కూడా ఎక్కుతుండటం జరుగుతోందని మరొకాయన విశ్లేషణ.

అసలు మేడంకు పెళ్లే కాలేదనీ, ఆమెలో ఉన్న స్వతంత్ర భావాలు చూసి ఎవరూ పెళ్లికి ఇష్టపడలేదనీ... వేకెంట్‌గా ఉన్న భర్త పోస్టుకు ఎవరైనా ట్రై చేసుకోవచ్చని మరో కథనం.

ఆమె గురించి అక్కడ ఎన్ని కథలు ప్రచారంలో ఉన్నా దేని గురించీ నిర్ధారణకు రావడానికి సిబ్బందికి అవకాశమే లేదు. బాస్‌గా ఆమె పనితీరు, అంత నిబద్ధంగా ఉంటుంది మరి.

కానీ ఈ రోజే, ఎందుకనో ఆమె మనసు ఆమె స్వాధీనంలో లేదు. ఆమె ఎందుకనో డిస్టర్బ్ అయినట్లుగా స్పష్టంగా తెలిసిపోతోంది. ఉన్నట్టుండి విసుక్కోవటం అంతలోనే సరిదిద్దుకోవటం.. అంతా కొత్తగా ఉంది.

ఆమెను అంతగా డిస్టర్బ్ చేసింది ఎవరో కాదు... గత నాలుగైదు వారాలుగా ప్రతి ఆదివారం బీచ్‌లో కనిపిస్తున్న యువకుడే.

అతడి గురించి తనెందుకు ఇంతగా ఆరాటపడుతోంది..?

అతడిని తాను ఇష్టపడుతోందా? ప్రేమిస్తున్నదా..?

...నో... తన వయసు 29. కాగా నిండా 20 ఏళ్ళు కూడా లేని యువకుడి పై తనకు ప్రేమ భావం కలగడం ఏమిటి..?

కాదు కానే కాదు..

మరి ఆరాధనా..?

అబ్బే అతడు ఎవరో కూడా తెలియదు. అతడి వ్యక్తిత్వం ఏంటో అసలే తెలియదు. ఇక ఆరాధన ఎలా కలుగుతుంది..?

మరి ఏమిటిది? తనలో చెలరేగే భావాలకు అర్థం ఏమిటి..?

చిత్రంగా అత్యంత విచిత్రంగా ఆమె రాబోయే ఆదివారం కోసం ఎన్నడూ లేనంత ఆత్రంగా ఎదురుచూడ సాగింది.

ఎప్పుడెప్పుడా..! అని ఎదురుచూసిన ఆ ఆదివారం రానే వచ్చింది. ఆ రోజు ఉదయం నుంచి ఆమెకు ఎంతో భారంగా గడిచింది. పత్రికలు తిరిగేదామన్నా, టీవీ చూద్దామన్నా, ఆమెకు మనసు లగ్నం కాలేదు. బీచ్‌కు వెళ్లే సాయం సమయం కోసం ఆమె ఎంతగా ఎదురుతెన్నులు చూసిందంటే...

ఈసారి ఎలాగైనా అతడిని పలకరించాలి, తనివి తీరా మాట్లాడాలి.. అని గట్టిగా నిర్ణయించుకుంది.

అతని గురించి తాను ఎక్కువగా ఆలోచిస్తుందా? అంత అవసరమా తనకు.? అనుకుంది కాసేపు. అయితే, అది కాస్సేపు మాత్రమే.

ఏమో..! కొందరిపై కలిగే కొన్ని భావనలకు ఏ డిక్షనరీలోనూ అర్థాలు దొరకవు.

కొందరిని చూస్తే కలిగే హృదయ స్పందనలకు కారణాలంటూ ఉండవు. ఆ అనామక యువకుడి పై ప్రస్తుతం ఆమె మనస్థితి కూడా అలాంటిదే.

మహిమ అక్కడికి 4:00 గంటలకే వెళ్ళింది. ప్రశాంతంగా సేద తీరేందుకు కాకుండా ప్రశాంతత పోగొట్టుకునేందుకు మెరీనా బీచ్‌కి రావటం తనకే వింతగా అనిపించింది.

ఎప్పటిమాదిరే నాటు పడవ మీద కూర్చో బోయింది. ఒక్క క్షణం ఇలా అనుకుంది.

తాను ఆ స్పాట్‌లో కూర్చుంటే అతడు ఇంకెక్కడికో వెళ్లి కూర్చుంటాడు. అప్పుడు తనను దగ్గర నుంచి చూసే ఛాన్స్ ఉండదు. తనను అక్కడ చూసి ఆ సమీపానికే రాకపోతే..! అప్పుడు ఆ జనాల్లో తాను అతన్ని కనిపెట్టడం కష్టం కావచ్చు. అందుకే మహిమ ఏ మాత్రం రిస్క్ తీసుకో దలుచుకోలేదు.

సర్వీ చెట్టుకు కాస్త దూరంలో ఒక ఇసుక తిన్నె పై కూర్చుంది.

అనుక్షణం అతని రాకకై పరితపించ సాగింది. అప్పుడప్పుడు వాచ్ చూసుకుంటూ వెన్ను విరుచుకుని సుదీర్ఘంగా నిట్టూరుస్తూ.. మళ్లీ చుట్టూ గమనిస్తూ.. ఆమె ప్రవర్తన ఆమెకే కొత్తగా ఉంది.

సాయంత్రం 6 గంటలైనా అతడి జాడలేకపోయేసరికి ఆమెకి నిరుత్సాహం కలగసాగింది. ఏమీ తోచక తీరం వెంట నడక సాగించింది. ఎగసిపడుతున్న అలలు అప్పుడప్పుడు తన పాదాలు తాకుతూ పులకింతలు కలిగిస్తున్నాయి. పల్లీల పొట్లం కొనుక్కొని తిరిగి తన స్థలానికి నడక సాగించింది.

సూర్యస్తమయం అయి అప్పటికే చాలా సేపు కావడంతో పరిసరాలు మసకగా ఉన్నాయి. ఎక్కడో ఉన్న ఫ్లడ్ లైట్స్ వెలుతురు బీచ్ అంతటా పల్చగా కమ్ముకొని ఉంది.

మరోసారి పడవవైపు దృష్టి సారించిన ఆమెకు ఆ మసక వెలుతురులో పడవ పై ఎవరో కూర్చుని ఉండటం కనిపించింది.

అంతే...! ఆ చీకట్లో కూడా ఆమె ముఖం పండు వెన్నెల చంద్రం అయింది. వేగంగా అడుగులు వేస్తూ పడవ వద్దకు చేరింది.

అయితే... అక్కడ... నింపాదిగా కూర్చుని ఉన్నది అతడు కాదు.. వేరెవరో...!

మహిమ తీవ్రంగా నిరుత్సాహ పడింది. వెళ్లి తన ఇందాకటి ప్రదేశంలో కూర్చొని, వచ్చేపోయే వారిని గమనించ సాగింది.

పడవపై కూర్చున్న ఆ కొత్త వ్యక్తిని అక్కడ నుంచి తరిమి వేయాలన్నంత కోపంగా ఉంది ఆమెకు.

గతంలో ఏనాడూ ఆమె ఎనిమిది గంటల వరకు బీచ్‌లో కూర్చున్నది లేదు. అలాంటిది తొమ్మిదింటి వరకు ఉండిపోయింది. జనాలు మెల్లగా పల్చబడ సాగారు. దూరం నుంచి పోలీసు విజిల్స్ వినిపిస్తున్నాయి. ఖాళీ చేయించే పనిలో వారు ఉన్నారు.

ఎందుకని అతడు రాలేదు..? ఏమైపోయాడు.? కాలేజీలకి సెలవులేమైనా ప్రకటించి ఉంటారా..? అందువల్ల సొంత ఊరికి వెళ్లి ఉంటాడా..! ఇంతకీ అతడిది ఏ ఊరో..!

మరో రెండు ఆదివారాలు కూడా అతడి జాడ లేదు.

ఇక తన గురించి మర్చిపోవడం తప్ప చేయగలిగింది ఏమీ లేదు అనుకుందామె. ఇక మళ్లీ ఆ అందమైన అమాయకమైన మోము కనిపించదేమో అని తీవ్రంగా నిరాశ పడింది.

ఆదివారం సాయం సమయాలు ప్రశాంతత అనే మాటే మరిచిపోయింది. అయినా, ఎప్పటి మాదిరే ప్రతి ఆదివారం బీచ్‌కి రావడం, ఆ పడవపై ఎక్కి కూర్చోవడం మానలేదు. అతడి కోసం ఎదురుచూడటమూ మానలేదు.

✦ ✦ ✦

ఓ ఆదివారం... బీచ్ దగ్గర బాగా పొద్దుపోయింది. మనసుకు ఎలాంటి ఆహ్లాదము లేకున్నా అక్కడికి రాకుండా ఉండలేక వచ్చింది.

టైం చూస్తే రాత్రి 9:30 అయింది. ఇక అక్కడ ఉండడం క్షేమం కాదని వెళ్లేందుకు నిశ్చయించుకుని లేచింది.

ఈలోగా ముగ్గురు యువకులు ఆమెకు సమీపంగా తారసపడ్డారు.

వారు ఆ పడవను సమీపించి చుట్టూ తలో వైపు నిలుచున్నారు.

దూరం నుంచి పడుతున్న ఫ్లడ్ లైట్ల వెలుతురు వారి ముఖాల్లో కర్కశత్వాన్ని స్పష్టంగా చూపిస్తోంది.

ప్రమాదాన్ని పసిగట్టిన మహిమ అక్కడి నుంచి తప్పించుకోవాలని పడవలో నుండి కిందికి దూకేసింది.

ఆమె లేచేలోపే వారిలో ఒకడు వేగంగా వచ్చి ఆమెకు అడ్డుగా నిలబడ్డాడు.

“మేడం..ఏమా తొందర..? కాసేపు ఆగి వెల్దురు గాని” అన్నాడు తమిళంలో. మిగిలిన ఇద్దరు అతని మాటలకు పకపకా నవ్వారు.

స్వతహాగా ధైర్యస్తురాలైన మహిమ బెదరకుండానే

“అడ్డులే..” అంటూ గద్దించింది. దీంతో మిగిలిన ముగ్గురు కూడా ఆమె చుట్టూ చేరి..

“అడ్డు తొలగించుకో”

అంటూ వెకిలిగా నవ్వారు.

దీంతో మహిమకు కోపం ఆగలేదు.

ఎదురుగా ఉన్న వాడి చెంపపై గట్టిగా వాయించింది. ఆ తాకిడికి వాడు కొద్దిగా చలించాడు. కానీ మిగిలిన ఇద్దరు ఆమె చేతుల్ని ఒడుపుగా పట్టుకున్నారు. మద్యం వాసన గుప్పుమని వచ్చింది వారి నుంచి.

ముగ్గురూ చాలా బలిష్టంగా ఉన్నారు తొలిసారిగా ఆమె భయంతో కంపించిపోయింది. ఎవరికోసమో తాను పలవరిస్తూ అనవసరపు ఇక్కట్లు కొనితెచ్చుకున్నట్లుగా ఆమెకి తోచింది. వారి నుంచి తప్పించుకునేందుకు తీవ్రంగా పెనుగులాడింది. వారి బలం ముందు ఆమె ప్రయత్నాలు ఏవీ ఫలించలేదు.

దూరం నుంచి ఎక్కడో పోలీస్ విజిల్స్ వినిపిస్తున్నాయి. బీచ్ నుంచి జనాలను ఖాళీ చేయించేందుకు పోలీస్‌లు ఆ వేళప్పుడు అలా విజిల్స్ ఊదుతూ ఉంటారు.

మహిమ.. “హెల్ప్ మీ” అంటూ అరిచిన అరుపులు ఆ అలల హోరులో మిళితమై పోయాయి.

ఆమె మరింత గట్టిగా అరిచే ప్రయత్నం చేసింది గానీ ఆ అరుపు ఆమె గొంతు దాటి బయటకు రాలేదు. కారణం.. వారు ఒక కర్చీఫ్ లాంటిదేదో ఆమె మూతికి బిగించి కట్టారు.

ఆమె తన శక్తినంతా కూడ దీసుకుని ప్రతిఘటించింది. అయితే, వారు మరింత పట్టు బిగించి ఆమెను సమీపంలో ఉన్న సర్వీ పొదల వైపు లాక్కుపోయారు.

ఇంతలో ఆమె వెనుక నుంచి ఒక యువకుడి గొంతు చాలా గంభీరంగా, గద్దించినట్లుగా వినిపించింది “ఆమెను ఒదిలి పెట్టండి” అంటూ..

దీంతో ఆ ముగ్గురూ వెనుదిరిగి చూశారు.

“కొలంద మాదిరి ఉన్నావ్.. ఎదుక్కురా ఉనక్కు.. ఇంగెందు శీఘ్రుమా ఓడి....”

(పిల్లోడిలా ఉన్నావ్. నీకెందుకురా? ఇక్కడ నుంచి వెంటనే పారిపో)..

అని చిటికెన వేలు చూపుతూ బెదిరించాడు ఒకడు.

అయితే ఆ యువకుడు ఖాతరు చేయలేదు. వేగంగా వచ్చి అడ్డు నిలిచాడు.

కన్నీరు ఉప్పొంగి ఉండగా ఆమెకి ఎవరూ కనిపించడం లేదు.

తన రక్షణ కోసం వచ్చింది ఎవరో పోలీస్ ఆఫీసర్ అయి ఉంటాడు అని కొద్దిగా ఊపిరి పీల్చుకుంది మహిమ.

“ఎన్నడా.డై.. సినిమాల ప్రభావమా..? హీరో అవుదాం అనుకున్నావా ఏంది... ఉయిరు తీస్తాం జాగ్రత్త “ అంటూ ఒకడు పిడిబాకు చూపించాడు.

ఇంకొకడు నోరెత్తి ఏదో అనేలోగా “ఫట్” మని ఒక ముష్టి ఘాతం ఇచ్చాడు. వాడు ఒక్కసారిగా దిమ్మ తిరిగి కింద పడ్డాడు. అది చూసి ఆశ్చర్యంతో నోరేళ్లబెట్టిన ఇంకొకడు తేరుకునే లోగానే పొట్టపై ఒకటి ఇచ్చాడు. ఆ దెబ్బకు వాడు అమాంతం కింద పడిపోయాడు.

ఈ లోగా మూడో వాడు తన చేతిలో ఉన్న పిడిబాకు ఝుళిపించాడు.

మహిమపై వాళ్ళ పట్టు సడలేసరికి వేగంగా పక్కకు జరిగి నిలబడింది. మూతికి ఉన్న బంధనాలు తొలగించుకుంది.

పిడిబాకు దాడి నుంచి తప్పించుకుంటూ, అతనిపై పైచేయి సాధించేందుకు ప్రయత్నిస్తున్నాడు ఆ యువకుడు. ఆ ప్రయత్నంలో ఒడుపుగా కొట్టిన దెబ్బకు ఆ బాకు కింద పడిపోయింది. దీంతో అతన్ని కోలుకోకుండా దాడి చేసి మట్టికరిపించాడు. ఈలోగా పొట్టపై తగిలిన దెబ్బకు తల్లడిల్లిన రెండో వ్యక్తి తేరుకుని ఆ బాకు అందుకున్నాడు.

ఆ యువకుడు ఇది గ్రహించే లోపే దాడిచేసి ఎడమ భుజంపై గాయపరిచాడు. దీంతో ఆ యువకుడు ‘అబ్బా’ అంటూ బాధతో అరిచాడు.

అంతే... మహిమకు తన కర్తవ్యం ఏమిటో బోధపడింది. తనకోసం ఒకరు ప్రాణాలకు తెగించి పోరాడుతుండగా, తను వేడుకలా చూస్తూ ఉండటం సిగ్గుచేటు అనిపించింది. ఆ యువకుడిపై మరో వేటు వేసేలోగా అపర కాళీలా విరుచుకుంది. ఎక్కడ లేని శక్తి కూడగట్టుకుంటూ రివ్వున పైకి లేచి కాలితో ఒక్క కిక్ ఇచ్చింది. ఈలోగా ఆ యువకుడు మరో రెండు ముష్టి ఘాతాలు ఇచ్చాడు. దీంతో అతను కూడా కూలబడిపోయాడు.

ఇక ఆలస్యం చేయకుండా ఆమె ఎడమ చేయి అందిపుచ్చుకుని “కమాన్ రన్ “

అంటూ బయలుదేరదీశాడు. ఇసుకలో ఇద్దరూ దాదాపు ఒక ఫర్లాంగ్ దూరం పరిగెత్తి వెనుతిరిగి చూశారు.

వారిని వెంబడిస్తూ ఎవరూ వస్తున్నట్లు అనిపించలేదు. వేగంగా అడుగులేసి బీచ్ రోడ్డు మెట్ల వద్దకు వచ్చారు. అక్కడ కొద్దిగా జన ప్రవాహం కనిపించేసరికి ఊపిరి పీల్చుకున్నారు.

ప్రెసిడెంట్ కాలేజీ ఎదురుగా ఉన్న ఫ్లడ్ లైట్స్ వెలుగులో ఆ యువకుడి వైపు చూసి ఉలిక్కిపడిందామె.

ఆమెలో సంభ్రమాశ్చర్యం... ఎన్నో యుగాలుగా పరితపించిన వస్తువు ఏదో తన కళ్ళకు దొరికినట్టు సంబరపడి పోయింది.

ఆ యువకుడు ఎవరో కాదు... గత కొన్ని వారాలుగా తన మనసును కలవర పెడుతూ, తనకు ప్రశాంతత లేకుండా చేసిన ముఖమే.

అంతే...అతడిని చూడగానే ఆమె పసిపిల్లే అయింది. అతడి ముఖాన్ని రెండు చేతులతో అపురూపంగా అదిమిపట్టింది. అతడిని తనవైపు లాక్కుని గాఢంగా హత్తుకుంది. ఉబికి వస్తున్న కన్నీళ్లను ఆపుకోలేక వెక్కి వెక్కి ఏడవ సాగింది.

ఆ యువకుడికి ఏమీ అంతు పట్టలేదు. ఇదంతా కొత్తగా ఉంది. ఆమెను కాపాడినందుకు ఆమెలో చెలరేగిన భావోద్వేగపు ప్రకంపనలు కావచ్చేమో అనుకుని కాసేపు అలాగే ఉండిపోయాడు. ఆమె తనను హత్తుకున్న తీరుకు ఎలా స్పందించాలో తెలియక నిరుత్తరంగా నిలబడిపోయాడు.

అయితే ఆమె కౌగిలి ఇస్తున్న వింత అనుభూతికి అతడు ఎక్కువసేపు నిశ్చేష్టుడై ఉండలేకపోయాడు.

ఆమె భుజాలపై చేతులు వేసి ఓదార్చ సాగాడు.

" మేడం...ప్లీజ్ కంట్రోల్ యువర్ సెల్ఫ్... నో ప్రాబ్లం ఎవ్రీథింగ్ ఈజ్ అల్ రైట్ నౌ '

అయినా ఆమెలో ఉద్వేగం ఆగనేలేదు. అతన్ని హత్తుకున్న ఆమె శరీరం కంపిస్తూనే ఉంది.

అది అతడికి స్పష్టంగా తెలుస్తోంది. గత కొన్ని వారాలుగా ఆమె పడ్డ మనోవేదనకు సమాధానం దొరికినట్లుగా ఆమెకు అనిపించ సాగింది. వదిలితే ఈ ఆనందాన్ని మళ్లీ పొందలేనేమో అన్నంతగా తపిస్తూ గట్టిగా పట్టుకుందామే.

బీచ్ నుంచి ఇళ్లకు వెళ్తున్న వాళ్ళు ఆ ఇరువురి వైపు వింతగా చూడ సాగారు.

దాదాపు పది నిమిషాలు గడిచాక గాని, ఆమె తను ఉన్న స్థితి గురించి తెలుసుకోలేకపోయింది. అతడి శరీరాన్ని ఆప్యాయంగా తడుముతున్న ఆమె చేతులకు ఏదో తడిగా అంటుకున్నట్లు అనిపించింది. వెంటనే పట్టు సడలించి చేతులను చూసుకుని ఉలిక్కిపడింది.

రక్తం.. ధారాళంగా కారుతోంది.

ఆందోళనగా అతడి శరీరాన్ని చూసింది.

అతడి చొక్కాలో సగం రక్తం తో తడిసిపోయింది.

ఇందాక జరిగిన పోరాటంలో ఆ యువకుడి పై జరిగిన కత్తి దాడి గుర్తొచ్చింది. ఆమె మనసు అతడి పట్ల కృతజ్ఞతా భావంతోను, తీవ్రబాధతోను, పరిపరి విధాలుగా తపించసాగింది.

“అర్జెంటుగా ఆసుపత్రికి వెళ్దాం“

అంటూ ఆ యువకుడి రెండో చేయి పట్టుకుని బయలుదేర తీసింది.

“నో ప్రాబ్లం.. మీరు వెళ్ళండి మేడం నేను చూసుకుంటాను” అన్నాడు ఆ యువకుడు.

“అదేం కుదరదు నువ్వు వచ్చి తీరాల్సిందే” అంటూ పట్టుబట్టి పార్కింగ్ వైపు నడిపించింది. అరవయాసతో తెలుగు మాట్లాడుతోంది.

“ ఇటెక్కడికి..?” అడిగాడు.

“నా కారులో వెళ్దాం. నువ్వెలా వచ్చావ్..?

అతడి పై తనకు ఏదో హక్కు ఉన్నట్లుగా ఏక వచనంతో సంభోదించింది.

“ నేను బస్సులో వచ్చాను మేడం.. మీకు కారు ఉందా..?”

ఆమె వైపు ఆశ్చర్యంగా చూస్తూ అడిగాడు. చాలా సింపుల్ గా సాదాసీదా దుస్తులతో ఉన్న ఆమె కారులో వచ్చిందంటే నమ్మశక్యం కాలేదు.

అసలు ఆ సమయం వరకు అక్కడ ఆమె ఎందుకు ఉన్నట్లు..?

అడగాలనుకుని మౌనంగా ఉండిపోయాడు.

పార్కింగ్ వద్ద నుంచి శరవేగంగా కారు తీసింది.

అతడిని కూర్చొమంటూ ఆజ్ఞాపించింది. మాట్లాడకుండా కారు ఎక్కాడు. బీచ్ రోడ్ నుంచి ట్రిప్లికేన్ మీదుగా వెళ్ళాక అతడు అడిగాడు.

“ఎక్కడికి తీసుకెళ్తున్నారు..?”

"ఇక్కడే దగ్గర్లో ఏ క్లినిక్ కనిపించినా ఆగి ట్రీట్మెంట్ తీసుకుందాం."

"ఎవరంటే వాళ్ళు ట్రీట్మెంట్ ఇవ్వరు అనుకుంటా మేడం.."

"అలాగా..? ఏం ఎందుకు ఇవ్వరు.?"

"అసలు ఈ గాయం ఎలా అయిందంటే ఏం చెప్తాం..?"

"జరిగిందే చెబుదాం."

"అలా చెబితే పోలీస్ కేస్ అవుతుందని భయపడతారు"

అప్పుడు అర్థమైందామెకు.

"అయితే ప్రభుత్వ ఆసుపత్రికి వెళ్దాం. రాయపేటలో జనరల్ హాస్పిటల్ ఉంది కదా..సర్వీస్ కూడా బాగా ఉంటుందని విన్నాను."

"నిజమే కానీ, అక్కడ కూడా జరిగింది చెప్పాలి కదా..! అప్పుడు మెడికో లీగల్ కేసుగా నమోదు చేసి పోలీసులకు ఇంటిమేట్ చేస్తారు. నా ఫ్రెండ్ కు ఒకసారి ఇలాగే అయింది."

"మంచిదేగా.. మనపై జరిగిన దాడికి కేసు పెట్టినట్లు కూడా ఉంటుంది"

"అంత అవసరం అంటారా..? బాగా ఆలోచించండి. రాత్రి 9:30 గంటలకు మీకు అక్కడ ఏం పని అంటే ఏం చెప్తారు..?"

దీంతో అతని మాటల్లో అంతరార్థం అర్థమైంది.

"అలా అని ట్రీట్మెంట్ తీసుకోకుండా ఉంటావా.? గాయం ఎంత అయిందో..! " అంటూ బాధగా చూసింది ఆమె.

"మీకు తెలిసిన డాక్టర్ ఎవరూ లేరా..?"

"ఉన్నాడు కానీ.. కోడంబాక్కం వెళ్లాలి. అంతదాకా నీకు ట్రీట్మెంట్ లేకుండా ఎలా ఉండగలవు..? నొప్పిగా లేదూ..?"

"ఏం పర్లేదు. మీరు కోడంబాక్కం తీసుకెళ్లండి." దృఢంగా చెప్పాడు. దీంతో చేసేది ఏమీ లేక కారు ముందుకు నడిపించింది.

✦ ✦ ✦

కోడంబాక్కం... రంగరాజపురం మెయిన్ రోడ్‌లో.. అమృతా క్లినిక్. అప్పటికే మూసి ఉంది.

కారులో ఉన్న సెల్ ఫోన్ తీసి ఎవరికో రింగ్ చేసింది. రెస్పాన్స్ లేదు. RGM Skycell నెట్వర్క్ వారి మొబైల్ సర్వీసెస్ చెన్నైలో పాపులర్.

సిటీలో కీలకమైన ప్రాంతాల్లో టవర్స్ పెట్టారు.

కాల్ చార్జెస్ ప్రతి 10 సెకండ్స్ కు రూ.2.80

దీంతో పెద్ద పెద్ద కోటేశ్వరులు మాత్రమే సెల్ ఫోన్స్ వాడుతారు..

మహిమ చేతిలో సెల్ ఫోన్ చూసి అతడు మరింత ఆశ్చర్య చకితుడయ్యాడు.

డాక్టర్ సుధీంద్రన్ ఇల్లు అక్కడికి సమీపంలోనే ఉంది. మహిమ తన కారును ఇంటిదాకా పోనిచ్చి వేగంగా ఇంటి మెట్లెక్కింది.

డోర్ బెల్ మోగించింది.

దాదాపు పది నిమిషాల తర్వాత ఒక ఆవిడ విసుగ్గా వచ్చి తలుపు తీసింది..

" ఎవరు మీరు ఈ వేళప్పుడు..?" అంటూ గొణిగింది.

" మేడం ఐ యాం మహిమ.. డాక్టర్ గారికి నేను బాగా తెలుసు. ఎమర్జెన్సీ ట్రీట్మెంట్ కోసం వచ్చా."

ఆమె పేరు కారులో ఉన్న యువకుడికి కూడా వినిపించింది.

మరో ఐదు నిమిషాల్లో నైట్ డ్రెస్ లో ఉన్న డాక్టర్ సుధీంద్రన్ వచ్చాడు.

"హలో మహిమ.. ఏమిటి ఈ వేళప్పుడు..? ఎనీ ప్రాబ్లం..?" ఆరా తీశాడు.

"ఎస్ డాక్టర్... అర్జెంట్ గా క్లినిక్ కి రండి"

"పేషంట్ ఎవరు..? ఏమైనా యాక్సిడెంటా.?"

"కారులో ఉన్నాడు. యాక్సిడెంటల్ ఇంజురీకి ట్రీట్మెంట్ ఇవ్వాలి"

"ఆల్ రైట్.. మీరు క్లినిక్ దగ్గర ఉండండి. నిమిషంలో వచ్చేస్తా." అని చెప్పి లోనికి వెళ్లిపోయాడు.

డాక్టర్ సుధీంద్రన్ కాల్‌చేసి అలర్ట్ చేసాడేమో క్లినిక్‌లో స్టాఫ్ కొందరువచ్చి రెడీగా ఉన్నారు.

క్లినిక్‌లో... ట్రీట్మెంట్ ఇస్తూ..మహిమ వైపు, ఆ యువకుడి వైపు మార్చి మార్చి చూడ సాగాడు డాక్టర్.

నర్సు వచ్చి అతడి చొక్కాను విప్పించింది.

ఒక అటెండర్ ఆ చొక్కాను శుభ్రం చేసేందుకు తీసుకెళ్లాడు.

గాయం వైపు చూస్తూ అడిగాడు డాక్టర్.

"ఇక్కడ ఒక చోటేనా..? ఇంకెక్కడైనా గాయమైందా..?"

"లేదు సార్.. ఇది ఒక్కటే గాయం"

"ఎలా అయింది..? ఏ రకమైన యాక్సిడెంట్ ఇది"?

ఆ యువకుడు ఏదో చెప్పబోయేంతలో మహిమ అడ్డుకుంది.

"సార్ అదంతా నేను వివరంగా చెప్తాను. ముందు ట్రీట్మెంట్ కానివ్వండి ప్లీజ్" అభ్యర్థించిందామె.

గాయాన్ని చూసి డాక్టర్‌కు ఏదో అనుమానం వచ్చింది.

కానీఆమెపై ఉన్న గౌరవభావంతో మిన్నకుండిపోయాడు. గాయానికి ఫస్ట్‌ఎయిడ్ చికిత్స చేశాక సూచర్లు వేశాడు డాక్టర్ .

సూచర్లు వేస్తున్నప్పుడు గానీ అంతకుముందు టిటి ఇంజక్షన్ ఇస్తున్నప్పుడు గానీ అతనిలో ఎలాంటి భావవ్యక్తీకరణ లేకపోవడం ఆమెను ఆశ్చర్యపరిచింది. నూనూగు మీసాల ఆ యువకుడిలో ఇంత రాటుదేలినతనం ఎలా వచ్చిందో?

చికిత్స అయ్యాక డాక్టర్ తన సీట్లో కూర్చున్నాడు.

మహిమ ఆయన ఎదురుగా కూర్చుంది.

ప్రిస్క్రిప్షన్ రాస్తూ అడిగాడు డాక్టర్. "అతడి పేరేంటి..?"

మహిమ ఒక్కసారిగా తడబడింది

"తెలియదు డాక్టర్.." అని సమాధానం ఇచ్చింది.

దీంతో డాక్టర్ మరింత కన్ఫ్యూజ్ అయ్యాడు.

పేరు కూడా పరిచయం లేని ఆ యువకుడి కోసం మహిమ అర్ధరాత్రి పూట వచ్చి తనను నిద్రలేపి ట్రీట్మెంట్ ఇప్పించడం ఏంటో అర్థం కాలేదు.

అసలేం జరిగి ఉంటుంది? ఆ గాయాన్ని జాగ్రత్తగా గమనిస్తే ఏదో చురకత్తితో చేసినట్టుంది. సందేహమే లేదు.

ఆయనలో ఎన్ని అనుమానాలు ఉన్నా ఆమెను రెట్టించకుండా ఆ యువకుడి వైపు చూసి అడిగాడు.

"మిస్టర్.. వాట్స్ యువర్ నేమ్.?"

"రిపుంజయ్ సార్.". స్పష్టంగా పలికాడతను.

"ఓకే... వయసెంత"?

"పంతొమ్మిది "

"గుడ్.. కం హియర్... "

18 *మేడం...C* ✦ కాశీపురం ప్రభాకర రెడ్డి

రిపుంజయ్ అనే పేరు కొత్తగా అనిపించింది మహిమకు.

అతడు తన దగ్గరికి వచ్చాక ప్రిస్క్రిప్షన్ వైపు చూపిస్తూ డాక్టర్ వివరించ సాగాడు....

"ప్లీజ్ లిజన్ టు మీ... రెండు రోజుల పాటు ఉదయం, సాయంత్రం ఈ ఇంజక్షన్ వేసుకోవాలి ఆ తర్వాత నుంచి ఈ ఆంటీ బయోటిక్స్ డైలీ టూ టైమ్స్ తీసుకో. వారం రోజులు కచ్చితంగా వాడాలి. రెండోవి పెయిన్ కిల్లర్స్. నొప్పి బాగా ఉంటే, త్రీ టైమ్స్ వేసుకోవాలి. ఇక ఈ మూడో రకం మల్టీ విటమిన్ టాబ్లెట్లు. రోజుకు ఒకటి వాడాలి వారం తర్వాత మళ్లీ కలువు.. అర్థమైందా?."

అర్థమైంది అన్నట్టు తలూపాడు రిపుంజయ్.

"సమీపంలో మెడికల్ స్టోర్ ఉందా..?" డాక్టర్‌ను అడిగింది మహిమ

"వల్లువర్ కొట్టం దగ్గర అపోలో ఫార్మసీ తెరిచే ఉంటుంది. ఈ మందులు అక్కడ దొరుకుతాయ్."

డాక్టర్ ఫీజు చెల్లించి లేచింది.

"ఓకే డాక్టర్ థాంక్యూ వెరీ మచ్ "

అంటూ ఆయన దగ్గర సెలవు తీసుకుంది.

ఉతికిన చొక్కాను సిబ్బంది అతడికి అందించారు. అది తడిగా ఉంది.

" వెళ్దామా..?" అంటూ అతడి నడుము మీద చేయి వేసింది.

అతడు ఇబ్బంది పడిపోయాడు.

"ఏం పర్లేదు మేడం నేనేమన్నా బెడ్రిడెన్ పేషెంట్ నా? నడవగలను" అన్నాడు దీంతో టక్కున చెయ్ తీసేసింది మహిమ. కారు స్టార్ట్ చేసి లెఫ్ట్ డోర్ ఓపెన్ చేసింది.

5 నిమిషాల్లో వల్లువర్ కొట్టం సెంటర్‌లో అపోలో ఫార్మసీ వద్ద కారు ఆపింది. ప్రిస్క్రిప్షన్ తీసుకుని అక్కడి ఫార్మసిస్టు వద్దకు వెళ్ళింది మహిమ.

డబ్బులు ఆమె చెల్లిస్తుంటే అతడు మొహమాటంగా ఫీల్ అయ్యాడు.. వాస్తవానికి అతని దగ్గర డబ్బులు ఎక్కువ లేవు కూడా.

"రా వెళ్దాం" అంటూ కార్ స్టార్ట్ చేసింది.

"ఎందుకులెండి మేడం... మీరు వెళ్లిపోండి. నేను ఏదైనా బస్సు పట్టుకుని వెళ్తా"

"ఈ వేళప్పుడు ఎక్కడికి వెళ్తావు..? ఈ గాయం చూసి మీ వాళ్ళు టెన్షన్ పడతారు. మా ఇంటికి వెళ్దాం పద".

“వద్దు మేడం ఇప్పటికే శ్రమ పెట్టాను”

“నా మాట విని నాతో వచ్చేయ్. ఇప్పుడు బస్సులు దొరకడం కూడా కష్టమే... అసలు నువ్వు ఉండేది ఎక్కడ..?”

“నంగనల్లూరులో. అక్కడ నా క్లాస్ మేట్స్ తో పాటు ఒక హాస్టల్‌లో ఉంటున్నా“

“వాట్...? నంగనల్లూరా..? అంత దూరం ఇప్పుడు ఎట్లా వెళ్తావు..?”

“ఓ పని చేయండి. కోడంబాక్కం లేదా మాంబళం స్టేషన్లో నన్ను డ్రాప్ చేయండి. అక్కడి నుంచి మిడ్‌నైట్ లోకల్ ట్రైన్‌లో నంగనల్లురు వెళ్లిపోతా..”

”ఎందుకొచ్చిన శ్రమ చెప్పు... నాతో రావడానికి ఏమిటి ఇబ్బంది?”

గాయపడిన అతన్ని అలా వదిలిపెట్టడం ఆమెకు ఏమాత్రం ఇష్టం లేదు. పైగా, బీచ్‌లో జరిగిన సంఘటన తర్వాత, అతనిపై ఇదివరకు తెలియకుండా ఉన్న అభిమానం ఇప్పుడు మూడింతలు అయింది. అనురాగం పదింతలు అయింది.

“మీకెందుకు ఈశ్రమ మేడం?... దయచేసి స్టేషన్ దగ్గర దించేయండి” అన్నాడు అతను.

దీంతో ఆమె కారు దిగి దగ్గరగా వచ్చింది.

అతడి కళ్ళలోకి చూస్తూ అంది

“చెబితే అర్థం చేసుకోవేంటి..? నీవు నాకోసం ప్రాణాలు అడ్డంపెట్టి రక్షించావు. అటువంటి నీకోసం నేను తీసుకుంటుంది కూడా ఒక శ్రమేనా.? నీవు నాతో పాటు వచ్చే తీరాలి. ఇలాంటి పరిస్థితి లో నిన్ను వదిలిపెట్టి వెళ్లే ప్రసక్తే లేదు.. కాదు కూడదు, నేను వెళ్లే తీరుతాను అన్నావనుకో.. ఈ కారు ఇక్కడే వదిలేసి నీతో పాటు నేను కూడా నడిచొస్తా. నీవు నంగనల్లూర్ వెళ్తావో, తాంబరం లేదా చెంగల్ పట్టు తీసుకువెళ్తావో...నీ ఇష్టం.” తెగేసి చెప్పింది మహిమ.

దీంతో రిపుంజయ్ ఆమె వైపు దీర్ఘంగా చూసాడు.

ఆమె కళ్ళలో ఆర్తితో పాటు, అభ్యర్థన కూడా కనిపించడంతో ఇంకేమీ మాట్లాడలేకపోయాడు. ఆమెతో పాటుగా కారెక్కి కూర్చున్నాడు.

ఆమె డ్రైవింగ్ చేస్తున్న తీరును గమనిస్తూ ఇలా అనుకున్నాడు.

ఇంత రాత్రివేళ మేడం తనను ఇంటికి తీసుకువెళ్లి తన వాళ్లకు ఏమని చెబుతారు .? ఏమని పరిచయం చేస్తారు ..?

ఇంతకూ ఈ మేడం ఎవరై ఉంటారు .?

మహిమ తన కారును మైలాపూర్ వైపు పోనిచ్చింది. దారిలో షెమ్మోళి పార్క్ వద్ద కాసేపు ఆగి, మినరల్ వాటర్‌తో తన ఫేస్ వాష్ చేసుకుంది. అనంతరం క్యాతేడ్రాల్ రోడ్ మీదుగా లజ్ చర్చి రోడ్డుకు మళ్లించింది.

కారు తన ఇంటి ముందు నిలిపి, తానే దిగిపోయి గేట్ తెరిచింది.

పార్కింగ్ చేశాక డోర్ బెల్ మోగించింది.

ఆమె ఇంట్లో రిచ్‌నెస్ చూసి ఆశ్చర్యపోయాడు. ఇంత సాదాసీదాగా ఉన్న ఈమె ఎవరసలు.?

ఇల్లు చూస్తే ఎంతో లక్స్యూరియస్‌గా ఉంది.. కానీ ఒక నడి వయస్కురాలు తప్ప ఎవరూ లేరు. మిగతా కుటుంబమంతా ఎక్కడున్నారు..?

హాల్‌లో సోఫా సెట్ మీద కూర్చొమని చెప్పి ఆమె డ్రెస్సింగ్ రూమ్‌లోకి వెళ్ళిపోయింది.

"రిపుంజయ్.. స్నానం చేస్తావా..? ఈలోగా భోజనం సిద్ధం అవుతుంది."

అతడు ఇబ్బందిగా చూసాడు. రక్తపు మరకలు చెరిగిపోని చొక్కా వైపు చూసుకుంటూ నిట్టూర్పు విడిచాడు.

అది గమనించినట్లుగా మహిమ అంది.

"నా జాగింగ్ డ్రెస్ నీకు సరిపోతుందనుకుంటా. ముందు బట్టలు విప్పేయ్.."

అంటూ తన డ్రెస్ తెచ్చి అతడి ముందు పెట్టింది.

"గాయానికి డ్రెస్సింగ్ ఉండగా స్నానం చేయడం కుదరదేమో మేడం. తడి తగలొద్దని డాక్టర్ కూడా చెప్పాడు."

ఆమె ఒక్కక్షణం ఆలోచించి అంది.

"డోంట్ వర్రీ... నేను నీకు సాయపడతా".

"వాట్...? మీరు సాయం చేస్తారా.?"

"ఎస్..వాట్ ఈజ్ రాంగ్ ఇన్ ఇట్ ?. Let me become your nurse for a while.."

అంటూ కరుత్తమ్మను పిలిచి "ఆంటీ.. బాత్రూంలో గీజర్ ఆన్ చెయ్" అని ఆదేశించింది.

ఈలోగా అతడి చొక్కాను విప్పటంలోనూ, స్నానం, అనంతరం డ్రెస్ వేసుకోవడంలోనూ ఆమె తోడ్పాటు ఇచ్చింది.

రిపుంజయ్‌కి ఇదంతా కొత్తగాను సిగ్గుగాను మొహమాటంగానూ ఉంది. మరో 15 నిమిషాల్లో మహిమ కూడా ఫ్రెష్ అప్ అయి నైటీలో వచ్చింది.

కరుత్తమ్మ వడ్డించిన వేడివేడి పరోటా కూరలతో అర్ధరాత్రి భోజనం ముగించారు.

గెస్ట్ రూమ్‌లో ఉన్న డబల్ కాట్ పై అతడిని పడుకోమని చెప్పి.. ఏ.సి. ఆన్ చేసింది. అతనిపై స్వయంగా దుప్పటి కప్పింది.

అనంతరం తన బెడ్ రూమ్ కి వెళ్తూ చెప్పింది

"ఏ అవసరం ఉన్నా.. నన్ను నిద్ర లేపటం మర్చిపోవద్దు."

ఆమె వెళ్లిపోయింది అన్నమాటే గానీ, రిపుంజయ్ మనసునిండా ఎన్నో ఆలోచనలు.

అసలు ఎవరు ఈ మేడం? ఇంత ఇంట్లో ఈమె ఒక్కతే ఎందుకు ఉన్నారు..? బీచ్‌లో అంత పొద్దుపోయేదాకా ఎందుకు ఉన్నట్టు? అతని మనసులో ఎన్నెన్నో జవాబు లేని ప్రశ్నలు

ఈలోగా డాక్టర్ ఇచ్చిన ఇంజక్షన్ ప్రభావమేమో గాఢంగా నిద్ర పట్టింది.

ఉదయం 8 గంటలకే ఆమె వచ్చి నిద్రలేపింది. స్నానాదికాలు ముగించాక...9 గంటలకు డైనింగ్ టేబుల్ వద్ద నుంచి ఆమె ఎవరితోనో కార్డ్ లెస్ ఫోన్ లో మాట్లాడుతోంది.

ఎవరికో ఏవో ఆదేశాలు ఇస్తోంది. తాను ఆఫీసుకు రాలేనని ఫలానా పనులు ఎలా చక్క పెట్టాలో పురమాయిస్తోంది.

మేడం గురించి తెలుసుకోవాలన్న ఆసక్తి అతనికి అంతకంతకు పెరిగిపోతోంది. అయినా వివరాలు అడగాలంటే ఏదో మొహమాటం అడ్డొస్తోంది.

బ్రేక్ఫాస్ట్ అనంతరం ఆమె స్వయంగా ఇంట్రా మస్క్యులర్ ఇంజక్షన్ వేసింది.

అనంతరం రిపుంజయ్ టాబ్లెట్స్ తీసుకుంటూ ఆమెతో చెప్పాడు.

"ఇక నేను మా రూమ్‌కు వెళ్ళిపోతా మేడం.. ఇప్పటికే మిమ్మల్ని బాగా శ్రమ పెట్టాను."

"ఏంటి..! వెళ్తావా..? నువ్వు వారం రోజుల పాటు పూర్తిగా రెస్ట్ తీసుకోవాలని డాక్టర్ నాతో చెప్పాడు. నీకు తోడుగా నేను కూడా ఉంటా... నువ్వు వెళ్ళటానికి వీల్లేదు" అంది.

"అబ్బే...ఎందుకు మేడం..? ఇప్పుడేమైందని..? చిన్న గాయమే కదా..! రూమ్ కి వెళ్లి ట్రీట్మెంట్ కొనసాగిస్తా."

"అదేం కుదరదు. నీవు కోలుకునే వరకు పూర్తిగా నాదే బాధ్యత... కావాలంటే డాక్టర్ గారితో మాట్లాడు."

అంటూ కార్డ్ లెస్‌లో నెంబర్ డయల్ చేసింది.

ఆమె అంత క్రితమే డాక్టర్ ను సంప్రదించినట్లుంది.

"డాక్టర్...ఐ యామ్ మహిమ హియర్. విల్ యు ప్లీజ్ స్పీక్ టు రిపుంజయ్..?" అంటూ ఫోన్ రిసీవర్ అందించింది.

అవతలి వైపు నుండి డాక్టర్ సుధీంద్రన్ మాట్లాడుతున్నాడు

"హలో మిస్టర్ రిపుంజయ్.., హౌ ఆర్ యు యంగ్ మాన్..? నేను చెప్పేది జాగ్రత్తగా విను. నీకు అయిన గాయం చిన్నదేమీ కాదు. నీకు గుచ్చిన కత్తి రస్టుపట్టి ఉంటుంది. బయటి వాతావరణానికి వెళ్తే, కచ్చితంగా పొల్యూషన్‌కు నీ గాయం ఇన్ఫెక్ట్ అవుతుంది. అక్కడే ఉండి రెస్ట్ తీసుకో.. రెండురోజుల తర్వాత డ్రెస్సింగ్ మళ్ళీ చేయాలి. మధ్య మధ్యలో నేను వచ్చి చెకప్ చేస్తుంటా..అర్థమైందా..?" అంటూ పెట్టేశాడు.

అంతసేపు ఎంతో ఆత్రంగా రిపుంజయ్ భావాలను గమనిస్తూ ఉంది మహిమ.

"డాక్టర్ ఏమన్నారు.?" తెలియనట్టు అడిగింది.

"ఇక్కడే ఉండమని చెబుతున్నారు"

"ఇప్పటికైనా అర్థమైందా..? డాక్టర్లు చెప్పింది వినాలి.. సరేనా..!" నేను కూడా ఆఫీసుకు వెళ్లట్లేదు. చెప్పాగా.. నీ బాధ్యత పూర్తిగా నాదేనని."

"ఎవరికి ఎవరు బాధ్యత మేడం..! మీరు అనవసరంగా సెన్సిటివ్‌గా ఆలోచిస్తున్నారు."

"అదంతా నాకు తెలియదు. యువార్ నాట్ గోయింగ్.. దట్సాల్ .."

ఖచ్చితంగా చెప్పింది ఆమె.

ఆ రోజంతా అతన్ని కనిపెట్టుకుని సపర్యలు చేస్తూ గడిపింది మహిమ.

ఒక ఇంగ్లీష్ మ్యాగజైన్ చేతిలో పెట్టుకుని సోఫా సెట్‌లో అతని పక్కనే కూర్చుంది. ఏదోమాట్లాడాలని తపించ సాగింది. అతని మనసులోనూ ఇలాంటి భావాలే ఉన్నాయి.

"గాయం నొప్పిగా ఉందా రిపుంజయ్..?" అని ఆరా తీసి..

"నావల్ల నీకెంత కష్టం వచ్చెనో కదా..!" అంటూ బాధను వ్యక్తం చేసింది ఆమె. అతడు కొద్దిసేపు మౌనం పాటించాడు.

అంతకుమించిన కష్టాలు భయంకరమైన అనుభవాలు అతని చిన్న జీవితంలో కోకొల్లలు అన్నట్లుగా ఉన్నాయి అతడి ముఖ కవళికలు.

"నా కష్టం గురించి వదిలేయండి. బీచ్‌లో అంత పొద్దు పోయేవరకు మీరు ఎందుకు అక్కడ ఉన్నారు..?"

ఆమెకు ఏం జవాబు చెప్పాలో అర్థం కాలేదు.

'నీకోసమే వచ్చాను...నీ గురించే ఎన్నో రోజులుగా ఎదురు చూస్తున్నాను' అని చెప్పాలని ఉంది కానీ గొంతులో మాట బయటకు రాలేదు.

"ఏమో నాకైతే తెలియదు. అలా ఉండిపోయాను అంతే.." అని సమాధానం ఇచ్చింది.

"తెలియకపోవడమేమిటి.?" ఆశ్చర్యం వ్యక్తం చేశాడు.

"అది సరే రిపుంజయ్.. నువ్వు ప్రతిరోజు అక్కడికి వస్తావా.?"

"లేదు మేడం.. ఆదివారం మాత్రమే వస్తా"

"ఆ విషయం నాకు తెలుసు ఎన్నో ఆదివారాలు నేను నిన్ను అక్కడ చూసా.."

"నన్ను చూశారా.?"

"అవును నువ్వు కూర్చునే పడవ పైనే ఇంకోపలకపై చాలాసార్లు నేను కూర్చున్న.."

"అలానా మేడం..! నేను కూడా మిమ్మల్ని అక్కడ కొన్ని సార్లు చూశాను.. చాలా రోజుల తర్వాత, నిన్న ఆలస్యం గా బీచ్ కి వచ్చాను. బోట్ పై ఉన్న మిమ్మల్ని డిస్టర్బ్ చేయొద్దు అనుకొని ఆ వెనుకే కాస్త దూరంగా కూర్చున్నా. మీరు ఎంతో దిగులుగా పరధ్యానంగా ఉండటం గమనించా. ఆ టైమ్‌లో మీరు ఉండటం సేఫ్టీ కాదు అనిపించింది. మీరు అక్కడ నుంచి వెళ్ళాకే నేను కూడా వెళ్లిపోవాలి అనుకున్నాను.. ఏదో ఆలోచిస్తూ ఇసుక లోనే వెల్లకీలా పడుకున్నాను. నిద్ర పట్టేసింది. ఆపదలో మీరు పెట్టిన కేకలకు మెలకువ వచ్చింది." అని చెప్పడం ఆపాడు.

ఇదంతా విని ఆమె మనసంతా కృతజ్ఞత భావంతో నిండిపోయింది.

తాను ఈ అబ్బాయి కోసమే వచ్చి చిక్కుల్లో పడింది. ఇతడు కూడా తన రక్షణ కోసమే అక్కడ ఉండిపోయాడా..!

అంతా వింతగా ఉంది.

మరికాస్త దగ్గరగా జరిగి అతడి భుజం పై చేయి వేసింది.

"థాంక్యూ సో మచ్ " అని చెప్పకనే చెప్పింది.

కొద్దిసేపు ఆగి ఆప్యాయంగా భుజం తడుతూ అడిగింది.

"రిపుంజయ్.. బీచ్ లో నిన్ను చాలా సార్లు గమనించాను. ఎప్పుడూ ఏదో పోగొట్టుకున్న వాడిలా ఉంటావ్. ఏమిటి నిన్ను వేధిస్తున్న బాధ..? నాతో పంచుకోవా..ప్లీజ్.."

అతడు మెల్లగా ఆమె వైపు చూశాడు. అతడి ముఖం నిరుత్తరంగా ఉంది.

తన గతం గురించి ఇతరులతో పంచుకోడానికి ఇష్టపడుతున్నట్లు లేదు అని ఆమెకు అర్థం అయింది.

"ఓకే.. నో ఇష్యూ.. నీకు చెప్పాలి అనిపించినప్పుడే చెబుదువు గానీ..

ఇంతకూ ఏ కాలేజీలో చదువుతున్నావ్..?"

"శంకర ఇనిస్టిట్యూట్ ఆఫ్ ఇంజనీరింగ్ మేడం.. మాడిపాక్కం లో ఉంది . సివిల్ ఫస్ట్ ఇయర్ చదువుతున్న.. నంగనల్లూరు ఆంజనేయ స్వామి టెంపుల్ దగ్గర మా హాస్టల్ ఉంది"

ఆ టెంపుల్ ఆమెకు తెలుసు. ఆమె తండ్రి చిన్నప్పుడు ఒకసారి స్కూటర్‌లో తీసుకుపోయాడు.

మరునాడు ఉదయానికి రిపుంజయ్‌కి తీవ్రంగా నొప్పులు వచ్చాయి. తీవ్ర చలి జ్వరంతో ఒళ్ళు విపరీతంగా వేడెక్కిపోయింది. థర్మామీటర్ పెట్టి చూస్తే 101 డిగ్రీలు ఉంది.

మహిమ ఆందోళనతో డాక్టర్‌కు కాల్ చేసింది. ఆయన తనతో పాటు ఒక నర్సును తీసుకువచ్చాడు. పాత కట్టు విప్పి, గాయానికి కొత్తగా డ్రెస్సింగ్ చేశారు. ప్రిస్క్రిప్షన్ మేరకే కాకుండా డాక్టర్ అదనంగా ఇంకో ఇంజక్షన్ ఏదో ఇచ్చారు. చలికి వణికిపోతున్న అతడికి వేడినీళ్ల తాపడం పెట్టవలసిందిగా డాక్టర్ సూచించారు. బాడీ టెంపరేచర్ తగ్గితే, చలి కూడా తగ్గిపోతుందని, భయపడాల్సిన పని ఏమీ లేదని చెప్పాడు.

డాక్టర్ చెప్పిన ప్రకారం ఒక గ్లాస్ క్లాత్ తీసుకుని ఉడుకు నీళ్లలో ముంచి, నీటిని పిండేసి, దాదాపు గంటసేపు ఆమె అతని శరీరానికి వేడి నీటి తాపడం పెడుతూనే ఉంది. ఒక దశలో రిపుంజయ్ బాధను చూసి ఆమె ఉద్వేగం ఆపుకోలేక పోయింది. కన్నీరు ఉబికి వచ్చింది.

ఇది చూసి రిపూ చలించిపోయాడు.

ఏమిటి ఈమెకు తనతో ఉన్న అనుబంధం..?

ఎందుకని తన పట్ల ఇంత సెన్సిటివ్ గా ఫీలవుతోంది..?

“ మేడం.. ప్లీజ్ డోంట్ బి ఎమోషనల్. ఇది సాధారణమైన విషయమే. ఏదో యాక్సిడెంట్లో గాయం అయి ఉంటే మీకు తెలిసేది కాదు కదా..! ఇది కూడా అలాగే అనుకోండి.” అంటూ ఆమెను ఓదార్చాడు.

“మీ వాళ్లకు ఇంటిమేట్ చేయమంటావా.? ఫోన్ నెంబర్ ఇవ్వు “

“వద్దు..ఎవరికి చెప్పొద్దండి. వాళ్ళ బాధల్లో వాళ్ళు ఉన్నారు. ఇప్పుడు నా గురించి చెప్తే అనవసరంగా ఆందోళన పడతారు.”

“ సరే నీ ఇష్టం. నీవు కోలుకునే దాకా కాలేజీ గురించి మర్చిపో “

అర్జెంట్ పనుల నిమిత్తం సొంత ఊరికి వెళ్తున్నట్టు హాస్టల్ ఇంచార్జికి, కాలేజీ రిలేషన్షిప్ మేనేజర్కూ మహిమ ద్వారా పేజర్ చేయించాడు.

అతడికి అవసరమైన రెడీమేడ్ దుస్తులు ఆమె తెచ్చి ఇచ్చింది.

✦ ✦ ✦

అతడి గాయం మానేందుకు దాదాపు పది రోజులు పట్టింది. తొలుత ఐదు రోజులపాటు అతడిని కనిపెట్టుకొని ఉండటం వల్ల ఆమె తన వ్యాపార వ్యవహారాలే మర్చిపోయింది. సూచర్స్ తొలగించాక ఆమె ఆఫీస్కి వెళ్తున్నప్పటికీ గంట గంటకి రిపుంజయ్కి ఫోన్ చేస్తూనే ఉంది.

అన్ని రోజుల పాటు ఆమె ఆఫీసుకు రాకపోవడంపై అక్కడ స్టాఫ్ ఎవరికి తోచిన రీతిలో వారు మాట్లాడుకో సాగారు.

వారి ఊహాగానాలకు రెక్కలొచ్చి ఆమె వ్యక్తిగత జీవితంపై సరికొత్త కథనాలు అల్లబడ్డాయి.

ఈ పది రోజుల్లో మహిమకు రిపుంజయతో ఎంతో అనుబంధం ఏర్పడింది. అతడికి కూడా తనలో ఆమె పట్ల తెలియని అభిమానం ఏదో పెరుగుతోందని అనిపించింది. తనకు ఈ గాయమే కాకుంటే ఈ అనురాగ దేవతతో పరిచయం ఏర్పడేదే కాదు. వెలకట్టలేని ఆమె వాత్సల్యాన్ని పొందే భాగ్యం దక్కేది కాదు.

తనను మేడం అని పిలవటం మానేయాలని ఎప్పుడో ఆదేశించింది. అయితే ఆమెను పేరు పెట్టి పిలిచే సాహసం అతడు ఎప్పుడూ చేయలేకపోయాడు.

బీచ్లో దుర్ఘటన విషయం కానీ, ఆమెతో పెరిగిన అనుబంధం గురించి కానీ, అతని క్లాస్మేట్స్ కు తెలియదు. ఏదో పని మీద ఊరికి వెళ్ళిపోయాడు అని మాత్రమే

వార్డెన్ ద్వారా తెలిసింది.

పూర్తిగా కోలుకున్న తర్వాత అతన్ని స్వయంగా కారులో తీసుకెళ్లి నంగనల్లూర్‌లో అతడు ఉంటున్న హాస్టల్ వద్ద విడిచిపెట్టింది.

ఎవరో అందమైన అమ్మాయితో సరికొత్త దుస్తులతో కారులో దిగుతున్న రిపుంజయ్‌ను చూసి అతని రూమ్మేట్స్ నోరెళ్లబెట్టారు.

ఆమె అతనికి వీడ్కోలు పలుకుతూ..

"నా మొబైల్ నెంబర్, ల్యాండ్ నెంబర్ ఉంది కదా..! అప్పుడప్పుడు కాల్ చేస్తుండు.. సీ యూ..టేక్ కేర్.."

అని కార్ స్టార్ట్ చేసింది.

రిపుంజయ్‌తో ఇన్ని రోజుల అనుబంధం తర్వాత అతడిని విడిచిపెట్టి ఇంటికి వెళ్లాలంటే ఆమెకు ఎంతో దిగులుగా ఉంది.

పది రోజులుగా ఎండ ముఖం తెలియకుండా ఉన్నందుకేమో రిపుంజయ్ మరింత రంగు తేలి ఆకర్షణీయంగా ఉన్నాడు.

"హూ ఈజ్ దట్ లేడీ యార్..? ఇన్నాళ్లు ఎక్కడికి వెళ్ళిపోయావు..?" అంటూ ప్రశ్నల వర్షం కురిపించారు.

అయితే అన్నిటికీ అతడి చిరునవ్వే సమాధానం అయింది.

అతడి హాస్టల్‌లో తెలుగు వారెవరూ లేరు.

మామూలుగానే అతడు ఎవరితోనూ ఎక్కువ మాట్లాడడు. ఎప్పుడూ ఏదో పోగొట్టుకున్న మాదిరి ఉంటాడు. అతడి ఊరు ఎక్కడో ఆంధ్ర ప్రదేశ్‌లో ఉందని మాత్రం వాళ్ళకు తెలుసు. ఇంతకు మించిన వివరాలు ఏమీ అతని మిత్రులతో షేర్ చేసుకోలేదు. అలాంటి రిపుంజయ్ ముఖంలో, ఇప్పుడు ఏదో కొత్త కళ వచ్చినట్టు ఉండటం.. చిరునవ్వు తొణికిసలాడుతూ ఉండటం... వారికి వింత గానూ, ఎంతో ఆనందంగానూ ఉంది. కళాశాలలో కూడా అందరూ అతనిలో ఏదో కొత్తదనం ఉట్టిపడుతున్న సంగతి గమనించారు.

అయితే ఎప్పుడు రిజర్వ్‌గా ఉండే నైజం తెలిసిన వారు కావడంతో అతని నుంచి పూర్తి వివరాలు రాబట్టలేకపోయారు.

మహిమతో పరిచయం తనలో ఎంతో మార్పు తెచ్చింది అన్న సంగతి రిపుంజయ్ కూడా గమనించాడు. 10 రోజులపాటు ఆమెతో సాన్నిహిత్యంలో... తన గతం తాలూకు చేదుస్మృతులేవి అంతగా ఇబ్బంది పెట్టడం లేదని కూడా గుర్తించాడు.

ఆ రోజు కాలేజీలో క్లాసులు ముగిసాక తన రూం మేట్ తపన్ దాస్ తో కలిసి హాస్టల్ దారి పట్టాడు. అతడు బెంగాల్ నుంచి వచ్చిన విద్యార్థి. రిపుంజయ్ ని కాలేజీ నోటిస్ బోర్డు వైపు తీసుకెళ్లాడు.

నోటీసు బోర్డు లో ఒక ప్రకటన ఆ ఇద్దరు మిత్రులనూ ఆకర్షించింది.

ఆ ప్రకటన సారాంశం.. తన జీవితానికి ఒక టర్నింగ్ పాయింట్ కాబోతోంది అని ఆ సమయంలో రిపుంజయ్ కి తెలియదు.

ఇంటర్ కాలేజ్ ఒన్ డే క్రికెట్ టోర్నమెంట్లో మన కాలేజీ నుంచి పార్టిసిపేట్ చేయదల్చుకున్న వారు తమ పేర్లు ఇచ్చి సెలక్షన్ ట్రైల్స్ కు హాజరు కాగలరు"

ఆ కాలేజీ ఫిజికల్ డైరెక్టర్ ఇచ్చిన ప్రకటన అది.

గతంలో రిపుంజయ్ ఒక మంచి అప్ కమింగ్ క్రికెటర్. హై స్కూల్లో ఉండగా స్కూల్ లీగ్స్, అండర్ – 14, అండర్ – 16 టోర్నమెంట్లు ఎన్నో ఆడాడు. కేవలం రిపుంజయ్ టాలెంట్ వల్లనే అతని స్కూల్ జట్టు అనేక విజయాలు సాధించింది.

రిపుంజయ్ ఈ ప్రకటనకు స్పందించే మూడ్ లో లేడు. తను క్రికెట్ ఆడటం మానేసి ఏడాది పైగా అయింది. వ్యక్తిగత జీవితంలో అతనికి ఎదురైన సవాళ్లు అతడిని అన్ని యాక్టివిటీస్ నుంచి దూరంగా ఉంచాయి.

అయితే అతని రూం మేట్ తపన్ కుమార్ దాస్ ఫిజికల్ డైరెక్టర్‌కి తన పేరు ఇచ్చి వచ్చాడు. నెట్స్‌లో ట్రయల్స్ అయ్యాక తపన్ పేరు ఫైనల్ లిస్టులో ఉండిపోయింది. దీంతో తపన్‌ను ప్రోత్సహించేందుకు మాత్రమే ప్రాక్టీస్ సెషన్ల వద్దకు వెళ్లసాగాడు.

అది సండే లీగ్ టోర్నమెంట్. ప్రతి ఆదివారం ఒక లీగ్ మ్యాచ్ చొప్పున మొత్తం ఆరు మ్యాచ్ లు ఉంటాయి. అనంతరం ఆయా జట్ల విజయాలు, రన్ రేట్ ఆధారంగా.. సెమి ఫైనల్స్, ఫైనల్స్ జరుగుతాయి. చెన్నైలో ఈ టోర్నమెంట్‌ను, ప్రతి కాలేజీ ఎంతో ప్రెస్టేజ్‌గా తీసుకుంటుంది.

కాలేజ్‌కు ప్రాతినిధ్యం వహించే క్రికెటర్లను మిగతా విద్యార్థులు ప్రోత్సహించాలని మ్యాచ్ జరిగే మైదానానికి అంతా హాజరు అవ్వాలని యాజమాన్యం మరో ప్రకటనలో విజ్ఞప్తి చేసింది.

ఆ రోజు..ఆదివారం... మొదటి లీగ్ మ్యాచ్.

సెయింట్ థామస్ మౌంట్ డిగ్రీ కాలేజీతో పోటీ.

ఆ జట్టు పై శంకర ఇంజినీరింగ్ కాలేజీ ఎంతో కష్టం మీద గెలిచింది. అయితే మ్యాచ్ ముగిసేసరికి బాగా పొద్దుపోవటంతో రిపుంజయ్ బీచ్ కి వెళ్లలేకపోయాడు.

క్రికెట్ ఆడకపోయినా ఫ్రెండ్స్ ను ఎంకరేజ్ చేస్తూ అదో ప్రపంచం లోకి వెళ్లిపోయాడు.

అయితే, అక్కడ మహిమ మనసు ప్రశాంతంగా లేదు. యధావిధిగా ఆమెకు రిపూ గుర్తొచ్చాడు.

అతడి హాస్టల్ కాంటాక్ట్ నెంబరు తీసుకోకపోవడం వల్ల, వారం రోజులుగా మాట్లాడే అవకాశం రాలేదు.

ఆరోజు ఆదివారం కాబట్టి అతడు బీచ్ కొచ్చే అవకాశం ఉంది కనుక, అక్కడే కలుసుకోవాలని తపించిందామె.

సరిగ్గా 4:30కు బీచ్ లో అడుగు పెడుతూ , ఆమె విపరీతంగా టెన్షన్ పడుతోంది. అందుకు కారణం లేకపోలేదు.

రిపుంజయ్ ఎప్పటి మాదిరే పరధ్యానంగా ఆ పడవపై కూర్చుని ఉంటాడు.. రెండు వారాల క్రితం దాడి చేసిన దుండగులు అతన్ని గుర్తించి దొంగచాటుగా దాడి చేస్తే..?

అందుకే తాను వెళ్లి, రిపూ ను హెచ్చరించాలి.

ఇకపై ఇక్కడికి రావడం ప్రమాదకరమని, రిలాక్స్ అయెందుకు ఇంకొక ప్రదేశం వెతుక్కోవడం మంచిది అని...

ఆమెకు మరో అనుమానం కూడా వచ్చింది.

ఒకవేళ రిపుంజయ్ కూడా అదే ఆలోచనతో అక్కడ లేకుంటే..?, అప్పుడు తాను అతన్ని కలుసుకోవడం ఎలా.?

అతడు వస్తాడో రాడో తెలియకుండా అక్కడ ఉండటం తనకు మాత్రం సేఫ్టీ కాదు కదా..!

అయినా, ఆమె మనసు రిపుంజయ్ వైపే మొగ్గింది.

ఏదైతే అదయింది లెమ్మని, అడుగు ముందుకే వేసింది.

రిపూ అక్కడ లేకపోవడంతో ఊపిరి పీల్చుకుంది.

కానీ, ఆమె మనసు పరి పరి విధాలుగా ఆలోచించ సాగింది.

ఇప్పుడేమిటి చేయటం..? ఎప్పటిలాగే పడవపై కూర్చోవడమా..? త్వరగా ఇంటికి వెళ్లిపోవటమా.?

మరి రిపూ ను ఎలా కలుసుకోవడం.?

ఏముంది..? అతడి హాస్టల్ దగ్గరకు వెళ్తే సరి...

ఏమని వెళ్లటం.? ఏమనుకుంటాడతను?

అనుకునేది ఏముంది..?

గాయం గురించి పరామర్శించేందుకు వచ్చినట్లు చెప్తే పోలా ..!

అలా అని సరిపెట్టుకుంటూ నంగనల్లూర్ వెళ్లేందుకే నిర్ణయించుకుంది.

కానీ, కాలేజీలకు ఇప్పట్లో సెలవులులేవు కాబట్టి, వచ్చే ఆదివారం వరకు ఆగక తప్పదు.

ఆమెకు రిపూ పై ఒకరకంగా ఉక్రోషం పొడుచుకు వచ్చింది.

అతని కోసం తాను ఎంతగా తపిస్తోందో, మచ్చుకైనా తెలుసా తనకి..?

తన సెల్ నెంబర్ వాడి దగ్గర ఉంది కదా, కనీసం ఒక్కసారైనా కాల్ చేయాలని ఇంగిత జ్ఞానం ఉండక్కర్లే..?

వారం రోజులు ఎట్ల గడిచిపోయాయో ఆమెకే తెలుసు.

రిపుంజయ్‌ని తలుచుకోకుండా ఆమె ఏ గంటా కూడా గడపలేదు.

మరోవైపు... రిపుంజయ్ పరిస్థితి కూడా ఇంచుమించు అదేలా ఉంది.

మహిమ సాంగత్యంలో ఆమె ఇంట్లో గడిపిన పది రోజులు, అతనికి ఒక అందమైన కలలా గుర్తుకొస్తోంది.

ఆమె తనపట్ల చూపిన ఔదార్యం అతనికి తీయని మధురానుభూతులను మిగిల్చింది. అయినా ఫోన్ చేయాలంటే ఏదో బెరుకు. స్వతహాగా బిడియస్తుడైన రిపుంజయ్.. ఆమెకు ఏమని కాల్ చేయాలో అర్థం కాక ఆగిపోయాడు.

ఆ రాత్రి బీచ్ లో ఆమె ఆపదలో ఉన్న సంగతి తను గమనించాడు. సాటి పౌరుడిగా పోరాడి రక్షించాడు. అందుకు ఆమె తన పట్ల కృతజ్ఞత చూపించింది. పది రోజులపాటు తనను కంటికి రెప్పలా చూసుకుంది. ఇక అంతటితో ఆ ఎపిసోడ్ ముగిసినట్లే కదా.! అంతకంటే తాను ఏమి ఎక్స్పెక్ట్ చేయగలడు..? ఆమె ఎవరో..? తానెవరో...?

ఇలాంటి సందిగ్ధ ఆలోచనలతో అతడు ఏ నిర్ణయం తీసుకోలేక పోయాడు. ఆమెతో మాట్లాడలేకపోయాడు.

మరో ఆదివారం వచ్చింది. టోర్నమెంట్లో రెండో లీగ్ మ్యాచ్ జరుగుతోంది. మ్యాచ్‌ను తిలకించేందుకు.. తమ కాలేజ్ టీంను ప్రోత్సహించేందుకు, రిపుంజయ్ కూడా అడయార్ స్టేడియంకు వచ్చాడు.

ఇదేమీ తెలియని మహిమ నంగనల్లూర్ లోని రిప్పు హాస్టల్ కి వెళ్ళింది.

ఆడయార్ కు క్రికెట్ మ్యాచ్ కోసం వెళ్లినట్టు అక్కడివారు తెలిపారు.

దీంతో ఆమె అడయార్ గ్రౌండ్స్ కు కారు మళ్లించింది.

మ్యాచ్‌లో నిమగ్నమైన రిపుంజయ్, అతని మిత్రులు మహిమ రాకను గమనించనే లేదు. ఆమె వచ్చి రిప్పు వెనుకే కూర్చుండిపోయింది.

రిప్పు క్రికెట్ మ్యాచ్ ఆడేందుకు వచ్చాడేమోనని ఉత్సాహపడ్డ మహిమకు, అతడు కేవలం ప్రేక్షకుడిగా మాత్రమే వచ్చాడని తెలిసి, ఒకింత నిరుత్సాహపడింది.

దాదాపు గంట తర్వాత టీ బ్రేక్‌లో గాని ఆమె తన వెనుకే ఉన్న సంగతి రిప్పు గమనించలేకపోయాడు. అక్కడ ఆమెను చూడగానే ఒక్కసారిగా అతని ముఖం వెయ్యి వోల్టుల బల్బులా వెలిగిపోయింది.

మహిమను ఆ క్షణంలో అక్కడ ఊహించకపోవడంతో ఆశ్చర్యానందాలతో అతడి గొంతు మూగబోయింది. ఒక పట్టాన మాటలు పెగల్లేదు.

ఆమె కూడా అతడి ముఖారవిందాన్ని గమనిస్తూ చిరునవ్వుతో ఉండిపోయింది.

ఈలోగా రిప్పు తేరుకుని

"మేడం మీరేమిటి ఇక్కడ..!" అడిగాడు.

"ఏమిటి రిప్పూ...వారం రోజులకే నీకు దూరం అయిపోయానా..నన్ను పూర్తిగా మర్చిపోయావా ఏంటి?" నిలదీసినట్లు అడిగింది.

దీంతో రిప్పు రిలాక్స్ అయిపోయాడు

"సారీ మేడం సడన్ గా చూసేసరికి...."

అతడు పూర్తి చేయక ముందే మహిమ అంది

"అది సరే సార్ ...నాకు కనీసం ఫోన్ కూడా చేయాలనిపించలేదా..? నేను చేద్దామంటే నీ కాంటాక్ట్ నెంబరు నాకు చెప్పకనే పోతివి..!"

సార్ అని పిలవడం లోనే అర్థం అయింది. తనను ఆట పట్టిస్తోందని.

"కాల్ చేద్దామని అనుకున్నా కానీ...!" అంటూ తడబడ్డాడు

"నువ్వు చేయవు గాక చెయ్యవ్.. ఆ పది రోజుల్లోనే అర్థం అయిపోయింది సార్ నీ నైజం..." అంటూ ఆడిపోసింది.

చుట్టూ చేరిన మిత్రులు, ఇతర ఆడియన్స్ ఈ ఇద్దరినీ వింతగా చూస్తూ వీళ్ళ సంభాషణ వింటున్నారు.

ఇది గమనించిన రిపుంజయ్

"మేడం... మనం అలా కాంటీన్‌కి వెళ్లి మాట్లాడుకుందామా..?" అని బయలుదేరతీసాడు.

క్యాంటీన్లో కూల్ డ్రింక్ తాగుతూ.. మహిమ అడిగింది

"పోయిన వారం బీచ్‌కి రాలేదేం..?"

"మ్యాచ్ ముగిసే సరికి ఆలస్యమైంది.." అని చెప్పి

"మీరు మళ్ళీ అక్కడికి వెళ్లారా..?" ఆందోళనగా అడిగాడు.

"వెళ్లాను కానీ, ఎక్కువసేపు కూర్చోలేదులే..."

తేలిక పరిచే ప్రయత్నం చేసింది మహిమ.

"అయినా, ఒంటరిగాగా ఎందుకు వెళ్లారు..? అక్కడికి మళ్ళీ ఆ పోకిరి గాళ్ళు వచ్చి ఉంటే..?"

రిప్పూ కళ్లలో తన పట్ల కేర్..గమనించిందామె.

"ఆ భయం నాకూ ఉండింది. అయినా వెళ్లకుండా ఉండలేకపోయా.."

"ఎందుకని మేడం..?"

"ఎందుకంటే... ఏం చెప్పాలి..? నిన్ను చూడాలనిపించింది.. వెళ్ళా అంతే.."

ఆమె సమాధానం విని అతడు పూర్తిగా సైలెంట్ అయిపోయాడు తలవంచుకుని ఆలోచనలో పడ్డాడు. కాసేపటి తర్వాత అన్నాడు.

"అదంతా నాకు తెలియదు. మీరు మాత్రం మళ్ళీ అక్కడికి వెళ్ళద్దు."

"సరే వెళ్ళను...బట్ ఒన్ కండిషన్.."

"కండిషనా...? ఏమిటది మేడం..?"

" ప్రతి ఆదివారం నువ్వు నాకు కనిపించాలి"

ఆమె మాటల్లో ఆర్తి. అతడికి కాసేపు ఏం మాట్లాడాలో తెలియ లేదు.

"ఎందుకని మేడం...? నన్ను చూడాలని మీకు ఎందుకనిపిస్తోంది.?మన పరిచయం కూడా ఈ మధ్యనే కదా..!

మహిమ వెంటనే రియాక్ట్ అయింది

"ఏమో.. నాకు తెలియదు. నేను మాత్రం నిన్ను చూస్తూనే ఉండాలి."

దీంతో రిప్పూ ఉక్కిరి బిక్కిరి అయ్యాడు. వెంటనే కోలుకుని చెప్పాడు.

"మిమ్మల్ని చూడాలని నాకు మాత్రం ఉండదా? ఆ దేవుడు ప్రసాదించిన అనురాగ దేవత మీరు."

"నన్ను అలా పొగడొద్దురా..ఆయు క్షీణం.." సాగ దీస్తూ అంది.

"వ్వాట్...మీరు నమ్ముతారా ఇలాంటివి..?"

ఆమె నవ్వి ఊరుకుంది. కొద్దిసేపు అయ్యాక అంది.

"బీచ్‌కి వెళ్లి కూర్చోవడం మనకు క్షేమం కాదు. కాబట్టి ప్రతి ఆదివారం మా ఇంటికే వచ్చేయ్. కాలేజీ అస్సైన్ మెంట్స్ ఉంటే ఇంటికి తెచ్చుకో, అర్థమైందా..?"

రిపుంజయ్ తలూపాడు.

ఈలోగా ఎవరో వచ్చి..

"రేయ్ రిప్పూ...మ్యాచ్ స్టార్ట్ అయింది. తపన్ దాస్ బ్యాటింగ్ చేస్తున్నాడు."

అని చెప్పడంతో ఇద్దరు ఈ లోకంలోకి వచ్చి పడ్డారు.

"ఈరోజు ఆదివారం కదా..! ఇప్పుడు నాతో రాలేవా రిప్పూ..?" అడిగింది ఆమె.

"మ్యాచ్ ముగిశాక నేరుగా ఇంటికే వస్తా మేడం"

"అట్లయితే, నేను కూడా ఇక్కడే ఉండి, నీతో పాటు మ్యాచ్ చూస్తా.."

అంటూ రిప్పుతో పాటు స్టేడియం వైపు నడిచింది

మ్యాచ్ నడుస్తుండగా ఒకసారి మధ్యలో అడిగింది.

"రిప్పు.. నీవు టీం లో ఎందుకని లేవు..?"

"ఏమో.. ఆసక్తి లేక . పేరు ఇవ్వలేదు"

"అంటే, నువ్వు క్రికెట్ ఎప్పుడూ ఆడలేదా.?"

ఈ మాటతో రిపుంజెయ్‌కి ఒక్కసారిగా పాత జ్ఞాపకాలు చుట్టు ముట్టాయి.

తాను క్రికెట్ ఆడిన రోజులు రీళ్ళ మాదిరి కదలాడాయి.

తన బ్యాటింగ్ విన్యాసాలకు తోటి క్రీడాకారులు, కోచ్‌లు, పేరెంట్స్ నుంచి వచ్చే చప్పట్లు ఒక్కసారిగా మనసులో గింగిరాలు తిరిగాయి.

అయితే అతడి మౌనాన్ని చూసి మళ్లీ రెట్టించలేదామె.

142 పరుగుల స్వల్ప స్కోరును చేధించలేక చతికిలాపడ్డ జట్టును చూసి రిపుంజయ్‌తో పాటు మహిమ కూడా నిరుత్సాహపడింది.

కారులో ఇంటిదారి పట్టాక మరోసారి అడిగింది.

"నీవు క్రికెట్ ఎందుకని నేర్చుకోలేదు..?"

"నేర్చుకున్నా మేడం.. హై స్కూల్ రోజుల్లో బాగా ఆడే వాణ్ని. అయితే ఇంటర్లో సాధ్యపడలేదు"

"ఇంటర్ అంటే.. ప్లస్ టు కదా..?"

"ఎస్ మేడం, మా స్టేట్లో ఇంటర్మీడియట్ ఎడ్యుకేషన్ అంటాం.."

"ఓకేకే..బట్..ఇంటర్లో ఎందుకు ఆడలేదు..?"

"ఎందుకంటే... పరిస్థితులు అలా వచ్చేయ్.."

"ఏమిటా పరిస్థితులు..? నాకు చెప్పకూడనివా..?"

"అలా అని కాదు మేడం.. ఎందుకనో, చెప్పలేను."

"సరే.. నీ ఇష్టం. కానీ, నీ బాధలు మర్చిపోవటానికైనా క్రికెట్ ఆడొచ్చు కదా..!"

"నిజమే మేడం.. నాకూ ఆడాలని ఉంది.. ఎందుకంటే రెండేళ్లుగా వెంటాడుతున్న బాధాకరమైన సంఘటనలు తాత్కాలికంగానైనా మర్చిపోయిందుకే మ్యాచ్‌లు చూసేందుకు వస్తున్నా.."

"అలాగా... నీవు స్వయంగా ఆడితే నీ బాధలన్నీ తేలిగ్గా మర్చిపోతావ్. ఇంకా ఉపశమనం పొందుతావ్.. ట్రైచెయ్"

"అయినా, ఇప్పుడు జట్టులోకి తీసుకోరేమో మేడం..?"

" ఒకసారి మీ కోచ్‌ని అడిగి చూడు. పోయేదేముంది?"

"అలాగే.. మేడం.."

"అలాగే అంటే సరిపోదు. నెక్స్ట్టైం నేను వచ్చినప్పుడు నీ ఆట చూడాలి.

✦ ✦ ✦

మహిమ ఇంట్లో...

రిపుంజయ్‌కి సొంతింటిలోకి వచ్చినంత ఆనందంగా ఉంది. అక్కడ ఉన్నంత సేపు అతడికి ఆమెపై అంతకంతకు ఆసక్తి కలుగుతోంది. అంతకుముందు దాదాపు పది రోజులు ఉన్నా, ఆమె గురించి తెలుసుకునే సాహసమే చేయలేకపోయాడు. తన గురించి చెప్పాలని ఆమెకు కూడా అనిపించలేదు.

ఆ సాయం సమయంలో..

సోఫా సెట్లో కూర్చుని టీ తాగుతూ రిలాక్స్ అవసాగారు..

ఈలోగా రిప్పు అడిగాడామెని.

"నా గురించి అడిగారు కానీ మీ గురించి ఏమీ చెప్పలేదు మేడం..

మీ కుటుంబం అంతా ఎక్కడ..? మీ బిజినెస్ ఏమిటి..?"

ఆమె ఒక్కసారి తేరి పారా చూసి అన్నది.

"ఇదేమన్నా బాగుందా..? నీ గురించి చెప్పడానికి ఇష్టపడవు. నా గురించి మాత్రం చెప్పమంటున్నావ్.."

"ఏం మేడం..? మీకు కూడా ఇతరులతో పంచుకోలేని సమస్యలు ఏమైనా ఉన్నాయా..?

"ఆమె కొద్దిసేపు మౌనంగా ఉండిపోయింది. తర్వాత గొంతు సవరించుకుని...

"రిప్పూ..నా గతాన్ని అర్థం చేసుకునేంత వయసు నీకు లేదు. నీవు ఇంకా చిన్నపిల్లాడివి నీ దగ్గర అన్ని విషయాలు చెప్పలేను."

అంటూ ఎంతో ఉద్వేగానికి గురైంది

ఆమె మనసు పొరల్లో ఎక్కడో అలజడి. అది రిప్పుకు స్పష్టంగా అర్థం అవుతోంది.

తాను అనవసరంగా ఆమెను బాధ పెట్టానా.. అని మదనపడి పోసాగాడు.

తన కళ్లెదుట దేవతలా ఉన్న ఆమెకు బాధామయ జీవితం ఉందా..?

తానేమైనా ఆమెకు తోడ్పడగలడా..?

ఆమె కోసం తాను చేయగలిగేది అంటూ ఏమైనా ఉంటే తన ప్రాణాలు అర్పించైనా ఆమెను సంతోష పెట్టగలడు. ఆమాటే ఆమెతో అన్నాడు.

"మీ సమస్య పరిష్కారం కోసం నేను చేయదగిన సహాయం ఏదైనా ఉందా మేడం.. ప్లీజ్ గివ్ మీ ఆపర్చునిటీ.." వేడుకున్నాడు.

దీంతో ఆమె మరోసారి చలించిపోయింది.

నిజమే తనకోసం ఒకసారి ప్రాణాలు అర్పించి పోరాడాడు . తన కారణంగా గాయాల పాలయ్యాడు. అతడి గాయాలను తాను వెన్న రాసి మాన్పించగలిగింది... కానీ, తన గాయం శరీరానిది కాదు ఏనాడో మనసుకు అయినది. దాన్ని మాన్పటం ఈ పిల్లవాడికి ఎలా సాధ్యం..? ఆ విషయం తాను ఎలా విడమర్చి చెప్పగలదు..?

ఆ క్షణంలో రిప్పులో ఆమెకు ఒక చంటి బాలుడు కనిపించాడు.

రిప్పూ ను దగ్గరికి తీసుకుని హత్తుకుంది.

"నా గాయానికి నీవు మందు వెయ్యలేవురా కన్నా.. అంటూ ఆమె గొంతు బొంగురు పోయింది.

ఈ హఠాత్ పరిణామానికి రిపు షాక్ అయ్యాడు.

ఆమెకు ఏమైంది.? తనపై ఎందుకింత వాత్సల్యం పెంచుకుంది..?

ఆ క్షణమే.. ఒక కృత నిశ్చయానికి వచ్చాడు.

ఈ దేవతను వేధిస్తున్న కష్టం ఏదో కనుగొని ఎలాగైనా తీర్చాలి.

✦ ✦ ✦

ఆ మరునాడు ఉదయం తొందరగా నిద్ర లేచాడు రిపుంజయ్.

మేడం కోసం తాను క్రికెట్ ఆడి తీరాలి.

6.30కే తయారై మహిమ బెడ్ రూం వద్దకు వెళ్ళాడు. ఆమె గాఢ నిద్రలో ఉంది.

సాధారణంగా ఆమె పెందరాళే లేచి దగ్గర్లో ఉన్న నాగేశ్వర్ రావు పార్క్‌కు వెళ్లి జాగింగ్ చేస్తుంది. ఆ తర్వాత సమీపంలోనే ఉన్న కార్పొరేషన్ పార్క్ చేరి టెన్నిస్ ఆడుతుంది.

అయితే, ఈ రోజు ఇంకా నిద్ర లోనే ఉండటం అతడిని ఆశ్చర్యానికి గురిచేసింది. ఆమె మేల్కొని ఉంటే తనను స్కూటర్‌లో బస్‌స్టాప్ వరకు డ్రాప్ చేస్తుంది అనుకున్నాడు.

"మేడం.. ప్లీజ్ గెటప్..ఐ నీడ్ టు గో" అన్నాడు..

ఆమెలో ఉలుకూ పలుకూ లేదు.

దీంతో ధైర్యంచేసి ఆమె తలపై తట్టర్చాడు. ఆమె కొద్దిగా కదిలి...నిద్ర మత్తులోనే అతడి అరచేయి పట్టుకుని తన చెంప కింద పెట్టుకుంది. అలాగే ఒత్తిగిలి పడుకుంది.

సుతి మెత్తని ఆమె చెంప ఏదో భద్రత కోరుకుంటోంది. ఆమె ఊపిరి వెచ్చగా అతడి రిస్ట్‌కు తాకుతోంది. అది అతడికి స్పష్టంగా తెలుస్తోంది. ఎంతో సున్నితంగా తన చేయి పక్కకు తీసుకున్నాడు.

అలవికాని ఆలోచనలు ఏవో ఆమె మనసుని తొలిచేసి, నిద్రకు దూరం చేసి ఉంటాయి, అర్థరాత్రి ఏ జాముకో నిద్రించినట్టుంది. ఇప్పుడు మగతలో ఉంది.

..ఇలా అనుకుని ఆమెను నిద్ర లేపకుండానే మైలాపూర్ బస్‌స్టాప్ చేరుకున్నాడు. అక్కడ నుంచి నంగనల్లూరు వెళ్లేందుకు N45 D బస్ సిద్ధంగా ఉంది.

అధ్యాయం - 2

రిపుంజయ్ కాలేజీ వెళ్తూనే స్టాఫ్ రూంకు వెళ్లి కోచ్ వీరప్పన్‌ను కలిశాడు.

"సార్.. క్రికెట్ టీంలో నన్ను కూడా చేర్చండి." అని అడిగాడు.

"వాట్..? నీవు క్రికెట్ ఆడుతావా..?

"అవున్సార్.. మీరు ఒప్పుకుంటే వచ్చే ఆదివారం జట్టులో ఉంటా.."

"మరి గతంలో నీ పేరు ఎందుకు ఇవ్వలేదు?"

"మనసు బాలేక పోయింది"

"మరి మనసు బాలేకపోతే క్రికెట్ ఎలా ఆడుతావ్?"

"పర్లేదు సార్.. ఒకసారి అవకాశం ఇచ్చి చూడండి"

"గతంలో మ్యాచులు ఏమైనా ఆడే వాడివా.?"

"రెండేళ్ల క్రితం స్కూల్ టీంలో ఉండేవాడిని సార్"

"రెండేళ్ల క్రితమా..! అంటే అప్పటినుంచి ఆడనేలేదన్నమాట"

రిపు సమాధానం ఇవ్వకపోవడంతో మళ్లీ అడిగాడు.

"అప్పటికి ఇప్పటికీ క్రికెట్లో చాలా మార్పు వచ్చింది ఇన్నాళ్లుగా ప్రాక్టీస్ లేకుండా ఇప్పుడు కాలేజీ స్థాయి క్రికెట్ ఏం ఆడుతావ్..?"

"నేను ఆడగలను సర్.. ఒక్కసారి అవకాశం ఇచ్చి చూడండి ప్లీజ్.."

అతని మాటలు దృఢంగా ఉండటం గమనించాడు కోచ్.

"సరే...ఈరోజు నుంచి ప్రాక్టీస్ కు రా.." అని ఆదేశించాడు.

సాయంకాలం నెట్స్ దగ్గర ...

రిపుంజైకి ప్రాక్టీస్ చేసుకునే అవకాశం ఇవ్వలేదు. జట్టులో ఉన్న వాళ్ళని కాదని ఎవరో కొత్త కుర్రాడికి చాన్స్ ఇచ్చి టైంవేస్ట్ చేసుకోవడం ఎందుకన్నట్లు ఉంది అతని ధోరణి.

రెండు రోజుల తర్వాత..అదీ చీకటి పడుతుండగా ప్రాక్టీస్‌కు అవకాశం ఇచ్చాడు. అప్పటికే అందరు బౌలర్లు అలసిపోయినట్టుంది. ఈ కొత్త కుర్రోని కోసం శ్రమించడం తమకు ఏమాత్రం ఇష్టం లేనట్టుగా అన్యమనస్కంగా అడ్డదిడ్డంగా బౌలింగ్ చేస్తున్నారు. కోచ్ ఇది గమనించ కుండా ఎవరికో క్రికెట్ మెలకులు చెబుతున్నాడు.

ఆదివారంలోగా ఇంకొకసారి మాత్రమే అదీ కేవలం ఐదు నిమిషాల పాటు మాత్రమే ప్రాక్టీస్ అవకాశం వచ్చింది.

ఆంజనేయ స్వామి గుడి పక్కన ఉన్న ఎస్.టి.డి. బూత్‌కు వెళ్లి మహిమకు కాల్ చేశాడు.

ఎక్స్ట్రా ప్లేయర్‌గా తనను కూడా తీసుకున్నారనీ, రేపు జరిగే మ్యాచ్‌లో తన పేరు కూడా లిస్టులో ఉంటే, ఫోన్ చేస్తానని రిస్కుతీసుకుని అంత దూరం రావద్దు... అంటూ.

అయితే మహిమ గ్రౌండ్‌కు వచ్చేసింది.

రిప్పుకు ఆమె రాక ఆనందం కలిగించినప్పటికీ కాస్త ఇబ్బందిగా ఫీల్ అయ్యాడు. జట్టులో స్థానమే లేకుండా ఇంకొకరు ఎవర్నో సపోర్ట్‌గా తెచ్చుకున్నాడని అందరూ నవ్వుకుంటారని అతడి భయం.

" బై ఎనీ ఛాన్స్, నీకు అవకాశం వస్తే నీ ఆట చూడలేక పోతానేమో.." అనే భయంతో వచ్చినట్లు చెప్పిందామె. అది విని రిప్పు నవ్వి ఊరుకున్నాడు.

టాస్ గెలిచి బ్యాటింగ్ ఎంచుకున్న వీళ్ళ టీం 40 ఓవర్లలో కేవలం 164 పరుగులు మాత్రమే చేసింది. వీళ్ల ప్రత్యర్థి సెయింట్ మార్టిన్స్ కాలేజీ జట్టు ఎంతో అలవోకగా ఈ టార్గెట్‌ను అధిగమించింది.

కోచ్ తోపాటు జట్టు యావత్తు తీవ్ర నిరుత్సాహానికి గురైంది.

ఇక మిగిలినవి మూడు లీగ్ మ్యాచ్ లే..

ప్రతి మ్యాచ్‌నూ గెలిస్తే తప్ప సెమీస్ చేరే అవకాశం లేదు.

మరుసటి వారం కూడా అతడికి సరైన ప్రాక్టీస్ దొరకలేదు. రెండు సార్లు మాత్రమే అది కూడా చాలా స్వల్ప సమయమే కుదిరింది.

ఈసారి ప్రత్యర్థి... కోయంబేడు ఇంజనీరింగ్ కాలేజీ.

వరుసగా మూడు మ్యాచులు గెలిచి జోరు మీద ఉన్న జట్టు. ఇద్దరు స్టేట్ ప్లేయర్లతో పాటు మంచి బౌలింగ్ వనరులు ఉన్న జట్టుగా పేరుంది.

తనకు ప్రాక్టీస్ ఇవ్వకపోవడాన్ని బట్టి తను రిజర్వులోనే ఉండక తప్పదని రిప్పుకు అర్థమైంది. అదే విషయం మహిమకు ఫోన్ చేసి చెప్పాడు.

కానీ ఆమె ఊరుకుంటుందా..?

రిప్పుతో ఉండటం, అతడికి సపోర్టు చేయడం ముఖ్యం.

మ్యాచ్‌కి వేదికైన గిండీ మిషనరీ గ్రౌండ్‌కు సరిగ్గా సమయానికే వచ్చేసింది. అప్పటికి కోచ్ అంపైర్ల కు ఫైనల్ జాబితా ఇచ్చే దశలో ఉన్నాడు. జట్టులో సభ్యులైన

కృష్ణకుమార్ ఇంకా గ్రౌండ్స్‌కు చేరుకోనేలేదు.. దీంతో టెన్షన్‌గా ఉన్నాడు. ఇద్దరు రిజర్వ్ ప్లేయర్లలో రిపుకు సరైన ప్రాక్టీస్ లేదు. మరో రిజర్వ్ అటగాడు తిరువెంగళయ్యే ఇప్పటికి రెండు మ్యాచ్‌ల్లో ఆడించినా ఫెయిల్ అయ్యాడు.

మహిమ రిపు వైపు చూసి కన్ను గీటుతూ సైగ చేసింది.

" వెళ్లి కోచ్‌ను రిక్వెస్ట్ చెయ్" అనే ఆదేశం అందులో ఉంది.

మహిమ ఆనందం కోసం అయినా తాను జట్టులో స్థానం దక్కించుకుని తానేమిటో నిరూపించి తీరాలి.. అని రిపు తపించ సాగాడు.

వెళ్లి కోచ్‌ని ప్రాధేయపడసాగాడు.

"సార్ ప్లీజ్ గివ్ మీ ఏ ఛాన్స్"

"ఎలా కుదురుతుందయ్యా నీకు ప్రాక్టీసే లేదు కదా..?"

"ఏం పర్లేదు సార్..నేను మేనేజ్ చేయగలను."

"ఎట్లా మేనేజ్ చేస్తావ్..? ఇదేమైనా తొక్కుడు బిళ్ల ఆట అనుకున్నావా? పైగా, ఇప్పుడు జట్టుకు కావాల్సింది మంచి బౌలర్. బ్యాట్స్మెన్ కాదు"

"బౌలింగ్ నేను చేస్తా సార్.. నాపై నమ్మకం ఉంచండి."

"అన్నిటికన్ని చెప్తావ్... నువ్వు ఏదో పెద్ద ఆల్‌రౌండర్ అయినట్టు... ఈరోజు మ్యాచ్ ఎంత కీలకమో తెలుసా..? ఓడితే టోర్నమెంట్ నుంచి ఔటే. అప్పుడు మేనేజ్మెంట్ దగ్గర నా పరువు ఏమవుతుంది..? "

"సర్ ప్లీజ్... నేను మీ పరువు ఖచ్చితంగా నిలబెడుతా... నన్ను నమ్మండి."

రిపు అంత నమ్మకంగా చెప్పేసరికి కోచ్‌కు ఏమీ పాలు పోలేదు.

సందిగ్ధంలో పడిపోయాడు. ఒక్కసారి అతడి కళ్ళలోకి పరిశీలనగా చూశాడు.

అతడిలో కనిపిస్తున్న ఆత్మవిశ్వాసం ముచ్చట గొలిపింది.

చూద్దాం ఏదైతే అది అవుతుంది అనుకుంటూ ఓకే చేశాడు.

✦ ✦ ✦

రిపుంజయ్‌ని జట్టులోకి తీసుకున్న సంగతి నెట్ ప్రాక్టీస్‌లో ఉన్న కెప్టెన్ మురుగన్‌కు తెలిసి తీవ్ర అసంతృప్తి వ్యక్తం చేశాడు. ఎప్పుడూ ఎవరితోనూ కలివిడిగా ఉండని వ్యక్తి జట్టుకు ఎలా పనికి వస్తాడంటూ, కోచ్‌తో వాదనకు దిగాడు. అయితే అప్పటికే సమయం మించి పోవడంతో జట్టు జాబితాను అంపైర్లకు ఇచ్చేసినట్లు కోచ్ చెప్పాడు. దీంతో కెప్టెన్ ఒకింత కోపంగానే తన జట్టును మైదానంలోకి నడిపించాడు.

ప్రత్యర్థి కెప్టెన్ టాస్ గెలిచి బ్యాటింగ్ ఎంచుకున్నాడు. ఓపెనర్లు రంజిత్, శివరామకృష్ణన్‌లు అలవోకగా పరుగులు చేస్తున్నారు. ముఖ్యంగా స్టేట్ ప్లేయర్ అయిన రంజిత్ ఓవర్‌కు రెండు బౌండరీలు చొప్పున బౌలర్లను చీల్చి చెండాడుతున్నాడు.

కెప్టెన్ మురుగన్ ఎన్ని విధాలుగా బౌలర్లను మార్చినా, ఫీల్డింగ్ ప్లేస్మెంట్లు మార్చినా రంజిత్‌ను కంట్రోల్ చేయటం సాధ్యం కాలేదు.

రిపుంజయ్ టీంలో లేకుంటే, మరో బౌలర్ తనకు అందుబాటులో ఉండేవాడని, జట్టుకు ఇతను భారంగా ఉన్నాడని కెప్టెన్ భావన.

పదే పదే ఫ్లిక్ షాట్స్ ఆడుతున్న రంజిత్‌ను ఆఫ్ స్పిన్‌తో కట్టడి చేయొచ్చు అని, తనకు బౌలింగ్ అవకాశం ఇవ్వాలంటూ రిప్పు ఎన్నిసార్లు రిక్వెస్ట్ చేసినా అంగీకరించలేదు.

అప్పుడు జరిగిందో సంఘటన. అర్థ సెంచరీ దాటి, మంచి ఊపుమీద ఉన్న రంజిత్ ఈసారి సిక్సర్ కొట్టాలని బంతిని స్క్వేర్ లెగ్ వైపు బలంగా బాదాడు. అయితే ఎక్కడో డీప్ స్క్వేర్ లెగ్‌లో దూరంగా ఉన్న రిప్పు బంతి వైపు వేగంగా పరిగెత్తుకు వచ్చాడు. అద్భుతంగా డైవింగ్ చేస్తూ సరిగ్గా బౌండరీకి ఇవతల బంతిని దొరకబుచ్చుకున్నాడు.

రిప్పు ప్రదర్శించిన ఈ ఫీట్ సామాన్యమైంది కాదు. ఎంతో ప్రొఫెషనల్ క్రికెటర్లకు తప్ప సాధ్యం కాని డైవింగ్ క్యాచ్ అది.

దీంతో స్టేడియంలో చప్పట్లు మారుమోగాయి.

కెప్టెన్‌లో సంభ్రమాశ్చర్యం. కోచ్ కళ్ళల్లో ఆనందం.

ఇక మహిమ సంగతి చెప్పనలవి కాదు. ప్రేక్షకుల మధ్యలో ఆనందంతో దాదాపు నృత్యం చేస్తున్నట్టు ఊగిపోతూ క్లాప్స్ ఇస్తున్న మహిమను చూసి కోచ్ ఆశ్చర్యపోయాడు.

సాధారణంగా ఇలాంటి టోర్నమెంట్లకు పెద్దగా ప్రేక్షకులు రారు.

ఆయా టీం సభ్యుల ఫ్రెండ్స్, లేదా అదే కాలేజీ విద్యార్థులు తప్ప బయటివారు కనిపించరు. ఆదివారం కాబట్టి చుట్టుపక్కల కాలనీల నుంచి ఏ కొందరో క్రికెట్‌ను ఆస్వాదిద్దామని కూడా వస్తుంటారు.

కూలింగ్ గాగుల్స్ పెట్టుకుని అందంగా ఆకర్షణీయంగా ఉన్న ఈమె ఎవరు..? తమ జట్టును ఎందుకు ప్రోత్సహిస్తోంది..? కొంపదీసి తమ కళాశాలలో కొత్తగా చేరిన ఫ్యాకల్టీ కాదు కదా..! ఏమో... అయి ఉండొచ్చు కూడా..

మైదానంలో రిప్పు పట్టిన క్యాచ్‌తో అతనిపై కెప్టెన్‌కు కూడా గౌరవభావం

కలిగింది. దీంతో అతను కోరినట్లుగా ఒక ఓవర్ బౌలింగ్ కూడా ఇచ్చి చూద్దాం అనుకున్నాడు. అదే విషయమై, టీ బ్రేక్‌లో కోచ్‌తో సంప్రదించాడు. కోచ్ కూడా తక్షణమే అంగీకరించాడు. ఒక ఓవర్ వేయించు... పర్వాలేదు అనుకుంటే కంటిన్యూ చెయ్ అని సూచించాడు.

30 ఓవర్లు పూర్తయ్యాయి. అప్పటికి మూడు వికెట్ల నష్టానికి 186 పరుగులు చేసిందా జట్టు. మిడిల్ ఆర్డర్‌లో వచ్చిన మరో స్టేట్ ప్లేయర్ తంగముత్తు మంచి ఫామ్‌లో ఉన్నాడు. బౌలర్లకు ఎక్కడా అవకాశం ఇవ్వడం లేదు.

కెప్టెన్ ఎంతో నమ్మకం పెట్టుకున్న ప్రధాన బౌలర్ అంబరసన్ వేసిన ఓవర్లో ఏకంగా రెండు ఫోర్లు ఒక సిక్సర్ బాదాడు.

దీంతో ఏదైతే అదయిందని భావించిన కెప్టెన్ రిపుంజయ్‌ని పిలిచి బౌలింగ్ ఇచ్చాడు.

కెప్టెన్ నిర్ణయం చూసి జట్టు సభ్యులంతా ఆశ్చర్య పోయారు.

అవతల ఒక స్టేట్ ప్లేయర్ బ్యాటింగ్ చేస్తుండగా ముక్కు ముఖం తెలియని కొత్త ఆటగాడికి బౌలింగ్ అప్పజెప్పడం ఏమిటి, అనుకున్నారంతా.

రిప్పు మాత్రం తన ముఖంలో ఎలాంటి భావం కనిపించకుండా బంతి చేతిలో తీసుకున్నాడు. ఫీల్డ్‌లో రెండుసార్లు బౌలింగ్ చేసి లైన్ అండ్ లెంగ్త్ సరి చేసుకున్నాడు.

రిప్పు విసిరిన మొట్టమొదటి బంతి ఆఫ్ సైడ్ లైన్ అవతల పిచ్ అయింది. బ్యాట్‌కు అందకుండా వెళ్ళిపోయింది. అంపైర్ వైడ్ సిగ్నల్ ఇచ్చాడు. రెండో బంతి పట్టు జారి బ్యాట్స్మెన్ నెత్తిమీదుగా వెళ్లి వికెట్ కీపర్ దగ్గర పిచ్ అయింది.

దీంతో అంతా నవ్వుకున్నారు.

కెప్టెన్‌తో పాటు కోచ్ కూడా పెదాలు విరిచాడు. మూడో బంతి ఫుల్‌టాస్ కావడంతో తంగముత్తు దాన్ని సిక్సర్‌గా మలిచాడు.

దీంతో కెప్టెన్ నెత్తి బాదుకున్నాడు.

రెండు వైడ్లు, ఒక సిక్సర్...

ఒక్క బంతికే ఎనిమిది రన్స్ ఇచ్చాడు. ఇంకెన్ని ఇస్తాడో..!

ఇంక ఈ ఓవర్ కొంపముచినట్టే..

అయితే బౌలర్‌ను ఓవర్ పూర్తి చేయకుండా మధ్యలో తప్పించడం నిబంధనలకు విరుద్ధం.

రిపుంజయ్ దగ్గరికి పరుగెత్తుకుంటూ వచ్చి అన్నాడు.

"ఇందుకా నాయనా... బౌలింగ్ ఇవ్వాలంటూ పట్టు బట్టావ్.. కాస్త వికెట్లను చూసి విసురు.. పేస్ తగ్గినా పర్లేదు" అంటూ ఏదో ప్రోత్సహిస్తున్నట్టుగా సూచనలు ఇచ్చాడు.

రిప్పు ఈసారి విసిరిన బంతి ఇన్ స్వింగర్ అయింది. బ్యాట్స్మెన్ తంగముత్తు బంతిని అంచనా వేసేలోపలే మిడ్ వికెట్ ను గిరవాటేసింది.

అంతే... తంగముత్తుతో సహా అందరూ నమ్మలేనట్టుగా నిలబడిపోయారు.

వాస్తవానికి ఇది రిప్పు వేసిన ఎత్తుగడ.

తొలుత విసిరే లూజ్ బంతులతో బ్యాట్స్ మాన్‌కు బౌలర్‌పై తేలికభావం కలిగించడం.. తద్వారా బ్యాట్స్‌మాన్‌ను భారీ షాట్‌కు ప్రయత్నించేలా టెంప్ట్ చేయడం..

బ్యాట్స్ మాన్ ఈవిధమైన మానసిక స్థితిలో ఉన్నప్పుడు.. ఒక అవుట్ స్వింగర్ వదిలితే క్యాచ్ ఇచ్చే అవకాశం ఎక్కువగా ఉంటుంది.. అదే ఇన్ స్వింగర్ అయితే, బ్యాట్స్ మాన్‌కు అందకుండా నేరుగా స్టంప్స్‌ను ఎగరేస్తుంది..

ఇక్కడ తంగముత్తు లాంటి స్టేట్ ప్లేయర్ ను అవుట్ చేసినందుకు జట్టు సభ్యులకు ఆనందంగా ఉన్నా... అదేదో గాలివాటంగా వచ్చిందనీ, ఇందులో రిపుంజయ్ ప్రతిభ ఏమీ లేదు అన్నట్లు ఎవరూ అభినందించ లేదు.

ఇదంతా మహిమ గమనిస్తూనే ఉంది.

"వెల్‌డన్ రిప్పూ.. కీప్ ఇట్ అప్" అంటూ గట్టిగా అరుస్తూ అభినందించింది.

కోచ్ మరోసారి ఆమె వైపు చూశాడు.

మ్యాచ్ ముగిసాక ఆమె తో మాటలు కలపాలి అనుకున్నాడు కోచ్ వీరప్పన్.

రిపుంజయ్ ఈలోగా అద్భుతాలు చేశాడు.

మరో 5 ఓవర్లలో 4 వికెట్లు తీసి 19 పరుగులు మాత్రమే ఇచ్చాడు. మొత్తం మీద బ్యాటింగ్ జట్టు 8 వికెట్ల నష్టానికి 243 పరుగులు చేసింది. 40 ఓవర్ల మ్యాచ్‌లో ఇది సామాన్యమైన స్కోర్ కాదు.

సెకండ్ ఇన్నింగ్స్ సమయానికి పొడిబారి పోయిన పిచ్‌పై 6కు పైగా రన్‌రేట్ సాధించడం చాలా కష్టం.

లంచ్ అవర్లో కోచ్ మరికొన్ని సూచనలు చేశాడు. ఐదుగురు ప్రధాన బ్యాట్స్ మెన్లూ, ఇద్దరు అల్ రౌండర్లు పోగా ఏడో నెంబర్ లేదా ఎనిమిదో నెంబర్ బ్యాట్స్ మాన్‌గా రిప్పు రంగంలో దిగాలని నిర్ణయం అయిపోయింది.

లంచ్ తర్వాత రెండో ఇన్నింగ్స్ స్టార్ట్ అయింది.

"మిస్టర్ రిపుంజయ్ నీవు వెళ్లి కాసేపు నెట్ ప్రాక్టీస్ చెయ్" అని ఆదేశించాడు కోచ్. అయితే అతని ప్రాక్టీస్‌కు సహకరించేందుకు ఏ బౌలర్ ముందుకు రాలేదు.

ఇది గమనించిన మహిమ రిప్పును పక్కకు పిలిచి అంది..

"నీకు నేను బౌలింగ్ చేస్తాను బ్యాట్ అండ్ బాల్స్ తీసుకుని నెట్స్ దగ్గరికి రా..."

"వాట్...? మీరు బోలింగ్ చేస్తారా? అంతా నవ్వుతారు".

"రిప్పు...నా మాట విను నాకు బౌలింగ్ తెలుసు. వచ్చెయ్.." దృఢంగా పలికింది.

ఆమె మాట కాదనలేక ఒక బ్యాట్ తీసుకుని ఆమెతో నడిచేందుకు సిద్ధం అయ్యాడు ఇది చూసి అందరి తలలు ఇటువైపు తిరిగాయి. దీంతో రిప్పు వెనక్కి తగ్గాడు మహిమ అవమానంగా ఫీల్ అయింది. అయినా తన భావాలు అణుచుకుని జట్టును ఎంకరేజ్ చేయడంలో నిమగ్నం అయింది.

ఓపెనర్‌గా వెళ్లిన తపన్ దాస్ వెళ్ళినంత వేగంగా తిరిగి వచ్చాడు. తన రూమ్మేట్ అలా అవమానకర రీతిలో బౌల్డ్ అయి వెనక్కి రావటం రిప్పును బాధించింది. అతని భుజంపై చేయి వేస్తూ "బ్యాడ్ లక్" అంటూ ఓదార్చాడు.

తపన్ ప్యాడ్స్ తీసేసి రిప్పుతో అన్నాడు.

" నీకు నేను బౌలింగ్ చేస్తాను. ఈ మ్యాచ్ ఎలాగైనా గెలవాలి. నీ ఛాన్స్ వచ్చేసరికి కాస్తయినా ప్రాక్టీస్ అయినట్టు ఉంటుంది. పద "

తపన్, రిప్పు ఇద్దరు నెట్సు వద్దకు వెళ్లారు. మహిమ మౌనంగా వారిని అనుసరించింది.. బాల్స్‌అందిస్తూ మహిమ తపన్‌కు తోడ్పాటు అందించింది. అతడు ఆఫ్‌స్పిన్ వేస్తూ అప్పుడప్పుడు మీడియం పేస్ బంతులు విసిరాడు.

రిప్పు బ్యాటింగ్ శైలిని మహిమ కళ్ళార్పకుండా చూస్తూనే ఉంది.

దాదాపు అరగంట తర్వాత అలసిపోయినట్టుగా ఉన్న తపన్ ను చూసి

"ఇక వెళ్దాం పద" అంటూ రిప్పు బయలుదేరాడు.

మైదానంలో అప్పటికి నాలుగు వికెట్స్ పడ్డాయి. 52 రన్స్ మాత్రమే చేసి జట్టు కష్టాల్లో ఉంది. కెప్టెన్ మురుగన్ ఒక్కడే క్రీజ్‌లో పాతుకుని ఉన్నాడు. అతనికి సరైన స్టాండ్ ఇచ్చేవారే కరువయ్యారని కోచ్ ఆవేదన చెందసాగాడు. ప్రత్యర్థి జట్టు లెగ్ స్పిన్నర్ మనోగరన్ నైపుణ్యంతో వేస్తున్న బంతులకు ఢిఫెన్స్ ఆడటం కూడా కష్టం అయింది. మరో రెండు వికెట్లు నేలకూలాయి.

అప్పటికి 24 ఓవర్స్ ముగిసి 89 రన్స్ మాత్రమే వచ్చాయి. రన్‌రేట్ దారుణంగా ఉంది. మ్యాచ్‌పై అప్పటికే ఆశలు వదులుకున్న కోచ్, రిప్పును బ్యాటింగ్‌కు

పంపించాడు. అర్ధ సెంచరీ కి చేరువలో ఉన్న కెప్టెన్‌కు రిప్పు జత కలిశాడు. క్రీజ్ లోకి వస్తూనే రిప్పును దగ్గరికి పిల్చాడు.

"లేనిపోని షాట్లకు ప్రయత్నించకుండా డిఫెన్స్ ఆడుతూ నాకు స్టాండ్ ఇవ్వు చాలు. మ్యాచ్ ఎలాగూ గెలవడం కష్టం. కనీసం కాస్త పరువుతోనైనా నిష్క్రమిద్దాం." అని సూచించాడు.

రిప్పు అలాగే అంటూ తలాడించి క్రీజ్‌లో పొజిషన్ తీసుకున్నాడు.

మిడిల్ స్టంప్ ఎదురుగా తన బ్యాట్ పెట్టి, స్థాన్స్ ఒకసారి చెక్ చేయాల్సిందిగా అంపైర్‌ను కోరాడు.

లెగ్ స్పిన్నర్ మనోగరన్ విసిరిన మొదటి బంతికి డిఫెన్స్ ఆడాడు.

బౌలర్ రెండో బంతిని గూగ్లీగా టర్న్ చేశాడు. రిప్పు స్థానంలో ఎవరున్నా డిఫెన్స్ ఆడేవాళ్ళు. అయితే రిప్పు ఆ బంతిని ఎంతో చాక చక్యంగా ఫ్లిక్ చేశాడు. అది డీప్ స్క్వేర్ లెగ్ మీదుగా బౌండరీ దాటింది. దీంతో ఆడియన్స్ చప్పట్లతో మోతెక్కించారు. సాధారణంగా షార్ట్ లెగ్, స్క్వేర్ లెగ్ లలో ఫీల్డర్లు ఉన్నప్పుడు ఫ్లిక్ షాట్ కోసం ఎవరూ ప్రయత్నం చేయరు.

కెప్టెన్ తక్షణమే రిప్పును వారించాడు.

"నీకు చెబితే అర్థం కాదా..? స్క్వేర్‌లెగ్‌లో ఫీల్డర్ ఉండగా ఫ్లిక్ షాట్ ఆడుతావా..? క్యాచ్ లేచి ఉంటే ఏమయ్యేది..? నువ్వు డిఫెన్స్ మాత్రమే ఆడు.."

రిప్పు ఈసారి కూడా అలాగే అంటూ తలాడించాడు.

క్రీజ్‌లో పొజిషన్ తీసుకొని బౌలర్ రిస్ట్ మూవ్మెంట్ పై దృష్టి పెట్టాడు.

మిడ్ వికెట్ మీదుగా, లాంగ్ లెగ్ మీదుగా మరో రెండు బౌండరీలు దూసుకెళ్లాయి.

ఫ్లిక్ షాట్స్ ఆడటంలో సనత్ జయసూర్య, మహ్మద్ అజారుద్దీన్‌లు స్పెషలిస్టులుగా పేరు. వారు కూడా గూగ్లిని ఫ్లిక్ చేసేందుకు సంకోచిస్తారు.

లెగ్ సైడ్‌లో ఇంత అలవోకగా షాట్స్ కొట్టడం చూసి ప్రత్యర్థి టీం కూడా ఆశ్చర్య పోయింది. అతడి మణికట్టులో ఏదో మహిమ ఉంది అనుకున్నారు అంతా.

తన దగ్గరికి వచ్చి ఏదో చెప్పబోయిన కెప్టెన్‌ను ఉద్దేశించి రిప్పు అన్నాడు. "అన్నా, పరువు కోసం కాదు.. గెలుపు కోసమే ఆడుదాం.."

ఇక కెప్టెన్ మురుగన్ కూడా సలహా ఇచ్చే ప్రయత్నం చేయలేదు.

రిప్పు 30 బంతుల్లోనే 52 పరుగులు చేసేసరికి అప్పటికే అర్ధ సెంచురి పూర్తి చేసుకున్న కెప్టెన్ కూడా తన బ్యాట్ కు పని చెప్పసాగాడు. అయితే ఒక ఔట్ స్వింగర్

బంతిని అంచనా వేయడంలో పొరపాటు పడి క్యాచ్ అవుట్ అయ్యాడు. అప్పటికి 7 వికెట్ల నష్టానికి 150 రన్స్ వచ్చాయి. ఇంకా కేవలం 10 ఓవర్లే ఉన్నాయి. గెలుపు అసాధ్యమని తేలిపోగా భారంగా మైదానం బయటకు అడుగులు వేశాడు.

రిపుంజయ్ కి పరిస్థితి అర్థం అయిపోయింది.

తనకు తోడుగా ఉన్నది టెయిలెండర్లు మాత్రమే.

తాను సమయస్ఫూర్తితో ఆడకపోతే మ్యాచ్ నెగ్గటం కష్టం అని భావించాడు.

సింగిల్స్ తీసి బ్యాటింగ్ అవకాశం తనకు వచ్చేలా చూడమంటూ తన పార్ట్నర్‌కి చేసిన సూచనను అతడు పట్టించుకోలేదు.

నాకంటే జూనియర్ వి... నీవా నాకు సలహా చెప్పేది.. అన్నట్టుగా ఉంది అతడి ధోరణి. అతడు భారీ షాట్ కొట్టబోయి మిడ్ ఆఫ్‌లో క్యాచ్ ఔట్ అయ్యాడు. దీంతో రిప్పు తన వ్యూహం మార్చుకున్నాడు. తొమ్మిదో బ్యాట్స్మన్‌గా వచ్చిన వ్యక్తి రెండు బాల్స్ ఆడి పరుగులు ఏమిచేయకపోవడంతో ఓవర్ ముగిసింది. రిప్పు తన హైస్కూల్ రోజుల్లో హీరోగా వెలిగిన క్షణాల్ని గుర్తుకు తెచ్చుకున్నాడు.

ఒక ఫుల్‌టాస్ బంతిని లాంగ్ ఆఫ్ వైపుగా సిక్సర్ కొట్టిన తీరుకు అందరూ నోరెళ్లబెట్టి చూస్తుండిపోయారు. ఆఫ్ స్పిన్నర్, లెగ్ స్పిన్నర్, పేస్ లేదా మీడియం పేస్... ఏ బౌలర్ ని వదలకుండా ఫోర్లు, సిక్సర్లతో ఫీల్డర్లను హడలెత్తించాడు.

అతడి స్ట్రాటజీ ఒక్కటే.. "మెరిట్ ఆఫ్ ది బాల్..."

ఇది కరెక్ట్‌గా అమలు పరచిన వాడే బ్యాట్స్మెన్‌గా ఎదుగుతాడు.

అంటే, అన్ని బాల్స్‌ను బౌండరీకి పంపలేం. కొన్నిటిని డిఫెన్స్ ఆడాలి. కొన్నిటిని చితక్కొట్టాలి. కొన్నిటికి సింగిల్స్ మాత్రమే తీయాలి. ఏ బాల్ కు ఎంత విలువ ఇవ్వాలో అంతే ఇవ్వాలి. హైస్కూల్ రోజుల్లో తాను నేర్చుకున్న ఈ పాఠం ఇప్పుడు చక్కగా అమలు చేస్తున్నాడు.

లూజ్ బాల్‌ను బౌండరీ దాటించడం, మంచి బాల్ అయితే డిఫెన్స్ ఆడటం... ఆరో బంతికి సింగిల్ తీయటం.. తద్వారా బ్యాటింగ్‌ను నిరంతరం తన చేతిలో ఉంచుకోడం. రెండు పరుగులు చేసే అవకాశం వచ్చినప్పటికీ ఒక పరుగుతోనే సరిపెట్టి, అదర్ సైడ్ బ్యాట్స్మెన్‌ను ఆగిపోమంటూ సిగ్నల్ ఇవ్వసాగాడు. చూస్తుండగానే సెంచరీ పూర్తయింది.

మొత్తానికి మిరాకిల్ జరిగిపోయింది. రిప్పు మాయాజాలంతో మరో వికెట్టు పడకుండానే జట్టు గెలిచింది.

కోచ్, కెప్టెన్, ఇతర ప్లేయర్లు నమ్మశక్యం కానట్లుగా లేచి కరతాళ ధ్వనులతో అభినందించ సాగారు.

అందరికంటే ముందుగా మహిమ మైదానంలోకి పరిగెత్తుకుంటూ వెళ్లి రిపుంజయ్‌ని గట్టిగా కౌగిలించుకుని "వండర్ఫుల్" అంటూ అభినందించింది.

రిపుంజయ్ పెవిలియన్ వైపు వస్తూనే కోచ్ వైపు చూస్తూ విజయానికి చిహ్నంగా థమ్సప్ మందహాసం చేశాడు.

✦ ✦ ✦

ది మ్యాన్ అఫ్ ది మ్యాచ్... రిపుంజయ్ ఆ కాలేజీ విద్యార్థుల దృష్టిలో హీరో అయిపోయాడు.

కోచ్ వీరప్పన్ పత్రికా కార్యాలయాలకు వార్త అందించి వచ్చాడు.

అతని ఇన్నింగ్స్‌ను హైలైట్ చేస్తూ, ఒక బలమైన జట్టుపై ఆ కాలేజీ గెలిచిన తీరు గురించి లోకల్ టాబ్లయిడ్స్‌లో ఫోటోతోసహా ప్రచురించారు. ఆ పత్రికల కటింగ్స్ అన్నీ నోటీస్ బోర్డులో దర్శనమివ్వడంతో కాలేజీలో రిప్పు పేరు మారు మోగింది. అతడు కేవలం మొదటి సంవత్సరం విద్యార్థి కావడంతో సీనియర్లకు అతని పట్ల ఒక రకమైన అసూయ పెరిగింది.

ఎవరీ రిపుంజయ్..? అంటూ అమ్మాయిలు కూడా ఒకరికొకరు ఆరా తీసుకుంటున్నారు. ఆ రోజంతా, కాలేజీలో తెలిసిన వారూ, తెలియని వారూ రిప్పును కలిసి అభినందనలు చెబుతూనే ఉన్నారు.

అయితే రిప్పుకు ఇదేమి కొత్త కాదు. స్కూల్ క్రికెట్ ఆడుతూ తాను ఇలాంటి అభినందనలు ఎన్నో అందుకున్నాడు.

ఇప్పుడు మాత్రం కేవలం మేడం కోసం తాను క్రికెట్ ఆడాడు. ఆమె కళ్ళలో ఆనందం చూడాలన్నదే తన ఆశ.

అయితే అతడికి ఒక్కసారిగా అమ్మ జ్ఞాపకం వచ్చింది.

క్రికెట్ ఆడి పదిమంది దృష్టిలో పడొద్దురాకన్నా అని అమ్మ చెప్పిన మాట గుర్తుకొచ్చింది.

నిజమే అమ్మ భయం అమ్మది. తాను ఉండే పరిస్థితుల్లో ఏ అమ్మ అయినా అలాగే కోరుతుంది. కానీ తాను చేతులు ముడుచుకుని అలా ఎన్నాళ్ళో ఉండలేడు.

అతడు మళ్ళీ తన గతంలోకి వెళ్ళిపోయి తీవ్రంగా మదన పడ్డాడు.

ఏవో ఆలోచనలు కలత పెడుతున్నాయి. అలాగే వాకింగ్ చేస్తూ ట్రంక్ రోడ్ వరకు వెళ్ళిపోయాడు. ట్రైడెంట్ హోటల్ జంక్షన్‌లో టీ తాగాడు.

నంగనల్లూరు నుంచి సిటీలో ఎక్కడికి వెళ్లాలన్నా ఈ జంక్షన్ నుంచి బస్‌లు ఉంటాయి. రిపుంజయ్‌కి ఎందుకో తక్షణమే మహిమను చూడాలనిపించింది. ఆమె సమక్షంలోనే తనకు సాంత్వన లభిస్తుంది.

సెల్ ఫోన్‌కు కాల్ చేస్తే స్విచ్ ఆఫ్ అని వచ్చింది.

అర్థగంట ఎదురు చూసినా మైలాపూర్ బస్ రాలేదు. అతడు ఇంకా వేచి చూసే మూడ్‌లో లేడు. తక్షణమే పలవంతంగాల్ రైల్వేస్టేషన్ చేరుకున్నాడు. లోకల్ ట్రైన్ ఎక్కి 15 నిమిషాల్లో మాంబళం స్టేషన్లో దిగేసాడు. అక్కడి నుండి టీ నగర్ బస్ స్టాండ్ కు వేగంగా నడిచాడు. నెంబర్ 5దీ బస్ ఎక్కి మైలాపూర్ చేరాడు.

మహిమ ఇంకా ఆఫీస్ నుంచి రాలేదు అని చెప్పి కరుత్తమ్మ టీ తెచ్చి ఇచ్చింది. ఆమె ఏ వేళకు వస్తుందో చెప్పలేను అంటూ 9 గంటలకు భోజనం పెట్టింది. రాత్రి 11 గంటలు అయినా మహిమ రాకపోయే సరికి అతడికి తీవ్ర నిరుత్సాహం గా ఉంది. నిద్ర ముంచుకొస్తుండటంతో గెస్ట్ రూమ్‌కు వెళ్లి పడుకున్నాడు.

ఎందుకని మేడం ఇంకా ఇంటికి రాలేదు..? సెల్ ఫోన్ ఎందుకు స్విచ్ ఆఫ్‌లో ఉంది అని మదన పడుతూనే నిద్రలోకి జారుకున్నాడు.

మార్చి నెలాఖరు కాబట్టి ఆడిటింగ్ మరియు స్టాక్ టేకింగ్ వ్యవహారాలు పూర్తి అయ్యేసరికి మహిమ కు రాత్రి 12:30 అయింది. ఆ వేళప్పుడు ఇంటికొచ్చి చూస్తే గెస్ట్ రూమ్ లో రిప్పు ఉన్న సంగతి కరుత్తమ్మ చెప్పింది.

వెంటనే వెళ్లి చూడగా ప్యాంటు షర్టుతో అలాగే నిద్రపోతున్న రిప్పును గమనించింది. డ్రెస్ చేంజ్ చేసుకోవాల్సిందిగా రిప్పుకు చెప్పాలనుకున్నా, గాఢ నిద్రలో ఉన్న అతన్ని డిస్టర్బ్ చేయడం ఎందుకు అనిపించింది.

ఓ 5 నిముషాలు రిప్పు ను అలా చూస్తూనే ఉండిపోయింది.

✦ ✦ ✦

మర్నాడు ఏప్రిల్ 1.

ఉదయం ఏడు గంటలకు ఇద్దరు టీ సిప్ చేస్తున్నారు.

"నువ్వు వస్తున్నట్టు ఫోన్ కూడా చేయలేదేం..?" మహిమ అడిగింది.

"మీ ఫోన్ కంటిన్యూగా స్విచ్ ఆఫ్ వచ్చింది మేడం"

"అవును మార్చి లాస్ట్ కదా..! బిజినెస్ పనులతో బిజీ అయ్యా"

"ఎప్పటి నుంచో అడగాలి అనుకుంటున్న... మీ బిజినెస్ ఏమిటి.?"

"స్పోర్ట్స్ వేర్... నాకు సొంత కంపెనీ ఉంది. మూడు చోట్ల మ్యానుఫ్యాక్చరింగ్

యూనిట్లు కూడా ఉన్నాయి.”

“అవునా..? మిమ్మల్ని చూస్తే ఇంత సింపుల్గా ఉన్నారు..? ఒక కంపెనీని స్వయంగా నడుపుతున్నారా..?”

మహిమ చిరునవ్వు నవ్వి అడిగింది.

“ఈరోజు మీ కాలేజ్‌కు హాలిడే నా..?”

“లేదు.. ఎందుకో ఇక్కడకి రావాలనిపించింది. హాస్టల్‌కు కూడా పోకుండా ఇట్నుంచి ఇటే వచ్చేసా.”

“నో ప్రాబ్లం... ఐ యామ్ వెరీ హ్యాపీ టు సీ యు హియర్... లెట్స్ గెట్ రెడీ.. ఈరోజు ఉంటావు కదా?”

“నో నో. మేడం... మీరు లేకుండా నేనేం చెయ్యను..? ఎలాగూ ఆదివారం వస్తారు కదా..! అప్పుడు కలుద్దాం” అని లేవబోయాడు.

“లేదు.. ఈరోజు హెడ్ ఆఫీస్ స్టాఫ్ కు సెలవు ఇచ్చేసా మార్చి అకౌంట్స్ క్లోజింగ్ కు అర్ధరాత్రి దాకా పనిచేశాం కదా..”

“అయితే నేనూ కాలేజీ వెళ్ళను”

“అదేంటి రిప్పూ..? క్లాసులు మిస్సవుతావు కదా..”

ఈరోజు క్లాస్ లేమి ఉండవు మేడం మా కాలేజీ కల్చరల్ ఈవెంట్స్ డే కోసం ఏర్పాట్లు జరుగుతున్నాయి.

“ఓకే లెటజ్ స్పెండ్ అట్ హెూమ్ టుడే... యూనో...?...

టుడే ఈజ్ ఆల్ ఫూల్స్ డే.. మనం వెరైటీగా ఎవరిని ఫూల్స్ చేయకుండా గడుపుదాం.”

రిప్పుకు ఇది ఏదో తమాషాగా అనిపించింది “ఓకే “ అన్నాడు

“సరే అయితే... నేను నిన్ను ఫూల్ చేయను ఇట్స్ ప్రామిస్. కానీ నీ గురించి నాకు మొత్తం చెప్పాలి”

ఆప్యాయంగా అడిగిందామె. దీంతో రిప్పు దీర్ఘంగా శ్వాస తీసి వదిలి...

“సమయం వచ్చినప్పుడు తప్పకుండా చెబుతా మేడం”

అన్నాడు తల వంచుకుంటూ.

“నీ వేదన నేను పంచుకుంటాను. అవసరమైతే నీ సమస్య పరిష్కారంలో నేను కూడా భాగస్వామిని అవుతాను. నాతో చెప్పవా ప్లీజ్” అంటూ వేడుకుంది.

అయితే రిప్పు మనసులో తటపటాయింపు.

ఈ అమృతమూర్తి స్నేహంలో తాను ఇప్పుడిప్పుడే సేదతీరుతున్నాడు. తన గతమంతా చెప్పి ఈ దేవతను దూరం చేసుకోగలడా..? నో.. నెవ్వర్..

ఆమె రెట్టించింది.

"రిప్పు.. ఎందుకు మాట్లాడవు?

నీ వేదన పంచుకోవడానికి నేను తగనా..'?"

నిష్ఠూరంగా అంది.

రిప్పు సమాధానం ఇవ్వకుండా దాటవేశాడు.

"మేడం.. ప్లీజ్..." అంటూ..

ఇక ఆమె పట్టు పట్టలేదు.

✦ ✦ ✦

మరో 2 ఆదివారాలు.. చివరి రెండు లీగ్ మ్యాచ్ లూ నెగ్గడంతో వీళ్ళ కాలేజీ టీం సెమి ఫైనల్స్‌లో ప్రవేశించింది. రిప్పు ఆల్‌రౌండ్ ప్రతిభే ఇందుకు కారణం. ఈ రెండు సార్లూ రిప్పూ అర్థ సెంచరీ చేశాడు.

అయితే, అర్ద సెంచరీని సెంచరీగా మార్చడంలో విఫలం అవటం కోచ్‌తో పాటు మహిమ కూడా గమనించింది.

రిపుంజయ్‌కి కొత్త క్రికెట్ కిట్ కొని ప్రెజెంట్ చేసింది మహిమ.

కొరుక్కుపేటైలోని త్యాగరాయ కల్లూరి (కాలేజీ)తో సెమీస్ మ్యాచ్. అది వాళ్ళ సొంత మైదానం.

ఆ కాలేజీ లో స్టాఫ్ తో సహా 80% విద్యార్థులు తెలుగువారే ఉంటారు.

తాంగల్, ఏడయాన్ చావిడి, తిరువొట్టియూర్ ప్రాంతాల్లో సెటిల్ అయిన తెలుగు వారందరూ ఈ కాలేజీలో సీట్ కోసం ప్రయత్నిస్తుంటారు.

శంకర కాలేజీతో సెమీస్ మ్యాచ్ కోసం వీళ్ళు కూడా ఎదురు చూస్తున్నారు. తమ ప్రత్యర్థి జట్టులో ఎవరో తెలుగు అబ్బాయి అద్భుతంగా ఆడుతున్నాడు అనే టాక్ ఆ క్యాంపస్‌లో నడుస్తోంది. 100 ఏళ్ళు పైబడిన కాలేజీ కాబట్టి చాలా విశాలమైన మైదానంలో క్రికెట్ గ్రౌండూ, మంచి పెవిలియన్ ఉన్నాయి.

రిప్పు టీంతో పాటు కాలేజీ మినీ బస్‌లో వచ్చాడు.

మహిమ ఏవో వ్యక్తిగత పనులతో మైలాపూర్ నుంచి నేరుగా బయలుదేరింది.

వాషర్మన్ పేట లో ట్రాఫిక్ లో ఉండగా ఆమె పేజర్ మోగింది. అందులో మెసేజ్ చూసి షాక్ అయింది

✦ ✦ ✦

ఆదివారం ఉదయం 8 గంటలు.

సెమీ ఫైనల్ మ్యాచ్..

శంకర కాలేజీ vs త్యాగరాయ కాలేజీ...

నాకౌట్ దశలో 50 ఓవర్ల ఇన్నింగ్స్.

టఫ్ పిచ్ కాబట్టి, ప్లేయర్స్ ఎంతో ఆతృతగావెళ్లి పిచ్ పరిశీలించారు. వాస్తవానికి వాళ్ళు ఇంతవరకూ ఆడింది మాటింగ్ వికెట్స్ పైనే... సరైన క్యూరేటర్ ఉన్నచోట తప్ప, అన్ని గ్రౌండ్స్‌లో టర్ఫ ఉండదు.

కోచ్, కెప్టెన్‌లు పక్కకు వెళ్లి పిచ్ గురించి చర్చించుకున్నారు.

మిగతా టీం నెట్స్ వద్దకు చేరి ప్రాక్టీస్ చేసుకుంటున్నారు.

కెప్టెన్ మురుగన్ టాస్ గెలిచి బ్యాటింగ్ ఎంచుకున్నాడు.

హైదరాబాద్‌లో చదువుకునేటప్పుడు బండ్లగూడలోని గ్లెండేల్ అకాడమీ, బేగంపేట్‌లోని హైదరాబాద్ పబ్లిక్ స్కూల్, సైనిక్ పూరిలోని డేనియల్ అకాడమీలతో ఆడినప్పుడు టర్ఫ పిచ్ లపై బ్యాటింగ్ చేసిన అనుభవం రిపుంజయ్‌కి ఉంది.

50 ఓవర్ల మ్యాచ్ కాబట్టి 9 గంటలకే ఫస్ట్ బాల్ వెయ్యాలి అని అంపైర్లు ఆదేశించారు.

పిచ్‌పై తేమ ఉండటంతో పాటు గ్రాస్ ఈవెన్‌గా లేదు. షార్ట్ లెంగ్త్, ఫుల్ లెంగ్త్ మధ్యలో పగుళ్ళు బాగా వచ్చాయి. పిచ్ క్యూరింగ్‌లో తేడా ఉంది.

త్యాగరాయ కాలేజీలో ముగ్గురు పేరొందిన ఫాస్ట్ బౌలర్లు ఉన్నారు. ఆ బౌలర్లకు అనుకూలంగా పిచ్ క్యూరింగ్ జరిగి ఉండొచ్చు. అన్ని టీంలు తమ సొంత మైదానాల్లో చేసేపనే ఇది. అన్‌ఈవెన్ బౌన్స్ వచ్చే అవకాశం ఎక్కువ. ఇలాంటి పిచ్‌లపై ఫాస్ట్ బౌలర్స్‌ను ఎదుర్కోవడం టాప్ ఆర్డర్ బ్యాట్స్ మెన్‌కు చాలా కష్టం.

టాస్ గెలిచాం కాబట్టి ముందుగా ఫీల్డింగ్ ఎంచుకొని ఉంటే బాగుండేది అని రిప్పు తన అభిప్రాయం చెప్పాడు.

మురుగన్ అతడి వైపు సీరియస్‌గా చూశాడు.

"నువ్వేదో ఇంటర్నేషనల్ ప్లేయర్‌లాగా సలహా ఇస్తావేంది..? ఆమాత్రం నాకు తెలియదా? ఇదే పిచ్ పై గతంలో మూడు మ్యాచ్‌లు ఆడాను. 5 ఓవర్ల తర్వాత బ్యాటింగ్‌కు అనుకూలంగా ఉంటుంది." అన్నాడు పాడ్స్ తగిలించుకుంటూ.

50 మేడం...C ✦ కాశీపురం ప్రభాకర రెడ్డి

రిప్పు ప్రతిభను ఇప్పటికే గుర్తించిన కోచ్ టాప్ ఆర్డర్‌కు ప్రమోట్ చేశాడు. టూ డౌన్‌లో బ్యాటింగ్ కు వెళ్ళాలి అని, ప్యాడ్స్ వేసుకుని సిద్ధంగా ఉండమని చెప్పాడు.

రిప్పు ఊహించినట్లే అయింది. కెప్టెన్ తో సహా టప టప మూడు వికెట్స్ పడ్డాయి. తపన్ దాస్, రిప్పులు నిలదొక్కుకుని ఇంకో వికెట్ పడకుండా ఇన్నింగ్స్ నిర్మించే పనిలో పడ్డారు. అయితే, ఫాస్ట్ బౌలర్ చెంగలనాయుడు వేసిన బాల్ అనూహ్యంగా బౌన్స్ అయింది. బ్యాక్‌ఫుట్ ఆడేందుకు కుడికాలు వెనక్కి జరిపిన రిప్పు పొత్తికడుపును బలంగా తాకింది.

నొప్పితో విలవిల లాడుతూ బ్యాట్ పక్కన పెట్టాడు. పిచ్ పైనే కూలిపోయాడు. అందరూ నివ్వెర పోతూ రిప్పును సమీపించారు.

స్ట్రెచర్ ఏర్పాట్లు లేకపోవడంతో మెల్లగా నడిపిస్తూ పెవిలియన్ చేర్చి ఫస్ట్ ఎయిడ్ ఇవ్వ సాగారు. అంత నొప్పిలోనూ అతడికి మహిమే గుర్తొచ్చింది. తాను ఇక మ్యాచ్ ఆడేది డౌటే. ఆమె వచ్చి ఏం చేస్తుంది..?

కోచ్‌కు మహిమ పేజర్ నెంబర్ ఇచ్చి తాను రిటైర్డ్ హర్ట్ అయినందున స్టేడియంకు రావొద్దు అనీ, కంగారు పడాల్సిన పనిలేదు అనీ మెసేజ్ పెట్టించాడు.

ఈ మెసేజ్ చూసి మహిమ ఎంతో ఆందోళన పడిపోయింది. ఏమై ఉండొచ్చు..?

ఎలాంటి ఇంజురీ అయి ఉండొచ్చు.?

స్పోర్ట్స్‌లో గాయపడటం తరుచూ జరిగేదే. స్పోర్ట్స్ అండ్ ఇంజురీస్ రెండూ హ్యాండ్ ఇన్‌గ్లోవ్ అని మహిమకు తెలుసు. అయితే ఒక్కోసారి ఈ గాయాలే క్రీడాకారుడి భవిష్యత్‌ను చీకటిమయం చేస్తాయి. ఇటీవల ఢాకాలో ఆసియా కప్‌లో బంగ్లాదేశ్‌తో జరిగిన లీగ్ మ్యాచ్‌లో అనిల్ కుంబ్లె విసిరిన బంతికి ఇండియన్ వికెట్ కీపర్ సబాకరీం కుడి కన్నుకు తీవ్రంగా గాయం అయింది. అతడు మళ్ళీ క్రికెట్ ఆడలేక పోయాడు.

147 టెస్ట్‌లు ఆడిన సౌతాఫ్రికా వికెట్ కీపర్ మార్క్ బౌచర్ 150 వ టెస్ట్ రికార్డుకు చేరువయ్యాడు. ఇంగ్లాండ్‌తో జరిగిన మ్యాచ్‌లో స్టంప్ ఎగిరి కంటికి గాయం చేసింది. అతడి కెరీర్ ఆ మ్యాచ్ తోనే ముగిసి పోయింది. ఇండియా తరుపున 4 టెస్ట్ లూ, 32 ఒన్ డే ఇంటర్నేషనల్ మ్యాచ్‌లు ఆడిన రమన్ లాంబా, 1996లో ఒక క్లబ్ మ్యాచ్‌లో హెడ్ ఇంజరీతో ప్రాణాలే కోల్పోయాడు.

స్పోర్ట్స్‌ను కెరీర్‌గా తీసుకున్న వాళ్ళు ఇంజూరీలకు మానసికంగా సిద్ధపడే ఉండాలి అని ఆమెకు తెలుసు. అయినా, రిప్పు విషయంలో ఏదో ఆందోళన. తాను మ్యాచ్ బిగిన్ అయిన సమయానికేవచ్చి ఉంటే బాగుండేది.. అని తనను తాను నిందించుకుంది.

వాషర్‌మెన్‌పేట నుంచి త్యాగరాయ కాలేజీకి 10 నిముషాల ప్రయాణమే. క్షణ క్షణం ఉత్కంఠ పడుతూ అక్కడ చేరుకుంది.

మ్యాచ్ నడుస్తూనే ఉంది. రిప్పు రూంమేట్ తపన్ దాస్ క్రీజులో ఉన్నాడు.

పెవిలియన్‌లోనే ఓ పక్కన మ్యాట్ వేసి రిప్పును పడుకోబెట్టి ఆ కాలేజీ ఫిజిషియన్ ఏవో ఉపశమన చర్యలు చేస్తున్నాడు.

మహిమ మౌనంగా వెళ్లి అతడి పక్కన కూర్చుంది.

ఆమెను చూసి రిప్పు ముఖం విప్పారింది. ఆపదలో ఆప్తుల రాక ఎవరికైనా స్వాంతన ఇస్తుంది.

డాక్టర్ వెళ్లిపోయాక మహిమ అతడి టీ షర్ట్ విప్పింది. గాయాన్ని పరిశీలించింది. బాగా వాపు వచ్చి రక్తపు గూడు కట్టింది.

అర్జెంట్‌గా ఐస్ పెట్టి స్వెల్లింగ్ తగ్గించాలి.

పెవిలియన్‌లో ఉన్న వాళ్లంతా, మైదానంలో ఆట చూడటం మానేసి మహిమనే గమనిస్తున్నారు. ఒక ప్లేయర్‌కు సైగ చేసి పిలిచింది.

"ఈ క్యాంపస్‌లో ఐస్ దొరుకుతుందా..?" అని అడిగింది.

అదే కాలేజీ జట్టు కోచ్ అక్కడికొచ్చి సమాధానం ఇచ్చాడు.

"లేదు మేడం.. క్యాంటీన్‌లో ఉన్న ఒకేఒక ఫ్రిజ్ చెడిపోయింది.

"పోనీ.. ఈ సమీపంలో ఎక్కడైనా ఐస్ దొరకచ్చా..?"

"నో మేడం.. ఈ రోజు ఆదివారం. మెడికల్ షాపులు తప్ప అన్ని దుకాణాలు బంద్ ఉంటాయి."

వీళ్ళని అడిగి లాభం లేదు అనుకుని లేచి నిలబడింది.

ఆమెకు తెలుసు.. ఐస్ ఎక్కడ దొరుకుతుందో...

పార్కింగ్ ప్లేస్ కు చకా చకా నడిచి వెళ్లి కారు స్టార్ట్ చేసింది.

ఇక్కడికి కేవలం 2 కి.మీ దూరంలోనే రాయపురం ఫిషింగ్ హార్బర్ ఉంది. తిరువొట్టియూర్ హై రోడ్ మీదుగా వెళ్లి కుండలమ్మాన్ టెంపుల్ మీదుగా హార్బర్ చేరుకుంది. అక్కడ మొత్తం బెస్త వారి కుటుంబాలే ఉంటాయి.

ఇక్కడే ఉన్న హార్బర్‌లో 'దయావన్' అనే హిందీ సినిమా షూటింగ్ జరిగింది. వినోద్ ఖన్నా, ఫిరోజ్ ఖాన్, రమ్యకృష్ణలను చూసేందుకు ఫ్రెండ్స్‌తో వెళ్లి, తండ్రితో చివాట్లు తిన్న సంగతి గుర్తొచ్చింది. కారు మద్రాస్ సిమెటరీ దగ్గర పార్క్ చేసింది.. ఆ

సమీపంలో ఉన్న కాశిమేడు ఫిష్ మార్కెట్ వద్దకు వెళ్ళింది. అక్కడ సముద్ర చేపలను ఐస్ ప్యాక్ చేస్తున్నారు.

ఒక రబ్బర్ ట్యూబ్‌లో ఐస్ వేయించుకుని అంతే వేగంగా క్రికెట్ వెన్యూ చేరింది.

ఐస్ ముక్కలను రిప్పు ఉదర కండరాలపై ఒత్తి పెడుతూ సుతిమెత్తగా మసాజ్ చేసింది. ఆ తర్వాత బోర్లా పడుకోబెట్టి వెన్ను వెంట యూకలిప్టస్ ఆయిల్ రాసింది. ఒక అరగంట పాటు శ్రమించి అతడి ఫిట్నెస్ పుంజుకునేలా చేసింది.

ఇదంతా చూసి, ఆమెకు ఖచ్చితంగా స్పోర్ట్స్ బ్యాగ్రౌండ్ ఉంది అని కోచ్ వీరప్పన్ పసి గట్టాడు.

మరో గంట, రెండు గంటలు రెస్ట్ తీసుకుంటే అతడు మళ్ళీ మైదానం లోకి అడుగు పెట్టొచ్చు.

అయితే, వీళ్ళ జట్టు 141 పరుగుల స్వల్ప స్కోర్ కే ఆల్‌ఔట్ అయింది. తపన్ దాస్ ఒంటరిగా పోరాడి 63 పరుగులతో నాటౌట్ గా నిలిచాడు.

లంచ్ తర్వాత.. త్యాగరాయ కాలేజీ జట్టు 27 ఓవర్లలో 3 వికెట్లకు 102 పరుగులు చేసి, జోరు మీద ఉంది.

అప్పటికి కొద్దిగా కోలుకున్న రిపుంజయ్, కోచ్ వద్దకు వెళ్లి తనకు బౌలింగ్ ఛాన్స్ ఇవ్వాల్సిందిగా కోరాడు. దీంతో ఎక్స్ట్రా ప్లేయర్ వడివేలును వెనక్కి రప్పించి రిప్పును పంపించారు.

సూర్యుడు సెగలు కక్కుతున్న సమయం అది. ఆఫ్ స్పిన్‌కు ఆ పిచ్ బాగా అనుకూలించింది.

2 ఓవర్ల లోనే 3 ప్రధాన వికెట్స్ తీశాడు. దీంతో త్యాగరాయ కాలేజీ టీమ్ గుండెల్లో రైళ్లు పరుగెత్తాయి. డ్రింక్స్ బ్రేక్‌లో టీమ్స్ డిస్కషన్ పెట్టుకున్నారు. రిప్పు బౌలింగ్‌లో డిఫెన్స్ ఆడి మిగతా బౌలర్ల నుంచి రన్స్ రాబట్టాలనే స్ట్రాటెజీతో వాళ్ళున్నారు.

పొత్తి కడుపు కండరాలు మళ్ళీ మెలి పెడుతుండగా రిప్పు వెళ్లి మహిమ పక్కన కూర్చున్నాడు. ఓదార్పుగా ఆమె అతడి వీపు నిమర సాగింది.

చివరి ఓవర్‌లో 4 పరుగులు చేస్తే త్యాగరాయ కాలేజీ గెలుస్తుంది. 2 వికెట్స్ ఉన్నాయి. రిప్పు బౌలింగ్..

తొలి బంతికి బ్యాట్స్ మాన్ వికాస్ రావు కవర్ డ్రైవ్ ఆడాడు. మిస్ ఫీల్డ్ కావడంతో 2 పరుగులు రాబట్టాడు. దీంతో శంకర కాలేజీ ఓటమి ముంగిట నిలిచింది.

ఆ మరుసటి బంతికి సింగిల్ తీయబోయి వికాస్ రన్‌ఔట్ అయ్యాడు. ఇక మిగిలింది ఒకటే వికెట్. ఒక రన్ చేస్తే డ్రా.

రెండు రన్స్ చేస్తే గెలుపు. ఇంకా నాలుగు బంతులు మిగిలి ఉన్నాయి. కిక్కిరిసిన పెవిలియన్ నుంచి అంతా ఉత్కంఠగా చూస్తున్నారు.రిప్పు మరో రెండు చక్కని బంతులు విసిరి పరుగులు ఏమీ ఇవ్వలేదు.

ఐదో బంతిని బ్యాట్స్ మాన్ బలంగా బాదబోయి ఎడ్జ్ అయింది.

దీంతో బాల్ గాల్లోకి లేచింది. వికెట్ కీపర్‌కు, ఫస్ట్ స్లిప్‌కు మధ్యలో ఇద్దరూ ఢీ కొని క్యాచ్ వదిలేశారు. అయితే కన్ఫ్యూషన్‌లో బ్యాట్స్ మెన్ ఒక్క రన్ కూడా తీయలేక పోయాడు. చివరి బంతికి మిడిల్ స్టంప్ లేచి పోవడంతో విజయం శంకర కాలేజీకి దక్కింది.

చెన్నై సండే లీగ్స్ చరిత్రలో మొట్ట మొదటిసారి ఆ కాలేజీ ఫైనల్స్‌కి చేరింది.

✦ ✦ ✦

Sunday leagues ఫైనల్ మ్యాచ్.

శంకర కాలేజీ vs పుఆరచ్చి వీరన్ కాలేజీ...

50 ఓవర్స్ మ్యాచ్. వేదిక.. ఎగ్మోర్ స్టేడియం...

రెండు కాలేజీల యాజమాన్యం, విద్యార్థులు, పూర్వ విద్యార్థులతో స్టేడియం కిక్కిరిసి పోయింది.

తొలుత బ్యాటింగ్ చేసిన పురచ్చి వీరన్ కాలేజీ 285 పరుగుల భారీ స్కోర్ చేసింది. లీగ్స్ దశలో ఓటమి లేకుండా ఫైనల్ కి చేరుకున్న జట్టు అది.

ఛేజింగ్‌లో 49 ఓవర్లకు 9 వికెట్స్ కోల్పోయి 271 పరుగులతో శంకర కాలేజీ కష్టాల్లో ఉంది. క్రీజ్ లో రిపుంజయ్ 87 పరుగులు చేసి సెంచరీకి చేరువలో ఉన్నాడు. చివరి ఓవర్ కు 15 పరుగులు చేయాలి.

ప్రత్యర్థి టీం ఫీల్డర్లను అందరినీ బౌండరీల దగ్గర మొహరించింది.

ఫాస్ట్ బౌలర్ కదిరేషన్ తొలి బంతి లెగ్ వికెట్ వైపు బౌన్స్ అయింది. రిప్పు బలంగా పుల్ చేశాడు. అది డీప్ ఫైన్ లెగ్ మీదుగా సిక్సర్ అయింది.

రెండో బంతి ఆఫ్ వికెట్ ఆవల పిచ్ అయింది. దాన్ని స్క్వేర్ కట్ చేసి బుల్లెట్ వేగంతో డీప్ బ్యాక్ వర్డ్ పాయింట్ మీదుగా బౌండరి దాటించాడు.

దీంతో ప్రత్యర్థి టీం కెప్టెన్ వ్యూహం మార్చాడు. ఈ సారి ఎక్స్ట్రా కవర్, డీప్

కవర్, డీప్ పాయింట్స్ వద్ద ఫీల్డర్స్‌ను మొహరించి ఆఫ్ సైడ్‌లో బౌలింగ్ చేయించారు. మూడు బాల్స్ పరుగులు ఏమీ లేకుండా వృధా అయ్యాయి. ఇక చివరి బంతి. ఫోర్ కొడితే మ్యాచ్ డ్రా అవుతుంది.

గెలవాలి అంటే సిక్సర్ కొట్టి తీరాలి.

ఈ బాల్ కూడా అఫ్ సైడ్ వేస్తారని మహిమకు అర్థం అయింది.

ఫీల్డింగ్ ప్లేస్ మెంట్స్‌ను జాగ్రత్తగా గమనించిన మహిమ.. లేచి వెళ్లి, లాంగ్‌ఆఫ సమీపంలో బౌండరి బయట రెండు చేతులు పైకెత్తి నిలబడింది. రిప్పు ఇది గమనించాడు. వాళ్ళ కోచ్ కూడా ఆసక్తిగా ఆమె వైపు చూశాడు.

చివరి బంతి అఫ్ సైడ్‌లో ఫుల్‌టాస్ కావడంతో లాఫ్టెడ్ డ్రైవ్ షాట్‌తో లాంగ్ అఫ్ మీదుగా సిక్సర్ మలిచాడు. బౌండరి బయట ఆ బాల్‌ను మహిమ ఒడుపుగా పట్టుకుని ముద్దాడుతూ గెంతులేసింది.

దీంతో అతడి సెంచరీ పూర్తి కావడంతో పాటు శంకర కాలేజీ అద్భుతమైన విజయం సాధించింది.

హర్ష ద్వానాలతో స్టేడియం దద్దరిల్లి పోయింది.

✦ ✦ ✦

మరునాడు కళాశాలకు జట్టు సభ్యులందరూ వారివారి బంధుమిత్రులను పిలిపించుకున్నారు. కాలేజీ అంతట సంబరాలు మిన్నంటగా జట్టుకు ఘన స్వాగతం పలికారు.

క్యాంపస్‌లో రిప్పుకు ఒక సినిమా హీరోకి మించిన క్రేజ్ వచ్చేసింది. స్టేజ్‌పైన కోచ్ మరియు కెప్టెన్లు తమ ఘనతను ఘనంగా ప్రకటించుకున్నారు.

రిప్పును మాట్లాడమంటూ ప్రిన్సిపల్ ఒత్తిడి చేశాడు.

అతడి కోసం ఒక ప్రత్యేక ట్రోఫీ సిద్ధంగా ఉంది. రిప్పు ఏం చెబుతాడా అని అంతా ఉత్కంఠగా ఎదురు చూడసాగారు. రిప్పు తరపున అక్కడికి వచ్చిన మహిమ కూడా అదే ఉత్కంఠతో ఉంది.

"నేను తొలి మ్యాచ్‌ని కాలేజ్ కోసం ఆడలేదు" అని ప్రారంభించాడు. అందరూ నిశ్శబ్దం అయిపోయారు

"నేను మళ్ళీ క్రికెట్ ఆడతానని కూడా అనుకోలేదు. అయితే నాకు స్నేహం అంటే ఏమిటో అనురాగం అంటే ఏమిటో తెలియ చెప్పిన ఒక అమృతమూర్తి కోసం ఆడాను".

"నువ్వు క్రికెట్ ఆడితే చూడాలని ఉందిరా.. అని అడిగిన ఆ ప్రేమ మూర్తి కోసం

ఆడాను... తర్వాతి మ్యాచులు నన్ను నేను ప్రూవ్ చేసుకునేందుకు ఆడాను. సెమీ ఫైనల్స్‌లో జట్టు ఆపదలో ఉంది.. నేను తీవ్రంగా గాయపడ్డాను అయితే ఆ దేవత మళ్లీ ప్రోత్సహించింది. నీ జట్టు కోసం నీ గాయాన్ని కాసేపు మర్చిపో అంటూ ఉపదేశించింది ఆమె ఇచ్చిన స్ఫూర్తితో మళ్లీ రంగంలోకి దిగి జట్టు గెలవడానికి తోడ్పడ్డాను. ఇక ఫైనల్ మ్యాచ్‌లో అడుగడుగునా ఆమె చేసిన దిశా నిర్దేశంతో నేను సెంచరీచేసి జట్టును గెలిపించాను.

కాబట్టి, నాలో క్రికెటర్‌ను వెన్నుతట్టి లేపిన ఆ మహిళా మహోన్నత మూర్తి చేతుల మీదుగానే నేను ఈ అవార్డు తీసుకోవాలి అని ఆశిస్తున్నాను"....అని ఆగాడు.

ఆమె ఎవరో జట్టు సభ్యులకు అర్థం అయిపోయింది. యాజమాన్యంతో పాటు కాలేజీ స్టూడెంట్స్ అందరూ రిప్పు చెప్పేది ఎవరి గురించా? అని ఆలోచించ సాగారు.

"ఆమె ఎవరో కాదు. ఫ్లెక్సీ వేర్ కంపెనీ అధినేత... ది ఒన్ అండ్ ది ఓన్లీ మహిమ మేడం..." అని గట్టిగా వెల్లడించాడు.

... ఆమె అయిష్టంగానే అన్నట్టు లేచి స్టేజ్ పైకి వచ్చింది. ఆమె పేరు వినగానే కోచ్ మనసులో ఏదో మెదిలింది. ఆమె ఎవరో అతడికి పూర్తిగా అర్థం అయింది.

మహిమ చేతుల మీదుగా ఈ అవార్డును రిప్పు ఆనందంగా అందుకున్నాడు. టీం యావత్తు ఆమెతో ఫోటో దిగింది.

రిప్పు గురించి మాట్లాడ వలసిందిగా ప్రిన్సిపాల్ ఆమెకు మైక్ అందించినా తిరస్కరించింది.

ఈలోగా ఆ మైకును కోచ్ వీరప్పన్ అందుకున్నాడు.

"ఈ ఆనంద సమయంలో మీకెవ్వరికీ తెలియని విషయం ఒకటి తెలుపాలి అనుకుంటున్నా.. రిపుంజయ్‌లో ఉన్న క్రికెటర్‌ని గుర్తించి ప్రోత్సహించిన ఈ మేడం ఎవరో తెలుసా..?" అని అడిగాడు.

ఒక్కసారిగా నిశ్శబ్దం ఆవహించింది

"పదేళ్ల క్రితం మహిళా క్రికెట్ రంగంలో ఉవ్వెత్తున దూసుకు వచ్చిన మహిమా శంకరన్ ఈమె. ప్రతి ఆదివారం రిపుంజయ్‌ని చూసేందుకు గ్రౌండ్ వస్తూ ఉంటే.. ఎవరీమె..? ఎక్కడోచూసినట్టుందే.? అనుకునేవాడిని. ఈరోజు ఉదయం అనుకోకుండా నేను క్రికెట్ ఆడే రోజులనాటి పాత పేపర్లను తిరగేస్తే ఈమె ఎవరో అర్థమైంది. అప్పట్లో మహిళా క్రికెట్లో ఈమె ఒక సంచలనం. ఆమె ప్రతిభను గుర్తింపును చూసి మేమంతా ఈర్ష్య పడేవాళ్ళం. శాంత రంగస్వామి, సుధాషా, సుసాన్ ఇట్టిచెరియా, ఫోజియా ఖలీలి, సుజాత శ్రీధర్‌ల తర్వాత తమిళనాడు మహిళా క్రికెట్‌లో చాలా గ్యాప్ వచ్చింది.

మహిమ గారు ఆ లోటు తీర్చబోతున్నారు అనీ పత్రికలు ఈమె ప్రతిభను ఆకాశానికి ఎత్తాయి. భారత జట్టుకు ఎంపికై ఎన్నో విజయాలు సాధించి పెడుతుందని మేమంతా ఎదురు చూసేవాళ్ళం... ఏం జరిగిందో తెలియదు.. ఒక సీజన్ నుంచి ఈమె కనీసం రాష్ట్ర జట్టులో నుంచే లేకుండా పోయింది. మళ్ళీ మైదానంలో అడుగు పెట్టలేదు. ఆమె క్రికెట్ ఫీల్డ్ నుంచి పూర్తిగా తప్పుకుంది. ఆమె ఎందుకు అంతర్ధానం అయిందీ ఎవరికీ తెలియదు. మళ్ళీ ఇన్నాళ్లకు ఈమెను చూసే అవకాశం రిపు ద్వారా మనకు దక్కింది. పరోక్షంగా నైనా ఈమె మన కళాశాల విజయానికి దోహద పడినందుకు మనసారా కృతజ్ఞతలు తెలుపుకుంటున్నా..” అంటూ ముగించాడు.

అంతటా పిన్ డ్రాప్ సైలెన్స్.

రిపుంజయ్ నోట మాటరాలేదు. నోరెళ్లబెట్టి ఆశ్చర్యంగా ఆమె వైపు చూడ సాగాడు.

మహిమ పరిస్థితి మరోలా ఉంది ఒకరకంగా ఆమె స్థాణువులా నిలుచుంది. ఏ అంశం తెరపైకి రాకుండా అజ్ఞాతంగా ఉండాలని ప్రయత్నించిందో అది కాస్త వెల్లడైపోయింది.. ఇప్పుడు ఏమిటి చేయటం.?

ఆమె అక్కడి నుంచి దిగ్గున లేచి వెళ్ళిపోయింది.

తన కారును నేరుగా మెరీనా బీచ్‌కి మళ్లించింది.

✦ ✦ ✦

మహిమ అలా చెప్పాపెట్టకుండా వెళ్లిపోవడంతో అందరూ షాక్ అయ్యారు. ఆమె ఎందుకో డిస్టర్బ్ అయింది అని తెలిసిపోతోంది.

ఈలోగా కోచ్ మరికొన్ని విషయాలను ఆమె గురించి చెప్పాడు.

“ ఆమె బ్యాటింగ్‌ను ఎన్నోసార్లు నేను స్వయంగా చూశాను. స్పిన్ బౌలింగ్‌లో ఆమె టెక్నిక్ ఎవరికి అంతు చిక్కేది కాదు.

అప్పట్లో ఆమె గురించి రాయని పత్రిక లేదు. అయితే ఆమె ఏ కారణం వల్ల తెరమరుగయ్యిందో తెలియదు గానీ భారతదేశం ఒక ఉజ్వల భవిష్యత్తు ఉన్న మహిళా క్రికెటర్ను దూరం చేసుకుంది “ అంటూ కొనియాడాడు.

రిపుంజయ్ తేరుకుని, తన ట్రోఫీని అక్కడే వదిలేసి వేగంగా ఆవరణ దాటాడు. అప్పటికే ఆమె వెళ్లిపోయింది. ఎస్టిడి బూత్‌కు వెళ్లి ఆమె సెల్ ఫోన్‌కు ట్రై చేస్తే స్విచ్ ఆఫ్ అని వచ్చింది. దీంతో ఒక స్నేహితుడి బైక్ తీసుకుని మైలాపూర్ వైపుగా సాగాడు.

ఇంట్లో మహిమ లేదు. క్లోజింగ్ అవర్స్ కాబట్టి, ఆఫీస్‌కి వెళ్లే అవకాశం లేదు.

అయినా, కాల్ చేసి అడిగాడు. మేడం ఆఫీస్‌లో లేదు అని సమాధానం.

ఇంకెక్కడికి వెళ్లి ఉంటుంది..?

ఆమె మూడ్ బాగాలేకపోతే వెళ్ళేది మెరీనా బీచ్ కే...

కానీ, అక్కడికి వెళ్లొద్దు అని నిర్ణయించుకున్నాం గదా..!

ఎందుకైనా మంచిది.. వెళ్లి చూసివస్తే సరి.

అతడు వెళ్లేసరికి మెరీనా బీచ్ సాయంకాలపు నీరెండలో కాంతిపుంజాలు పరుచుకొని ఆహ్లాదంగా ఉంది.

ఆమె అక్కడ.. అదే పడవపై ఉంది.

మౌనంగా వెళ్లి ఆమె పక్కనే కూర్చున్నాడు. అలికిడికి తల తిప్పి చూసింది.

రిపుంజయ్‌ని అక్కడ చూసి ఆమె రిలాక్స్‌గా ఫీలయింది. అతడి ఎడమ భుజంపై తల వాల్చింది. అతడు ఆమె కుడి భుజం పొదివి పట్టుకోవాలనుకున్నాడు. కానీ, భయపడ్డాడు. ఆమె ఏమిటో తెలియక ముందు మహిమ వేరు... తెలిశాక వేరు. అంత గొప్ప బ్యాగ్రౌండ్ ఉన్న మహిళతో తాను సాన్నిహిత్యం పెంచుకున్నాడా..! ఎలా సాధ్యమైంది..?

ఆమె కెరీర్ ఎందుకు అర్ధంతరంగా ఆగిపోయింది?

కోచ్ మాటలకు ఎందుకు ఇంతలా అప్సెట్ అయింది.? ఏమీ అర్థం కావడం లేదు.

అంత పెద్ద పెట్టున వీస్తున్న అలల హోరులో కూడా అంతు పట్టని నిశ్శబ్దం నెలకొంది. దాన్ని బ్రేక్ చేస్తూ రిపుంజయ్ అన్నాడు..

"ఇక్కడికి రావటం వద్దనుకున్నాం గదా..! ఎందుకొచ్చారు..? ఇంటికి వెళ్దాం పదండి."

ఆమె అతడి వైపు తలెత్తి చూసింది.

ఎవరికో భయపడి మన ఆనందాన్ని వదులుకుంటామా..? అన్నట్లు ఉంది ఆ చూపు.

ఆ భావం అతడికి అర్థం అయింది కూడా.

ఆమె అతడి కళ్ల లోకి చూసింది.

ఆ కళ్లలో ఎన్ని ప్రశ్నలో..!

ఆమెకు తెలుసు... అతడు ఏం అడగాలి అనుకుంటున్నాడో.!

ఆమె ఎంతకూ నోరు మెదపకపోగా, అతడి అరచెయ్యి తీసుకుని తన చెంపకు తడుముకుంటూ.. ఓ వింత అనుభూతికి లోనవసాగింది.

ఇక తప్పడం లేదు... అడిగేయాల్సిందే అనుకున్నాడు.

"మేడం చెప్పండి.. మా కోచ్ చెప్పింది నిజమా..? మీరు ఓ పేరొందిన క్రికెటరా..? మీ కెరీర్‌లో ఏం జరిగింది? "

ఆమె నుంచి సమాధానం రాకపోవడంతో మళ్లీ అన్నాడు.

"మా కోచ్ మీ గత వైభవాన్ని గురించి చెబుతున్నప్పుడు మేమంతా గర్వంతో ఉప్పొంగి పోయాం. మీరు మాత్రం తీవ్రంగా అప్సెట్ అయ్యి అక్కడ నుంచి వచ్చేసారు. దీన్ని బట్టి, మీ జీవితంలో బయటి ప్రపంచానికి తెలియని విషాద కోణం ఏదో దాగే ఉంది. అది మీరు చెప్పి తీరాలి"

దీంతో ఆమె వేగంగా రియాక్ట్ అయింది.

"రిపుంజయ్.. నా గతంలో ఏ కోణమైనా ఉండొచ్చుగాక.. నేను నీకెందుకు చెప్పాలి..?"

దీంతో రిప్పు ముఖం మాడిపోయింది.

"మేడం..ప్లీజ్ " అంటూ ఏదో చెప్పబోయి ఆగాడు.

"ఎస్, చెప్పు... నా గతం గురించి నీకు ఎందుకు చెప్పాలి.? అసలు నువ్వు నాకు ఏం అవుతావని నా గురించి చెప్పాలి..? నీ గురించి నేను ఎన్నిసార్లు అడిగినా నాతో చెప్పావా..? నీ కష్టాలు పంచుకునేందుకు నేను పనికిరానా?ఆ విషయంలో కానిదాన్ని అయినప్పుడు నా గురించి అడిగే హక్కు నీకు ఎవరు ఇచ్చారు.? అని ఆగింది.

ఆమె ప్రశ్నల పరంపరకు అతని ముఖం తెల్లగా పాలిపోయింది.

ఇది గమనించిన మహిమ ఒక్కసారిగా నొచ్చుకుంది. అంతలోనే అతనిపై అనురాగం పుట్టుకొచ్చింది.

అతన్ని మరింత దగ్గరికి తీసుకుని

"రిప్పూ..సారీ రా .." అంటూ అతడి జుట్టు నిమిరింది.

ఆమె ఒడిలో అతడు పసిపిల్లాడు అయ్యాడు. ఒక్కసారిగా అమ్మనాన్నలతో పాటు అయినవాళ్లంతా గుర్తొచ్చారు. అతడి వెచ్చని కన్నీరు ఆమెను కలవర పెట్టింది.

ఆమె అతడిని ఓదార్చే ప్రయత్నం చేసింది.

"రిపూ.. లేవరా... లేచి నా ఎదురుగా కూర్చో.. నా వైపు చూడు.." అని ఎదురుగా కూర్చో బెట్టుకుంది.

"నేను నీకు ఎలా దగ్గరయ్యానో తెలుసా.?"

అతడి కళ్ల లోకి దీర్ఘంగా చూస్తూ అడిగింది.

"బీచ్‌లో ఒంటరిగా కూర్చుని నీవు పడుతున్న వేదనను ఎన్నిసార్లో దగ్గర నుంచి గమనించాను. నిన్ను చూసే కొద్దీ నాకు ఎంతో అయిన వాడివిగా అనిపించింది... ఎంతలా అంటే, నిన్ను దగ్గరికి తీసుకుని ఓదార్చాలని.. నీకు నేను తోడు ఉన్నాను అని ధైర్యం చెప్పాలనీ, గాఢంగా అనిపించేది. నీకు చేరువ కావాలి అని ఒక ఆదివారం గట్టిగా డిసైడ్ అయి వచ్చాను. నీవు కనిపించలేదు. మూడు వారాలపాటు, ప్రతి ఆదివారం నీ కోసమే వచ్చి వెతికే దాన్ని. నీ జాడ లేకపో యేసరికి నాకు ఒక రకంగా పిచ్చి పట్టింది... నీకోసం పరితపిస్తూ, ఇక ఆశలు వదులుకుంటున్న సమయంలో నీవు హఠాత్తుగా ఊడిపడ్డావు. దుండగుల నుంచి ఆపదలో ఉన్న నన్ను కాపాడి నాకు మరీ ప్రాణం అయిపోయావు. ఇప్పుడు నువ్వు నాకు ఎంత దగ్గరయిపోయావంటే.. వారాని కోసారి నిన్ను చూసేందుకే మిగతా ఆరు రోజులు గడుపుతున్నానేమో అన్నంతగా..."

అని చెప్పి కాసేపు ఆగింది.

రిప్పు కళ్లలో కళ్ళు పెట్టి... మళ్లీ కొనసాగించింది.

"నీ ప్రతిబింబం నా కళ్లలో మాత్రమే కనిపిస్తుందేమో కానీ నీ ప్రతి రూపం మాత్రం నా గుండెల్లో ఉంది.. నాకు నువ్వు ఏమిటో ఇంతకన్నా నేను ఎలా చెప్పగలను రా.."

అంటూ లేచి నిలబడింది.

ఆమె గొంతు ఆర్ద్రతతో బొంగురు పోయింది.

వింటున్న రిపుంజయ్ కళ్ళు మరింత చెమ్మగిల్లిపోయాయి.

తన ఎదురుగా ఒక సమున్నత హిమాలయ పర్వత శిఖరమే మహిమ రూపంలో నిలబడినట్లు అనిపించింది.

ఆమె హృదయమంతా నేను పరుచుకొని ఉన్నానా..?

అంతటి భాగ్యానికి నేను నోచుకున్నానా..?

ఇది ఎన్ని జన్మల తపస్సుల ఫలమో... కదా!

ఈ దేవత దగ్గరా నేను నాగురించి వెల్లడి చేసుకునేందుకు సంకోచిస్తున్నది..!

అతడు తీవ్రంగా మదన పడసాగాడు.

ఆమె రిప్పూనే గమనిస్తూ అంది..

"ఇప్పుడు చెప్పు... నేను నీ గురించి తెలుసుకోవాలని ఎంతగా ప్రయత్నించిన అప్పటికీ నీవు స్పందించకపోతే నాకెలా ఉంటుంది?

పైగా నా గతం గురించి చెప్పమని నిలదీస్తున్నావు. ఒక్క విషయం మాత్రం చెప్పగలను. నా గతంలో దాగి ఉన్న ఒక విషాదకర అంశాన్ని నీతో పంచుకునేంత వయసు నీకు లేదు. సమయం వచ్చినప్పుడు నీకు అన్నీ విడమర్చి చెప్తా.. ఇప్పటికైనా నీ గురించి చెప్పు. నీ సమస్య పరిష్కారంలో నన్ను కూడా భాగస్వామి కానివ్వు "

......ఆ ఇద్దరి భావోద్వేగాలకు ప్రకృతి కూడా సహకరించింది. అలల హెూరు కాస్త తగ్గింది.

చీకటి అప్పుడప్పుడే చిక్కబడుతోంది.

రిపుంజయ్ ఎంతో భారంగా నోరు విప్పాడు. అతడు తన గతాన్ని కళ్ళకు కట్టిస్తున్నాడు. ఆమె చెవులు రిక్కించి వినసాగింది.

✦ ✦ ✦

అధ్యాయం – 3

కుముద్వతీ నది తీరంలో...

ఆంధ్ర ప్రదేశ్‌లోని కుముద్వతి నది. స్థానిక వాడుక భాషలో కుందేరు అంటారు. తీరప్రాంత గ్రామాలన్నిటికీ జవం జీవం అంతా ఈ ఏరే. వర్షాకాలంలో ఉరకలై పారుతుంది. ఎండకాలంలో చెలిమలై దప్పిక తీరుస్తుంది. ఎంత కరువొచ్చినా ఎంతో కొంత జలం ఉబికి వస్తూనే ఉంటుంది.

"ఈ ఏటి నీటిలో కమ్మదనములూరు" అని విద్వాన్ విశ్వం పెన్నేరు గురించి చెప్పారు. కానీ, పెన్నేటి నీటికి ఆ కమ్మదనం అబ్బింది కుముద్వతిని తనలో కలుపుకున్నాకే...

రైతులు ఏటి వెంట మోటార్లు వేసుకొని రెండు కార్లూ పండిస్తారు.

ప్రతి ఏడూ పుష్కలంగా నీరిచ్చి రైతు బిడ్డల లోగిళ్లు పచ్చగా ఉండేలా చూస్తుంది కదా..! ఎప్పుడో ఒకసారి వరదలతో ఉగ్రరూపం దాల్చి పంట పొలాలను ముంచెత్తి వేస్తుంది.

ఆ హక్కు ఆ ఏటి తల్లికి ఉంది అన్నట్టు రైతులు మరింత భక్తి శ్రద్ధలు చూపుతారు. ఒక ఏడు ముంచినా.., మూడేళ్లు చల్లగా చూస్తుంది అని నమ్మకం.

ఒక్క మాటలో చెప్పాలంటే.. ఈ ఏటి తల్లిని నమ్ముకుని చెడిపోయిన ఒక్క రైతూ కనిపించడు.

కుముద్వతి తీరంలో ముత్యాలపల్లె అనే గ్రామం ఉంది. శ్రమైక జీవన సౌందర్యానికి అర్థం ఏమిటో ఆ పల్లెలోనే వెతుక్కోవాలి.

పంట పొలాల్లో పచ్చదనం, గ్రామస్తుల ఇళ్లలో ప్రశాంత జీవనం.

ఆ పల్లె జానపద కళలకు కాణాచి. ఏకువన కోడికూసినప్పుడు నిద్ర లేచింది మొదలు, పొద్దుగుంకులూ రెక్కలు అల్లార్చిన రైతుబిడ్డలు.. చీకటి పడగానే పల్లెపదాల్లో మునిగి తేలుతుంటారు. కోలన్న, సిరిపట్టు, పిచ్చికుంట్ల పాటలు.. ఏదో ఒక జానపదం ఆ పల్లెలో ఝల్లుమంటూనే ఉంటుంది..

చదువు సంధ్యలు అబ్బిన వారు చాలా తక్కువ. కళాధర్ రెడ్డి ఒక్కడే డిగ్రీ వరకు చదివాడు. అతడి చొరవతో గ్రామానికి అన్ని వసతులు వచ్చాయి. ఈ ఊర్లో ఆయన మాటకు తిరుగులేదు. అభ్యుదయ భావాలు ఉన్న వ్యక్తి. తొలినుంచి కరుడు గట్టిన కాంగ్రెస్ వాది..

డా. వై.యస్. రాజశేఖర్ రెడ్డితో మంచి స్నేహ సంబంధాలు ఉన్నాయి.

ఊరి జనాలకు ఆయన మాటే వేద వాక్కు. ఆయన చెప్పిన వ్యక్తే సర్పంచ్ లేదా ఎంపీటీసీ అవుతాడు. ప్రభుత్వ ప్రమేయం లేకుండా గ్రామస్తుల శ్రమ దానాలతోనే ఊరును అభివృద్ధి చేసుకున్నాడు. ఆయన ఊర్లో ఉంటే పేకాట బంద్. ఊర్లో మద్యపానం పూర్తిగా నిషేధం. కుముద్వతి నది వెంట నాటు సారా బట్టీలు లేకుండా చేశాడు. పక్కనే ఉన్న కోటిపల్లికి వెళ్లి ఎవరైనా తాగి వచ్చినా కళాధర్ రెడ్డి కంట పడకుండా తప్పుకునే వాళ్ళు.

కళాధర్ రెడ్డి భార్య రుక్మిణమ్మ కూడా ఇంటర్మీడియట్ వరకు చదువుకుంది. అయినప్పటికీ వ్యవసాయం పనుల్లోనే నిమగ్నం అయి ఉంటుంది.

కళాధర రెడ్డికి ఒక తమ్ముడు. పేరు రంగారెడ్డి. అతడికి అన్న అంటే ప్రాణం. అన్న మీద ఈగ వాలనివ్వడు. పెళ్ళై ఏళ్ళు గడిచినా సంతానం లేకపోవడంతో అన్న పిల్లలనే కంటికి రెప్పలా చూసుకునే వాడు.

వీళ్ళ దాయాది అయిన తిమ్మా రెడ్డి కుటుంబంతో ఎప్పటినుంచో ఆస్తి తగాదాలు ఉన్నాయి. పొలం గట్ల కాడ తిమ్మారెడ్డి, రంగా రెడ్డిలు తరుచూ తగాదా పడేవాళ్ళు. కళాధర్ రెడ్డి జోక్యం చేసుకుని సద్దుమణిచే వాడు.

కళాధర్ రెడ్డికి ఇద్దరు కొడుకులు . పెద్దోడు వంశీధర్ రెడ్డి అగ్రికల్చర్ బీ.ఎస్.సీ చదివి, ఉద్యోగం వద్దు అనుకుని, సొంతూరులో వ్యవసాయం చూసుకుంటున్నాడు.

చిన్న కొడుకు రిపుంజయ్ ని అప్పర్ ప్రైమరీ అయ్యాక హైదరాబాద్ లో మంచి పేరున్న సెయింట్ జాన్ స్కూల్ లో చేర్పించారు. చిన్నప్పటి నుంచి క్రికెట్ అంటే రిపుంజయ్ కి ప్రాణం. తనకు తానుగా వెళ్లి, కోచ్ కిషన్ సింగ్ ను సంప్రదించి తన పేరును ఆ స్కూల్ క్రికెట్ అకాడమీలో ఎన్రోల్ చేయించుకున్నాడు..

రిపుంజయ్ కి ఎనిమిదో క్లాస్ లోనే క్రికెట్ బేసిక్స్ బాగా వంటబట్టాయి. అండర్ 14 లీగ్స్‌లో స్కూల్ జట్టుకు ఎంపికయ్యాడు.

మంచి అల్ రౌండర్‌గా అతడి పేరు హైదరాబాద్ లీగ్స్‌లో మారుమోగింది. తొమ్మిదో క్లాస్‌లో ఉండగా అండర్ 16 లీగ్స్‌లో 5 సెంచరీలు నమోదు చేశాడు. హైయెస్ట్ వికెట్ టేకర్ గా నిలిచాడు. అదే ఊపులో అండర్ 16 స్టేట్ టీంకు కూడా సెలెక్ట్ అయ్యాడు.

అయితే హైదరాబాద్ క్రికెట్ లో నెలకొన్న రాజకీయాల కారణంగా అతడికి సరైన ఎంకరేజ్మెంట్ దక్కలేదు. ఆ సీజన్ అంతా అతడు ఎక్స్ట్రా ప్లేయర్ గానే ఉండిపోయాడు.

రిప్పుకి క్రికెట్ పై ఎంత మోజు ఉన్నప్పటికీ స్టడీస్‌లో మరీ అంత వెనుకబడి లేడు. టెన్త్ పరీక్షలు ఫస్ట్ క్లాస్ లోనే పాస్ అయ్యాడు.

కోచ్ కిషన్ సింగ్ సలహా మేరకు వెస్లీ కళాశాలలో ఇంటర్మీడియట్ చేరాడు. కాలేజ్ క్రికెట్లో అతడి నైపుణ్యం వల్ల వెస్లీ కళాశాలకు ఎన్నో విజయాలు లభించాయి. 17 ఏళ్ల వయసులోనే అండర్ 19 స్టేట్ టీం ప్రాబబుల్స్‌కు సెలెక్ట్ అయ్యాడు. కానీ ఫైనల్ లిస్ట్ లో స్థానం ఇవ్వలేదు.

మూడేళ్లుగా క్రికెట్ ప్రాక్టీస్ తోనూ, క్రికెట్ టోర్నమెంట్ లతోనూ తీరిక లేకుండా గడపడంవల్ల ఎప్పుడోగాని సొంత ఊరుకు వెళ్లేవాడు కాదు. ఇంటర్ ద్వితీయ సంవత్సరం చదువుతుండగా దసరా సెలవులు వచ్చాయి. పెద్దగా ప్రాధాన్యత ఉన్న టోర్నమెంట్ ఏది ఆ సెలవుల్లో లేదు. అన్నయ్య వంశీధర్ రెడ్డికి మ్యారేజ్ ఫిక్స్ అయింది. దీంతో దాదాపు రెండు వారాలు అతనికి సొంతూరులో గడిపే అవకాశం దక్కింది. బాల్య స్నేహితులతో చెట్టూ పుట్టల వెంట తిరుగుతూ ఎంజాయ్ చేస్తున్నాడు.

ఒక రోజు ఏమీ తోచక ఏటి ఒడ్డున ఉన్న బావి తోటకు వెళ్ళాడు. ఆ తోటలో ఏటి గట్టుకు ఆనుకుని ఒక పెద్ద చింత చెట్టు ఉంది. దాని కొమ్మకు ఒక ఉయ్యాల వేలాడదీసి ఉంది. పండుగలు వస్తే తమ ఊరి పిల్లలు, పెద్దలు ఉయ్యాల ఊగటం మామూలే. తాను కూడా చిన్నప్పుడు ఎప్పుడో ఊగాడు.. కిందపడి గాయపడి, మళ్ళీ దాని జోలికి వెళ్లలేదు.

ఇప్పుడు ఎందుకనో ఆసక్తిగా అనిపించి ఈ ఉయ్యాల ఎక్కి ఊగటం మొదలెట్టాడు. అలా ఊగుతూ కుందేటి జల ప్రవాహం చూడటం ఎంతో పరవశంగా ఉంది. అయితే, అలవాటు లేని ప్రాణం.. కొద్ది సేపట్లోనే, పట్టు కుదరక స్లిప్ అయి కింద పడిపోయాడు.

కంగారుగా లేచి మట్టి దులుపుకుంటూ ఎవరైనా చూశారేమో అని దిక్కులు చూసాడు. అయితే, రెండు కళ్ళు ఇతడి అవస్థని గమనించాయి. కిలకిలమంటూ విరిబోణి లాంటి నవ్వు వినిపించగా అటువైపు చూశాడు.

నాపరాయి బండల ఫెన్సింగ్‌ను ఒయ్యారంగా ఆనుకుని అందమైన పడుచు పిల్ల.. నీలం రంగు పావడాపై రోజా రంగు పైట వేసుకున్న అచ్చమైన రాయలసీమ లలనామణి కనిపించింది.

కుముద్వతి సోయగాలనే మించిన ఈఅందాల కొమ్మ ఎవరా..? అని ఆశ్చర్యానికి లోనవుతూ కళ్లప్పగించి ఆమె వైపే చూడసాగాడు రిపుంజయ్.

తీర్చిదిద్దినట్లు ఉన్న సౌష్టవంతో యవ్వనం ఉట్టి పడుతోంది ఆమెలో.

64 మేడం...C ✦ కాశీపురం ప్రభాకర రెడ్డి

✦ ✦ ✦

"ఏంటి ఆ చూపు...? హైదరాబాద్ లో ఆడపిల్లలు లేరా ఏంది..?"

ఆమె అంత గడుసుగా అడిగేసరికి రిపుంజయ్ కొంచెం తత్తరపడ్డాడు.

ఇంతకీ .ఎవరీమె..? అనుకుంటూ మరింత తేరిపార చూశాడు.

ఆమె అదో రకంగా పెదాలు విరుస్తూ మళ్ళీ అంది

"బావగారికి ఊగటం రాదా ఏమిటి..! అట్ల కింద పడ్డారు..?" ఉడికిస్తూ అంది.

రిపుంజయ్ ఇంకా మైకంలోనే ఉన్నాడు. ఆ వచ్చిన పూబోణి ఎవరో కానీ పచ్చని మేని ఛాయతో నిగ నిగ లాడుతూ కనుల విందుగా ఉంది. రెండు చేతులు తన నడుం పై పెట్టుకుని ఒయ్యారంగా నిలబడిన తీరు ముచ్చట గొలుపుతోంది. ఎక్కడో చూసినట్లు అనిపిస్తోంది.. కానీ సరిగా గుర్తు రావడం లేదు.

"క్రికెట్ ఆడినంత ఈజీ కాదు ఉయ్యాల ఊగడం అంటే.".. అంటూ ఎత్తి పొడిచింది. దీంతో ఒక్కసారిగా ఖంగు తిన్నాడు. తన గురించి తెలిసే వచ్చినట్టుంది.

"ఇంతకీ ఎవరు మీరు..?" అడిగాడు..

తన గొంతు తడిఆరి పోవటం స్పష్టంగా తెలుస్తోంది.

"ఎవరు...మీ......రా...?.. బావగారికి మర్యాదలు ఎక్కువైపోయాయే...! సర్కారోళ్ల సావాసమా ఏంది..?" అడిగింది... మీరా..అనే పదాన్ని ఒత్తి పలుకుతూ.

"బావగారు" అన్న పిలుపుతో మరింత ఉక్కిరిబిక్కిరయ్యాడు.

ఎందుకంటే ఈ పల్లెల్లో 'గారూ'అనే మాటే వినిపించదు. అంతా ఏకవచనం ఆప్యాయతే. ఆమెను బాగా నిశితంగా గమనిస్తే అర్థమైంది. రాధమ్మత్త కూతురు నీలవేణి. తిమ్మారెడ్డి బాబాయ్‌కి మేన కోడలు. అంటే తనకు మరదలి వరుస అవుతుంది. తనకంటే ఏడాది చిన్నది.

వాళ్ళది పక్క ఊరే. అయితే, మేనమామ ఇంటనే పెరిగింది. చిన్నప్పుడు కలిసి ఆడుకునే వాళ్ళు. తాను హైదరాబాద్ చదువుల కారణంగా దాదాపు మూడు నాలుగేళ్ల నుంచి ఆమెను చూడనే లేదు. అందుకే గుర్తుపట్టలేకపోయాడు. అప్పుడు గౌన్లు వేసుకుని పక్క ఊర్లో ఉన్న హైస్కూల్‌కి వెళ్ళేది. ఈ ఏడాది టెన్త్ పాసై పొద్దుటూరులో ఇంటర్ చదువుతోంది అని విన్నాడు.

అబ్బో... ఇప్పుడు ఎంత మార్పు..! పైటలు వేసుకునే వయసు రావడంతో, తను పోల్చుకోలేకపోయాడు. తనకు ఇంత అందమైన మరదలు ఉందా..! అని లోలోన ఆశ్చర్య చకితుడయ్యాడు. ఒక్కసారిగా తనకే అంతుచిక్కని తీయని భావన ముప్పిరిగొంది.

అతని ఆలోచనలు కట్ చేస్తూ..

“హలో బావా.. ఏంటి.. ఏదో డ్రీమ్స్ లో ఉన్నట్టున్నావ్..? ఇందాక కింద పడ్డప్పుడు దెబ్బలేమీ తగల్లేదు కదా..!”

ఆరా తీసినట్టున్నా ఎత్తిపొడుపు స్పష్టంగా ధ్వనించింది ఆ గొంతులో.

“నో నో... లేదు.. దెబ్బలేమి తగల్లేదు. అయినా నేను ఉయ్యాల నుంచి పడలేదు తెలుసా ..?” తడబడుతూ జవాబిచ్చాడు.

“ఆహా...! అయితే, ఆకాశం నుంచి పడ్డావా స్వామీ...! నీ చొక్కాకు, ప్యాంట్ కు దుమ్ము ఎలా అంటుకుందో పాపం..!.” దీర్ఘం తీస్తూ అంది.

రిప్పు మరో సారి తన దుస్తుల వాలకం చూసుకున్నాడు.

“నేను అంతా చూసానులే బావా .” అంది మరింత ఉడికిస్తూ...

“అయితే ఏంటి..? ఉయ్యాలన్నాక కింద పడుతుంటాం... లేస్తుంటాం ఇదంతా మామూలే..” అంటూ ఏదో సరిపెట్టే ప్రయత్నం చేశాడు.

“అలాగా..? ఇంతకూ, బావగారు ఎన్నిసార్లు పడి లేచారేంటి..?”

దీంతో రిప్పుకు రోషం పొడుచుకు వచ్చింది.

“ఏంటి నువ్వు..? భలే ఎగతాళి చేస్తున్నావ్..? నువ్వు ఉయ్యాల ఊగు తెలుస్తుంది ఎంత కష్టమో..!” గట్టిగా అడిగాడు. ఇంతటితో ఆమె నోరు మూపించాను అనుకున్నాడు. ఆమె ఊరుకునే రకమా..!

“ఓకే అయితే... బావగారు అడిగాక తప్పుతుందా..? మనిద్దరం పందెం వేసుకుందాం. ఎవరు గెలుస్తారో చూద్దాం..”

సవాల్ విసిరింది నీలవేణి.

“ఏమిటీ.. దీంట్లో కూడా పందాలు ఉంటాయా?”

అశ్చర్యంగా అడిగాడు రిప్పు.

ఆమె చనువుగా చింతచెట్టు కిందకి వచ్చేసింది.

“పందేలు ఎందుకుండవ్...?

ఉయ్యాల ఎక్కి ఊగుకుంటూ ...అదిగో... ఆ వంకిరి కొమ్మ చిగురు కోసుకు రావాలి. నీతో అవుతుందా..?”

అని ఛాలెంజ్ చేసి, ఉయ్యాల ఎక్కి ఊగ సాగింది. మెల్లగా స్పీడ్ పెంచింది. ఆమెను అలా చూస్తూనే ఉండిపోయాడు. కాళ్ళు విప్పార్చుతూ ఊగటంలో ఆమె

66 మేడం...C ✦ కాశీపురం ప్రభాకర రెడ్డి

ఒడుపు చూసి నోరెళ్లబెట్టాడు రిపుంజయ్. అలా ఊగుతూనే మరోసారి రిప్పు వైపు చూస్తూ రెట్టించింది.

"ఏం బావగారూ.. పందేనికి సిద్ధమా..?"

ఆ పిలుపు విని రిప్పు కు చిర్రెత్తుకొచ్చింది.

"ఇదిగో ఇంకోసారి నన్ను గారూ..గీరూ అన్నావనుకో.. నీ ముక్కు బద్దలు కొడతా జాగ్రత్త.." కుడి చెయ్యి ఎత్తి చూపుతూ హెచ్చరిక చేశాడు.

" నువ్వు మాత్రం..నన్ను మీ..రూ..అని పిలవలేదా..? పందేనికి ముందుకు రాడు గానీ.. రోషానికేం తక్కువ లేదు.." ఉయ్యాల ఊగుతూనే ఉడికించింది.

ఇక మరదలు దగ్గర పరువు పోయేలా ఉంది అనుకొని..

"పందేనికి నేను సిద్దమే.. ఈ రిప్పు మాటంటే మాటే.. వెనుకడుగు వేసే ప్రశ్నే లేదు.."

"అబ్బోవ్... బాషా సినిమా ఎన్నిసార్లు చూసావేంది..?

"ఒక్కసారి చూసా... అయితే ఏంటిటా..?"

" ఏం లేదులే .. మొన్న శుక్రవారం రిలీజ్ అయిన రోజే నేను కూడా చూశా... అందులో కూడా ఇదే డైలాగ్ ఉంటేనూ..!."

"డైలాగ్ ఏంటి...? నేను సీరియస్ గానే చెబుతున్నా.. నేను మాటంటే మాటే " దృఢంగా పలికాడు.

"అయితే బావగారు ఒక్కసారి చెబితే, వందసార్లు చెప్పినట్టు అన్నమాట.. సరే అదీ చూద్దాం "

" పందేనికి నేను రెడీ... కానీ ఈ రోజు వద్దు.. రేపు చూద్దాం.."అన్నాడు.

ఆమె అంత ఈజీగా ఒదిలిపెట్టే రకమా..!

"ఎందుకని పాపం..? రేపు ఏమైనా కొమ్ములు వస్తాయా అయ్యగారికి..?"

"అట్లని కాదు గానీ... నీకు రెగ్యులర్ గా అలవాటు ఉంది. నేను కూడా కొంచం ప్రాక్టీస్ కావద్దా..?"

"ఏమిటదీ ...ప్రాక్...టీ..సా..?"

సాగదీస్తూ అంది... "ఓహెూ.. తమరు క్రికెట్ ప్లేయర్ కదా..ప్రాక్టీస్‌లేకుండా బరిలోకి దిగే అలవాటు లేదేమో పాపం.." అంటూ ఉయ్యాల దిగింది నీలవేణి.

తనను పదే పదే గేళి చేస్తూ మాట్లాడుతున్న మరదలిపై కోపం పొడుచుకు వచ్చింది. పౌరుషం కూడా పెరిగింది. వెంటనే నీల దగ్గరికి వెళ్లి ఆమె జడ కుచ్చిళ్ళు పట్టుకునే ప్రయత్నం చేశాడు. అయితే, నీల ముందుగానే పసిగట్టింది. అక్కడి నుంచి తుర్రుమని పరిగెత్తింది.

"ప్రాక్టీస్ బాగా చేసుకోండి బావగారూ...రేపు మరదలి చేతిలో ఓడిపోతే అవమానంగా ఉంటుందేమో.." అని హెచ్చరిస్తూ పరుగు లంకించుకుంది.

"ఏయ్.. నీలూ..ఆగు.." అంటూ రిపుంజయ్ ఎంత పిలిచినా ఆగలేదు.

ఆ రాత్రి రిపుంజయ్ కి నిద్ర పట్టలేదు. ఇంకేం పడుతుంది...?

✦ ✦ ✦

మరదలు తాలూకు తీపి గురుతులు వెంటాడుతుండగా రిపుంజయ్ కి నిద్ర పట్టలేదు. ఆమె అందచందాలు అతన్ని కట్టిపడేయగా, ఆమె చిలిపి మాటలు గిలిగింతలు రేపుతున్నాయి. ఉదయాన్నే తిమ్మారెడ్డి బాబాయి ఇంటికి వెళ్ళాలి. ఆమెను చూడాలి..

ఎందుకనో తన చిన్నప్పటి నుంచి ఆ ఇంటికి వెళ్లే అలవాటు పెద్దగా లేదు. వాళ్లు తరచూ రంగారెడ్డి బాబాయ్‌తో గొడవ పడుతుంటారు. అందుకే ఆ కుటుంబం తో తమకు ఎప్పుడూ దూరమే. రాధమ్మత్త ఒక్కతే తనను బాగా దగ్గరికి తీస్తుంది. రేపు ఏదో ఒక వంకతో వెళ్లి నీలూని చూడాలి.. అనుకుంటూ మగతలో ఎప్పుడో నిద్రపోయాడు.

అయితే ఉదయం కల్లా అతనికి మళ్ళీ బిడియమేసింది. ఆ ఇంటికి వెళ్తే, తాను ఆమె కోసమే వచ్చానని నీలు తప్పకుండా పసిగడుతుంది. అప్పుడు తాను మరదలు దగ్గర పలుచన కాడూ..?.. మరేం చేయాలి..? ఎట్లా చూడాలి తనని..? ఏం పర్లేదు.. ఎలాగూ పందేనికి వస్తానని ఛాలెంజ్ చేసింది కదా..! రాకుండా ఉంటదా..! అవునూ..పందెం అంటే గుర్తొచ్చింది... తాను ఉయ్యాల నేర్చుకోవాలి. నీలవేణి వచ్చేలోగా ఉయ్యాల ఊగటంలో పట్టు సాధించాలి.

ఇలా ఆలోచిస్తూ టిఫిన్ తినేసి ఎనిమిది గంటలకల్లా తోటకి చేరుకున్నాడు. ఉయ్యాల ఎక్కి సొంతంగా ఎంత ప్రయత్నించినా, కాస్తయినా పైకి లేవలేకపోయాడు. కాళ్లతో నేలకు దిగతన్ని వెనక్కి లేపగలిగినా... తిరిగి ముందుకి ఊగే లోపల బ్యాలెన్స్ తప్పుతోంది... ఇప్పుడు ఏం చేయాలి.?

ఈలోగా గోంగూర కోసుకెళ్లేందుకు పనిమనిషి మల్లమ్మ అటుగా వచ్చింది. రిప్పు పడుతున్న శ్రమను గమనించి ఆమెకు నవ్వు ఆగలేదు

"ఏంది సిన్నరెడ్డీ.. ఉయ్యాల కట్టుకుని ఏం సేచ్చాండావ్..?" అని ఆరా తీసింది.

"కనపడటం లేదా... ఉయ్యాల ఊగుతున్న.."

"ఎట్టా..? దాన్ని ఊగటం అంటారా..? ఎవరైనా చూశారంటే నవ్విపోతారు జాగ్రత్త." .అంది.

"సరేగాని మల్లమ్మా... ఉయ్యాల ఊగటం నీకు వచ్చా...?"

ఆత్రుతగా అడిగాడు.

"నువ్వు భలే వాడివి సిన్న రెడ్డీ..!

"చేపకు ఈత వచ్చా అని అడిగినట్టుంది. మనూరి ఆడోళ్ళకు ఉయ్యాల రాకుండా ఉంటదా..? అయితే, ఎప్పుడో చిన్నప్పుడు ఊగే దాన్ని ఏండ్ల పొద్దు అయినాది.."

"అట్లయితే నాకు నేర్పిస్తావా..?" అడిగాడు.

"నేర్పిస్తా గానీ...ఇప్పుడు యాడైతది..? గోగాకు తెమ్మని మీ అమ్మ బేగిర పంపె.."

"పర్లేదులే మల్లమ్మా.. అమ్మకు ఏదో ఒకటి చెప్పు... కొద్దిసేపు నేర్పవా ప్లీజ్.." ప్రాధేయపడ్డాడు. అతడు అడుగుతున్న తీరు చూసి మల్లమ్మ కు ముచ్చట వేసింది.

ఆమెకు దాదాపు 40 ఏళ్లు ఉంటాయి. కొంగు బిగించి ఉయ్యాల ఎక్కేసింది. మరో నిమిషంలోనే ఆమె వేగాన్ని చూసి ఆశ్చర్య చకితుడయ్యాడు. కాసేపు ఊగాక ఉయ్యాలను నిదానం చేసి.. టెక్నిక్ చెప్పసాగింది.

"ముందుగా రెండు పాదాలు నేలపై అనిచ్చి, పీటపై కూర్చొవాలి.. రెండు చేతులు తలపైన జానెడు ఎత్తులో తాడును పట్టుకుని పిడికిలి బిగించాలి. పిక్కలపై బలంవేసి.. పాదాలు పారజాపాలి. ఉయ్యాల వెనక్కి వెళ్లేటప్పుడు కాళ్ళు ముడుచుకోవాలి. ముందుకు ఊగేటప్పుడు కాళ్లు సాపాలి. వేగం పెరిగేకొద్దీ ఉయ్యాల పైకి లేస్తుంటుంది. తూకం (బ్యాలెన్స్) తేడా రాకుండా శరీరాన్ని పాదాల కదలికకు అనుకూలంగా బిగిస్తూ ఉండాల.." అని వివరిస్తూ ఉయ్యాల ఆపింది.

నాలుగేండ్ల క్రితం క్రికెట్ బేసిక్స్ ఎంత శ్రద్ధగా తెలుసుకున్నాడో, అంతే శ్రద్ధగా మల్లమ్మ చెప్పింది కూడా విన్నాడు. చెప్పాల్సింది చెప్పేసి... ఆమె గోంగూర కట్ట తీసుకొని తన దారిన వెళ్ళిపోయింది.

ఆమె చెప్పిన ప్రకారం ట్రై చేసి చూశాడు. పర్వాలేదు కాస్త ప్రాక్టీస్ చేస్తే వచ్చేలా ఉంది. దాదాపు గంటసేపు కష్టపడ్డాక బ్యాలెన్స్ చేసుకోవడం ఎలాగో తెలిసొచ్చింది. ఉయ్యాల ఊగటం అలవాటు అయిన వారికి, శరీరం తనంతట అదే తెలియకుండానే బ్యాలెన్స్ చేసుకుంటుంది.

మరదలు రానే వచ్చింది. వస్తూనే అడిగింది.

"ఏం బావా...బాగా ప్రాక్టీస్ చేసావా?"

" ఆ... ఏదో చేశాలే.."

"అంటే.. ఇయ్యాల అన్నీ సిక్సర్లే అన్నమాట.. " ఉడికిస్తూ అంది.

"ఎగతాళి చెయ్యడం ఆపి, బరిలోకి దిగు... ఇయ్యాల నువ్వో..నేనో తేలిపోవాల.." అన్నాడు.

"ఏంటి తేలేది..? మల్లమ్మ కోసిన గోంగూరా..?"

పెదాలు ముడిపెట్టి నిలదీసింది. దీంతో ఉలిక్కిపడ్డాడు రిప్పు.. ఇందాక గోంగూర కోసం వచ్చిన మల్లమ్మ దగ్గర మెలకువలు నేర్చుకోవడం చూసిందా ఏం..?

"గోంగూరో..చింతపండో...రా చూద్దాం.." ఛాలెంజ్ చేశాడు.

"అయితే ఇంకెందుకు ఆలస్యం..? కానీయండి బావగారూ.. ఉయ్యాల ఎక్కండి.".

" లేదు లేదు.. ముందు నువ్వే ఎక్కు... లేడీస్ ఫస్ట్ అన్నారు కదా..."

"ఓహో.. బావగారికి ఆ ఫార్మాలిటీస్ కూడా ఉన్నాయన్నమాట.."

అంటూ నీలవేణి ఉయ్యాల ఎక్కేసింది.

"నీ చేతిలో వాచ్ ఉంది కదా.. ఒకటి నుంచి మూడు అంకెలు లెక్కెట్టి టైమ్ చూడు.." అని సూచించింది.

"ఏం బావా.. ఓకేనా...ఏదన్నా కన్ఫ్యూజనా..?" మళ్ళీ అడిగింది.

రిప్పు ఆమె చెప్పినట్టే మూడు అంకెలు లెక్క పెట్టాడు. "ఒన్.. టూ.. త్రీ..."

అంతే...ఆమె దూసుకు పోయింది. ఒడుపుగా ఉయ్యాల ఊగుతూ.. ఒక్క నిమిషం లోనే వంకిరి కొమ్మను కుడి చేత్తో తాకింది. చక చకా రెండు రెండో నిమిషం లోనే ఆ కొమ్మ చిగురు కూడా కోసేసింది.

"బావా.. చిగురు చేతికొచ్చింది " అంటూ గట్టిగా అరిచింది.

అనంతరం, ఉయ్యాల నిదానించి మెల్లగా దిగింది. ఊపిరి వేగంగా తీసుకుంటూ అడిగింది.

"నా టైమ్ స్కోర్ చెప్పు బావా.."

"96 సెకండ్స్.." అన్నాడు.

"నమ్మొచ్చా.. లేక రెండు, మూడు సెకండ్స్ కలిపావా..?"

అనుమానంగా కళ్ళు మిటకరించి అడిగింది.

"మోసం చెయ్యడం మా ఇంటా వంటా లేదు.. ఎందుకని అలా అడిగావ్..?"

"ఏం ల్యా...మొన్న సరళతో పందెం కడితే 92 సెకండ్లకే చిగురు కోసేశా... ఇప్పుడెందుకు పెరిగిందా.. అని..." మళ్ళీ తనే అంది.

"ఏం చేస్తాం... బావవు కాబట్టి నమ్ముతున్నా పో..." అంది చేతి వేళ్ళు విసురుతూ...

"ఇగో.. నా మీద నమ్మకం లేకపోతే మల్లమ్మ ను పిలిపించి పందెం కాద్దాం.. సరేనా..?" అన్నాడు రోషంగా..

"ఓకే ఓకే.. ఇప్పుడు నీ వంతు... ఆ వాచ్ ఇటివ్వు.."

రిపుంజయ్ ఉయ్యాల ఎక్కాడు.. అష్ట కష్టాల మీద బ్యాలెన్స్ ఆపుకుంటూ దాదాపు 4 నిమిషాలకు గాని ఆ లెవల్ కు చేరలేకపోయాడు. చిగురు చేతికి అందినప్పటికీ కోయటం మాత్రం సాధ్యం కాలేదు.. ఒకసారి ఆ విధంగా కోయబోయి బ్యాలెన్స్ తప్పి ప్రమాదం వచ్చింది. పట్టు వదలకుండా ప్రయత్నిస్తూనే ఉన్నాడు. దీంతో నీలవేణి కూడా భయపడ సాగింది. ఎక్కడ కింద పడి గాయపడుతాడో..నని..

"ఇక చాల్లే బావా...ఆపు.. ఉయ్యాల దిగేయ్.."అంది.

కిందకొచ్చాక, మందహాసంతో ఉన్న మరదలుతో అన్నాడు.

"ఇదిగో నీలూ.. ఈరోజు నువ్వే గెలిచావు.. కానీ, ఇంకా రెండు గేమ్ లు ఉన్నాయి కదా..! రేపు చూసుకుందాం.." అన్నాడు.

"ఏంటి రేపు చూసేది తోటకూర కట్టా...? బెస్టాఫ్ త్రీ ఆడటానికి ఇదేమైనా వన్ డే క్రికెటా..?" చేతులు వయ్యారంగా ఊపుతూ అంది.

మరదలి చేతిలో ఓడిపోవడం అతడికి ఎంతో ముచ్చటగా ఉంది. క్రికెట్‌లో ఉస్మానియా యూనివర్శిటీ జట్టుపై గెలుపు కన్నా, ఇక్కడ ఓడిపోవడమే ఆనందంగా ఉంది.

అదే ఊపు తో అడిగాడు.

" అదేం లేదు... రేపటికి ఏ పందెం కాస్తావో కాయ్..."

"ఎప్పుడూ ఇదే పందెమేనా..?తొక్కుడుయ్యాలకు సరేనా..?"

"తొక్కుడు ఉయ్యాలా..! అదేంటి.?"

నీలవేణి మళ్ళీ ఉయ్యాల ఎక్కింది. ఈసారి పీట పైన కూర్చోవడం కాకుండా,

నిలబడి ఉయ్యాల కదిపించటం మొదలెట్టింది. మోకాళ్లు ఒంచటం, తిరిగి నిలదొక్కుకోవడం ద్వారా ఏర్పడే ఒత్తిడికి ఉయ్యాలలో కదలికలు వస్తుంటాయి. అది క్రమంగా ఊపు అందుకుని వేగం పెరుగుతుంది.

ఇదేదో తమాషాగా ఉందే అనుకొని నీలవేణి దిగగానే ఉయ్యాలెక్కేశాడు. కొంచెం ప్రయత్నించాడో లేదో పట్టు తప్పింది. అమాంతం కింద పడ్డాడు. ఉయ్యాల ఇంకా ప్రారంభ దశలోనే ఉంది కాబట్టి, అతడికి దెబ్బలేం తగలలేదు.

నీలవేణి పకపక నవ్వుతూ దగ్గరకు వచ్చింది.

ముందుకు ఒంగి, రిప్పు లేచి నిలబడేందుకు సాయం చేస్తున్నట్టుగా చేయి చాపింది. అయితే, మరదలు ముందర అవమానంగా భావించి తనే లేచి నిలబడ్డాడు.

"దెబ్బలు ఏమి తగల్లేదుగా పాపం..?" కొంటెగా అడిగింది.

రిప్పు సమాధానం ఇవ్వకుండా అన్నాడు.

"తొక్కుడు ఉయ్యాలకు రేపటి దాకా టైం ఉంది కదా..! అప్పుడు చూసుకుందాం.."

"వద్దులే బాబూ.. పడ్డావంటే మక్కెలిరిగిపోతాయి.. అప్పుడు అంతా నన్నే అంటారు.. రాకరాక సెలవులకు వస్తే ఈ తింగరిది వచ్చి బావని కింద పడేసింది అని..."

ఈ మరదలు పిల్ల సామాన్యురాలు కాదు..అనుకున్నాడు.

"ఏమన్నావ్.. మళ్ళీ చెప్పు ?" విననట్లు అడిగాడు.

"కిందపడితే మక్కెలిరుగుతాయ్ అంటున్న.."

"ఏహే..అది కాదు.. నీ గురించి ఏమన్నావ్ ఇందాక..? అది చెప్పు."

" ఓ..అదా..! తింగరిది అన్నాను.. నీకు తెలుసో లేదో.. నేను నిజంగా అదే.."

"అట్లనా.. ఇదిగో తింగరి పిల్లా ... పందెం అంటే పందెమే... నేను మరీ అంత రోషం లేని వాడిని అనుకున్నావా..? రేపు రా... తొక్కుడు ఉయ్యాల కథ ఏందో తేల్చుకుంటా.."

"ఏంటి బావా... నువ్వు తేల్చేది చింతకాయ తొక్కా..!"

అంటూ వేగంగా వెళ్లి పోయింది. గమ్మత్తయిన మరదలి మాటల మత్తు నుంచి కోలుకునేందుకు రిపుంజయ్ కి దాదాపు 5 నిముషాలు పట్టింది.

.... నీలవేణి వెళ్ళిపోయాక రిప్పు ఉయ్యాల తొక్కుతూ ప్రాక్టీస్ మొదలెట్టాడు.

✦ ✦ ✦

ఈసారి ఎలాగైనా నెగ్గి తీరాలి. నీలవేణి నోరు మూయించాలి అనుకుని తీవ్రంగా శ్రమించసాగాడు రిపుంజయ్.

భోజనం వేళయినా, ఇంటికి రాకపోయేసరికి కొడుకుని వెతుక్కుంటూ రుక్మిణమ్మ తోట వద్దకు వచ్చింది. అక్కడ ఉయ్యాల తో కుస్తీ పడుతున్న కన్న కొడుకుని చూడగానే ఆమెకు ఎంతో ముచ్చట వేసింది. తమ గ్రామాల్లో ఈ ఆటకు ఎంతో ప్రాచుర్యం ఉంది. పండగలు వచ్చాయంటే చిన్న పెద్ద ఆడ మగ తేడా లేకుండా ఉయ్యాల ఊగటం సర్వసాధారణం. ముఖ్యంగా నాగుల చవితి, దసరా, సంక్రాంతి, ఉగాది పండగలకు ఉయ్యాలల సందడే సందడి.

"ఒరేయ్... ఈ ఆట మీ పిన్ని వచ్చి నేర్పుతుంది కానీ ముందు భోజనానికి పద... భక్షాలు చేసి పెట్టాను" అంటూ తోడ్కొని వెళ్ళింది. మరో గంటలోనే రిపు మళ్లీ తోటలో ఉన్నాడు. అతడికి ఎవరి దగ్గరా నేర్చుకోవాలని లేదు. మరదలిపై విజయం సాధించేందుకు తనకు ఏ ఒక్కరి సాయం అక్కర్లేదు. అని గట్టిగా అనుకుని సొంతంగా ప్రాక్టీస్ చేయ సాగాడు. రెండు మూడు సార్లు కింద పడిపోయి ఎలాగో తమాయించుకున్నాడు. మరునాడు నీలు వచ్చేసరికి పూర్తిగా పట్టు సాధించాడు.

మల్లమ్మ సాయం తో రెండు ఉయ్యాలలు పక్కపక్కన కట్టిపించాడు.

తొక్కుడు ఉయ్యాల ఆటలో, టైం స్కోర్ ఏమి ఉండదు. ఆట ఇద్దరూ ఒకేసారి మొదలుపెట్టాలి. ఎవరు ముందుగా కొమ్మ అందుకుంటే వారిదే విజయం అన్నట్టు.

ఈసారి పోటీ రసవత్తరంగా సాగింది. 'నువ్వా నేనా' అన్నట్టుగా ఒకరికొకరు ఏమీ తీసిపోనట్టు పోటీపడ్డారు.

చిత్రంగా గెలుపు రిపుంజయ్‌దే అయింది. కొమ్మను ముందుగా తాకి విజయగర్వంగా ఉయ్యాల దిగాడు. మరదలిపై తనదే పైచేయి అయిందన్న ఆనందం అతని మోములో ప్రతిబింబించింది. అయితే,నీలవేణి అంగీకరించలేదు.

"నువ్వు నాకన్నా ఆరు అంగుళాలు ఎత్తు ఉన్నావు. కాబట్టి కొమ్మ ముందుగా అందుకోగలిగావు. ఇందులో నీ గొప్పదనం ఏముంది? నీ తర్వాత నేను కూడా అందుకున్నానా లేదా..?" అని వాదించింది.

"అదేంటి..? నువ్వు వేసిన పందెమే కదా..! నిన్న ఎగతాళి చేశావు. ఈరోజేమో మరోలా మాట్లాడుతున్నావ్."

అప్పుడే అక్కడికి వచ్చిన మల్లమ్మ ఇద్దరి మధ్య చొరబడి చోద్యం చూడ సాగింది. దీంతో ఇద్దరూ సైలెంట్ అయిపోయారు.

మల్లమ్మ తన బుగ్గ మీద వేలెట్టుకొని...

"ఉయ్యాల ఊగేది ఎట్టగో నేర్పమంటే ఎందుకా.. అనుకున్నాను..! ఇదన్నమాట అసలు సంగతి." రిపువైపు కొంటెగా చూస్తూ అంది.

దీంతో రిపు ఒకటే సిగ్గు పడిపోయాడు.

"ఏం నీలమ్మా... బావతో పందాలు బాగున్నట్టున్నాయే..!" అంటూ ఆమె బుగ్గ గిల్లింది. దీంతో నీల కూడా సిగ్గుల మొగ్గే అయింది.

"కానీయండి... మీ బావ మరదళ్ల మధ్య నేనెందుకు గానీ.. " అంటూ తప్పుకోబోయింది.

అయితే, రిపుంజయ్ అడ్డుకొని

"ఇదిగో మల్లమ్మా...ఆ వంకిరి కొమ్మ ఎవరు ముందుగా అందుకుంటే వారు గెలిచినట్టు కదా...! ఇప్పుడేమో గెలుపు కాదంటుంది." అని ఫిర్యాదు చేశాడు.

"నువ్వే చెప్పు మల్లమ్మా.. తను నాకంటే ఎత్తుగా లేడూ..?" నీలవేణి కౌంటర్ ఫిర్యాదు.

దీంతో ఇద్దరినీ ఓరగా చూస్తూ మల్లమ్మ చెప్పింది.

"మీ ఇద్దరి గెలుపోటములు తేలాలంటే విడివిడిగా కాదు.. తొక్కుడుయ్యాల జంటగా ఆడాల్సిందే.."

"ఏంటి..? జంటగా నా..? అది ఎట్లా..!" ఆశ్చర్యంగా అడిగాడు రిపు.

"అది ఎట్లా ఆడాలో... నీ మరదల్నే అడుగు చెబుతుంది.."

అంటూ ముసి ముసి నవ్వులతో అక్కడి నుంచి వెళ్ళిపోయింది మల్లమ్మ. నీలవేణి ఏమీ మాట్లాడలేదు.

"ఈ ఆట జంటగా కూడా ఆడతారా.?"

"ఆడుతారు కానీ...."

అంటూ చెప్పడానికి సిగ్గు పడసాగింది.

"చెప్పు.. ఎలా ఆడతారు..?"

"నేను చెప్పలేను బాబూ.. నాకు తెలియదు..." అంటూ అక్కడి నుంచి తప్పుకోబోయింది. అయితే రిపు ఆమెకు అడ్డుపడి చెయ్యి పట్టుకున్నాడు. దీంతో ఆమెకు ఏం చేయాలో తోచలేదు. వెంటనే ఏదో ఒకటి చెప్పి తప్పించుకునేందుకు అనేసింది.

"ఆ పందెం రేపు వేసుకుందాం బావా..." అనేసి చెయ్యి విడిపించుకుని పరిగెత్తింది.

ఆమె వెళ్ళాక కూడా అతడు అదే పనిగా ఆలోచించసాగాడు.

జంటగా ఉయ్యాల తొక్కడం అంటే ఏమిటి..? ఆలోచించే కొద్దీ అదేమిటో లీలగా అర్థమవసాగింది. కానీ, పూర్తి క్లారిటీ రాలేదు. అయినా కన్ఫామ్ చేసుకునేందుకు తోటలో మల్లమ్మ వద్దకు వెళ్లాడు.

“ఏంటి చిన్నరెడ్డీ...జంటగా ఆడుకోలేదా ఏంది ..?”

తోటలో పచ్చిమిరపకాయలు కోస్తూ ఆరా తీసింది మల్లమ్మ.

“లేదు మల్లమ్మా..ఎట్లా ఆడతారు.? చూపవా ప్లీజ్.”

“నన్ను గాని నేర్పమంటున్నావా ఏంది రెడ్డీ.. మా ఆయన చూశాడంటే, నా ఈపు విమానం మోగిస్తాడు.”

“ఏం ఎందుకని? మొన్న నేర్పించావు కదా..!”

“అది వేరు.. ఇది వేరు... ఈ ఆట ఇద్దరూ కలిసి ఆడేది. వదిన మరదలు.. బావా బామ్మర్దులు.. జంటగా కలిసి ఊగేది.”

“అంటే.. ఒకే ఊయల్లో ఇద్దరూ కలిసి ఊగుతారా.?”

“అవును మల్లా... ఇంకేటనుకున్నావ్..!”

“అదేలా కుదిరిద్ది.? ఇద్దరూ ఒకే పీట పై ఇముడొద్దా..?”

దీంతో అదెలాగో మల్లమ్మ వివరించ సాగింది.

“ఉయ్యాలపై ఎదురుగా నుంచుని చెరోవైపు ఊగాల... ఒకరు ఒకవైపు లేపాలా... ఇంకోరు రెండో వైపు లేపాల...”

అర్థం అయ్యే కొద్దీ ఎంతో ఎక్సయిటింగ్ గా ఫీల్ అయ్యాడు.

వయసు ప్రభావం మరి.. నీలవేణి తో కలిసి ఒకే ఉయ్యాలపై జంటగా ఊగడం అంటే..

అబ్బో... ఆ ఊహే త్రిల్లింగ్‌గా ఉంది.

ఆ రాత్రి ఎప్పుడెప్పుడు తెల్లాడుతుందా..అని తొందరపడ సాగాడు.

రాత్రంతా మగత నిద్రలోనే పొర్లుతుండటం రుక్మిణమ్మ దృష్టిని దాటిపోలేదు. అయినా కొడుకును డిస్టర్బ్ చేసే ప్రయత్నం ఏదీ చేయలేదామె.

✦ ✦ ✦

మరునాడు ఉదయం...

పనిపొద్దు ఎప్పుడు అవుతుందా..? అని ఎదురు చూశాడు రిపుంజయ్.

నీలవేణి వస్తుందా రాదా..? తొక్కుడుయ్యాలలో తనతో జంట కట్టేందుకు సై అంటదా... అనదా.? అని మదన పడసాగాడు.

మరోవైపు నీలవేణి పరిస్థితి కూడా ఇలానే ఉంది. బావతో కలిసి ఆడుతున్న సయ్యాటలు ఆమెకు ఎంతో ఉత్సాహంగా ఉన్నాయి. అయితే తొక్కుడుయ్యాల జంటగా ఆడటం అంటేనే ఆమె వెన్నులో వేడెక్కి పోతోంది. తన ఈడు ఆడపిల్లలతో ఎన్నోసార్లు ఈ ఆట ఆడింది. కానీ ఇప్పుడు ఆడబోయేది ఒక మగవాడితో.. అందులోనూ వరుసకు బావ అయిన వ్యక్తితో. ఇప్పుడేం చేయాలి..? తోట కాడికి వెళ్ళాలా వద్దా..?

ఆమె మనసు కూడా ఉయ్యాల లాగే ఊగిసలాడ సాగింది.

లోలోన ఎంత భయం ఉన్నా.. ఆమె ఈడు ఉండనిస్తే కదా..! బంతి పూలు కోసుకొచ్చే నెపంతో అ పక్కనే ఉన్న మేనమామ తోటకు వచ్చింది.

ఆమె కోసమే చూస్తున్న రిప్పు.. పక్క తోటలో ఉన్న నీలవేణిని చూశాడు.

“ఏయ్ నీలూ.. ఏం చేస్తున్నావ్..?” అని మెల్లగా పిలిచాడు.

బావ పిలుపు వినిపించినా, వినపడనట్లే బంతి పూలు కోస్తున్నట్లు నటించ సాగింది నీలవేణి.

రిప్పుఈసారి బిగ్గరగా పిలవడంతో తల పైకెత్తి “ఏంటి..?” అంది.

“తొక్కుడుయ్యాల పందెం అన్నావ్.. ఇటువైపు రావేంది.?”

“అవసరం లేదు పో... మగోళ్ళతో నేను ఆడను.”

“అంటే.. నువ్వు ఓడిపోయినట్లు ఒప్పుకుంటావా..?” రెచ్చగొట్టాడు.

ఉయ్యాల ఆటలో ఏనాడు ఓటమెరుగని నీలవేణికి ఈ మాట ఎక్కడో తగిలింది.

“ఏంటీ..! ఓడిపోవటమా..? అది ఈ నీలవేణి హిస్టరీ లోనే లేదు. తెలుసా..?”

“అట్లయితే రా మరీ ... తేల్చుకుందాం “

దీంతో గత్యంతరం లేనట్లు నీల ఇటువైపు వచ్చింది.

“ ఉయ్యాల పైకి ..ముందు నువ్వు ఎక్కుతావా నేనెక్కనా..?” అడిగాడు.

“ నువ్వే ఎక్కు. పాపం అష్ట కష్టాలు పడి నేర్చుకున్నట్టున్నావ్..” వెక్కిరిస్తూ అంది.

దీంతో రిప్పు ఉయ్యాలెక్కి దీటుగా నిల్చున్నాడు. ఎందుకనో నీలు మొట్ట మొదటిసారిగా తడబడింది. ఎంతైనా, బావ కదా..!

" ఏం మరదలా.. సాయం పట్టాలా..?" అంటూ రిప్పు గేలి చేయడంతో ఈసారి సరిగ్గానే ఎక్కి నిల్చుంది.

తాడుపై రిప్పు చేతులకు కాస్త కిందిగా తన చేతులతో పట్టు బిగించింది.

మోకాలు వంచుతూ, తొలుత రిప్పు ఉయ్యాల ఊగటం మొదలుపెట్టాడు.

" సరే గానీ ... జంటగా తొక్కే ఉయ్యాలలో.. పందెం ఎలా వేస్తారు..?"

"ఎవరు ముందుగా అలసిపోతే వారు ఓడినట్టు" అంది

" అయితే సరే... మొదలుపెట్టు మరీ..."

ఆట మొదలైంది. ఉయ్యాల కొద్దిసేపట్లోనే రివ్వున దూసుకుపోయింది. ఉయ్యాల పై ఈ బావా మరదళ్ల సయ్యాటకు ప్రకృతి సైతం పులకించి పోయింది. చింత చెట్టు తొర్రలో గూడు కట్టుకున్న గుడ్లగూబ అలికిడికి వెలుపలికి వచ్చింది. ఇంతలేసి గుడ్లు మిటకరించి చూసింది. అంతలోనే సిగ్గేసి లోనికి దూరింది. చిగురు కోసం వెదుకుతూ ఏటి ఒడ్డున పరిగె చెట్టు పై వాలిన కోయిలమ్మ ఈ జంటను చూసింది. గొంతెత్తి కమ్మనైన కుముద్వతి రాగం ఆలపించ సాగింది.

కొంచెం సేపట్లోనే నీలుకు అర్థమైంది. మోకాలు వంచినప్పుడల్లా, బావ కాళ్ళతో రాపిడి జరుగుతోంది. అలాగే అతడు వంగినప్పుడల్లా, తన ఉదర భాగంపై గడ్డం తాకుతోంది.

దీంతో ఆమె శరీరంలో గిలిగింతలు మొదలయ్యాయి.

ఇక ఎక్కువసేపు ఆడలేనేమోనని అనిపిస్తోంది ఆమెకు. అయినా పట్టుదలగా ఊగుతోంది. వాస్తవానికి ఆమెకు గంటలకొద్దీ అలుపు లేకుండా ఊగే అలవాటు ఉంది. అలవాటులేని రిప్పు కేవలం 10 నిమిషాలు కూడా నిలబడలేక పోయాడు. అయితే, మరదలు తో మరోసారి ఓడిపోవడానికి సిద్ధంగా లేడు. ఏం చేయాలో కొద్దిసేపు పాలుపోలేదు. తమ శరీరాలు తాకినప్పుడల్లా ఆమె కాస్త కలవర పాటుకు గురవుతుండటం అతని దృష్టిని దాటిపోలేదు. దీంతో తెలివిగా ఆమెను డిస్టర్బ్ చేయ సాగాడు. తన వైపు తొక్కిడి వచ్చినప్పుడు, తన ముఖాన్ని ఆమె పల్చటి ఉదర భాగానికి కావాలనే మరింత తీవ్రంగా రాపిడి చేస్తూ వచ్చాడు. ఆ ప్రయత్నంలో ఒకసారి ఆమె నాభి పై అతడి గడ్డం గుచ్చుకుంది.

దీంతో నీలు ఒక్కసారిగా షాక్ అయింది. చేతులు పట్టు తప్పుతాయేమో అన్నంత కలవర పడింది. బావ ప్లాన్ ఏమిటో ఆమెకు అర్థం అయిపోయింది. ఊగటం మానేసి అడిగింది.

" ఇక చాలు బావా.. ఉయ్యాల ఆపు.."

"అయితే ఓడిపోయానని ఒప్పుకో"

ఆమె ఏం మాట్లాడకుండా సైలెంట్ గా ఉండిపోవడంతో అతడు కూడా ఊగటం ఆపాడు. నీల ముందుగా ఉయ్యాల దిగి తలవంచుకుని ఉండిపోయింది. సిగ్గు తెరలు ఇంకా వీడలేదు ఆమెకు. బావ స్పర్శ కలిగించిన షాక్ నుంచి..ఇంకా కోలుకున్నట్టు లేదు. ఆ షాక్ ఆమెకు సరికొత్త పులకింతలు కలిగిస్తోంది.

" ఏం మరదలా పలకవ్..?. ఓడినట్లు ఒప్పుకున్నట్టేనా..? '

"చక్కిలిగిలి పెట్టి గెలిచావ్.. ఇది కూడా ఒక గెలుపేనా..?"

"ఏదైనా గెలుపు గెలుపే కదా..!"

దీంతో నీలు సిగ్గు వీడి ఎదురు దెబ్బ వేసింది.

"అయితే, క్రికెట్లో నువ్వు తీసే వికెట్లన్నీ ఇలాంటి జిమ్మిక్కులతోనేనా..? బావగారు పెద్ద టాలెంట్ ఉన్న క్రికెటర్ అనుకుంటూ ఇన్నాళ్లు పొరబడితినే.."

"అయితే నేను గెలవలేదంటావ్... మల్లమ్మ రానీ.. అడుగుదాం.. గెలుపు ఎవరిదో తేలుస్తుంది "

" వద్దు వద్దు నేను వెళ్తున్న.." అని వేగంగా అడుగులు వేసింది.

" ఏయ్ నీలూ...ఇంటికి వెళ్తే వెళ్లావు గానీ, నీవు కోసిన బంతిపూలు తీసుకెళ్లటం మర్చిపోవద్దు " అన్నాడు గట్టిగా నవ్వుతూ.

ఆ నవ్వులు ఆమె తన మామయ్య ఇంటికి చేరేంత వరకూ చెవిలో ప్రతిధ్వనిస్తూనే ఉన్నాయి. ఆ రాత్రి సహజంగానే ఇద్దరికీ నిద్ర లేదు. ఒకరి స్పర్శ ఒకరికి గుర్తొచ్చి తీవ్రమైన మధురోహలను తట్టిరేపుతోంది..

అది మొదలు వారి మధ్య ఆకర్షణ మరింత పెరిగిపోయింది.

ఆ మరునాడు నీల తోటకి రాలేదు.

దీంతో రిప్పుకి ఏమీ తోచలేదు. పదే పదే తిమ్మారెడ్డి బాబాయ్ తోట వైపు చూడ సాగాడు. గాడ్పు విసిరినా, చెట్టు ఊగినా లేక ఇంకే చిన్నపాటి అలికిడి వినిపించినా అది నీల కదలికలకు చిహ్నంగా భ్రమించ సాగాడు.

పదే పదే చింతచెట్టు కిందకి వచ్చి ఉయ్యాలపై కూర్చోవడం, ఆమె తన పక్కనే ఉన్నట్టు, తనకు సరికొత్త ఛాలెంజ్ ఏదో విసురుతున్నట్లు.. వింత అనుభూతికి లోనయ్యాడు.

తన మరదలు అనే మాట పక్కన బెడితే, ఆమెలో అంతులేని ప్రత్యేకత ఉంది. సొగసైన సోయగాల సుందరి ఆమె. ఆమెలో కుముద్వతి పల్లెల అచ్చమైన ఆడతనపు లాలిత్యం ఉంది. తాను చదివిన తెలుగు పాఠ్యాంశం లోని భీత హరిణేక్షణి ఆమె కాదు. ఆమె కళ్ళు.. చిలిపిదనం, ఆత్మ విశ్వాసం కలగలసిన చంద్ర లోచనాలు.

కనువిందైన ఆమె రూప లావణ్యం.. తనను పదే పదే కలవర పాటుకు గురి చేస్తుండగా... వేగంగా ఇంటి దారి పట్టాడు. మళ్ళీ ఫ్రెష్ అప్ అయ్యాడు. తెల్లటి చొక్కా ధరించాడు. అద్దం ఎదుట నిలబడి చక్కగా తల దువ్వుకున్నాడు. అనంతరం తీరుబడిగా బయటకు వెళుతున్న కొడుకుని గమనించి రుక్మిణమ్మ అడిగింది.

" భోజనం చేయకుండా ఎక్కడికిరా వెళుతున్నావ్ ?"

"తిమ్మారెడ్డి బాబాయ్ ఇంటికి వెళ్ళొస్తా నమ్మా"

"అక్కడికెందుకు రా..?"

"రాధత్త ను చూసోస్తా.."

"రాధత్త ఊర్లో లేదు. ఈ పండక్కి రాలేదు రా.."

అమ్మ చెప్పింది వినబడనట్లుగా వెళ్ళిపోయాడు.

ఎందుకంటే... అతడు వెళుతోంది రాధత్తను చూసేందుకు కాదు గదా..!

✦ ✦ ✦

తిమ్మారెడ్డి బాబాయ్ ఇంటికి చేరేసరికి.. పిన్ని జానకితో కలిసి నీలవేణి రోట్లో పేలాల పిండి దంచుతోంది. దంపుడు పనిలో ఏకాగ్రత అవసరం. రిపుంజయ్ రాకను ఇద్దరూ గమనించలేదు.

అలా అరుగుపై నింపాదిగా కూర్చొని నీలవేణిని అదే పనిగా చూడసాగాడు. రోకలి వేయడంలో మరదలి సింగారం అతడికి ముచ్చట గొలుపుతోంది. కొంచం దగ్గరికి వెళ్లి జానకమ్మను పలకరించాడు.

"ఏంది పిన్నీ... దసరాకు పేలాల పిండి కొడుతున్నారెందుకు..? కజ్జి కాయలు చెయ్యలేదా..?" రిప్పు గొంతు విని నీల ఖంగుతింది. బావ ఇక్కడకెందుకొచ్చాడు? అన్నట్టు.

జానకమ్మ దంచడం ఆపి రిప్పు వైపు ఆప్యాయంగా చూసింది.

"ఏం రా రిప్పూ.. ఊరికొచ్చి 4 రోజులైందటగా.. ఈ పిన్ని ఇప్పుడు గుర్తొచ్చిందా..?"

"ఇప్పుడొచ్చాను కదా పిన్నీ.. అచ్చంగా నిన్ను చూసేందుకే వచ్చాను... అదిసరే గానీ ఏకాదశి పోయింది గదా.. పేలాల పిండి ఎందుకు..?"

(ఈ కుముద్వతి పల్లెల్లో ఒక ఆచారం ఉంది. ఒక్కో పండుగకు ఒక్కో రకం స్వీట్ చేసుకుంటారు. ఉగాదికి భక్షాలు, నాగులచవితికి నూగుపిండి ముద్దలు, ఏకాదశికి పేలాల పిండి, దసరాకు బియ్యంపిండితో చలిమిడి ముద్దలు లేదా పూర్ణం కజ్జి కాయలు, ఇవి కాకుండా ఇంటికి బంధువులొస్తే శనగబ్యాల్ల పాయసం లేదా పరమాన్నం..)

"మీ చిన్నాయన సంగతి నీకు తెలుసు గదరా... ఏకాసి పండగప్పుడు జ్వరం వచ్చి మంచాన పడినాడు. తింటే అరిగిచ్చుకోడం కష్టం అని పేలాల ముద్దలు పెట్టలేదు. ఇగో ఇప్పుడు చేసిపెట్టమని ఒకటే గోల.."

రిప్పు ఇదే సందు అని రోలు దగ్గరికి చేరి, పిన్ని చేతిలోని రోకలి తీసుకున్నాడు.

"నువ్వు ఇంట్లోకి పోయి ఒక లోటా నిండా పానకం తీసుకొని రాపో పిన్నీ ... పేలాల పిండి నేను దంచుతా.." అన్నాడు.

రోకలి అతడి చేతికిచ్చి లోనికి వెళ్తూ అంది.

"జాగ్రత్త రోయ్.. పోటు తప్పిందంటే వేళ్ళు బద్దలయి పోతాయ్.. ఆనక మీ అమ్మ తో నేను మాటలు పడాలి."

పిన్ని లోపలికి పోయాక నీల ను అడిగాడు.

"ఏయ్ నీలూ.. ఈ రొకటి పోట్లలో కూడా పందేలున్నాయా..?"

"ఉంటాయ్.. ఎందుకుండవ్.. తిమ్మాడ్డి మామ వచ్చాడంటే, నీకూ నాకూ రొకటి పూజే... ఇంతకూ ఇక్కడికి ఎందుకొచ్చావ్?"

రోకలి పోటు ఆపకుండా గుస గుస గా అడిగింది.

"ఈ రోజు తోటకాడికి ఎందుకు రాలేదు..?.. నీ కోసం ఎంత ఎదురు చూశానో తెలుసా..?"

"అట్లనా...!. వస్తానని నేనెప్పుడు చెప్పినా ?"

"సర్లే.. కనీసం రేపు వస్తావా..?"

"సాధ్యం కాదు బావా.. పొద్దు తిరుగుడు పూల చేలో సాయంత్రం వేళప్పుడు పిట్టలు మందలుగా వచ్చి పోతున్నాయిట. జీతగాళ్ళు పండక్కి వెళ్లిపోతున్నారు. నేనే వెళ్లి పార దోలాలి.

"ఏమిటీ..! పిట్టలు తోలనీకి వెళ్తావా..?"

"ఏం బావా..? అందులో తప్పేముంది..? మనం రైతు బిడ్డలమే కదా..!"

"ఔనౌను.. నువ్వు చెప్పేది కూడా నిజమే... ఇంతకూ ఆ చేను ఎక్కడా..?"

"ఏటి దగ్గరే బావా.. ఆ తోటకు ఆనుకునే ఉంది.. ఎప్పుడూ చూడలేదా ..?"

"చూశాను.. ఇంతకీ పిట్టల్ని ఎలా పారదోలతారు..?"

"అది కూడా తెల్దా..? వడిశెలతో గులకరాళ్లు విసురుతాం.."

"అట్లనా..? రేపు నేను కూడా వస్తా... వడిశెల విసరటం నాక్కూడా నేర్పించవా ప్లీజ్.."

దీంతో దంచటం ఆపి బావ వైపు ఓరకంట జూసింది.

"ఉహూ.. నీకు నేర్పటం నా వల్ల కాదు బాబూ.. నేర్పించాక మళ్ళీ పందెం కాయమంటావ్.." అంటూ మొండికేసింది.

ఈ లోగా పిన్ని చేసుకోచ్చిన పానకం తాగేసి ఇంటిదారి పట్టాడు.

మరదలు సావాసం తో వడిశెల విసరటం కూడా నేర్చుకున్నాడు. రోజూ సాయంత్రం పూట ఇద్దరూ ఏటి చెంత చేరి ఈ గట్టు నుంచి ఆ గట్టుకు వడిశెల విసరటం సరదా ఆట అయింది. వారం రోజుల్లోనే వారి మధ్య ఎన్ని ఊసులో..! ఒకర్ని విడిచి ఒకరు ఉండలేని స్థితికి చేరుకున్నారు.

✦ ✦ ✦

అన్నయ్య వంశీధర్ పెళ్లి వైభవంగా జరిగింది. మూన్నాళ్ళ ముచ్చట అయ్యాక భార్య సుచిత్ర తో పాటు వచ్చేశాడు. పెళ్లికొచ్చిన బంధువులు చాలా మంది ఇంకా ఉన్నారు.

తిమ్మారెడ్డి వేగంగా అక్కడికి వచ్చాడు. రుక్మిణమ్మ దగ్గరికి వెళ్లి ఏదో నిలదీస్తున్నట్లుగా మాట్లాడసాగాడు.

ఇది గమనించిన కళాధర్ రెడ్డి

" ఏమైందిరా...? ఎందుకు అట్లా అరుస్తున్నావ్..?" అని అడిగాడు.

తిమ్మారెడ్డి ఏమీ మాట్లాడకుండా ఆయన వైపు తీవ్రంగా చూస్తూ వెళ్ళిపోయాడు.

తిమ్మారెడ్డి ఎవరో కాదు. రుక్మిణమ్మకు సొంత మేనత్త కొడుకే.

"ఏమైంది నీ మరిదికి..? ఎందుకలా అరుస్తున్నాడు?"

ఆమె ఏమీ మాట్లాడకుండా భర్తను పక్కకు తీసుకుపోయి చెప్పింది.

"రిప్పూ, నీలూ.. చెట్ట పట్టాలు వేసుకొని తిరుగుతున్నారట. రిప్పును అదుపులో పెట్టమంటూ వార్నింగ్ ఇచ్చి వెళ్ళాడు."

కళాధర్ రెడ్డి దీర్ఘ ఆలోచనలో పడ్డాడు. రాత్రి భోజనాలు అయిన తర్వాత రిప్పును పిలిచి మాట్లాడాడు.

"రేయ్ రిప్పూ... ఇప్పుడు నీది చదువుకునే వయసు. ఎలాగూ క్రికెట్ నేర్చుకుంటున్నావ్ కదా.! ఆట పైనో, చదువు పైనో దృష్టి పెట్టు. అంతే కానీ, ఇలా తాత్కాలిక ఆకర్షణలకులోనై నీ భవిష్యత్ పాడు చేసుకోవద్దు "అని హితవు చెప్పాడు.

రిపుంజయ్ సైలెంట్ గా ఉండిపోయాడు. దీంతో ఆయనే మళ్ళీ..

"నేను దేని గురించి చెబుతున్నానో నీకు అర్థమైంది అనుకుంటా... ఇందాక మీ తిమ్మార్డి బాబాయ్ వచ్చి వెళ్ళాడు.. నీలూతో కలవడం మానేయ్. పెళ్లీడుకొచ్చిన పిల్ల కదా ఎంతైనా వాడి భయాలు వాడికి ఉంటాయి అర్థమైందా?

దీంతో రిప్పు ఏమి మాట్లాడకుండా తన రూమ్ లోకి వెళ్ళిపోయాడు.

మదినిండా నీలవేణి తలపులతోనూ నాన్న హెచ్చరికలతోనూ డిస్టర్బ్ అయిపోయాడు. పెళ్లి సంబరాల్లో భాగంగా తను నీలవేణితో ఆడిన దాగుడుమూతలు, చిలిపితగాదాల తాలూకు మధురోహలు ఒక్కసారిగా గజిబిజి అయిపోయినట్లు అనిపించింది.

✦ ✦ ✦

హైదరాబాద్ భారతీయ విద్యా మందిర్ క్యాంపస్. వెస్లీ కాలేజీతో నిర్వహిస్తున్న ఒన్‌డే క్రికెట్ లీగ్ మ్యాచ్ జరుగనుంది. వెస్లీ తరుపున ఆడనున్న రిపుంజయ్‌పై విద్యా మందిర్ టీంకు, సిబ్బందికి ఆసక్తిగా ఉంది. అతడి ఫామ్ గురించి అప్పటికే ఎంతో విని ఉన్నారు. ఆ రోజు తమ జట్టుతో ఎలా ఆడుతాడో చూడాలని ఆసక్తి నెలకొంది.

అయితే రిప్పులో ఏ భావమూ లేదు. ఎక్కడో 400 కిలోమీటర్ల దూరంలో ఉన్న స్వగ్రామంలో ఉంది అతడి మనసు.. మరదలు నీలవేణి చుట్టూ తిరుగుతోంది. నాన్న హెచ్చరికలు కూడా గుర్తొస్తున్నాయి. అయినా, నీలను మర్చిపోలేక పోతున్నాడు. ఎమ్మెల్యే కొడుకుకు తన మేనకోడలును ఇచ్చి పెళ్లి చేస్తానని తిమ్మారెడ్డి బాబాయ్ అన్నట్టు ఊర్లో వాళ్ళు చెప్పుకుంటున్నారు. అదే జరిగితే తనెలా తట్టుకోగలడు? తిమ్మారెడ్డి బాబాయ్ మొండివాడు. తను ఏదైనా అనుకున్నాడంటే చేసి తీరుతాడు? మరి నీలూను ఎలా దక్కించుకోవడం?

ఇలాంటి ఆలోచనలతో సతమతమవుతున్న రిపుంజయ్ బ్యాటింగ్ పై ఏకాగ్రత పెట్టలేకపోయాడు. వన్ డౌన్‌లో వచ్చిన రిప్పు కేవలం 5 పరుగులు చేసి అవుట్

అవ్వడంతో విద్యా మందిర్ జట్టు ఆనందానికి అవధులు లేవు. అయితే అతని ఆట చూడలేకపోయాం అన్న బాధ కూడా కొందరిలో కలగకపోలేదు.

హెచ్.సి.ఏ లీగ్స్‌లో మరో రెండు మ్యాచుల్లోనూ రిపు విఫలమయ్యాడు. దీంతో కోచ్ కిషన్ సింగ్ సీరియస్ గా వార్నింగ్ ఇచ్చాడు.

“ఏమైంది నీకు...? ఇంకోసారి ఫెయిల్ అయితే, టీంలోనే ఉండవు జాగ్రత్త”

అయితే, రిపు ఏ సమాధానం ఇవ్వకుండా, తలవంచుకుని నిలబడ్డాడు. ఫెయిల్యూర్స్ ను ఎలా అధిగమించాలో చెబుతున్న కోచ్ మాటలను అలాగే సార్ అంటూ తలాడించడమే తప్ప అసలు విన్నట్టే లేదు.

ఇక్కడ రిపుంజయ్ పరిస్థితి ఇలా ఉండగా ఊర్లో కొన్ని సంఘటనలు శరవేగంగా జరిగిపోయాయి. శాసనసభకు ఎన్నికలు సమీపించాయి. సిట్టింగ్ ఎమ్మెల్యే సింగారెడ్డి ప్రచార నిమిత్తం ముత్యాల పల్లెకు వచ్చాడు. ఆ ఊరికి ఏ నాయకుడు వచ్చినా ఆనవాయితీగా తొలుత కళాధర్ రెడ్డి ఇంటికే వస్తారు. అయితే ఈసారి సింగారెడ్డి నేరుగా తిమ్మారెడ్డి ఇంటికి వెళ్ళాడు. దీంతో ఆయన ఒకంత గర్వంగానే భావించాడు. మొట్టమొదటిసారిగా తన దాయాదికి మించిన ఘనత ఏదో సాధించినట్టుగా అనిపించింది.

ఊర్లో ప్రజాదరణ ఉన్న కళాధర్ రెడ్డిని కాదని, తిమ్మారెడ్డి ఇంటికి వెళ్లడం వెనుక సింగారెడ్డి ఎత్తుగడ వేరే ఉంది.

కేసీ కెనాల్ ఆధునీకరణ పనుల్లో పెద్ద ఎత్తున అవినీతి జరిగింది. డిస్ట్రిబ్యూటరీలకు పగుళ్లు పడితే సాగునీరు ఇష్టానుసారంగా తమ పొలాలను ముంచెత్తుతుందని, దీని వల్ల రైతులు తీవ్రంగా నష్టపోతారని కళాధర్ రెడ్డి పసిగట్టాడు. కాంట్రాక్టర్‌ను, అధికారులను నిలదీశాడు. ఎమ్మెల్యేను కలిసి పరిస్థితి వివరించాడు.

ఎమ్మెల్యే స్వయంగా జోక్యం చేసుకుని అవినీతి అరికట్టకపోతే తమ పొలాలు బీళ్ళు అవుతాయని వివరించాడు.

ఆ సంగతి తాను చూసుకుంటానని ఎమ్మెల్యే భరోసా ఇవ్వటంతో కళాధర్ రెడ్డి వెనక్కి వచ్చేసాడు. అయితే మరికొన్ని వారాలు గడిచినా, నాసిరకం పనులే జరుగుతుండడంతో మరోసారి ఎమ్మెల్యేని కలిసి విజ్ఞప్తి చేశాడు. ఒకరోజు సదరు కాంట్రాక్టర్ స్వయంగా వచ్చి కళాధర్ రెడ్డిని కలిశాడు.

అన్నా.. నీవు ఎన్నిసార్లు ఫిర్యాదు చేసినా లాభం లేదు. ఎవరి పర్సంటేజీలు వాళ్లకు ముట్టాయి. అందరికీ ఇచ్చి, ఇక పనులు కూడా నాణ్యంగా చేయాలంటే కుదురుతుందా..? నా చేతికి ఏమి మిగులుతుంది.? తృణమో పణమో నీకు కూడా ఇచ్చుకుంటా... నా మాట విని ఈ సంగతి వదిలేయ్.”

దీంతో కళాధర్ రెడ్డి ఖిన్నుడు అయ్యాడు. సన్నిహితుల ద్వారా విచారిస్తే ఈ కాంట్రాక్ట్ వ్యవహారంలో ఎమ్మెల్యేకు కోటి రూపాయల పైబడి ముట్టిందని తెలిసి వచ్చింది. దీంతో కళాధర్ రెడ్డి ఎమ్మెల్యే వద్దకు వెళ్లి వాగ్వివాదానికి దిగాడు.

ఈ విషయం పత్రికలకెక్కటంతో ఎమ్మెల్యే ఇరకాటంలో పడ్డాడు.

తన పలుకుబడినంత ఉపయోగించి కేసీ కాంట్రాక్టు పనులపై ఎలాంటి ఎంక్వయిరీలు లేకుండా చూసుకున్నాడు. ఎన్నికలు వచ్చేసరికి ఎమ్మెల్యే సింగారెడ్డి రాజకీయ చాణక్యాన్ని ప్రదర్శించి, కళాధర్ రెడ్డి దాయాది అయిన తిమ్మారెడ్డిని చేరదీశాడు.

ఎమ్మెల్యే ఇచ్చిన మందు పార్టీలో కళాధర్ రెడ్డితో ఎమ్మెల్యేకు వచ్చిన గొడవ గురించి ప్రస్తావన వచ్చింది.

కాంట్రాక్టర్‌తో మీ దాయాదికి 10 లక్షలు ఇప్పించానని, అయితే కాంట్రాక్టర్‌ను తన ఇంటికి పిలిపించుకొని 20 లక్షల రూపాయలు డిమాండ్ చేశాడని.. అందుకు ఒప్పుకోకపోవడంతో ఇంతపెద్ద ఇష్యూ చేశాడని చెప్పుకొచ్చాడు.

తనతో చేయి కలిపితే తాలుకావ్యాప్తంగా కాంట్రాక్టులు దక్కించు కోవచ్చని, మీ దాయాది నీడలోంచి బయటపడచ్చని నూరి పోశాడు.

ఆ విధంగా కలిసిన స్నేహం అమెరికాలో ఉన్న ఎమ్మెల్యే కొడుక్కి తన మేనకోడలు నీలవేణిని ఇచ్చి పెళ్లి చేద్దాం అనే వరకూ వచ్చింది.

కరుడుగట్టిన కాంగ్రెస్ వాది అయిన కళాధర్ రెడ్డి ఎలాగూ తనకు సహకరించడని, తిమ్మారెడ్డిని చేరదీసి ఈ విధంగా విభజించు పాలించు సూత్రాన్ని అమలు పరిచాడు.

ఒకరోజు తమ ఊరికి సింగారెడ్డి రాక సందర్భంగా తిమ్మారెడ్డి ఘనమైన ఏర్పాట్లు చేశాడు. రైతులందరినీ పిలిపించి మరీ పరిచయం చేశాడు. ఇది తెలిసి కళాధర్ రెడ్డి స్వయంగా తిమ్మారెడ్డి ఇంటికి వెళ్లి చివాట్లు పెట్టాడు.

"ఆ ఎమ్మెల్యే మన ఊరికి నష్టం చేస్తుంటే నువ్వెట్లా వెనకేసుకొస్తున్నావ్ రా..? పదిమందీ ఈసడించుకుంటారు." అని ఆక్రోశం వెలిబుచ్చాడు.

అయితే తిమ్మారెడ్డి దీనికి సిద్ధపడినట్టుగా..

"అట్లనా... నీకు కాంట్రాక్టర్ నుంచి పది లక్షలు ముట్టినప్పుడు ఏమైంది ఈ గౌరవం" అని ఎదురు ప్రశ్నించాడు.

ఈ పరిస్థితుల్లో ఏం చెప్పినా అతడి చెవికి ఎక్కదని చేసేదేం లేక అవమానభారంతో ఇంటికి వచ్చాడు కళాధర్ రెడ్డి.

ఈ గొడవ గురించి ఊరంతా గుప్పుమంది. ఎన్నికల నాటికి ఊరు నిట్ట నిలువునా చీలిపోయింది. తాగుబోతు రాయుళ్ళు విజృంభించారు

ఇన్నాళ్లు, కళాధర్ రెడ్డి భయంతో చాటుమాటుగానో, పొరుగు ఊర్లలోనో నాటు సారాయి తాగుతూ వచ్చిన సోమరిపోతులకు ఆ ఎలక్షన్ ఒక పండగ అయిపోయింది. తిమ్మారెడ్డి పంచన చేరి ఎమ్మెల్యే పంపించిన చీప్ లిక్కర్లు తాగుతూ కేరింతలు కొట్ట సాగారు.

ఒకడు తప్పతాగి కళాధర్ రెడ్డి ముందరే వీరంగం చేయడంతో ఆయన కోపోద్రిక్తుడయ్యాడు. వాడి చొక్కా పట్టుకుని రెండు చెంపలు వాయించాడు.

దీంతో వాడు నేరుగా తిమ్మారెడ్డి ఇంటికి వెళ్లి...

"నీ వెంట తిరుగుతున్నందుకే నన్ను కళాధర్ రెడ్డి కొట్టాడు" అంటూ లేనిపోనివి నూరి పోశాడు.

తిమ్మారెడ్డి అప్పటికే వేడిమీదున్నాడేమో ఆఘమేఘాల మీద కళాధర్ రెడ్డి దగ్గరికి వచ్చాడు.

"నా మనిషిని ఎందుకు కొట్టావ్? నీ మనుషుల్ని నేను కొట్టలేనని అనుకున్నావా?"

"నీ మనిషి, నా మనిషి ఏందిరా..? వాడు తాగి అల్లరి చేస్తుంటే కొట్టాను. ఊరు బాగు కోసమే కదా..?

"తాగిన ప్రతోడిని కొడతావా..? అయితే నేను కూడా తాగేసి వచ్చా.. కొట్టు చూద్దాం.. " అంటూ చొక్కా గుండీలు విప్పాడు.

దీంతో కళాధర్ రెడ్డి కి తీవ్రంగా కోపం వచ్చింది. చెయ్యి ఎత్తిన వాడల్లా, విజ్ఞత అడ్డు వచ్చి దించేశాడు. తిమ్మారెడ్డి మరింత ముందుకు వచ్చాడు

"ఏం ఎందుకు చెయ్యి దించావ్.. కొట్టు చూద్దాం. మేము ఇక్కడ గాజులు తొడుక్కోలేదు."

"ఒరేయ్ తిమ్మారెడ్డి... ఇప్పుడు ఏం చెప్పినా నీకు అర్థం కాదు ఆ ఎమ్మెల్యే నీకు పిచ్చి పట్టించాడు. ఇంటికి వెళ్ళిపో."

దీంతో తిమ్మారెడ్డిని బంధువులు నచ్చ చెప్పుకుంటూ వెనక్కి తీసుకెళ్లారు. అనంతరం కళాధర్ రెడ్డి ఇంటికైతే వెళ్ళాడు కానీ, జరిగిన సంఘటనలతో తీవ్రంగా కుంగిపోయాడు.

ఊరు బాగుకోసం తాను శ్రమిస్తే, తన కళ్ళేదుటే విచ్ఛిన్నకర శక్తులు రంగ ప్రవేశం చేయడం, పచ్చని పల్లె లో చిచ్చు పెట్టడం..జీర్ణించుకోలేక పోయాడు. మనస్తాపం తో గుండెల్లో మెల్లగా మొదలైన నొప్పి తీవ్ర గుండె పోటుగా పరిణమించింది. ఆయన అలాగే మంచం మీద కుప్పకూలి పోయాడు.

✦ ✦ ✦

నమూనా బాలట్ పేపర్స్‌తో అప్పుడే ఇంటికొచ్చిన వంశీధర్ వెంటనే తండ్రిని ట్రాక్టర్‌లో ఎక్కించుకొని వైద్యం కోసం జమ్మలమడుగు వెళ్ళాడు.

పొలం నుంచి ఇంటికొచ్చిన రంగా రెడ్డికి విషయం తెలిసి కోపంతో ఊగిపోయాడు. తిమ్మా రెడ్డి ఇంటి మీదకు పోయి గొడవ పెట్టుకున్నాడు. మా అన్నకు ఏమైనా అయితే నీ అంతు చూస్తాను అని హెచ్చరించాడు. ఇద్దరూ సవాళ్లు విసురుకున్నారు. చంపుతా అని ఒకరంటే, చంపి తీరుతా అని ఇంకొకరు ఊగిపోయారు. ఎలక్షన్ డ్యూటీకి వచ్చిన పోలీసులు జోక్యం చేసుకోవడంతో గొడవ సద్దుమణిగింది.

తిమ్మారెడ్డి, రంగారెడ్డిల మధ్య గొడవల తర్వాత.. ఊర్లో ఫ్యాక్షన్ మంటలు రేగాయి.

కళాధర్ రెడ్డి ఆరోగ్యం మెరుగు పడక పోవడంతో ప్రాధమిక చికిత్స అనంతరం కడపలోని ప్రముఖ ఆసుపత్రి లో చేర్పించారు.

మొత్తానికి తీవ్ర ఉద్రిక్తతల మధ్య ఆ ఎలక్షన్ జరిగింది.

ఆ మరునాటికి కళాధర్ రెడ్డి పరిస్థితి విషమించినట్లు వైద్యులు చెప్పారు. ఆయన చివరి కోరిక మేరకు రిపుంజయ్‌ని పిలిపించారు.

మాట్లాడలేని స్థితిలో ఉన్న తండ్రిని చూసి కన్నీటి పర్యంత మయ్యాడు రిపుంజయ్. అయన ఏదో చెప్పాలని తపిస్తున్నట్లు అర్థమైంది. పెన్ను, పేపర్ తెప్పించారు. కొద్ది సేపటికి ఆయన చివరి చేతి రాతను రిపుంజయ్ చదివాడు.

"ఊరిలో ఎలాంటి పరిణామాలు జరిగినా నువ్వు కలుగజేసుకోవద్దు. ఏదో ఒక రంగంలో మనసు పెట్టి శ్రమించు... సాధించు.. మన ఊరు నిన్ను చూసి గర్వపడే క్షణం రావాలి. అప్పుడు కుముద్వతి పల్లెలన్నీ నీ కోసం పలవరిస్తాయ్.. నీలవేణి తప్పకుండా నీకు దక్కుతుంది."

కళాధర్ రెడ్డి మరణించాడన్న వార్తతో ఊరు అట్టుడికి పోయింది.

దీంతో భారీగా పోలీసులను మొహరించారు. కుముద్వతి నది తీరంలో జరిగిన అంత్యక్రియలకు చుట్టు పక్కల గ్రామాల ప్రజలు భారీ ఎత్తున తరలి వచ్చారు.

తండ్రి మాట గౌరవించి రిపుంజయ్ హైదరాబాద్ వెళ్ళిపోయాడు.

ఎన్నికల్లో చాలా స్వల్ప మెజారిటీ తో సింగారెడ్డి ఓడిపోయాడు.

"ముత్యాల పల్లెలో మెజారిటీ వచ్చి ఉంటే గెలిచేవాడిని, నిన్ను నమ్ముకొని నిండా మునిగిపోయాను" అని సింగారెడ్డి ఆడిపోయడంతో తిమ్మారెడ్డి మరింత అవమానం గా భావించాడు.

ఇంత జరిగాక ఊర్లో తాను ఆధిపత్యాన్ని చూపుకోకపోతే భవిష్యత్తులో తనకు పుట్టగతులు ఉండవని తలచాడు. పక్క ఊరి నుంచి తన బావమరుదులను కూడా పిలిపించుకున్నాడు. దీంతో ఇది రెండు ఊర్ల ఫ్యాక్షన్‌గా మారిపోయింది. రెండు వైపులా మారణాయుధాలు సమకూర్చుకున్నారు. దాడులు, ప్రతి దాడులతో ఈ రెండు ఊర్లు అట్టుడికి పోయాయి.

ఫ్యాక్షన్ గొడవల్లో ఇటువైపు రంగారెడ్డి, అటువైపు తిమ్మారెడ్డి బావమరిది స్వామిరెడ్డిలతో పాటు, ఇరు వైపులా కొందరు అనుచరులు కూడా హతమయ్యారు.

వంశీధర్ రెడ్డి, తిమ్మారెడ్డిలు ఇరువైపులా ఫ్యాక్షన్ నడుపుతూన్నారు.

హైదరాబాద్ చేరాక రిపుంజయ్ పరిస్థితి మరింత దిగజారింది. ఊర్లో జరిగే ఫ్యాక్షన్ గొడవల్లో అయిన వాళ్ళు దూరం అవుతున్నారన్న వార్తలు అతడికి ఎప్పటికప్పుడు చేరుతున్నాయి. అతడి ధ్యాస అటు క్రికెట్ మీదగాని ఇటు చదువు మీద గాని లేకపోయింది. ఎలాగోలా ఇంటర్ ద్వితీయ సంవత్సరం పరీక్షలు రాశాడు. ఏదో సాధించాలి అనే తపన ఉంది. కానీ, ఏం సాధించి తండ్రి మాట నిలబెట్టాలో అతనికి స్పష్టత లేదు.

పరీక్షలు అయిపోగానే అమ్మను చూడాలనిపించి ఊరికి వచ్చాడు రిపుంజయ్.

కుముద్వతి ఫ్యాక్షన్ పల్లెల్లో ఒక ఆచారం ఉంది.

ఎన్ని ఉద్రిక్తతలు ఉన్నా.. ఆడవారికి గానీ, చదువుకునే పిల్లలకు గానీ హాని తలపెట్టరు. అతడు శత్రువు కొడుకు అనీ, మరి కొన్నాళ్ళకు అతడే తమకు ప్రధాన ప్రత్యర్థి అయ్యే అవకాశం ఉందనీ తెలిసినా దాడి చెయ్యరు.

దీంతో నీలవేణి కోసం వెదుకుతూ స్వేచ్ఛగా తిరగ సాగాడు.

ఒక రోజు కుముద్వతి గుండంలో ఈత కొట్టేందుకు వెళ్ళాడు.

అక్కడ చెలిమ నీరు తోడుతూ నీలవేణి కనిపించింది.

దీంతో ఒక్కసారిగా పాత జ్ఞాపకాలు చుట్టూ ముట్టాయి. బావను చూడగానే నీల కళ్ళల్లో కూడా మెరుపు మెరిసింది. ఆ క్షణంలో వాళ్ళిద్దరూ తమ కుటుంబాల మధ్య ఉన్న గొడవలు అన్నిటినీ మరిచిపోయి ఒకరికొకరు కౌగిలించుకున్నారు.

"ఎన్నాళ్లయింది నీలా నిన్ను చూసి..!"

"మామయ్య చనిపోయిన రోజు నేను మైదుకూరులో ఉన్నాను. నన్ను అక్కడి నుంచి మా వాళ్ళు కదలనివ్వలేదు బావా.."

ఇద్దరూ తాము అదివరకు కలుసుకునే గట్టు వద్ద కూర్చున్నారు.

ఈలోగా అటువచ్చిన ఆకతాయిలు వీరి వైపు వింతగా చూడసాగారు.

"సొంత బాబాయిని చంపినోడి మేనకోడలితో వీడు సరసాలాడు తున్నాడు రోయ్" అంటూ ఒకడు ఎగతాళి చేశాడు.

దీంతో రిప్పు రివ్వున వెళ్లి వాడితో ఘర్షణ పడ్డాడు.

వాడు మరింత రెచ్చగొట్టాడు.

"నీ పౌరుషం నా మీద కాదు.. నీ బాబాయ్‌ని చంపినోడి మీద చూపు" అంటూ వాళ్ళు అక్కడ నుంచి వెళ్లిపోయారు.

రిప్పు స్థాణువులా నిలబడి పోయాడు. ఒక్కసారిగా బాబాయ్ రంగారెడ్డి గుర్తొచ్చాడు. చిన్నప్పటి నుంచి ఆయనతో అనుబంధం మనసు పొరల్లో మెదిలింది. ఎప్పుడూ తనను భుజంపై ఎక్కించుకొని ఊరంతా తిప్పడం, తనను ఒళ్ళో పెట్టుకుని ఎడ్ల బండి తోలటం, తనకోసం తేనెపొరలు జోపుకు రావటం...గుర్తొచ్చి కళ్లలో నీళ్లు తిరిగాయ్.

పిన్ని సౌభాగ్యమ్మ ఎప్పుడూ నవ్వు ముఖంతో కళ కళ లాడేది. తనను ఎంతగానో లాలించి అక్కున చేర్చుకునేది. ముద్ద ముద్ద కలుపుతూ తనకు తినిపించేది. ఇప్పుడు పిన్ని ముఖం మోడుబారి పోయింది... ఎన్నెన్నో జ్ఞాపకాలు. అన్నీ గుర్తొచ్చి కంపించి పోయాడు.

తన వాళ్ళ పగ నెరవేర్చక పోతే తాను అయోగ్యుడు అన్నమాటే కదా..! ఇందాక వాళ్ళు గేలిచేయడంలో తప్పేముంది..?

బావ స్థాణువులా నిలబడిపోవటంతో నీల దగ్గరికి వచ్చి నిలబడింది. అతడి భుజంపై చెయ్యి వేసింది.

"వాళ్ళ మాటలు పట్టించుకోవద్దు బావా.."

అంటూ ఏదో చెప్పబోయింది. అతడు మెల్లగా ఆమె చెయ్యిని తన భుజంపైనుండి తప్పించి పక్కకు జరిగాడు.

ఈలోగా... రిప్పు, నీల ఇద్దరూ చాటుగా కలుసుకున్నారనే వార్త తిమ్మారెడ్డికి చేరింది. వెంటనే తిమ్మారెడ్డి కోపం తో ఊగిపోతూ...

"రిపుంజయ్ తలనరికి నా మేనకోడల్ని తీసుకొని రండి" అంటూ తన అనుచరులను ఆదేశించాడు. ఇదే వార్త వంశీధర్ కు కూడా చేరింది. దీంతో ఆగమేఘాల మీద తమ్ముడి రక్షణ కోసం ఒంటరిగానే పరిగెత్తాడు.

✦ ✦ ✦

మెరీనా బీచ్.....

బీచ్ వేళలు ముగిసాయి అన్నట్లు హెచ్చరికగా దూరం నుంచి పోలీస్ విజిల్స్ వినిపిస్తున్నాయి. రిపుంజయ్ చెప్పటం ఆపాడు.

ఇదంతా వింటూ దాదాపు ఒక ట్రాన్స్‌లో ఉన్న మహిమ.. తేరుకుని అడిగింది.

తర్వాత ఏమైంది..? నువ్వెలా తప్పించుకున్నావ్? మీ అన్నయ్యకు ఏమైనా హాని జరిగిందా? ప్రశ్నల వర్షం కురిపించింది. "మేడం పొద్దు పోయింది... ఇంటికి వెళ్ళిపోదాం." అంటూ బయలుదేర దీశాడు.

✦ ✦ ✦

అధ్యాయం – 4

రిపుంజయ్ తాను తెచ్చుకున్న బైక్ పై నంగనల్లూరు వెళ్ళిపోయాడు.

ఆ రాత్రి మహిమకు నిద్ర పట్టలేదు.

ఆ రోజు ఏం జరిగి ఉంటుంది? నీలవేణి ఇప్పుడు ఎక్కడ ఉంది? వంశీధర్ క్షేమంగానే ఉన్నాడా..? ఇలా ఎన్నో సందేహాలు పట్టి పీడిస్తున్నాయి.

మరునాడు తన ఆఫీస్ కు వెళ్లిందన్న మాటే గానీ... ఆలోచనలన్నీ రిపుంజయ్ మీదా అతడి కుటుంబ నేపథ్యం చుట్టూ తిరుగుతున్నాయి. దీంతో 3 గంటలకే ఆఫీస్ పనులు చక్కబెట్టించి, నంగనల్లూరు బయలు దేరింది. అక్కడ హాస్టల్ వద్ద తపన్ దాస్ ఎదురయ్యాడు.

"మేడం.. రిప్పు ఊరికెళ్ళాడు.."

"వాట్..? మాట మాత్రం కూడా చెప్పకుండా ఎలా వెళ్తాడు..?"

" మీకు మెసేజ్ పెట్టి ఉంటాడనుకున్నా"

మహిమ వెంటనే పేజెర్ తీసి చూసింది. ఎప్పుడో గంట క్రితమే మెసేజ్ వచ్చింది. తానే చూసుకోలేదు.

'Going to native place urgently. meet u once I am back" అని ఉంది.

ఇది చదివి తపన్ ను మళ్ళీ అడిగింది.

"ఏమిటంత అర్జెంట్? నీకేమైనా చెప్పాడా..?

"లేదు మేడం. నేను అప్పుడు లేను. ఏదో టెలిగ్రామ్ వచ్చింది.. తక్షణమే వెళ్ళాలి అన్నాడని వాచ్ మాన్ చెప్పాడు"

దీంతో మహిమ మరింత ఆందోళన పడింది.

" టెలిగ్రామ్..? ఎనీ థింగ్ సీరియస్..?"

"ఏమో మేడం...ఎవరికీ కరెక్ట్ గా తెలీదు"

మహిమ ముఖం లో ఆందోళన స్పష్టంగా కనిపించింది.

ఊర్లో ప్రత్యర్థులు రిప్పు ను ట్రాప్ చేసేందుకు ఇచ్చిన టెలిగ్రామ్ కాదు గదా..! అయి ఉండొచ్చేమో...! అతడి క్షేమం తనకు ముఖ్యం. మళ్ళీ అడిగింది.

"రిప్పు బయలు దేరి ఎంతసేపు అయి ఉంటుంది "

"గంట పైగా అయి ఉండొచ్చు మేడం"

"అలాగా..? యూజ్‌వల్‌గా ఎలా వెళ్తుంటాడు? బస్ ఆర్ ట్రైన్...?"

"ట్రైన్ మేడం..."

"చెన్నై సెంట్రల్ నుంచేనా?"

"లేదు మేడం.. ఈ మధ్య ఎగ్మోర్ నుంచి డైరెక్ట్ గా హైదరాబాద్ కాచిగూడ కు ట్రైన్ వేశారట. ఎగ్మోర్‌కు తాంబరం స్టేషన్ కనుంచి లింక్‌ట్రైన్‌లో వెళ్తాడు. నాలుగింటికి వస్తుంది అనుకుంట."

"అయితే అన్ రిజర్వ్‌డ్ బోగిలో వెళ్లి ఉండొచ్చు. ఇక్కడ కడప స్టూడెంట్స్ ఎవరైనా ఉన్నారా?"

"నో మేడం... ఎవరూ లేరు "

సమయం చూసుకుంది. 4.10 అయింది.

ఆమె వేగంగా కారు తిప్పింది. పావుగంటలో తాంబరం రైల్వే స్టేషన్ చేరింది. ఎంక్వయిరీలో విచారిస్తే 7.30కు రేణిగుంట, 10.20కి కడప చేరుతుంది అని తెలిసింది. ఆమె వెంటనే పేజర్ పక్కన పెట్టి సెల్‌ఫోన్ తీసింది. ఫ్లెక్సీ వేర్ తిరుపతి బ్రాంచ్ మేనేజర్ కు కాల్ చేసింది.

"నేను అర్జెంట్‌గా రేణిగుంట వస్తున్నాను కడప జిల్లా వెళ్లేందుకు ఒక డ్రైవర్‌ను ఏర్పాటు చేయండి" అని చెప్పింది.

ఆ వెంటనే మౌంట్ రోడ్ హెడ్ ఆఫీస్‌కు కాల్ చేసి తన ట్రావెల్ బ్యాగ్ తీసుకొని తక్షణమే రెడ్ హిల్స్ బస్టాప్ వద్దకు రమ్మని సూచించింది.

అక్కడ నుంచి ట్రాఫిక్ తప్పించుకోవాలి అంటే బైపాస్‌లో పోవాలి. పోరూర్ లింక్ రోడ్, మధురఓయల్ బ్రిడ్జి మీదుగా రెడ్ హిల్స్ బస్టాప్ చేరేసరికి గంట దాటింది. అక్కడ ఆఫీస్‌బాయ్ సుకుమారన్ ట్రావెల్ బ్యాగ్‌తో తనకోసం ఎదురుచూస్తున్నాడు. అందులో వారం రోజులకు సరిపడా డ్రెస్సెస్ సిద్ధంగా ఉంటాయి. సమయం 5.30 అయింది.

దాదాపు సిటీ అవుట్ స్కర్ట్స్‌కు వచ్చినట్టే కానీ, ఇక్కడ నుంచి రేణిగుంట చేరేందుకు ఎంత లేదన్నా రెండున్నర గంటలు పడుతుంది. రేణిగుంటలో తాను ట్రైన్ అందుకోలేక పోతే, కడప వరకూ వెళ్ళాలి. ఒకవేళ రిప్పు ఆ ట్రైన్ లో లేకపోతే...? నో.. నో థాట్స్ అఫ్ నెగటివిటీ.. ఇలా అనుకుంటూ ఆమె తన దృష్టి డ్రైవింగ్‌పై పెట్టింది.

రేణిగుంట రైల్వే స్టేషన్ చేరేసరికి 8.15 అయింది. ట్రైన్ పావుగంట క్రితమే క్రాస్ అయింది. ఆమె తెలుసుకున్న సమాచారం ప్రకారం కడప చేరేలోగా రైల్వే కోడూరు,

రాజంపేట స్టేషన్లలో మాత్రమే ఒక్క నిమిషం పాటు ఆగుతుంది. కాబట్టి ఆలస్యం చేయకుండా నేరుగా కడప వెళ్ళిపోవడమే బెటర్ అని నిర్ణయించుకుంది.

తిరుపతి బ్రాంచ్ వాళ్ళు పంపిన లోకల్ డ్రైవర్ వెంకటేష్ కు స్టీరింగ్ ఇచ్చింది. దారిలో తన పర్పస్ ఏమిటో వెంకటేష్ కు వివరించింది.

ఫ్యూయల్ నింపుకొని, కడప చేరేసరికి కాచిగూడ ట్రైన్ ఆగి ఉంది.

స్టేషన్ నుంచి బయటకు వస్తున్న ప్రయాణికులను గమనిస్తూ నిలుచుంది. దాదాపు అందరూ నిష్క్రమించాక, పరిగెత్తుతూ వెళ్లి జనరల్ బోగీలు వెదికింది. రిపు కనిపించ లేదు. ట్రైన్ కదులుతూండగా నిరాశతో కారు దగ్గరకు వచ్చేసింది.

వెంకటేష్ ఆమె తో అన్నాడు.

"మేడం.. మీరు చెబుతున్న ముత్యాల పల్లె వెళ్ళాలి అంటే జమ్మలమడుగు నుంచి పోవాలి. కాబట్టి అతడు ముద్దనూర్ స్టేషన్లో దిగే అవకాశం ఎక్కువ."

"కానీ, జనరల్ బోగీలు రెండూ వెదికాను. అతడు కనిపించ లేదు"

"రిజర్వ్ బోగీల్లో ఏదైనా కాన్సిలేషన్స్ ఉంటే టీసీని అడిగి స్లీపర్ రాయించుకునే ఛాన్స్ ఉంది మేడం !"

అతడు చెప్పిన దాంట్లో కూడా విషయం ఉంది అనిపించింది.

ఆమె తాంబరం వద్ద రాసి పెట్టుకున్న పేపర్ స్లిప్ చూసి అంది.

"ముద్దనూర్ లో ఈ ట్రైన్ ఆగదు.."

"అట్లయితే, ఎర్రగుంట్ల లో దిగొచ్చు మేడం "

"ఓకే..ఎర్రగుంట్ల పోదాం . "

"కానీ, మనం ఎంత స్పీడ్ గా పోయినా ట్రైన్ ను క్యాచ్ చెయ్యలేం మేడం."

"ఎలాగూ వచ్చాం కదా.. ఒక ఛాన్స్ తీసుకుందాం.. పద "

వాళ్ళు భయపడ్డంతా అయింది. ఎర్రగుంట్ల చేరేసరికి 11 గంటలు దాటింది. ట్రైన్ దాదాపు 20 నిమిషాల క్రితమే వెళ్లిపోయింది.

"ఇది చిన్న స్టేషన్ మేడం.. ఓ 20లేదా 30 మంది కంటే దిగరు. ఎవరినైనా అడిగి చూద్దాం. మీ దగ్గర అతని ఫోటో ఉందా..?"

"ఉహు... లేదు " అని చెప్పి ఏదో గుర్తొచ్చినట్టు తన హ్యాండ్ బ్యాగ్ తెరిచి వెదికింది. అందులో నుంచి ఒక పేపర్ కటింగ్ తీసింది.

సండే లీగ్ టోర్నమెంట్‌లో రిపుంజయ్ సెంచరీ చేసినప్పుడు దినతంతి పత్రికలోవచ్చిన ఫోటో అది.

అతి కష్టం మీద ఒకతను గుర్తుపట్టి చెప్పాడు.

"ఇతన్ని నేను చూశాను. ఎర్రగా ఉంటాడు. టీ షర్టు వేసుకొని ఉన్నాడు. వీపుకి ఒక రెక్సిన్ బ్యాగ్ ఉంది. "

"ఎస్.. అతడే.. ఎటువైపు వెళ్ళాడు?"

"నేరుగా ఆటో స్టాండ్ కు వెళ్ళిపోయాడు మేడం "

అక్కడి నుంచి పొద్దుటూరు కు ముద్దనూరుకు వెళ్లే సర్వీస్ ఆటోలు ఉంటాయని చెప్పారు. మరి రిప్పు ఏ రూట్లో వెళ్లి ఉంటాడు..? ముద్దనూరా..! పొద్దుటూరా..?

ఆమెకి మళ్ళీ నిరుత్సాహం ఆవరించింది. కాసేపు మౌనంగా ఉండిపోయింది. నిశ్శబ్దాన్ని బ్రేక్ చేస్తూ వెంకటేష్ అన్నాడు.

"మనం ముద్దనూరు మీదుగా జమ్మలమడుగు వెళ్ళేది బెస్ట్.. నాకు తెలిసీ దగ్గరి దారి అదే.." అని సూచించాడు.

"మనం వెళ్ళటం గురించి కాదు. రిపుంజయ్ ఆ రూట్లో వెళ్లే అవకాశం ఉందా..? అనేది ఆలోచించాలి. ముద్దనూరు నుంచి జమ్మలమడుగుకు ఈ టైమ్‌లో బస్సులుగానీ, ఆటోలుగానీ ఉంటాయా..?"

"డౌటే మేడం.."

"అయితే పొద్దుటూర్ పద.. నాకెందుకో రిప్పు కూడా పొద్దుటూర్ వెళ్ళాడు అనిపిస్తోంది "

40 నిమిషాల్లో ప్రొద్దుటూరు చేరుకున్నారు.

"ప్రొద్దుటూరు నుంచి జమ్మలమడుగుకు వెళ్లే బస్సులు ఏమైనా ఉంటాయా..?"

"ఇంత రాత్రి వేళ ఉండవు అనుకుంటా మేడం..అయినా ఒకసారి బస్టాండ్‌కు వెళ్లి వెదుకుదాం పదండి. "

అక్కడ కూడా రిపుంజయ్ లేడు.

వాకబు చేస్తే గంట క్రితమే చివరి బస్సు వెళ్ళిపోయింది అని తెలిసింది.

దీన్నిబట్టి, రిపుంజయ్ ప్రొద్దుటూరులోనే ఎక్కడో ఉన్నాడు.

మొదటి బస్సు 5 గం॥లకే ఉందట.

బహుశా ఇక్కడే పడుకుని తెల్లారుజామున తన ఊరికి వెళ్తాడేమో..!

అలాంటప్పుడు ఎక్కడ రెస్ట్ తీసుకుంటాడు? ఎవరైనా బంధువులున్నారా..? ఏమీ అంతుబట్టడం లేదు.

✦ ✦ ✦

బస్టాండ్ సమీపంలో అదొక డీసెంట్ లాడ్జి.

అర్ధరాత్రి కారులో వచ్చి రూం అడుగుతున్న మహిమను వింతగా చూశాడు రిసెప్షనిస్ట్.

డ్రైవర్ వెంకటేష్‌కు కూడా ఒక రూం ఇప్పించింది.

"మేడం.. మీరు రెస్ట్ తీసుకోండి. నేను ఊర్లో ఉన్న లాడ్జిలన్నింట్లో వాకబు చేస్తా.." అని చెప్పి వెంకటేష్ వెళ్ళిపోయాడు.

రిపుంజయ్ భద్రత గురించిన ఆలోచనలతో ఆమెకు ఎప్పుడు నిద్రపట్టిందో తెలియదు. వేకువన 4.30 కే మెలకువ వచ్చింది. వెంకటేష్ రూం బెల్ కొట్టి నిద్ర లేపింది. అతడి వద్ద రిప్పుకు సంబంధించిన అప్డేట్ ఏదీ లేదు.

కారు కీస్ తీసుకుని తనే నడుపుకుంటూ బస్టాండ్ వెళ్ళింది.

ఉదయం 6 గం॥లలోగా దాదాపు 4 బస్సు లు వెళ్లిపోయాయి. కానీ రిప్పు జాడ లేదు. స్టాండ్స్‌లో ఉన్న అన్ని తెలుగు న్యూస్ పేపర్స్ కొనుక్కుని, తిరిగి రూం చేరింది.

ఆమె ఆరవ యాసలో తెలుగు మాట్లాడుతుంది. కానీ చదవటం రాదు.

వెంకటేష్‌ను పిలిపించి ముత్యాల పల్లెకు సంబందించిన వార్తలు ఏవైనా పబ్లిష్ అయ్యాయేమో చూడమని చెప్పింది.

మొత్తానికి ఆమెకు ఉపయోగ పడదగ్గ సమాచారం ఏదీ లేదు. తాను ప్రొద్దుటూరులో ఉండి రిప్పు ఆచూకీ ఎలా కనిపెట్టాలో కూడా అర్థం కాలేదు.

టెలిఫోన్ డిపార్ట్మెంట్‌కు కాల్ చేసి , ముత్యాలపల్లె అనే ఊరిలో ఎవరికైనా కనెక్షన్ ఉందా? అని వాకబు చేసింది. ప్రస్తుతం ఆ లైన్లు ఏవీ పనిచేయడం లేదన్నారు.

ఆమె వెంకటేష్ తో చెప్పింది.

"8 గంటలలోగా రెడీగా ఉండు. బ్రేక్ ఫాస్ట్ చేసి ముత్యాలపల్లె పోదాం "

"ఓకే మేడం.." అని చెప్పి తన రూం కి వెళ్ళిపోయాడు.

బయలుదేరే ముందు వెంకటేష్ అన్నాడు.

"ఆ ఊర్లో ఫ్యాక్షన్ గొడవలు ఉన్నాయంటున్నారు. వెళ్లి చిక్కుల్లో పడతారేమో ఆలోచించండి."

"ఏం పర్లేదు.. రిప్పు కోసం నేను ఎలాంటి రిస్క్ అయినా తీసుకుంటా.. నీకు ఇబ్బంది అయితే, ఇక్కడే ఉండు. "

"లేదు మేడం.. నాకేం భయం లేదు. నేను కూడా వస్తా.."

◆ ◆ ◆

ఉదయం 10 గంటల ప్రాంతంలో...

ముత్యాల పల్లె వెళ్లే దారి...

మహిమ స్వయంగా డ్రైవింగ్ చేస్తోంది.

దారి మధ్యలో ఒక చిన్న వాగు కు కల్వర్ట్ ఉంది. వాగుకు అటూ ఇటూ దట్టమైన ఈత పొదలున్నాయి. కల్వర్ట్ ముందుగా రోడ్డును ఎవరో అడ్డంగా తవ్వి పెట్టారు. దీంతో కారు నిలిపింది మహిమ.

"మేడం.. ఇది కాసేపటి క్రితమే తవ్వినట్టు ఉంది. చుట్టుపక్కల ఎవరో ఉన్నారు." వెంకటేష్ కారు దిగి చెప్పాడు.

దీంతో ఆమె చుట్టూ పరికించి చూసింది. ఈత పొదల్లో నుంచి దాదాపు 10 మంది విసురుగా బయట కొచ్చారు. వాళ్ళ చేతుల్లో కొన్ని నాటు తుపాకులు, మారణాయుధాలు ఉన్నాయి.

వెంకటేష్ గజ గజ వణుకుతూ నిలబడ్డాడు.

మహిమ కూడా వారిని ఆశ్చర్యంగా చూస్తూ కారు దిగింది.

ఆ దారిలో కారు నడుపుకుంటూ వచ్చిన యువతిని చూస్తూ వాళ్ళు మరింత ఆశ్చర్య పోయారు.

కారును చుట్టు ముట్టి ప్రశ్నల వర్షం కురిపించారు.

"ఎవరు మీ ఇద్దరూ ..? మా ఊరికి ఎందుకొస్తున్నారు..?"

మహిమకు వెంటనే విషయం అర్థం అయిపోయింది. ఈ వచ్చిన వారు ఏదో ఒక ఫ్యాక్షన్ వర్గీయులు. తాము వచ్చింది ఫలానా వ్యక్తి కోసం అని చెబితే, ఎలా రియాక్ట్ అవుతారో తెలియదు. ఏం చెప్పి తప్పించుకోవాలి?

ఆ క్షణంలో ఆమెకు సుచిత్ర గుర్తొచ్చింది. ఆ ఊర్లో ఆమెకు ఇంకో పేరేదీ తెలియదు.

" సుచిత్ర కోసం వచ్చాం. ఆమెకు పెళ్లి కార్డు ఇవ్వాలి "

వాళ్ళు ఒకరి ముఖాలు ఒకరు చూసుకున్నారు.

" సుచిత్ర అంటే ఎవరు వంశీరెడ్డిగాడి పెండ్లామా..?" అడిగాడొకడు.

"అవును.."

వాళ్ళలో దట్టంగా మీసాలున్న ఒక వ్యక్తి అడిగాడు

" ఇదిగోమ్మే.. సుచిత్రకు నువ్వు ఏమవుతావ్ ?"

"ఇద్దరం క్లాస్ మేట్స్ మి. కలిసి చదువుకున్నాం."

"యాడా.. తిరుపతి లోనా..?"

"అవును సార్.."

"పెళ్లి ఎవుర్ది..? నీదేనా..?

"ఆ.. అవును.. నాదే.." ఆమె గొంతు తడబడింది.

"సర్లే.. వెళ్ళిపో.. తొందరగా.." అన్నాడు.

ఆమె రోడ్డుకు అడ్డుగా ఉన్న గుంత వైపు చూస్తూ నిలుచుంది.

"రేయ్.. తొందరగా ఆ గుంత పూడ్చి వేయండి"

ఆ మీసాల వ్యక్తి ఎవరికో ఆదేశించాడు.

10 నిమిషాల్లో ఆ పని పూర్తయింది.

అయితే ఆమె కారు ముందు టైర్ పంక్చర్ అయి ఉండటాన్ని వెంకటేష్ గమనించాడు.

టైర్ మార్చడంలో ఒక్కడే ఇబ్బంది పడుతుంటే గమనించి మళ్ళీ ఆ మీసాల వ్యక్తి స్పందించాడు.

"ఒరేయ్ సుబ్బడూ.. నువ్వు ట్రాక్టర్ నడుపుతావ్ గదా.. కాస్త సాయం చెయ్." అని ఒక వ్యక్తి కి పురమాయించాడు. అంతా అయ్యాక..

"ఇక పోండి.. తొందరగా పని ముగించుకొని ఊరు దాటండి.. ఈడ మమ్మల్ని జూసినట్టు ఎవరికీ సెప్పాకండి.. అర్థం అయిందా..?" అంటూ అదేదో హెచ్చరిక లాగా చెప్పాడు.

తన సమీపం లో ఉన్న ఒక వ్యక్తి ని వెంకటేష్ కుతుహలం ఆపుకోలేక అడిగాడు.

" అన్నా.. ఆ మీసాలాయన పేరేమి..?"

దీంతో అతడు కనుబొమ్మలు ఎగరేసి అన్నాడు

" ఏందిరో..! తిమ్మారెడ్డిన్న ఎవరో తెలియనట్టు అడుగుతున్నావ్..?"

ఆ పేరు వింటూనే మహిమ ఉలిక్కిపడింది.

అంటే... రిప్పు ఫ్యామిలీతో ఫ్యాక్షన్ నడుస్తోంది ఈయనతోనే అన్నమాట...

వెంటనే యధాలాపంగా ఆయన వైపు తల తిప్పి మరోసారి చూసింది.

అయన పక్కనే ఉన్న మరో వ్యక్తి కి ఏదో సందేహం వచ్చింది. కారు స్టార్ట్ చేయబోతుండగా వచ్చి అడ్డంగా నిలబడ్డాడు.

" ఏదీ ఆ పెళ్లి పత్రిక ఒకసారి చూపించు.. " ఆదేశించాడు. దీంతో మహిమ ఇరకాటం లో పడింది..

"డిక్కీ లో.. ట్రావెల్ బ్యాగ్ లో ఉంది " అంది.

"పర్లేదు.. డిక్కీ తీసి చూపించి అప్పుడు ముందుకు కదులు " అన్నాడు మరింత అనుమానం గా చూస్తూ..

గత్యంతరం లేక, మహిమ కారు దిగి డిక్కీ తెరిచింది

తిమ్మారెడ్డి మళ్ళీ కలుగజేసుకున్నాడు.

"యా ఊరి పిల్లో మనూరికొస్తే అట్ల తిప్పలు పెడతా వేందిరా..? సుట్టాలు మనింటి కొచ్చినా పగోడి ఇంటికొచ్చినా.. మన సుట్టాలే అనుకొని గౌరవిచ్చాలి.. పోమ్మా.. నువ్వు పో.." అని ఊరు వైపు వేలు చూపాడు.

త్రోవలో వెంకటేష్ ను అడిగింది.

"ఇంతకూ ఆ గుంత ఎందుకు తవ్వి ఉంటారు..?"

"మీకు ఇంకా అర్థం కాలేదా..? ఎవరికో స్పాట్ పెట్టారు మేడం.."

"స్పాటా..! అంటే..?"

"అది ఇక్కడ చాలా పాపులర్ పదం..వీళ్ళ ఆపోనెంట్ జీపు ఇటుగా వస్తున్నట్టు వీళ్ళకి ఇన్ఫర్మేషన్ వచ్చి ఉంటుంది. ఈ గుంత కాడ ఆగితే, దాడి చేసే ప్లాన్ అన్నమాట.."

మహిమ నిర్ఘాంత పోయింది.

"మరి భోజనాలు తెచ్చుకున్నారెందుకు..? శత్రువును చంపేసి స్పాట్ లోనే భోంచేస్తారా..?

"వాళ్ళ దగ్గర భోజనాలు ఎక్కడివి మేడం..?"

" నువ్వు గమనించ లేదా..? నలుగురి చేతుల్లో అల్యూమినియం క్యారియర్లు ఉన్నాయ్.. టిఫిన్లు, భోజనాలే కదా వాటిలో తెచ్చేది...!"

"ఏంది మేడం...? మీరు మరీ ఇంత అమాయకంగా ఉన్నారు..! వాటిలో ఉండేది టిఫిన్లు, భోజనాలు కాదు.. నాటు బాంబులు.." అన్నాడు.

దీంతో ఆమె ఉలిక్కిపడింది. సడెన్ బ్రేక్ వేసి...

"వాట్..? నా...టు... బాంబులా..!"

ఒత్తి పలుకుతూ అడిగింది. కాసేపు ఆలోచించి చెప్పింది.

"మనం వెనక్కి వెళ్లిపోదామా..?"

"ఏంటి మేడం.. బాంబుల పేరు వింటూనే భయపడ్డారా..!"

"భయం నా గురించి కాదు... మన రిప్పుకి ట్రాప్ చేసేందుకే టెలిగ్రామ్ ఇచ్చినట్టున్నారు. అతన్ని పికప్ చేసుకునేందుకు ఏదో జీపు వెళ్లి ఉంటుంది. ఈ స్పాట్ కూడా రిప్పు కోసమే అయి ఉంటుంది. మనం వెనక్కి పోయి, ఈ ఊరి మెట్ట దగ్గర వేచి ఉందాం. రిప్పు వస్తే, అక్కడే ఆపేద్దాం "

" నా అంచనా ప్రకారం రిప్పు ఈ పాటికే ఊరికి వెళ్లి ఉంటాడు "

"లేదు వెంకటేష్... రిప్పు ఊరికి చేరుకొని ఉంటే, తిమ్మారెడ్డి మనుషులు ఇక్కడ స్పాట్ దగ్గర ఎందుకు ఉంటారు..?"

"ఇప్పుడు వెనక్కి తిరిగితే, తిమ్మారెడ్డి మనుషులకు ఇంకా అనుమానం వస్తుంది మేడం... మనల్ని పోనిస్తారా..?"

"మరేవిటి చెయ్యడం..? రిప్పు ను ఎలా కాపాడు కుందాం..?"

"మనం కాపాడేది ఏమిటి మేడం..?

నాకు తెలిసి ఈ ప్రాంతం లో ఎవరూ చదువుకునే వాళ్ళ జోలికి వెళ్ళరు. ఇందాక మీరే చూశారుగా.. మనం వెళ్ళేది శత్రువు ఇంటికి అని తెలిసి కూడా ఎంత సాయం చేశారో..!"

అతడు చెప్పేది కూడా నిజమే అనిపించింది మహిమకు.

"సరే.. ముందు వంశీధర్ ను కలిస్తే ఆ టెలిగ్రామ్ సంగతి తెలిసిపోతుంది."

అంటూ కారు ఊరి వైపు మళ్లించింది. ముందుగా తిమ్మారెడ్డి వర్గీయుల ఇండ్లు దాటాకే వంశీ వాళ్ళవి వచ్చాయి.

వంశీధర్ రెడ్డి ఇల్లు...

పెద్ద లోగిలి.. మేడ మీద ఒక రూం మరియు ఈ మధ్యనే కట్టినట్టున్న ప్రొటెక్షన్ వాల్.

ఒక వ్యక్తి ఎవరో వచ్చి వీళ్ళను గేటు బయటే ఆపాడు.

ఎవరో పనోల్లు వచ్చి వింతగా చూడసాగారు.

"వంశీ రెడ్డి ఇంట్లో లేడు. ఎవరి కోసం వచ్చారు?" అని అడిగారు.

"రిపుంజయ్ ఉన్నాడా..?" అడిగింది మహిమ.

వాళ్ళు సమాధానం ఇవ్వకుండా ఒకరి ముఖాలు ఒకరు చూసుకున్నారు.

ఈ లోగా సుచిత్ర, రుక్మిణమ్మ బయటకు వచ్చారు.

"రిపుంజయ్ మీకు ఎలా తెలుసు..?" అడిగింది రుక్మిణమ్మ.

"నేను చెన్నై నుంచి వచ్చాను. అక్కడ..." అంటూ మహిమ ఏదో చెప్పబోయింది. వెంటనే సుచిత్ర కలుగజేసుకుని అడిగింది.

"మీరు మహిమా మేడం కదూ..?"

దీంతో మహిమ నివ్వెరపోయింది తన పేరు ఈమెకెలా తెలుసా..అని.

దీన్ని బ్రేక్ చేస్తూ సుచిత్ర చెప్పింది

"మీ గురించి మాకు బాగా తెలుసు మేడం. ముందు లోపలికి రండి. తీరిగ్గా మాట్లాడుకుందాం " అంటూ ఆహ్వానించింది.

రిపుంజయ్ పుట్టి పెరిగిన ఆ ఇంట్లో అడుగుపెట్టడం ఆమెకు ఒక విచిత్రమైన అనుభూతినిచ్చింది. కాఫీ చేసి ఇచ్చేందుకు రుక్మిణమ్మ వంటింట్లోకి వెళ్ళిపోయింది. అప్పుడు సుచిత్ర చెప్పింది

"మీ గురించి రిప్పు ఎప్పటికప్పుడు లెటర్స్ రాస్తూనే ఉన్నాడు. మెరీనా బీచ్‌లో గొడవ, మీరు ట్రీట్మెంట్ ఇప్పించడం, క్రికెట్ వైపు ఎంకరేజ్ చెయ్యడం అంతా తెలుసు. "

"రియల్లీ..! గ్రేట్‌టు నోదిస్"

"కానీ, మా అత్తకు ఇదంతా తెలియదు. అసలు మిమ్మల్ని ఇక్కడ చూడటం నాకు ఎంత థ్రిల్లింగ్ గా ఉందో తెలుసా...!""

"సరే..ఇదంతా తర్వాత మాట్లాడుకుందాం... ఎనీథింగ్ సీరియస్ హియర్..? రిప్పుకు టెలిగ్రామ్ ఇచ్చింవదెరు..?"

దీంతో సుచిత్ర కూడా ఆశ్చర్యపోయింది.

"లేదు.. మేమెవ్వరం టెలిగ్రామ్ ఇవ్వలేదు.. ఏం జరిగింది.?"

"రిప్పుకు ఎవరో టెలిగ్రామ్ ఇచ్చారు. దీంతో వెంటనే బయలుదేరాడు. ఇది తెలిసి నేను టెన్షన్ పడుతూ వచ్చేశా... " అంది మహిమ.

ఆ టెలిగ్రామ్ ఏమై ఉండొచ్చు..అని ఇద్దరూ కాసేపు మదన పడ్డారు.

"రిప్పు సంగతి అటుంచితే... మీ హస్బెండ్ వంశీధర్ ఎక్కడికి పోయాడు.?"

"ఏదో కోర్ట్ కేసు అటెండ్ అయ్యేందుకు జమ్మలమడుగు వెళ్ళాడు "

"అతడి వెంట మనుషులున్నారా.? దేంట్లో వెళ్ళాడు.? "

"ఏం పర్లేదు..జీప్‌లో వెళ్ళాడు. ఫుల్ సెక్యూరిటీ ఉంది. ఎందుకని అలా అడుగుతున్నారు..?"

మహిమ తనకు ఎదురైన సంఘటన మొత్తం చెప్పింది.

దీన్ని ఆమె తేలిగ్గా తీసుకుంది.

"మా ఆయన పోయిన రూట్లో మళ్ళీ తిరిగి రాడు.. వాళ్ళు ఎన్ని స్పాట్‌లు పెట్టినా ఆయన దొరకడు. ఈయన పెట్టే స్పాట్‌లకు ఆ తిమ్మారెడ్డి ఎలా తప్పించుకుంటాడో చూడాలి"

"వంశీ కూడా స్పాట్లు పెడతాడా..!" మహిమ అడిగింది.

"అవును మరి.. చిన్నాయన హత్యకు ప్రతీకారం తీర్చుకోవాలి గదా..!"

సుచిత్ర చెప్పేది కళ్ళార్పకుండా చూస్తూ వినింది మహిమ.

జీవితాలను ఎంత తేలిగ్గా తీసుకుంటున్నారు వీళ్ళు..! అనుకుంది.

ఇంతకూ రిప్పు ఎక్కడికి పోయినట్టు..? ఏమైనట్టు..? ఇద్దరికీ అంతు చిక్కలేదు.

ఉన్నట్టుండి సుచిత్ర మైండ్‌లో ఫ్లాష్ లా వెలిగింది.

"మన రిప్పు ప్రాణం రిస్క్‌లో ఉంది" అంటూ లేచింది

"ఏమైంది..? రిప్పు ఎక్కడ ఉన్నట్టు.?"

ఆందోళనగా అడిగింది మహిమ.

"మేడం.. రిప్పు ప్రొద్దుటూరుకు వచ్చినట్టు మనం అర్జెంట్ గా మా ఆయన వంశీధర్ కు సమాచారం అందించాలి. రిప్పు ఎక్కడుంటాడో, ఎలా కాపాడుకోవాలో ఆయనకు తెలుసు.. ఒకవేళ కోర్ట్ పని త్వరగా అయిపోయి ఉంటే ఊరికి వచ్చేస్తాడు. మా ఊరికి 4 రూట్లు ఉన్నాయి. ఏ రూట్లో తిరిగి వస్తాడో చెప్పడం కష్టం" అని చెప్పి..

ఒక తెల్ల పేపర్ పై చక చకా కొన్ని వాక్యాలు రాసి మడత పెట్టి వెంకటేష్ కు ఇచ్చింది.

"నువ్వు జమ్మలమడుగు పోయి లాయర్ కృష్ణా రెడ్డి ఇంటికి వెళ్ళు. కోర్ట్ పని ముగిసి ఉంటే, వంశీరెడ్డి అక్కడే ఉంటాడు. ఈ చీటీ అందించి వచ్చేయ్... దారిలో నిన్ను ఎవరైనా ఆపితే హాస్పిటల్ కు వెళ్తున్నట్టు చెప్పు.."

కారు వెళ్లి పోయింది. ప్రశ్నార్థకంగా ఉన్న మహిమ ముఖం చూసి.. సుచిత్ర గొంతు విప్పింది.

"మా కుటుంబానికి తప్ప రిప్పు అడ్రస్ తెలిసింది ఇద్దరికే .."

"ఎవరా ఇద్దరూ..?"

"ఒకరు నీలవేణి "

"నీలవేణి రిప్పుతో టచ్ లో ఉందా..?"

"లేదు.. మొన్న ఆమధ్య ప్రొద్దుటూరులో సమీప బంధువు పెళ్లిలో నన్ను కలిసింది. తన అడ్రస్ అడిగింది. ఏదైనా అత్యవసర పరిస్థితిలో తప్ప, బావను డిస్టర్బ్ చెయ్యను.. అని ప్రామిస్ చేసి అడ్రస్ తీసుకుంది."

"ఒకరికొకరు చంపుకుంటు పెళ్లిళ్లలో మీరు ఎలా కలుసుకుంటారు..?"

"మగోళ్ళకు సెక్యూరిటీ ఉండదు కాబట్టి, బంధువుల పెళ్లిళ్లకు ఆడోళ్ళమే అటెండ్ అవుతాం.. కానీ, పలకరించుకోము.. ఫంక్షన్‌కు పిలిచినోళ్లు కూడా ఎవరి మర్యాదలు వారికి విడివిడిగాచేసి సాగనంపుతారు."

"మరి ఊర్లో ఆడోళ్ళు ఎదురు పడరా..?"

"ఎదురు పడినప్పుడల్లా అరుచుకోవడం, తిట్టుకోవడం మామూలే.. ఇక్కడ ఆడోళ్ళ రోషాలే ఎక్కువ. అస్సలు పట్టలేం.."

"అంతా విచిత్రంగా ఉంది... అదిసరే గానీ, నీలవేణి టెలిగ్రామ్ ఎందుకిచ్చి ఉంటుంది..?"

"ఆ మాజీ ఎమ్మెల్యేతో తిమ్మార్డి మామకు చెడిందని విన్నాను. ఆయన కొడుకు తో పెళ్లిసంబంధం కూడా తప్పిపోయింది. ఇక ఈయన ప్రెస్టీజ్‌గా తీసుకొని మేనకోడలుకు ఇంకో సంబంధం ఏదో తెచ్చినట్టున్నాడు. వెంటనే పెళ్లి చేయాలి అనే ప్లాన్‌లో ఉన్నట్టుంది. బహుశా అదే విషయం లో టెలిగ్రామ్ ఇచ్చి ఉంటుంది "

"ఒకవేళ నీలవేణి టెలిగ్రామ్ ఇచ్చి ఉంటే.. రిప్పుకు వచ్చే రిస్క్ ఏముంది? బావ రాక గురించి ఇంట్లో ఎందుకు చెబుతుంది..?"

"గొడవలు మొదలైనప్పటి నుంచి నీలవేణిని కాలేజీ మాన్పించారు. ప్రొద్దుటూరులో తిమ్మారెడ్డి మామ మిత్రుడు ఒక పెద్ద కాంట్రాక్టర్. అయన ఇంట్లో, ప్రైవేట్‌గా ట్యూషన్ పెట్టించి చదివిస్తున్నారు. ఒకసారి ఆ కాంట్రాక్టర్, మా ఆయన వంశీధర్ ఎదురు పడ్డారు. ఇద్దరి మధ్య వాగ్వాదం జరిగింది. నీల ఎక్కడున్నా ఎత్తుకొచ్చి నా తమ్ముడికి ఇచ్చి పెళ్లి చెయ్యకపోతే నా శవం కుముద్వతిలో తేలుతుంది.. అని ఈయన ఛాలెంజ్ చేశాడట.. అప్పటి నుంచి ఆ ఇంటి చుట్టూ పటిష్టంగా కాపలా పెట్టారట. రిప్పు అక్కడికి వెళ్తే ఖచ్చితంగా అటాక్ చేస్తారు."

సుచిత్ర మాటల్ని శ్రద్ధగా విని మహిమ అడిగింది.

"అంటే నీలవేణి దాదాపు గృహ నిర్బంధంలో ఉన్నట్టే కదా..! టెలిగ్రామ్ ఎలా ఇస్తుంది ..?"

"ఎవరైనా సాయపడి ఉండొచ్చు.. లేదా ఏదో అప్లికేషన్ కోసం అని చెప్పి, పోస్ట్ ఆఫీస్ వచ్చి ఉండొచ్చు.. మనసుంటే మార్గం ఉంటుంది గదా ? నా భయం ఏమంటే, మన రిపు మొండి ధైర్యంతో ఆ ఇంటికి వెళ్లి ప్రాణాల మీదకు తెచ్చుకుంటాడేమో అని.." ఆందోళన వ్యక్తం అయింది ఆమె గొంతులో..

"రిపు ఎక్కడుంటాడో వంశీధర్ ఎలా కనిపెడతాడు..?"

"కృష్ణ మూర్తి సార్ అని ఒక హెడ్ మాస్టర్ ఉన్నారు. ఆయన కళాధర్ మామకు స్నేహితుడు. చిన్నప్పుడు రిపు ఆ ఇంట్లోనే ఉండి చదువుకున్నాడు. నిన్న రాత్రి ఖచ్చితంగా అక్కడికే వెళ్లి ఉంటాడని వంశీధర్‌కు తెలుసు"

"రిపు చెన్నై అడ్రస్ తెలిసిన ఇంకో వ్యక్తి ఎవరు.?"

"కృష్ణమూర్తి సార్ కొడుకు ఈశ్వర్. రిపు ఖర్చులకి మేము ప్రతినెలా ఎం ఓ. పంపించేది అతడి ద్వారానే.. అతడు ప్రొద్దుటూరులో నీలవేణి కి క్లాస్ మేట్ ."

కాసేపు ఇద్దరూ మౌనంగా ఉండి పోయారు. రిపుంజయ్ గురించి పూర్తి క్షేమ సమాచారం వచ్చేంతవరకు ఆ ఇద్దరి మనసులు ప్రశాంతంగా లేవు. కొద్ది సేపటి తర్వాత మహిమ అడిగింది.

"మీ ఊరి పక్కన ఏరు చాలా బాగుంటుందట గదా..! నాకు చూపించవా..?"

"ష్యూర్.. మా తోట దగ్గర నుంచే చూద్దాం " అని బయలుదేర దీసింది.

"కారు వస్తూనే.. డ్రైవర్‌ని తోట దగ్గరకి రమ్మనిచెప్పు" అని ఎవరికో సూచించింది.

నడక దారిలో మహిమ అడిగింది

"రిపు నీకు చిన్నప్పటి నుంచి తెలుసా..? లేక నీ పెళ్లి అయ్యాకే నా..?"

"మేం దగ్గరి సుట్టాలమే కదా.. రిపు నాకంటే 3 ఏండ్లు చిన్నోడు. పిల్లప్పుడు వాడిని ఎత్తుకునే దాన్ని"

"అలాంటప్పుడు తిమ్మారెడ్డి పిల్లలు కూడా నీకు దగ్గరోల్లే కదా..!"

"అవును... ఆయన పిల్లలకి నేనంటే ఎంతిష్టమో..! తిమ్మారెడ్డి మామకి పెళ్ళైన 10 ఏండ్ల వరకూ పిల్లలు లేరు. అందుకే మేనకోడలు నీలవేణి ని ప్రాణంగా పెంచుకున్నాడు. తర్వాత ఆయనకు కూతురు, కొడుకు పుట్టినా నీలవేణికి ఏ లోటూ చెయ్యలేదు."

సుచిత్ర చెప్పేది వింటున్న మహిమకు అంతా అయోమయం గా ఉంది.

ప్రేమలూ, అనుబంధాలూ, పగలూ, ప్రతీకారాలూ.. అన్నీ ఒకచోటే ఇమిడి ఉండటం ఎలా సాధ్యం.?

✦ ✦ ✦

కుముద్వతి నది తీరం లో....

అక్కడ వంపు తిరిగిన నదీ పాయను, మెరుస్తున్న ఇసుక మేటలను చూసి మహిమ మురిసిపోయింది. తీరం నుంచి వస్తున్న సుతి మెత్తని పైరగాలి ఆమెను మైమరపింప జేస్తోంది.

ఈ ప్రదేశంలో అణువణువు గురించీ రిపుంజయ్ ఆమెకు చెప్పిన ప్రతి మాటా గుర్తుకు వస్తోంది.

ఎప్పుడో వచ్చిన వరద భీభత్సానికి కూకటి వేళ్లతో సహా విరిగి పడిన పరిగె మొద్దుపై కాసేపు కూర్చుంది. ఏటి వారగా ఉన్న ఎత్తయిన ఇసుక తిన్నెపై వెల్లకిలా పడుకుంది. నీటి చెలమ వద్దకు వెళ్లి లోతుకు తొంగి చూసింది. గులక రాళ్లు తీసుకొని ఏటి ఆవలి గట్టుకు విసిరే ప్రయత్నం చేసింది.

అచిరకాలంలోనే తనకు ప్రాణ సమానుడైన రిప్పు, అతడి ప్రాణం నీల కలిసి ఇక్కడే తిరిగారు అనుకుంటూ ఆ ప్రాంతాన్ని ఎంతో మురిపెంగా చూడసాగింది.

ఈ ప్రాంతంతో ఎంతో పరిచయం, అనుబంధం ఉన్నట్లు ప్రవర్తిస్తున్న మహిమను ఇంతలేసి కళ్లతో చూడసాగింది సుచిత్ర. కొద్దిసేపటి తర్వాత మహిమ తోటలోకి నడిచింది. నేరుగా చింత చెట్టు వద్దకు వెళ్ళింది.

"ఇక్కడ ఉయ్యాలలు ఉండాలి కదా..!" సుచిత్రను అడిగింది.

ఆమె తన చిటికెన వేలు పైకెత్తి చూపించింది.

కొమ్మకు ఎగసికట్టి ఎన్నాళ్ళుగానో నిరుపయోగంగా ఉన్న రెండు ఉయ్యాలలు కనిపించాయి.

వాటిని చూసి మహిమ మనసు చివుక్కుమంది.

"ఉయ్యాల దించటం వచ్చా..?" అడిగింది.

సుచిత్ర తలూపి చెట్టు మొదలు వద్ద ఉన్న నిచ్చెన తెచ్చి కొమ్మకు ఆనించింది. నిచ్చెన పైకి ఎక్కి ఉయ్యాలలను బిగించి కట్టిన ముడులను తొలగించింది. మహిమ ఆలస్యం చేయకుండా ఒక ఉయ్యాల ఎక్కేసింది. ఊగటం తెలియక అవస్థలు పడసాగింది. నిచ్చెన పక్కన పెట్టేసి వచ్చిన సుచిత్ర అడిగింది.

"మేడం..మీకు ఉయ్యాల అనుభవం లేదా..?"

"మా నగర జీవితాలకు ఇంత అదృష్టం ఎక్కడిది..?"

దీంతో సుచిత్ర ఆమెకు మెల్లగా నేర్పసాగింది. కొద్ది సేపటికే ఆమెకు ఒంటబట్టింది.

ఉయ్యాల ఊగటంలో సహజంగా కలిగే ఆనందం ఆమెను ఒకవైపు పరవశురాల్ని చేస్తుండగా.. తన పక్కనే మరో ఉయ్యాలలో రిపుంజయ్, నీలవేణిల నవ్వులు కిలకిలా రావాల్లా వినిపిస్తున్నట్టుగా అనిపించింది.

ఈ ఏటి ఒడ్డున.. చింత చెట్టు నీడలో.. ఉయ్యాల ఊగిసలాటలో... మంద్రంగా వీస్తున్న ప్రతి తెమ్మరలో... తాను పీల్చే ప్రతి శ్వాసలో.. ఆ ఇద్దరి స్పర్శను ఆమె అనుభూతి చెందేందుకు ప్రయత్నిస్తోంది.

"మేడం.. వెంకటేష్ వచ్చాడు.."

అన్న సుచిత్ర పిలుపుతో ఆమె ఈ లోకంలోకి వచ్చింది.

"వంశీ సార్ లాయర్ గారి దగ్గరే ఉండినారు. మీ చీటీ చదివి ప్రొద్దుటూరులో ఎవరికో ఫోన్ చేశారు. ఆ వెంటనే జీప్ ఎక్కి వెళ్ళిపోయాడు. రిపుంజయ్ ని వెంట తొడ్కోని ఊరికి వస్తాను అని మీతో చెప్పమన్నాడు.."

వెంకటేష్ చెప్పిన మాటలు విని..

ఇద్దరూ ఆలోచనలో పడిపోయారు. రిప్పు సేఫ్టీపై ఇంకా స్పష్టత రాలేదు. వంశీ స్వయంగా ప్రొద్దుటూరు వెళ్ళాక, తాము వెళ్లి చేయగలిగింది కూడా ఏమీ లేదు. వీళ్ళ ఆలోచనలను బ్రేక్ చేస్తూ వెంకటేష్ అన్నాడు

"తక్షణమే భోజనానికి రమ్మని పెద్దామె చెప్పింది "

"అవును, ఒంటిగంట దాటింది. వెళ్దాం పదండి" సుచిత్ర సూచించింది.

మహిమ నిరుత్సాహంగా ముఖం పెట్టి..

"నాకెందుకో ఈ ప్రదేశం విడిచిపెట్టి రావాలనిపించడం లేదు సుచిత్రా.." అంది.

"అట్లయితే ఒక పని చేద్దాం.. భోజనం ఇక్కడికే తెప్పిద్దాం.. నేను కూడా పొలం వాతావరణంలో తినక చాలా రోజులైంది." అంటూ.. వెంకటేష్‌తో

"నీవు ఇంటికి వెళ్లి భోంచేసి రెస్ట్ తీసుకో.. అక్కడ మల్లమ్మ ఉంటాది...మా ఇద్దరికీ సద్దిగంపలో భోజనం తీసుకొని రమ్మని చెప్పు " అంది.

వెంకటేష్ వెళ్ళిపోయాడు.

"మేడం.. మీరు ఎప్పుడైనా సద్దిగంప చూశారా..? పంట పొలంలో భోంచేసారా..?"

"లేదు.. మా చిన్నప్పుడు పొలాలు ఉండేవిట. అయితే, కొన్ని ఇబ్బందుల వల్ల మా నాన్న మద్రాస్ చేరాడు. అక్కడే బిజినెస్‌లో స్థిరపడిపోయాం.. ఏమిటీ సద్దిగంప ప్రత్యేకత..?" చిరునవ్వుతో అడిగింది మహిమ.

"విత్తనాలప్పుడుగానీ, పంట నూర్పిళ్లప్పుడుగానీ పొలంలో మస్తుగా పనులుంటాయి. అంగామా రోజులని పిలుస్తాం. ఇంటిల్లిపాది అందరూ పొలం కాడనే ఉంటారు. కూలోళ్ళతో పాటు అందరికి బువ్వ రైతు ఇంటి నుంచే.. పెద్దగంపలో గంజి బట్ట పరచి, అందులోనే అన్నం, కూర, పప్పు, ఊరబిండి వేసుకుని తెస్తాం. దీన్నే సద్దిగంప అంటాం. అందరూ చెమటోడ్చి పనిచేస్తాం కదా..! ఎంత కమ్మగా ఉంటుందో..! ఈ మధ్య కాలంలో ఈ సద్దిగంప భోజనాలే లేవు. ఎవరి క్యారియర్ వాళ్ళది అయిపొయింది.. అయితే, సద్దిగంపలో తెచ్చినా, క్యారియర్ లో తెచ్చుకున్నా.. పొలం కాడ తింటే ఆ రుచే వేరు.. ఈ ఫ్యాక్షన్ గొడవలు మొదలయ్యాక మేం పొలాలకు రావడమే తగ్గిపోయింది." అంటూ నిట్టూర్చింది.

"ఓకే..ఓకే.. పొలంకాడ తినే అదృష్టం ఈ రోజు నాక్కూడా దక్కిందన్నమాట..."

"మీరు ఎప్పుడైనా కొర్రన్నం గోంగూర తిన్నారా..?"

"కొర్రలా..?.అవేమిటి..?"

"ఒక రకమైన మిల్లెట్స్.. మా ఏరియాలో పాపులర్ ఫుడ్..ఈ రోజు మా ఇంట్లో అదే" అని చెప్పింది.

కొన్ని క్షణాలు మౌనం పాటించి అడిగింది మహిమ.

"నేనిలా అడగొచ్చో లేదో నాకు తెలియదు. కానీ తెలుసుకోవాలి అని ఉంది.."

"పర్లేదు మేడం... ఏం తెలుసుకోవాలి అనుకుంటున్నారు..?"

"నీవు డిగ్రీ దాకా చదివావు... పెళ్లి, భవిష్యత్ జీవితం గురించి ఎన్నో కలలు కని ఉంటావ్.. అయితే, నీకు పెళ్లి అయిన కొన్ని రోజులకే ఈ గొడవలు మొదలయ్యాయి కదా...! దాడులు, ప్రతి దాడులు, చావులు... ఈ కాపురం నీకు ఆనందంగా ఉందా..?"

అని సుచిత్ర కళ్లలోకి చూసింది.

ఇందుకు ఆమె ఒక్క క్షణం కూడా ఆలోచించకుండా బదులిచ్చింది.

"నాకు మా వంశీ బావతో ముడిపెట్టి ఉండింది. అదే జరిగింది. ఇక నా చేతిలో ఏముంది? మార్చడానికి సాధ్యం కాని అంశాలపై ఆలోచించి ప్రయోజనం

ఏముంది..? ఇప్పుడు నాకు ఆయనతోడిదే జీవితం. అందరికీ ఇంత మంచి కుటుంబం దొరుకుతుందా..?"

సుచిత్ర కొనసాగించింది.

"మీకు ఒక విషయం తెలుసా..!

నేను కాపురానికొచ్చిన తొలిరోజే తిమ్మారెడ్డి మామ ఈ ఇంటికొచ్చి గొడవ పెట్టుకుని వెళ్ళాడు. వంశీబావ మా ఇంటికి అల్లెం తినడానికి వచ్చిన కొన్నాళ్ళకే కళాధర్ రెడ్డి మామకు ఊరి పెత్తనం తగ్గింది. ఆషాడం ముగిసిందని మురిపెంగా మా అత్త నన్ను పిలుచుకున్న రోజే మా మామ ఆసుపత్రి పాలయ్యాడు. అక్కడే ఆయన కడ శ్వాస విడిచాడు.. మా బంధువుల దృష్టిలో నేను ఒక నష్ట జాతకురాల్ని. నేను అడుగు పెట్టాకే ఆ ఇంటికి దరిద్రం పట్టుకుంది. ఇతరుల నోట ఇదంతా వింటూ, ఒక కొత్త కోడలిగా నా క్షోభ ఎలా ఉంటుందో ఆలోచించండి."

ఆమె కళ్ళు అప్పటికే తడిబారి ఉండటం మహిమ గమనించింది.

"నా కళ్ల ముందే ఫ్యాక్షన్ పెరుగుతూ పోయింది. అన్నిటికన్నా దారుణ మైన విషయం ఏమంటే... మా చిన్నమామ రంగారెడ్డి తనకు లైసెన్స్ తుపాకీ కావాలని దరఖాస్తు చేశాడు. జమ్మలమడుగు డి.ఎస్.పి నాయక్ సార్‌ను కలిసేందుకు బయలుదేరాడు. వెళ్తూ వెళ్తూ.. నన్ను 'ఎదురుగా నడిచి రామ్మా,' అని కోరాడు... నేను అలాగే చేశాను. అంతే.. అదే ఆయన్ని చివరి సారి చూడటం... దారిలోనే చంపేశారు."

చెబుతుండగానే సుచిత్ర కళ్ళు ఏకధాటిగా వర్షించ సాగాయి.

కొద్ది సేపటికి ఏడుపు దిగమింగుకుంటూ..

"ఆ రోజు.. నా చిన్నమామ మర్డర్ అయిన భయంకరమైన రోజు...

అందరి దృష్టిలో నేను ఎవరో తెలుసా..!

దేవాలయం లాంటి ఆ ఇంటికి పట్టిన శనిని.. ఇనపగజ్జెల తల్లిని "

అని వెక్కి వెక్కి ఏడవ సాగింది.

"పల్లె సీమల్లో, ఇలాంటి మూఢ నమ్మకాలకు ఎదురు నిలవటం అంత సులభం కాదు. కానీ నా కోసం మా ఆయన నిలిచాడు. మా రిప్పు నిలిచాడు. నా అత్తలు నిలబడ్డారు. మొత్తం కుటుంబం నిలిచింది.. కానీ, అందరికీ ఈ అదృష్టం ఉంటుందా..?

ఫ్యాక్షన్ పల్లెల్లో ఏ బాధిత మహిళ నైనా తరిచి చూడండి. మీ గుండెల్ని పిండేసే కన్నీటి కావ్యం వెల్లడి అవుతుంది.

ఫ్యాక్షన్ బాధిత మహిళలను వేధించేది వైధవ్యం ఒక్కటే కాదు.

మూఢ నమ్మకాల పొరలు కమ్మిన సామాజిక బుద్ధి మాంద్యం కూడా...

ఆదర్శాలు అందరూ వల్లె వేస్తారు. అయితే అవి పెనుసవాళ్లుగా పరిణమించిన రోజు కూడా అందుకు కట్టుబడి ఉన్న వారే అసలైన పుణ్య జీవులు..

సద్ది గంప తో వచ్చిన మల్లమ్మ ను చూసి కన్నీళ్లు ఒత్తుకుంది సుచిత్ర...

మల్లమ్మ తెచ్చిన సద్దిగంపలో కొర్రన్నం, గోంగూర పప్పు, రోట్లో దంచిన ఉల్లికారం, ఎల్ల ఆగిశల పొడితో పాటు పలుకు నెయ్యి విడిగా ఉన్నాయి.

నాప రాతి బండలతో చేసిన డైనింగ్ టేబుల్ పై కూర్చొని, కుముద్వతి నది అందాలు వీక్షిస్తూ చేసిన ఆ భోజనం అమోఘం అనిపించింది మహిమకు.

రాముల్క పండ్ల తో చేసిన రసం కొర్రన్నం లో కలుపుకున్నప్పుడు ఒక ప్రత్యేక ఫ్లేవర్ గమనించింది. అలాగే గడ్డపెరుగు లో ఎల్ల ఆగిశల పొడి కలుపుకొని.. పూర్తిగా ఊరని పచ్చి ఉల్లిపాయ కొరుక్కొని తినటాన్ని అద్భుతంగా ఆస్వాదించింది.

ప్రకృతి ఒడిలో మరీ ముఖ్యంగా, తోటల్లో, పొలాల్లో తిన్నప్పుడు ఆ ఆహారం ఏదైనా అమృతమే.

పల్లెలు వదిలి పట్నాలు, నగరాల్లో స్థిరపడ్డ వారు ఇలాంటి ఎన్ని రుచులు వదులుకున్నారో కదా..!

అనంతరం మహిమ తనను రెండు రోజులుగా పీడిస్తున్న ప్రశ్న వేసింది.

"మీ కుటుంబాల మధ్య ఫ్యాక్షన్ పడ్డాక.. నీల, రిప్పు లు కుముద్వతి ఒడ్డున కలిసి మాట్లాడుకునే సమయంలో.. రిప్పును చంపేందుకు తిమ్మారెడ్డి తన మనుషులను పంపాడు. తమ్ముణ్ణి కాపాడుకునేందుకు వంశీ ఒక్కడే పరిగెత్తాడు. అప్పుడేమైంది.? అన్నదమ్ములు ఎలా తప్పించుకున్నారు..? రిప్పు ఈ ఫ్యాక్షన్ గొడవల్లో ఇరుక్కున్నాడా..?" అని అడిగింది.

ఊరి ఫ్యాక్షన్ గురించి మేడం కు చాలా తెలుసు అని అర్థం అయింది. సుచిత్ర ఆనాటి సంఘటనలు గుర్తు చేసుకుని చెప్ప సాగింది.

✦ ✦ ✦

వంశీధర్ ఒక కర్ర తీసుకొని పరిగెత్తడం గమనించిన సుచిత్ర కూడా ఆ వెనుకే వేగంగా వెళ్ళింది.

అయితే, ఏటి ఒడ్డున, దృశ్యం వేరే ఉంది. తనపై దాడి చేసిన నలుగురితో రిపుంజయ్ ఒక్కడే పోరాడుతున్నాడు.

జరుగుతోంది భయం భయంగా చూస్తూ నీలవేణి ఒక పక్కగా నిలబడి ఉంది.

ప్రత్యర్థుల చేతుల్లో ఆయుధాలున్నా రిపుంజయ్ ఎదురుదాడులకు నిలవలేక పోతున్నారు. క్రికెట్ ప్లేయర్స్‌కు పుల్ షాట్లు మరియు లాఫ్టెడ్ డ్రైవ్‌లు పవర్ ఫుల్‌గా ఉండేందుకు బాక్సింగ్ ప్రాక్టీస్ చేయిస్తుంటారు. అది ఈ రకంగా ఆత్మరక్షణకు కూడా ఉపయోగ పడుతోంది. అతడి ముష్టి ఘాతాలకు నిలవటం వారికి సాధ్యం కాలేదు.

సరిగ్గా అదే సమయంలో వంశీ రంగ ప్రవేశం చేశాడు. తమ్ముడికి అడ్డుగా నిలబడి, కర్ర పైకి లేపి మీసం మెలేశాడు.

అంతే..! వచ్చిన వాళ్ళు కాస్త వెనుకంజ వేశారు. కర్రసాములో అతడికి ఎదురు లేదని వాళ్ళకు తెలుసు.

పైగా ఆ వచ్చిన వాళ్లంతా తిమ్మా రెడ్డి పోషిస్తున్న కిరాయి మనుషులు.

ఇక్కడ రక్తం పంచుకు పుట్టిన అన్నదమ్ములు.

ప్రాణ భయం వారిది అయితే... ఒకరికోసం ఒకరు ప్రాణాలు అర్పించగల తెగువ వీరిది.

దూరంగా వేట కొడవళ్లు బరిశెలతో మరి కొందరు దాడికి వస్తుండటం రిపుంజయ్ గమనించాడు. రివ్వున తోటలోకి పరిగెత్తాడు. చింత చెట్టుకు వేలాడదీసి పెట్టిన వడిసెల తీసుకొని అన్నకు రక్షణగా నిలబడ్డాడు. అది గతంలో నీలవేణి ఇచ్చిందే. వడిశెలతో అతడు గులక రాళ్లు విసురుతుంటే దూరం నుంచి ఆయుధాలతో వస్తున్న వాళ్ళు ముందడుగు వేయలేకపోయారు.

వడిశెల విసరడంలో రిప్పు నేర్పరితనం నీలవేణిని చకితురాలిని చేసింది. గులకరాళ్లు తగిలి ఒకరిద్దరు గాయాల పాలయ్యారు. దీంతో వాళ్ళగుండెలు ఒక్కసారిగా హల్లుబోయాయి. వడిశెల నుంచి రివ్వున దూసుకు వస్తున్న గులకరాళ్ళ దెబ్బలను తప్పించుకునేందుకు వాళ్ళు తుమ్మ పొదల్లోకి వెళ్లిపోయారు.

మొత్తం మీద ఇద్దరు అన్నదమ్ముల చేతుల్లో ఐదుగురు వ్యక్తులు గాయపడ్డారు.

ఈలోగా విషయం తెలుసుకొని అక్కడికి చేరిన వంశీధర్ అనుచరులు మిగతా వాళ్ళను వెంటబడి తరిమారు.

అనంతరం వంశీ తన తమ్ముడికి, నీలవేణికి ఇద్దరికీ కౌన్సిలింగ్ ఇచ్చాడు. పరిస్థితులు చక్కబడేవరకు మళ్ళీ కలుసుకునే ప్రయత్నం చేయవద్దు అని సూచించాడు.

తిమ్మారెడ్డి ఇచ్చిన ఫిర్యాదు మేరకు పోలీసులు వచ్చారు. ఇరు వర్గాల పైనా కేసు నమోదు చేశారు. అయితే, పోలీసులకు వచ్చిన ప్రాథమిక సమాచారం ప్రకారం.. ఇందులో రిపుంజయ్ తప్పు లేదు.

ఎక్కడో దూరంగా హైదరాబాద్‌లో చదువుకుంటున్న రిపుంజయ్ భవిష్యత్ దృష్ట్యా..

సీ.ఐ స్వయంగా రంగప్రవేశం చేసి ఎఫ్.ఐ.ఆర్‌లో అతడి పేరు లేకుండా చేశాడు. అయితే, ఇకపై పోలీస్ పర్మిషన్ లేకుండా ఊర్లోకి రాకూడదు అని కండిషన్ పెట్టాడు. ఈ సంఘటనతో ప్రత్యర్థులు ఇకనుంచి రిప్పు పై కూడా నిఘా పెడతారు అని వంశీ వర్గీయులు భయపడ్డారు.

దీంతో రుక్మిణమ్మ... "నిన్ను ప్రయోజకుడిగా చేయాలని మీ నాన్న ఎన్నో కలలు గన్నాడు. గొడవలు మొదలయ్యాక నిన్ను ఈ ఊరికి సంబంధం లేకుండా ఉంచాలని అనుకున్నాడు. కాబట్టి, బాగా చదువుకొని ప్రయోజకుడవై మీ నాన్న కోరిక నెరవేరుస్తావా..? లేక ఈ గొడవల్లో ఇరుక్కుని పోతావా..?నీ ఇష్టం.."

అని చెప్పి రిప్పుతో ఒట్టేయించుకుంది. వంశీ కలుగజేసుకొని.

"నువ్వు అసలు ఈ రాష్ట్రంలోనే ఉండొద్దు ప్రత్యర్థులు నీ ఉనికైనా పసిగట్టకుండా నిన్ను చెన్నై పంపిస్తాను. ఇంజినీరింగ్ కాలేజీ లో అడ్మిషన్ ఇప్పిస్తా.." అని చెప్పి మద్రాస్ పంపించాడు.

✦ ✦ ✦

చెప్పటం ఆపి నిట్టూర్చింది సుచిత్ర.,.

అప్పటికి సాయంత్రం 5 గంటలు అయింది.

"వంశీ సార్ వచ్చేశాడు "

అంటూ వెంకటేష్ సమాచారం మోసుకొచ్చాడు.

"రిప్పు కూడా వచ్చాడా..?"

అని ఇద్దరూ ఒకేసారి అడిగారు.

"లేదు మేడం..సార్ వెంట రిపుంజయ్ లేడు..."

ఆగమేఘాల మీద ఇంటికి వచ్చేసారు ఇద్దరూ. వంశీధర్ రెడ్డి వచ్చాడు కాబట్టి, పటిష్టమైన కాపలా ఉంది ఇంటి దగ్గర.

నండువాలో టేకు స్థంభానికి ఆనుకుని అనుచరులతో ఏదో మాట్లాడుతున్నాడు. అతడి ముఖంలో ఆందోళన కనిపిస్తోంది.

మహిమను చూసి నమస్కరించి ఇంట్లోకి ఆహ్వానించాడు. ముగ్గురూ సోఫా సెట్లో కూర్చున్నారు.

ఆ ఇద్దరూ ఏం అడగబోతున్నారో వంశీకి తెలుసు.

"అసలేం జరిగింది..? నీల టెలిగ్రామ్ ఎందుకు ఇచ్చింది..?

సుచిత్ర ప్రశ్న కు దీర్ఘంగా శ్వాస తీసుకొని, వదిలి బదులిచ్చాడు.

"టెలిగ్రామ్ ఇచ్చింది నీల కాదు. ఈశ్వర్..'

"ఎందుకు..? వాళ్ళింట్లో ఎవరికైనా సీరియస్సా..? రిప్పు ఇప్పుడు ఎక్కడున్నాడు?'

దీంతో ప్రొద్దుటూరులో జరిగింది ఏమిటో వివరించ సాగాడు వంశీ...

✦ ✦ ✦

ఈశ్వర్ యధావిధిగా కాలేజీకి వెళ్ళాడు. ప్రీ ఫైనల్ ఎగ్జామ్స్‌కు సంబంధించిన నోటిఫికేషన్ చూశాడు. ఆవిషయం నీలవేణికి చెప్పేందుకు ఆమె ఉన్న ఇంటికి వెళ్ళాడు.

పెళ్లి నిశ్చితార్థం ఏర్పాట్లు ఏవో జరుగుతున్నట్లు అతనికి తెలిసింది.

దీంతో మిత్ర ధర్మం కొద్దీ అతడు రిపుంజయ్‌కి టెలిగ్రామ్ ఇచ్చాడు.

టెలిగ్రామ్ చూసి ఆందోళన తో రిప్పు బయలుదేరి వచ్చాడు.

అర్ధరాత్రి ప్రొద్దుటూరు చేరుకున్న రిపుంజయ్ ఎలాగైనా నీలవేణిని కలవాలి అనుకున్నాడు.

అదెలాగా అని ఈశ్వర్‌తో పాటు రాత్రి మొత్తం కూర్చొని ఆలోచించారు.

రిపుంజయ్‌కి తాను చెన్నై woodland థియేటర్‌లో చూసిన Fist of the Fury అనే సినిమాలోని సన్నివేశం గుర్తొచ్చింది.

అందులో ఒక శత్రువు ఇంట్లోకి వెళ్ళాలి అనుకున్న బ్రూస్లీ ఆ ఇంటి టెలిఫోన్ లైన్ కట్ చేస్తాడు. అనంతరం ఒక టెలిఫోన్ మెకానిక్ లాగా ఇంట్లోకి వెళ్ళిపోయి అక్కడి పరిస్థితులు తెలుసుకుంటాడు.

ఇదే ప్లాన్ ఈశ్వర్‌కి వివరించాడు

అయితే ఇక్కడొక చిక్కొచ్చి పడింది. బ్రూస్లీ కాలంలో టెలిఫోన్ స్తంభాల నుంచి ఇండ్లకు కనెక్షన్లు ఉండేవి. దాన్నిబట్టి ఏ ఇంటికి ఏ లైన్ వెళ్తుందో స్పష్టంగా తెలిసేది. కానీ ఈ మధ్యనే ప్రొద్దుటూరులో బిఎస్ఎన్ఎల్ సంస్థ బ్రాడ్ బ్యాండ్ కోసం టెలిఫోన్ వ్యవస్థను ఆధునికరించింది. డివిజనల్ సర్క్యూట్ నుంచి ప్రతి వీధికి ఎలక్ట్రానిక్ జంక్షన్ బాక్స్ ను బిగించింది. టెలిఫోన్ కేబుల్ వ్యవస్థను కూడా మున్సిపాలిటీ రోడ్లకు అనుసంధానంగా గుంతలు తవ్వి పూడ్చారు. దాదాపు ఇంటి సమీపంలో ఉన్న పోల్ నుంచే కనెక్షన్ ఇస్తున్నారు. ఆ పోల్ వద్ద ఏం చేసినా ఇంట్లో వాళ్ళు గుర్తించే అవకాశం ఉంది. కాబట్టి, వీధి మొదట్లో ఉన్న జంక్షన్ బాక్స్ దగ్గర కనెక్షన్ తప్పించాలి.

"అట్లయితే నేను తెల్లవారు జామునే వెళ్లి జంక్షన్ బాక్స్‌కు కనెక్టింగ్ కేబుల్ కోసేస్తా " అన్నాడు ఈశ్వర్.

"వద్దు.. అలా చేస్తే ఎంతో మందికి టెలిఫోన్ కమ్యూనికేషన్ తెగిపోతుంది. మన సొంత పని కోసం అందరినీ ఇబ్బంది పెట్టడం తప్పు "

"మరి వేరే ఏ మార్గం ఉంది,?"

"నీలవేణి ఉండే ఇంటి ఫోన్ నెంబర్ ఉందా? " అడిగాడు రిప్పు.

"ఉంది కానీ కాల్ ఇంకెవరో రిసీవ్ చేసుకుంటారు"

" బిఎస్ఎన్ఎల్ లో తెలిసిన వాళ్ళు ఎవరైనా ఉన్నారా..?"

"ఒక అంకుల్ ఉన్నారు కానీ, ఈ విషయం చెబితే మనకు కోపరేట్ చెయ్యరు "

"సరే.. ఒకసారి వెళ్లి ఏదో కంప్లైంట్ గురించి అన్నట్టు మాట్లాడదాం"

అనుకున్న విధంగా ఉదయం 9 గంటలకే ఆ టెలిఫోన్ ఉద్యోగి ఇంటికి వెళ్లి కలిశారు.

"సార్.. ప్రకాష్ నగర్ లో మా ఇంటి టెలిఫోన్ లైన్ డిస్టర్బన్స్ వస్తోంది. .." అంటూ ఏదో చెప్పబోయాడు రిప్పు.

వెంటనే అతడు స్పందించాడు.

"అదా...? మొన్న ఆ రోడ్డు రిపేర్ పనుల వల్ల జంక్షన్ బాక్స్ డామేజ్ అయింది. ఆ వీధి మొత్తం టెలిఫోన్లు మూగబోయాయి.. రెక్టిఫై చేయడానికి రెండు రోజులైనా పడుతుంది " అన్నాడు.

దీంతో మిత్రులిద్దరూ ఒకరి ముఖాలు ఒకరు చూసుకున్నారు.

వెతకపోయిన తీగ కాలికి తగలటం అంటే ఇదే కాబోలు...

"అలాగా సార్... చాలా మంచి శుభవార్త చెప్పారు. ఇంకో రెండు రోజులు టైం తీసుకుని తీరిగ్గా కనెక్షన్ ఇవ్వండి పర్లేదు. " అని చెప్పి అక్కడి నుంచి సెలవు తీసుకుంటున్న ఈశ్వర్ వైపు ఆశ్చర్యంగా చూశాడు ఆ ఉద్యోగి.

బయటకు వచ్చాక...

"నాకు ఒక క్యాపు, కళ్ళజోడు దొరుకుతుందేమో చూడు "ఆ సినిమాలో బ్రూస్లీ వేషం గుర్తొచ్చి అడిగాడు రిప్పు.

ప్లాన్ సిద్ధమై పోయింది. ఇక అమలు చేయడమే మిగిలింది.

ఉదయం 11 గంటల సమయం.

కార్యాచరణకు సిద్ధం అయ్యాడు రిపుంజయ్.

ఈశ్వర్ మరోసారి హెచ్చరిస్తూ అన్నాడు.

"కార్యక్రమానికి మీ అపోనెంట్ వర్గం వాళ్ళు, మీ ఊరోళ్లు కూడా వచ్చి ఉంటారు. నిన్ను గుర్తు పడితే ఎంత ప్రమాదమో తెలుసా..?"

దీన్ని తేలిగ్గా తీసుకుని రిపుంజయ్ అన్నాడు.

"నీలవేణి కోసం ఆ మాత్రమైనా రిస్క్ తీసుకొకపోతే నేను రిపుంజయ్ ఎట్లవుతా ..?" అంటూ ముందడుగు వేశాడు.

టెలిఫోన్ మెకానిక్ వేషంలో కటింగ్ బ్లేడు, ఒక చిన్న లెదర్ బ్యాగ్‌లో, స్క్రూ డ్రైవరు, కొన్ని నట్లు, బోల్టులు, కొద్దిగా టెలిఫోన్ కేబుల్ పెట్టుకుని ఆ ఇంటి వద్దకు నడుచుకుంటూ వెళ్ళాడు.

ఆ ఇంటికి సెక్యూరిటీగా ఉన్న పైలట్లలో తన ఊరి వాళ్ళు కనిపించ లేదు. ఒక వేళ ఉన్నా మారువేషం లో ఉన్న రిపున్ను గుర్తించే అవకాశం లేదు.

కాంపౌండ్ దగ్గర కొన్ని కార్లు ఆగి ఉన్నాయి. లోపల నిశ్చితార్థం కార్యక్రమం మొదలైనట్టుంది. లైసెన్స్ తుపాకీ అడ్డు పెట్టి ఒకతను ఆపాడు. తాను టెలిఫోన్ డిపార్ట్మెంట్ నుంచి వచ్చినట్లు చెప్పాడు.

తనిఖీ చేసి లోనికి పంపారు.

రిపుంజయ్ అడుగులో అడుగు వేస్తూ లోనికి అడుగు పెట్టాడు. పరిసరాలు జాగ్రత్తగా గమనించ సాగాడు.

లోపలికి వెళ్ళగానే ఎవరో ఫిర్యాదు చేశారు

"ఏం డిపార్ట్మెంటో ఏమో.. నిన్ననగా కంప్లైంట్ ఇచ్చాం.. ఇప్పుడా వచ్చేది..?"

ఆమె ఫిర్యాదును చిరునవ్వు తో స్వీకరిస్తూ అడిగాడు

"బయట లైన్ సరిచేస్తున్నాం ఒకసారి మీ రిసీవర్ కూడా చెక్ చేయాలి.. ఎక్కడుందో చూపించండి మేడం.."

దీంతో ఆమె లివింగ్ హల్ లోకి తీసుకెళ్ళింది.

అక్కడ చర్చలు ఏవో నడుస్తున్నాయి. తిమ్మారెడ్డి వర్గపు బంధువులు చాలా మంది కూర్చొని ముచ్చట్లలో ఉన్నారు. ఒక పక్కన కుర్చీలో నీలవేణి, ఆమె పక్కన రాధమ్మత్త, నీలు నాన్న సుబ్బారెడ్డిలు ఉన్నారు. ఎవరో ఒక వ్యక్తి రిపున్ను చూసి గట్టిగా అరిచాడు.

"ఏయ్...ఎవర్నువ్వు..?"

దీంతో అందరూ తల తిప్పి రిప్పును చూశారు.

రిపుంజయ్ ఇంకా సమాధానం చెప్పకముందే... వెంట వచ్చిన ఆవిడ చెప్పింది.

“టెలిఫోన్ మెకానిక్ ... నిన్న కంప్లైంట్ రిజిస్టర్ చేస్తే ఇప్పుడొచ్చాడు “

అంటూ రిప్పు వైపు తిరిగి అంది

“అదిగో.. ఆ టీవి పక్కన స్టూల్ పై ఉంది చూడు.. తొందరగా కనెక్షన్ వచ్చేలా చూడు నాయనా..”

“అలాగే మేడం ..” అంటూ టెలిఫోన్ రిసీవర్ దగ్గరికి చేరుకున్నాడు.

దాన్ని చేత బట్టుకుని, నట్లు తీస్తూ, టైట్ చేస్తూ, ఏదో రిపేర్ చేస్తున్నట్లు నటించసాగాడు. అతడి చెవులు పూర్తిగా అక్కడ జరుగుతున్న సంభాషణలు వింటున్నాయి. కళ్ళు మాత్రం అప్పుడప్పుడు నీలవేణి వైపు, ఆ పక్కనే ఉన్న రాధమ్మత్త వైపు చూడ సాగాయి.

నీలవేణి దించిన తల ఎత్తకుండా కూర్చొని ఉంది. దీంతో ఆమె ముఖంలో భావాలు ఏవీ రిప్పుకు తెలియడం లేదు. ఎవరో అంటున్నారు

“ఎంత పని ఉంటే మాత్రం సొంత మేనకోడలి నిశ్చితార్థానికి తిమ్మారెడ్డిన్న రాకపోవడం ఏంటి..?”

“వచ్చే వాడే... ఈ సంబంధం ఇష్టపడిందే ఆయన కదా... కాకపోతే వంశీ రెడ్డి వాళ్ళకు అనుమానం రాకుండా ఉండేందుకు ఆయన ఊర్లోనే ఉండిపోయాడు.”

అని నీలవేణి తండ్రి సుబ్బారెడ్డి సమాధానం ఇచ్చాడు.

ఇంతలో పెళ్లికొడుకు అక్క కలుగజేసుకుని అడిగింది.

“ పెళ్లికూతురు ఎందుకు డల్ గా ఉంది..? అమ్మాయికి ఇష్టం ఉన్నట్టా లేనట్టా..?”

దీంతో నీలవేణి దిగ్గున లేచి నిలబడింది.

తండ్రి సుబ్బారెడ్డి వైపు తిరిగి సూటిగా అడిగింది.

“నాన్నా.. ఈ సంబంధం ఎందుకు తీసుకు వచ్చారు..?”

“ఎందుకేమిటి,? మంచి సంబంధం అని మాట్లాడాం.. తాడిపత్రి ఏరియాలో వీళ్ళు ఎంత పెద్ద ఫ్యాక్షనిస్టులో తెలుసా..?” అన్నాడు సుబ్బారెడ్డి

“వాళ్ళు పెద్ద ఫ్యాక్షనిస్టులు అయితే మనకు ఏ రకంగా మంచి సంబంధం అవుతుంది నాన్నా..?”

“అక్కడ వాళ్ళకూ.. ఇక్కడ మనకూ ఒకరికొకరం బలపడతాం కదా..?”

"దేనికి నాన్నా..? ఎవరిని చంపేందుకు ఈ బలం..?" వద్దు నాన్నా.. మీ పగలు, ప్రతీకారాలు నెరవేర్చుకునేందుకు నా జీవితం ఎందుకు నాశనం చేస్తారు..?"

అంత మంది ఎదురుగా సొంత తండ్రినే నిలదీస్తున్న నీలవేణి వైపు పెళ్లికొడుకు బంధువులంతా నిబిడాశ్చర్యంతో చూడసాగారు. నీలవేణి వారి వైపు తిరిగి...

"చూడండి.. మీరు ఏ ఉద్దేశ్యంతో మా సంబంధం కోసం వచ్చారో నాకు తెలియదు. నేను పెళ్లంటూ చేసుకుంటే మా బావ రిపుంజయ్‌నే చేసుకుంటా.. కాదని బలవంతం చేస్తే నా శవం మాత్రమే పెళ్లిపీటల మీద ఉంటుంది " అని నిశ్చయంగా చెప్పింది.

ఇదంతా వింటున్న రిపుంజయ్ తన మరదలు వైపు గర్వంగా చూశాడు.

"రిపుంజయ్ ఎవరు..?" పెళ్లికొడుకు అడిగాడు.

"వంశీ రెడ్డి తమ్ముడు.. చెన్నైలో చదువుతున్నాడు" అని వాళ్ళే ఎవరో సమాధానం ఇచ్చుకున్నారు.

తన పేరు ప్రస్తావనకు రావడంతో అక్కడ నుంచి తప్పుకోవడం మంచిది అని భావించాడు రిప్పు.

రిసీవర్‌ను అక్కడ పెట్టేసి కేబుల్‌ను చెక్ చేసేందుకు అన్నట్టుగా మెట్లెక్కి పైకి వెళ్ళాడు. పోల్ నుంచి ఎలక్ట్రికల్ పైప్ లైన్ కి వెళ్లే చోట టెలిఫోన్ వయర్ ను కట్ చేసి అతికించే పనిలో పడ్డాడు.

కింద లివింగ్ హాల్ లో దగ్గరి బంధువులంతా నీలకు నచ్చ జెప్పే ప్రయత్నం చేస్తున్నారు. దీంతో ఆమె మరింత ఆవేశంగా, ఎంతో వేగంగా, మెట్లెక్కి రూఫ్ టాప్ పైకి వచ్చింది. తనకు నచ్చ జెప్పేందుకు తన వెనుకే వస్తున్న వారు సమీపించే లోపే తలుపు మూసేసింది.

అక్కడ... మారు వేషంలో ఉన్న రిపుంజయ్ ని అనుమానం గా చూస్తూ నిలబడింది. దీంతో రిపుంజయ్ లోని కొంటె మనిషి బయటకొచ్చాడు.

కళ్లద్దాలు కాస్త కిందకి దించాడు., ఏదో పాత సినిమాలో ఎన్టీఆర్‌లా పోజు పెడుతూ..

"అనుమాన మెందుకు బాలా.. నేను నీ బావనే.." అంటూ చేతులు చాపాడు.

దీంతో ఒక్కసారిగా నీల ఉక్కిరిబిక్కిరి అయింది.

బావేంటి..! ఈ క్షణంలో ఇక్కడ ఉండటం ఏమిటీ..?

కాసేపు నమ్మశక్యం కాలేదు. రిప్పు ఆమె దగ్గరగా వెళ్లి అన్నాడు.

"నీకు నమ్మకం కుదరాలంటే ఏం చేయాలి..? నువ్వు నన్ను గిచ్చుతావా.. నేను నిన్ను గిచ్చనా..?"

నీలవేణి ఆనందం పట్టలేక పోయింది. తనివితీరా బావను కౌగిలించుకొని ఉండిపోయింది. మెట్ల దగ్గర నుంచి తలుపు కొడుతూన్న శబ్దాలు వినిపిస్తూనే ఉన్నాయి. అవేమీ లెక్కజేసే స్థితిలో వీళ్ళు లేరు. కొద్ది సేపటికి తేరుకున్న దానిలా అడిగింది.

"ఇక్కడికి ఎలా వచ్చావ్? నిన్ను గుర్తు పడితే ఎంత ప్రమాదమో తెలుసా..?"

"అదంతా నీకు తర్వాత ఈశ్వర్ వివరిస్తాడు గానీ.. నేను నిన్ను నాతో తీసుకుపోయేందుకే వచ్చా.. రేపు ఏదోకటి చెప్పి పోస్టుఆఫీస్ దగ్గరికి వచ్చేయ్.. మద్రాస్ వెళ్ళిపోదాం" అన్నాడు.

నీల వెంటనే అతడి కళ్ల లోకి చూసింది.

"తీసుకు వెళ్లి ఏం చేస్తావ్..?"

"పెళ్లి చేసుకుందాం.. మన కోసమైనా పెద్దలు కలుస్తారు "

"అలా ఎలా అనుకుంటావ్ బావా..? మా వాళ్ళు ఇంకా అవమానంగా భావించి ఉద్రేకాలు పెంచుకుంటేనో ..? మన సీమలో తిండికి లేకపోయినా బతుకుతారు కానీ, ఆడపిల్ల లేచి పోయింది అనే అవమానంతో మాత్రం బతుకలేరు."

"ఆ విషయం నాక్కూడా తెలుసు.. కానీ ఎన్నాళ్లిలా..?

"ఎన్నాళ్ళైనా పరవాలేదు... మనం పరాజితుల్లా పరిగెత్తి పెళ్లి చేసుకోకూడదు... కళాధర్ మామ చెప్పినట్టు చదువులోనో, ఆటలోనో ఏదో ఒక ఘనత సాధించి తిరిగిరా.... నా గురించి దిగులు పడొద్దు. నాకు బలవంతంగా తాళి కట్టగల మగాడెవ్వరూ ఈ భూమి మీద పుట్టలేదు. ఏదో రోజు నా బావ ఒక విజేతగా వచ్చి నా చేయి పట్టుకోవాలి అని కోరుకుంటున్నాను..." అంటూ తలుపు దగ్గరికి వెళ్ళింది.

రిప్పు వెంటనే క్యాప్ పెట్టుకుని కళ్లద్దాలు ధరించాడు. వెళ్లి తలుపు తీశాడు.

కింది నుంచి వచ్చిన అమ్మలక్కలు ఒక్కసారిగా కన్ఫ్యూజ్ అయ్యారు. అక్కడ టెలిఫోన్ అబ్బాయి.. ఆ పక్కన నీలవేణి చిరునవ్వులు రువ్వుతూ నీలవేణి నిలబడి ఉంది.

"నేను వచ్చిన పని పూర్తి అయింది.. మరో గంట లో మీ టెలిఫోన్ కూడా పని చేస్తుంది.." అని చెబుతూ చకచకా మెట్లు దిగి పోయాడు.

కింద నుంచి ఆవేశంగా వచ్చిన నీలవేణి ముఖం ఇప్పుడు మతాబులా ఎందుకు వెలుగుతోంది? అని మాత్రం వారికి అర్థం కాలేదు.

ఇంతవరకూ చెప్పిన వంశీ...

"నీలవేణిని మన రిప్పు కలవడమే మేలయింది. వాడిలో ఈ రోజు ఒక తేజో ముఖాన్ని చూశాను. వాడి మనసులో ఉన్న సకల చింతలూ మటుమాయం అయినట్లుగా నాకు అనిపించింది. బహుశా ప్రేమలోనే ఆ గొప్పతనం ఉందేమో..!" అని చెప్పి సుచిత్ర, మహిమలతో అన్నాడు.

"పోలీస్ ఆంక్షలు ఉన్నాయి కాబట్టి మన ఊరికి రావొద్దని చెప్పాను. చెన్నై వెళ్లిపోయాడు.

అప్పటికి దాదాపు చీకటి పడింది.

"ఇక మేం ప్రొద్దుటూరు వెళ్తాం. అక్కడ రూమ్స్ తీసుకున్నాం. ఇవాళ రాత్రి రెస్ట్ తీసుకొని ఉదయాన్నే వెళ్ళిపోతాం " అని చెప్పింది మహిమ.

అందుకు వంశీ దంపతులు ఒప్పుకోలేదు.

"లేదు...నిన్నటి నుంచి ఏకధాటిగా ప్రయాణం చేసి వచ్చారు. ఈ టైమ్ లో మీరు వెళ్ళడం రిస్క్ "..."

అంటూ అక్కడి నుంచి లేచి వెళ్ళాడు వంశీ. ఇక తప్పలేదు మహిమకు.. లోలోన ఆమెకు కూడా ఆ రాత్రి అక్కడే గడపాలని ఉంది.

ఫ్రెష్ అప్ అయ్యాక మహిమ మండువాలోకి వచ్చి గమనించింది. ఎవరో ఒకరు వంశీని కలిసేందుకు వస్తూనే ఉన్నారు. తన చుట్టూ పటిష్టమైన భద్రత పెట్టుకొని ఉన్నాడు. అనుచరులకు ఏవో సూచనలు కూడా ఇస్తున్నాడు.

ఎప్పుడో 25 ఏళ్ల క్రితం కళాధర్ రెడ్డి గారు కట్టుకున్న ఇల్లు అది. అప్పటి అవసరాలకు తగినట్టు ఒక పెద్ద హాలు, వంట రూము, రెండు బెడ్ రూమ్ లతో కట్టారు. ఇంట్లోంచే మేడ పైకి మెట్లు, గెస్ట్ ల కోసం అక్కడొక రూం...

గతంలో రిపుంజయ్ పడుకునే బెడ్ రూం కేటాయిస్తే మహిమ ఒప్పుకోలేదు. అందరితో పాటు తాను కూడా ఆరుబయటే పడుకుంటాను అని చెప్పింది. ఆమె కోరిక మేరకు మిద్దె పైన కాంక్రీట్ ఫ్లోరింగ్ పై పరుపు వేశారు.

కొద్ది సేపటికి రుక్మిణమ్మ, సౌభాగ్యమ్మ గార్లు కూడా వచ్చి ఆమె పక్కనే పరుపులు వేసుకుని పడుకున్నారు.

ఆరుబయలులో కుముద్వతి నదీతీరం నుంచి వీస్తున్న చల్లని పైరగాలులు ఆమెకు ఎంతో ఆహ్లాదంగా ఉన్నాయి. అలసట కారణంగా మహిమకు తొందరగానే నిద్ర పట్టింది. అయితే ఒకగంటసేపు కునుకు తీసిందో లేదో ఏదో అలికిడి వచ్చి మేలుకుంది. కళ్ళు తెరిచి అటుఇటు చూస్తే.. తమకు సమీపంలోనే ఒకాయన బొంత

పరుచుకుంటున్నాడు.. ఇంకో 5 నిముషాలకు ఇంకో వ్యక్తి వచ్చాడు. చాప లాంటిదేదో పరుచుకుని, గట్టిగా ఆవలించి నిద్రకు ఉపక్రమించాడు. ఆమెకు ఇక నిద్ర పట్టలేదు. అలాగే వెల్లకిలా పడుకుని ఆకాశంవైపు చూడసాగింది. పొల్యూషన్‌లేని ఈ వాతావరణంలో ఆకాశం కూడా నిర్మలంగా ఉంది. నక్షత్రాలు మిలమిలా మెరుస్తున్నాయి.

అందులో ఏడు నక్షత్రాల కూటమి (వానట్టిల్ ఉల్లా) గురించి తన తండ్రి శంకరన్ ఏదో పురాణగాథ చెప్పే వారు.

తాను పుస్తకంలో చదివిన గ్రీకు పురాణం ప్రకారం టైటన్ దేవుడు అట్లాస్ పుత్రికలే ఈ ఏడు నక్షత్రాలు.. తన తండ్రి చెప్పిన ప్రకారం ఈ 7 నక్షత్రాలు ఒక కుటుంబ సభ్యుల ప్రేమానుబంధాలకు చిహ్నం. సాయంత్రం అవుతూనే అన్నీ ఒకే క్షణంలో వెలుగుతాయి. ఎప్పుడూ సమష్టిగా వెలుగుతూ ఉంటాయి. తెల్లారే లోపల సమష్టి గానే కనిపించకుండా పోతాయి. ఎన్నటికీ విడిపోవు.

సాయంత్రం వంశీ చెప్పినట్లు ప్రేమలో ఆ గొప్పదనం ఉంది. ఒకరి కోసం ఒకరు వెలగటమే ప్రేమకు అర్థం. ప్రేమించడం, ప్రేమించబడటం... ఇంతకు మించిన జీవిత సాఫల్యం వేరే ఏముంటుంది? ఎందుకంటే నిజమైన ప్రేమ అనేది ఒక లక్ష్యాన్ని నిర్దేశిస్తుంది. ఆ లక్ష్యం అందుకునేలా ప్రోత్సహిస్తుంది.

ఆ నక్షత్రాలను చూస్తూ ఆమె ఆలోచనలు ఇంకా ఎక్కడికి వెళ్ళేవో గానీ, ఆకాశంలో కొన్ని చిన్న చిన్న మేఘాలు అడ్డుగా కదులుతుండటం కనిపించింది. ఆ మేఘాలు ఆమెకు ఏమాత్రం నచ్చలేదు. ఎందుకంటే, అవి ఘాటైన పొగ మేఘాలు. దిగ్గున లేచి కూర్చొని వెనక్కి చూసిందామె.

ఒక వ్యక్తి తనకు తలాపున బొంత పరుచుకుని ఎటు వైపో చూస్తూ కూర్చొని ఉన్నాడు. బీడీ వెలిగించి తృప్తిగా పొగ పీల్చి వదులుతున్నాడు.

ఇక్కడ ఆడోళ్ళు పడుకొనిఉన్నారు అనే ఇంగిత జ్ఞానం ఉండక్కర్లేదా..?

అని లోలోన విసుక్కుంది మహిమ.

పోనీలే పాపం, పగలంతా రైతు కష్టం ఎంత చేశాడో. ఏమో.. అతడికి ఇదే రిలాక్సేషన్ కావచ్చు అని సరిపెట్టుకుంది. రాత్రి 11 వరకూ ఒకరి తర్వాత ఒకరు వస్తూనే ఉన్నారు. ఎక్కడ జాగా ఉంటే అక్కడ బొంతనో చాపనో పరుచుకుని పడుకుంటున్నారు.

మేడపై ఉన్న బెడ్ రూం వైపు చూసింది. డోర్ తెరిచే ఉంది. లైట్ వెలుగుతోంది. ఆసక్తి కొద్దీ మహిమ లేచి వెళ్లి చూసింది. నలుగురు వ్యక్తులు కూర్చొని ఉన్నారు. బంతుల లాగా ఉన్న దూది ఉండలు చిన్న చిన్న లెదర్ బ్యాగ్ ల్లో పెడుతున్నారు.

"ఏమిటవి..? " అని అడిగింది.

వారు తల తిప్పి చూశారు గానీ సమాధానం ఇవ్వకుండా ఒకరి ముఖం ఒకరు చూసుకున్నారు.

"అవి నాటుబాంబులమ్మా.. నువ్వేం ఖంగారు పడకు.." అని తన వెనుక నుంచి వినిపించింది. తిరిగి చూస్తే, సౌభాగ్యమ్మ నిలబడి ఉంది.

"నేను గమనిస్తూనే ఉన్నాను.. నువ్వు నిద్ర లేకుండా ఇబ్బంది పడుతున్నావ్.. మాకు ఇదంతా అలవాటు అయింది.." చెప్పిందామె.

"బాంబులు ఎక్కడ నుంచి తెస్తారు..?" మహిమ అడిగింది.

"అవి సొంతంగా తయారు చేసుకుంటాం.. రా మెటీరియల్ మీ చెన్నై, శివకాశి నుంచే వస్తుంది."

"అంటే.. ఇప్పుడు ఈ రూం లో బాంబులు చుడుతున్నారా..?

"లేదు.. ఊరి బయట వంకలు, వాగుల దగ్గర పొరంతుమ్మ చెట్ల చాటులో చుట్టుకుంటాం..."

"ఇంతమంది ఇక్కడ పడుకొని ఉన్నారు.. అవి పేలితే ప్రమాదం కదా..!?"

"అవి పేలకుండా జాగ్రత్తలు తీసుకుంటారులే..."

మహిమకు ఉదయం చూసిన సంఘటన గుర్తొచ్చి అడిగింది.

"అవి ఎవరికో స్పాట్ పెట్టేందుకు కదా..! ఇక్కడ ఎందుకు పెట్టుకున్నారు..?"

"ప్రత్యర్థులు ఇంటి మీదకి దాడి చేయకుండా రక్షణ కోసం అన్నమాట. దాడి కొస్తే మిద్దెపై నుంచి విసిరేస్తాం."

ఒకతను పిట్టగోడ చుట్టూ తిరుగుతున్నాడు. చుట్టు పక్కల ఇళ్లపై నిఘా వేసి ఎంతో అలెర్ట్ గా ఉన్నాడు. అతడి చేతిలో ఒక వడిశెల ఉంది.

అది చూసి అడిగింది.

"మీ శత్రువుల మీదికి వడిశెలతో రాళ్లు కూడా విసురుతారు కదూ..?"

తనకేదో తెలిసినట్టు అడిగింది.

"అది ఒకప్పుడు... ఈ మధ్య మిద్దెల పైన రాళ్లు కనిపిస్తే పోలీసులు కేసులు పెడుతున్నారు "

"మరి వడిశెల దేనికి?"

"బాంబులు పెట్టి విసురుతాం.."

ఇది విని మహిమ గొంతు పొలమారింది.

"వడిశెలలో బాంబులు విసురుతారా..?

"శత్రువులు దూరం గా ఉండగానే కంట్రోల్ చేయాలంటే తప్పదు.. వడిశెల విసరడమే కరెక్ట్."

"అది సరే   పొరపాటున వడిశెల స్లిప్ అయితే..?"

"ఒకసారి అలాగే జరిగింది... వడిశెల నుంచి జారిపోయి పేలింది. దీంతో రంగయ్య కుడి కాలు ఎగిరి పోయింది. "

"అయ్యో పాపం.... అవునూ...ఇంత మంది ఇక్కడికొచ్చి పడుకున్నారు.. వీళ్ళకంటూ ఇండ్లు ఉండవా..? సంసారాలు ఉండవా..?"

"అన్నీ ఉంటాయి.. కానీ, నాయకున్ని కాపాడుకుంటేనే కదా..వీళ్ళ బతుకులకు రక్షణ.. అందుకే.. అనుచరులంతా వాళ్ళ ఇంటి పనులు చక్కబెట్టుకుని రాత్రి ఇక్కడికొచ్చేస్తారు.."

"ఇంకో డౌట్ ఏమంటే.. మిద్దె పైన రాళ్లు ఉంటే పోలీసులు కేసు పెడతారు కదా..? మరి బాంబులు ఉంటే పట్టించుకోరా..?"

"అది ఇంకా పెద్ద కేసు.. కాకపోతే పోలీసులకు బాంబులు దొరక్కుండా జాగ్రత్త పడతాం "

"అదెలా..?"

"రోజుకు ఒకరు చొప్పున వంతులు వేసుకొని తెల్లవార్లూ కాపలా కాస్తారు. రాత్రి 12 తర్వాత ఏదైనా వెహికల్ ఊర్లోకి వచ్చిందంటే అది పోలీసోళ్లదే... వెంటనే అలెర్ట్ అయి బాంబులు మా ఇంటికి దూరంగా దాచిపెడతాం... ఈ మధ్య ఫ్యాక్షన్ జోన్‌కు ఒక ఎస్.పిని వేశారు. ఆయన ఎప్పుడు ఊరి మీద పడతాడో అని ఎప్పుడూ టెన్షన్ పడుతుంటాం... మా కళాధర్ బావ ఏదో తిట్టాడని ఆ తిమ్మారెడ్డి కక్ష కట్టి ఫ్యాక్షన్ చేస్తున్నాడు కదా..! పోలీసులు వచ్చి నోటికొచ్చినట్టు తిడుతున్నా పడి ఉండాల్సిందే.. ఒక్కోసారి బాంబుల రికవరీ పేరుతో దాడి చేస్తారు.. వాళ్ళకు టార్గెట్ ఉంటుందిట.. మా దగ్గర లేకపోయినా. ఎట్టానోకట తిప్పలు పడి తెచ్చివ్వాలి..అంతా మా ఖర్మ... "

అంటూ నొసలు బాదుకుంది సౌభాగ్యమ్మ.

కొద్ది సేపు మౌనంగా గడిపాక ఇంటి కాంపౌండ్ ముందర ఏదో సౌండ్ వినిపిస్తే టార్చ్ వేసింది మహిమ.

టార్చ్ వెలుగులో గమనిస్తే..

కాంపౌండ్ వాల్‌కు కట్టేసిన ఎనుము కొమ్ము కొడుతోంది. ప్రతి అలికిడి కూడా భయం పుట్టించేదిలాగే ఉంది అని మహిమకు అర్థమైంది.

తిమ్మారెడ్డి ఇంటిపైన కూడా ఇలాగే పైలట్ల కదలిక కనిపిస్తోంది. ఆసక్తితో మహిమ ఆ ఇంటి వైపు టార్చ్‌ని ఫోకస్ చేసింది.

వెంటనే సౌభాగ్యమ్మ టార్చ్ లాగేసుకుని మహిమను పక్కకు జరిపింది.

"ఏమైంది..? ఎందుకు నన్ను తోశారు..?

"శత్రువు ఇళ్ల వైపు ఎప్పుడూ ఫోకస్ చెయ్యకూడదు. ఆ ఫోకస్ కు గురిపెట్టి తుపాకీ పేల్చే అవకాశం ఉంది. బనగానపల్లె దగ్గర ఒక ఊర్లో ఇలాగే జరిగింది. దొంగ శివుడు అనే వ్యక్తి ఇలాగే గురి చూసి కాల్చాడు.

అది విని నివ్వెరపోయింది మహిమ.

తృటిలో ప్రమాదం తప్పిపోయింది అనమాట.

"పోలీసులకు దొరక్కుండా బాంబులు ఎలా దాచిపెడతారు.?"

'బకెట్‌లో పెట్టి ఎరువు దిబ్బలోనో మచ్చుల పైనో, లేదా ఉట్లుకు పెరుగు కుండ మాదిరి వేలాడదీస్తాం "

మళ్ళీ వచ్చి పడుకుంది అన్నమాటే గానీ కలత నిద్ర తోనే తెల్లవారింది.

మరునాటి ఉదయం.. ఎంతో భారంగా అక్కడి నుంచి సెలవు తీసుకుంది.

✦ ✦ ✦

అధ్యాయం - 5

మహిమ చెన్నై చేరింది కానీ ఆమె రెండు రోజుల నుండి ఎదురైన అనుభవాల ప్రభావం నుండి తేరుకోలేక పోయింది.

ఫ్యాక్షన్ ప్రభావిత జీవన విధానం అంటూ ఒకటి ఉందనీ, అది ఎంతో హృదయ విదారక మైనదని బయటి ప్రపంచం తెలుసుకోవాలి.

ఫ్యాక్షనిస్టులు అంటే రాక్షసులు కారనీ, చారిత్రక, భౌగోళిక, కరువు పీడిత ప్రభావంతో అణగారిన బాధితులు అనీ గ్రహించాలి. చైతన్యం పెంపొందించే దిశలో పోలీస్ , మీడియా, రాజకీయ వ్యవస్థలు సంయుక్తంగా కృషి చేస్తే ఫ్యాక్షన్ అనే విష సంస్కృతి మటు మాయం అవుతుంది అని అభిప్రాయం పడింది.

ఆదివారం సాయంత్రం...

మెరీనా బీచ్.. మహిమ ఎప్పటి మాదిరే కూర్చొని ఉంది. ఆమె మస్తిష్కంలోని ఆలోచనల మాదిరే అలలు కూడా ఎగసి పడుతున్నాయి.

రిపుంజయ్‌కి బాగా తెలుసు.. ఆ సమయంలో ఆమె అక్కడ ఉంటుంది అని. అతడికి తెలియనిదేమంటే.. ఆమె తన కోసం తన ఊరు దాకా వెళ్లి వచ్చిందని... అతడికి తెలియని ఇంకో విషయం ఏమంటే, తన గురించి ఆమెకు తెలియనిదేమీ లేదు అని...

రిపుంజయ్ వచ్చి తన పక్కనే కూర్చున్న విషయం ఆమె గ్రహించింది. అయినా అతడిని పలకరించలేక పోయింది. ఒక రకమైన అచేతనావస్థ లో ఉండిపోయింది. ఆమె మౌనాన్ని మరోలా అర్థం చేసుకున్న రిపుంజయ్ ముందుగా గొంతు విప్పాడు.

“నాకు తెలుసు మేడం... మీరే కాదు.. మీ స్థానం లో ఎవరున్నా.. నా గతాన్ని జీర్ణించుకోలేరు. తెలుసుకున్నాక, నాకు వీలయినంత దూరంగా ఉండటానికి ప్రయత్నిస్తారు. అందుకే, మీరు ఎన్ని సార్లు అడిగినా, నా గతాన్ని షేర్ చేసుకోవడానికి నేను ఇష్టపడలేదు”

దీంతో మహిమ చలించి పోయింది.రిపుంజయ్ ని దగ్గరికి తీసుకొని వీపు తట్టింది.

“నీకు నేనున్నాను రా..” అంటూ ఓదార్చింది.

“రేయ్ రిప్పు.. బాగా విను.. నీ గతం ఏమిటో తెలిశాక నువ్వు నాకు ఇంకా ఇంకా దగ్గరై పోయావ్. ఇకపై నీ వేదన లో, రోదన లో, సంతోషం లో అన్నింట్లో నేను పాలు

పంచుకుంటా.. నీ కథ చెప్పి నాకు కర్తవ్య బోధ చేశావ్.. నీ రాకతో నా జీవితానికి ఒక ఆసరా దొరికినట్లు అయింది. దశాబ్ద కాలంగా నాలో దాగి ఉన్న ఒక ఆశయాన్ని సిద్ధింపజేసుకునేందుకే నువ్వు నాకు తటస్థించావు.. ముందుగా నాకు ఒక విషయం చెప్పు...నీ జీవితాశయం ఏమిటీ..?"

"క్రికెటర్ కావడం... ఇండియా తరుపున వరల్డ్ కప్ ఆడటం."

"గుడ్... ఈ లక్ష్యం ఎప్పటి నుంచి ఉంది..?"

"చిన్నప్పటి నుంచి మేడం."

"మరి లక్ష్యం ఎందుకు దారి తప్పింది.?"

రిప్పు సమాధానం ఇవ్వకుండా తల దించుకున్నాడు.

"నా ఆశయం సిద్ధించాలన్నా.. మీ నాన్న గారి కోరిక నెరవేరాలన్నా ఒక్కటే మార్గముంది. నువ్వు మంచి క్రికెటర్ కావటం.... నీ లక్ష్యం సిద్ధించే వరకు నువ్వు మీ ఊరి గొడవలు మర్చిపో...నీలవేణి ఏ నాటికైనా నీకు దక్కి తీరుతుంది. మీ నాన్న కల నెరవేర్చడం అనే ఏకైక ధ్యేయంతో కృషి చెయ్... నీ కెరీర్ నేనే తీర్చి దిద్దుతాను. నేనే నీకు కోచ్... ఇకపై నీ గమ్యం, గమనం నాతోనే..అర్థమైందా..?"

"ఎస్ మేడం.." అంటూ ఎంతో దృడచిత్తం తో లేచి నిలబడిన రిపుంజయ్ భుజం తట్టి అభినందిస్తూ.. మహిమ కొనసాగించింది

" లక్ష్యం ఊరికే సిద్ధించదు. ఏకాగ్రత, పట్టుదల, శ్రమించే తత్వం.. ఇవన్నీ చివరి వరకు తోడుగా ఉండాలి. ఈ దారిలో నీకు ఎన్నో అగ్నిపరీక్షలు ఎదురవచ్చు... నువ్వు గాయాల పాలు కావచ్చు. ఎన్నెన్నో ఆకర్షణలకు నీ మనసు లోనుకావచ్చు. అన్నిటినీ తట్టుకుని, దేనికి లొంగకుండా నీ విజయానికి బాటలు వేసుకోవాలి.." అని ఉద్బోధించింది.

అతని కళ్ళలో అప్పటికే కనిపిస్తున్న కసిని గమనిస్తూ...

" మరో విషయం... ఇకపై ఈ మేడం చాలా కఠినంగా ఉంటుంది. అవసరం అయితే తీవ్రంగా శిక్షిస్తుంది. నీ రోజువారీ సమయపాలన ఇకపై ఖచ్చితంగా నా అధీనంలోనే ఉండాలి.." అని హెచ్చరించింది.

ఇందుకు ప్రతిగా రిపుంజయ్ చాలా స్పష్టంగా, దృఢంగా అడిగాడు..

"ప్రాక్టీస్ ఎప్పటి నుంచి మేడం కోచ్ .?"

మహిమ మరింత స్పష్టంగా సమాధానం ఇచ్చింది

"ఇవాల్టి నుంచే.. ఈ క్షణం నుంచే.." అని చెప్పి...

“నువ్వు మ్యాచ్‌లు ఆడేటప్పుడు గమనించాను. రన్నింగ్ బిట్వీన్ ది వికెట్స్ కొంచం స్లగ్గిష్ గా ఉంది. రనౌట్ల కు స్కోప్ ఇస్తున్నావ్. కాబట్టి రన్నింగ్ బాగా ప్రాక్టీస్ చెయ్ “ అంటూ రిప్పు పాదాల వైపు చూసింది.

“నువ్వు షూ ఎందుకు వేసుకుని రాలేదు..?”

“మీరు నా కోచ్ అవుతారు అనీ, ఈ రోజే ప్రాక్టీస్ అంటారు అనీ తెలియదు మేడం..” అని సమాధానం ఇచ్చాడు ఏదో జోక్ వేసినట్లుగా నవ్వుతూ.

“స్పోర్ట్స్ మాన్ ఎక్కడికి వెళ్లినా షూ తోనే వెళ్ళాలి.. లేకుంటే నడకలో ఆ స్టిఫ్నెస్ తగ్గుతుంది.అర్థం అయిందా..? ఇప్పుడు ఆ చెప్పులు వదిలేసి ఇసుక పై పరుగెట్టు...”

“ఎందాక మేడం..?”

ఆ లైట్ హౌస్ ఎంత దూరం ఉండొచ్చు..?”

“ఓ 3 పర్లంగులు ఉండొచ్చు అనుకుంటా ..”

“ఓకే,. నీ చెప్పులు ఆ పడవ లో విడిచి రా.. అటూ ఇటూ 4 రౌండ్స్ పరిగెత్తు.” అని ఆదేశించింది.

“వాట్...? ఇసుక లో లైట్ హౌస్ వరకూ నాలుగు రౌండ్లా..!.” నమ్మశక్యం కానట్టు అడిగాడు.

“ఎస్... ఎనీ ప్రాబ్లెం..?

“ఏం లేదు... షూ లేదు కదా అని..” అంటూ నసిగాడు.

“ఓకే...యు జస్ట్ స్టే హియర్.. “ అంటూ తన శాండల్స్ విప్పింది. . రిపుంజయ్ ముఖం లో భావాలు చదువుతూ అతడి చేతికిచ్చింది. ఆమె పాదాలకు ఇప్పుడు సాక్స్ మాత్రమే ఉన్నాయి.

“ఈ శాండల్స్ ఇలాగే పట్టుకుని ఉండు.. నేల తాకించొద్దు “

అని చెప్పి లైట్ హౌస్ వైపు వేగంగా పరిగెత్త సాగింది. దీంతో రిప్పు ఒక్కసారిగా బిక్కమొహం వేశాడు.

“మేడం..” అంటూ ఎంత గట్టిగా పిలిచినా వినిపించుకోలేదు.

గబ గబా పడవ దగ్గరికి వెళ్లి తన చెప్పులు విప్పేశాడు. ఆమె శాండల్స్ కూడా అక్కడే పెట్టబోయాడు. అయితే మేడం ఆదేశాలు గుర్తొచ్చి చేతుల్లో ఉంచుకునే లైట్ హౌస్ వైపు పరిగెత్త సాగాడు. మొత్తానికి ఆమె వేగాన్ని అందుకోలేక పోయాడు. దాదాపు అరగంటకు ఆమె 4 రౌండ్స్ పూర్తి చేసింది. రొప్పుతూ వచ్చి ఇసుక తిన్నె పై వెల్లకీలా పడుకుంది.

శవాసనం వేసుకొని ఊపిరి గట్టిగా పీల్చి వదులుతూ రిలాక్స్ అవసాగింది. మరో 10 నిముషాలకు రిప్పు కూడా 4 రౌండ్స్ పూర్తి చేసుకోగలిగాడు.

ఆయాస పడుతూ వచ్చి కుప్ప కూలినట్లు గా ఆమె పాదాల చెంత కూర్చున్నాడు. పాదాలకున్న సాక్స్ తొలగించాడు. అనంతరం ఆమె రెండు పాదాలను తన ఒడిలోకి తీసుకొని కొద్ది సేపు సుతి మెత్తగా మసాజ్ చేసి శాండల్స్ తొడిగాడు.

కొద్దిసేపటికి ఆమె కళ్ళు తెరిచి లేచి కూర్చుంది.

రిపుంజయ్ వైపు చూసింది. ఆ చూపులు తీక్షణంగా లేవు.

ఎంతో ప్రశాంతంగా, ప్రసన్న వదనంతో కూడి ఉన్నాయి. అయినా ఎందుకో.. రిప్పు ఆ కళ్లలోకి నేరుగా చూడలేక పోయాడు.

మొట్ట మొదటి సారిగా మహిమ అంటే రిప్పుకు భయం వేసిన క్షణం అది. తల దించుకుని..

" ఐ యామ్ సారీ... మేడం కోచ్.." అన్నాడు.

ఉబికి వస్తున్న కన్నీటిని అతడి కనురెప్పలు బంధించలేకపోయాయి. అవి బిందువుల్లా రాలి ఆమె పాదాలను వెచ్చగా తాకి పునీతమయ్యాయి.

దీంతో మహిమ కరిగిపోయింది. భుజం తడుతూ చెప్పింది.

"ఒక స్పోర్ట్స్ మాన్ జీవితంలో ఎన్నో భావోద్వేగ క్షణాలు వస్తుంటాయి. కన్నీటి అవసరం చాలా ఉంటుంది. దాచిపెట్టుకో "

అంటూ శాండల్స్ విడిచేసి.. వజ్రాసనంలో కూర్చుంది.

"నీలో ఇంకా అలసట తీరినట్టు లేదు. రిలాక్స్.... శవాసనం వెయ్.." అని ఆదేశించింది.

"ఎస్ మేడం.." అంటూ తలూపి వెల్లకిలా పడుకున్నాడు రిపుంజయ్. కానీ ఆ ఆసనం ఎలాగో తెలియడం లేదు .గతంలో అతడికెవరూ నేర్పలేదు. మహిమ చెప్పసాగింది.

"క్లోజ్ యువర్ ఐస్ అండ్ జస్ట్ లిజన్ టు మి... నేను ఏమి ఆదేశం ఇస్తే అదే చెయ్ " అంటూ డైరెక్షన్స్ ఇవ్వ సాగింది.

రిప్పు అలాగే చేశాడు. ఎంతో ప్రశాంతంగా అనిపించింది. కొత్త ఎనర్జీ పుట్టుకొచ్చింది.

ఆ రాత్రి ఇద్దరూ ఇంటికి చేరేసరికి చాలా పొద్దుపోయింది.

సరికొత్త క్రికెట్ కిట్టుతో ఆ మరునాడు సాయంత్రమే ఇద్దరూ కలిసి మైలాపూర్‌లోని కార్పొరేషన్ గ్రౌండ్‌కు చేరుకున్నారు. అది ఆమెకు చిరపరచితమైన మైదానం.

ఒకప్పుడు తాను క్రికెట్‌లో ఓనమాలు దిద్దుకున్నది ఇక్కడే. అక్కడి నిర్వాహకుడు ఆర్ముగం ఆమెతో పాటు వచ్చిన రిపుంజయను వింతగా చూశాడు. అక్కడి క్రికెట్ కోచ్ కూడా అతడే.

“ దిసీజ్ మై డిసిపుల్ రిపుంజయ్.”

అంటూ పరిచయం చేసింది. ప్రాక్టీస్ కోసం రోజూ రెండు గంటలపాటు నెట్స్ కేటాయించమని కోరింది. గతంలో ఆమె గురించి పూర్తిగా తెలిసినవాడు కావడంతో ఆనందంగా అంగీకరించాడు. బోర్డు సభ్యులకు తాను నచ్చచెప్పుకుంటానని ఇంకా ఎలాంటి సహకారం అవసరమైనా తాను సిద్ధమని చెప్పాడు.

అక్కడ మొత్తం ఎనిమిది ప్రాక్టీస్ నెట్స్ ఉన్నాయి. అందులో మూడు టర్ఫ్ వి, రెండు సిమెంట్ వి కాగా 3 మాటింగ్ వికెట్లు.

నెట్స్ దగ్గర ఎవరో ఒక యువతి బౌలింగ్ చేస్తుంటే, మరో నవ యువకుడు బ్యాటింగ్ ప్రాక్టీస్ చేస్తున్న దృశ్యం అందరినీ ఆకర్షించింది. మిగతా నెట్స్ ల వద్ద ఉన్న యువకులు తమ ప్రాక్టీస్ ఆపేసి వీరినే గమనించ సాగారు. దాదాపు నాలుగు ఓవర్లు ఆఫ్ స్పిన్ బౌలింగ్ చేశాక రిపుంజయ్ దగ్గరకు వెళ్లి కొన్ని సూచనలు చేసింది. ఫుట్ వర్క్ లో కొన్ని లోపాలు సవరిస్తూ బాడీ మూమెంట్స్ సరి చేసింది. ముఖ్యంగా ఫుల్ లెంగ్త్ బంతులను ఆడటంలో రిపుంజయ్ ఫుట్వర్క్ సరిగా లేదని ఆమె గమనించింది.

ఆ వెంటనే సిమెంట్ పిచ్ పైకి తీసుకెళ్లింది. నాకింగ్ బాల్స్ (ప్లాస్టిక్)ను ఫుల్ లెంగ్త్‌లో పదే పదే వేయించుకుని ఫ్రంట్ ఫుట్ మూమెంట్ ఎలా ఉండాలో నాకింగ్ చేస్తూ ప్రాక్టికల్ గా చూపించింది.

అనంతరం ఆమె అదే పనిగా బంతులు విసురుతూ రిపుంజయ్‌తో నాకింగ్ చేయించింది. (ఏ బంతి ఆడటంలో బ్యాట్స్ మెన్ ఇబ్బంది పడతారో, ఆ బంతిని పదే పదే దగ్గర నుండి విసురుతూ బ్యాట్స్ మాన్ బాడీ మూమెంట్ ను సరి చేయడాన్ని నాకింగ్ అంటారు.)

ఆ రోజుకి ప్రాక్టీస్ సెషన్స్ ముగించి, ఆర్ముగం వద్దకు వెళ్లి అడిగింది. సార్ మీ స్టూడెంట్స్ లో మంచి ఫాస్ట్ బౌలర్లు ఎవరైనా ఉంటే , వారి సహకారం కావాలి.”

“ తప్పకుండానమ్మా...ఎవరిని కావాలన్నా ఉపయోగించుకో “ అంటూ అక్కడి స్టూడెంట్స్ అందరినీ పిలిచి పరిచయం చేశాడు.

" మరో విషయం సార్... నేను మంచి బౌలింగ్ మిషన్‌ను ఇంగ్లాండ్ నుంచి తెప్పిస్తాను. ఈ గ్రౌండ్‌కి డొనేట్ చేస్తాను. మీకు అభ్యంతరం లేదుగా..?"

"ఇందులో అభ్యంతరం ఏముందమ్మా? చాలా సంతోషం".

"అయితే, అదిపూర్తిగా మీ ఆధ్వర్యంలోనే ఉంటుంది కాబట్టి ఆకతాయిల చేతుల్లో పడకుండా చూడండి సార్... ఎందుకంటే కీలకమైన సమయాల్లో రిపేర్లు వస్తే కష్టం"

ఆమె చెబుతున్న దాంట్లో విషయం అర్థం అయినట్లు తలుపుతూ అన్నాడు.

"అలాగేనమ్మా... అలాగే, నా స్టూడెంట్స్ వైపు కూడా కాస్త దృష్టి పెట్టమ్మా.. నాకా వయసు సహకరించడం లేదు." రిక్వెస్ట్‌గా ఉంది ఆయన అభ్యర్థన.. ఇందుకు సమాధానంగా చిరునవ్వు చిందిస్తూ మహిమ చెప్పింది.

"మీ స్టూడెంట్స్ నా దగ్గర నేర్చుకోవడానికి ఇష్టపడితే.. నాకు అబ్జెక్షన్ లేదు."

✦ ✦ ✦

అది మొదలు ప్రాక్టీస్ ఆగింది లేదు. నాకింగ్‌లో అన్ని రకాల షాట్లు...పర్ఫెక్షన్ వచ్చేదాకా వదిలిపెట్టలేదు.

రిపుంజయ్‌లో ఆమెకు నచ్చింది ఏమంటే.. బ్యాట్‌ను ఝుళిపించే టప్పుడు బాడీ మూమెంట్‌ను అనుసంధానం చేసుకోవడంలో ఎక్కడా తడబాటు ఉండదు. హై ఎనర్జెటిక్ షాట్స్ ఈ విధంగానే జెనరేట్ అవుతాయి. ఏ మూమెంట్స్ అయినా మహిమ ఒక్కసారి చూపిస్తే చాలు.. ఇట్టే పసిగట్టేస్తాడు. ఆన్ డ్రైవ్, ఆఫ్ డ్రైవ్, ఫ్లిక్ షాట్, స్క్వేర్ కట్ లేదా ఫుల్‌షాట్ ఏదైనా సరే తాను అలవోకగా ఆడగలను అనిపించేదాకా కష్టపడతాడు.

రిపుంజయ్ దినచర్య పూర్తిగా మారిపోయింది. ఆమె సూచన మేరకు నంగనల్లూరులోని హాస్టల్లో నుంచి మహిమ ఇంటికి షిఫ్ట్ అయ్యాడు. ఉదయం 4:30 కి నిద్రలేవడం.. వార్మప్ ఎక్సర్సైజులు చేయడం, జ్యూస్ తాగి 6 గంటలకు కారులో మైదానం చేరుకోవడం.. 7.30 వరకూ ప్రాక్టీస్. ఇంటికి తిరిగొచ్చి ఫ్రెషప్ అయి, బ్రేక్ ఫాస్ట్ ముగించుకొని 9.00 గంటలకు కోడం బాక్కం రైల్వేస్టేషన్..

మహిమ స్వయంగా డ్రాప్ చేస్తుంది. లోకల్ ట్రైన్‌లో తాంబరం వద్ద దిగేసి కాలేజీ వెళ్తాడు. సాయంత్రం 4 గంటల నుంచి తన కాలేజీ టీం సభ్యులతో కలిసి నెట్ అండ్ ఫీల్డింగ్ ప్రాక్టీస్. సాయంత్రం 6.30కు మళ్ళీ లోకల్ ట్రైన్ ఎక్కి 7.30 లోపు ఇల్లు చేరుకోవడం. 8 లోవు డిన్నర్ ముగిస్తారు. ఇద్దరూ చర్చించుకునే విషయం ఏమైనా ఉంటే అది డిన్నర్ టైమ్ లోనే.. 10 గంటల వరకు చదువుకోవడం., ఆపై విశ్రమించడం. ఇదీ దినచర్య..

నిరంతర శారీరక శ్రమతోనూ, వృథా సమయం అంటూ అసలే లేకపోవడం వల్లనూ, అతడికి ఊరు విషయాలు అంతగా మనసులోకి రావడం లేదు. ఊరిలో టెలిఫోన్ లైన్ పునరుద్ధరించ బడింది. ఇప్పుడు రిప్పుకు ఫోన్ కూడా అందుబాటులో ఉంది.

బౌలింగ్ మిషన్ కోసం ఆర్డర్ ఇచ్చి ఎదురు చూడ సాగింది మహిమ. దాని ఖరీదుకు ఇంకో కొత్త కారు కొనవచ్చు. మహిమ అదేమీ ఆలోచించడం లేదు. ఇంగ్లాండ్, ఆస్ట్రేలియాల్లో బౌలింగ్ మిషన్లతో ప్రాక్టీస్ చేయడం అనేది అక్కడి అకాడమీలకు కొత్త ట్రెండ్. ఇటీవలే బెంగళూరు, కలకత్తా, ముంబై, న్యూ ఢిల్లీ, చెన్నై నగరాల్లో కూడా నేషనల్ క్రికెట్ అకాడమీ ఆధ్వర్యంలో బౌలింగ్ మిషన్లు ఉన్నాయి.

బౌలింగ్ మిషన్ రానే వచ్చింది. దీంతో ప్రాక్టీస్ మరింత సులువైపోయింది. షార్ట్ పిచ్, గుడ్ లెంగ్త్, ఫుల్ టాస్, ఇన్ స్వింగర్, ఔట్ స్వింగర్, లెగ్ సైడ్, ఆఫ్ సైడ్ ఇలా ఏ బంతులైనా మిషన్ ద్వారా డెలివరీ చేసే వెసులుబాటు ఉంది. దీంతో ప్రాక్టీస్ లో మరింత పర్ఫెక్షన్ వచ్చింది. అన్ని షాట్లు అద్భుతంగా ఆడగలుగుతున్నాడు. ప్రత్యేకించి స్వేర్ కట్లు, ఫ్లిక్ షాట్లు అత్యంత సహజంగా వస్తున్నాయి.

అయితే ఇప్పుడు కొత్త సమస్య వచ్చి పడింది. బౌలింగ్ మిషన్ ప్రాక్టీస్ జరుగుతున్నప్పుడు మైదానంలో క్రికెటర్లు అందరూ అక్కడే గుమికూడ సాగారు. వారి దృష్టి అంతా డైవర్ట్ అవుతోందంటూ జూనియర్ కోచ్‌లు ఫిర్యాదు చేశారు. దీంతో అందరికీ మిషన్ ప్రాక్టీస్ ఎంతో కొంత సేపు ఇవ్వక తప్పట్లేదు. దీనివల్ల రిప్పు సమయం చాలా వృథా అవుతోంది. దీనికి పరిష్కారంగా ఆర్ముగం ఒక సూచన చేశాడు. ఉదయం పూట రిప్పుతోపాటు మరో ఇద్దరికి మాత్రమే రొటేషన్ పద్ధతిన అవకాశం ఇచ్చేట్లుగా అంగీకరించారు. అలాగే ఫీల్డింగ్ ప్రాక్టీస్ కోసం రిప్పుతో పాటు మరో ఆరు మంది క్రికెటర్లకు మహిమ శిక్షణ ఇవ్వ సాగింది.

ఈ మేడం కోచ్ దెబ్బకు మిగతా క్రికెటర్లు కూడా సరైన సమయానికి మైదానంలోకి వస్తున్నారు.

✦ ✦ ✦

తమిళనాడు క్రికెట్ అసోసియేషన్ లీగ్ మ్యాచ్‌ల నోటిఫికేషన్ వెలువడింది.

చెన్నై సిటీలో గుర్తింపు ఉన్న క్లబ్బులతో పాటు రాష్ట్రంలో వివిధ జిల్లాల అసోసియేషన్ టీంల సభ్యులు ఈ లీగ్స్ లో పాల్గొన వచ్చు. వాటితో పాటు సిటీలోని ఆరు డివిజన్లు వాటి సబ్ డివిజన్ల జట్లు కూడా ఈ లీగ్స్‌లో ఉంటాయి.

ఇప్పుడు మహిమ ముందున్న అసలు సమస్య ఏమిటంటే, రిపును సరైన టీంలో చేర్చడం.. తమిళనాడులో స్కూల్ లీగ్స్ కానీ, కాలేజీ లీగ్స్ కానీ రిపుంజయ్ ఆడ లేదు. కాబట్టి డివిజన్ టీం ల తరుపున ఆడే అర్హత లేదు.

టి.ఎన్.సి.ఏ గుర్తింపు పొందిన ఏదో ఒక ప్రైవేట్ క్లబ్ తరుపున మాత్రమే ఆడాలి. ఒక కొత్త క్రికెటర్‌ను జట్టులో చేర్చుకుని అతనికి బ్యాటింగ్ ఆర్డర్లో సరైన స్థానం కల్పించే సాహసం ఏ క్లబ్ కూడా చేయదు. అలాంటప్పుడు ఇంత శ్రమ వృధా అయినట్టే కదా..! ఏ క్లబ్‌ను సంప్రదించినా పాజిటివ్ రెస్పాన్స్ లేదు. బాధాకరమైన విషయం ఏమంటే మహిమకు ఏ క్లబ్ తోను పరిచయం లేదు. అందుకు కారణం.. తాను క్రికెట్ ఆడిన 1989–92 కాలంలో మహిళా క్రికెట్లో ఉన్న ప్లేయర్ల కొరత కారణంగా.. క్లబ్ మ్యాచులు ఆడే అవకాశం రాలేదు. చెపాక్‌లో ఉన్న టి.ఎన్.సి.ఏ అకాడమీలో మేల్ క్రికెటర్లతో పాటు ఆట నేర్చుకుని వివిధ స్టేట్ టీంలతో నేరుగా ఆడే అవకాశం ఉండేది. ఇక అప్పట్లో మహిళలకు లీగ్ మ్యాచ్‌ల ప్రసక్తే లేదు. ఆమె క్రికెట్ మానేసి దాదాపు పదేళ్లు అయింది కాబట్టి అప్పటి సహచరులు ఎవరూ ఇప్పుడు అందుబాటులో లేరు.

దీంతో ఆమె చెపాక్ స్టేడియం వద్దకు వెళ్లి సరైన క్లబ్ గురించి ఆరా చేయ సాగింది. ఒక్కొక్కరు ఒక్కో సూచన చేయసాగారు. ఈలోగా తమిళనాడు క్రికెట్ సంఘం కార్యదర్శి తంగవేలు అక్కడికి వచ్చాడు.

ఏడాది క్రితం వరకు అతడు దక్షిణ తమిళనాడులోని ఏదో ఒక జిల్లా అసోసియేషన్ తరపున పదవులలో ఉంటూ వచ్చాడు. కాబట్టి ఇప్పుడు స్టేట్ కార్యదర్శి అయినప్పటికీ, చెన్నై సిటీ క్రికెట్‌తో పెద్దగా పరిచయం లేదు. మహిమ అతడికి ఒక స్పోర్ట్స్ వేర్ కంపెనీ యజమాని గానే తెలుసు.

మహిమ అతనికి విష్ చేసింది. తంగవేలు క్వశ్చన్ మార్క్ ఫేస్ పెట్టాడు. ఇప్పట్లో ఏ టోర్నమెంట్ నిర్వహించడం లేదు. స్పాన్సర్ల కోసం తాము కబురు కూడా పెట్టలేదు. అలాంటప్పుడు ఆమె ఎందుకు వచ్చి ఉంటుంది? అన్నట్టుగా ఉంది అతడి హావభావం. మహిమ నేరుగా విషయంలోకి వచ్చింది. తనకు తెలిసిన ఒక క్రికెటర్ ను ఏదైనా క్లబ్ టీం లో చేర్చాలని అందుకు మీరు ఏమైనా సాయపడగలరా అని అడిగింది

" ఎవరా క్రికెటర్..? ఏ కేటగిరీ లో ఉన్నాడు..?"

"సార్.. అతడి పేరు రిపుంజయ్.. అండర్ 19 కేటగిరి.. త్రీ డే మ్యాచ్‌లు ఆడించేందుకు ఏదైనా మంచి క్లబ్ కోసం వెతుకుతున్నాం. మీరు ఏమైనా హెల్ప్ చేస్తారేమో అని వచ్చాను"

"రిపుంజయా..?ఎవరితను? ఎప్పుడూ వినలేదే..? గతంలో ఎప్పుడైనా స్టేట్‌కు రిప్రజెంట్ చేశాడా..?" ఆరా తీశాడు.

"లేదు సార్.."

"పోనీ, అండర్ 19 లో సెంచరీలు ఏమైనా కొట్టాడా..?

"లేదు సార్.. కొత్తగా నేర్చుకుంటున్నాడు. ఆమధ్య ఇంటర్ కాలేజియేట్ టోర్నమెంట్‌లో బాగా ఆడాడు . పేపర్స్‌లో కూడా అతడి ఫోటో వచ్చింది.

"అదంతా అన్ ప్రొఫెషనల్ క్రికెట్ అమ్మా.. ఏదో జరపాలి కాబట్టి జరుపుతాం. అంతే.. దాంట్లో స్కోర్లను అస్సలు పరిగణించం "

"నిజమే సార్ కానీ నేను వచ్చింది అతనికి స్టేట్ టీంలో చేర్చమని సిఫార్సు చేసేందుకు కాదు.. ఏదైనా మంచి క్లబ్ టీంలో చేర్పించమని"

"పర్ఫామెన్స్ లేకుండా ఎవరు తీసుకుంటారు..?"

"ఛాన్స్ ఇస్తే బాగా పెర్ఫార్మ్ చేస్తాడు సార్. నాకు నమ్మకం ఉంది."

"ఇంతగా రిక్వెస్ట్ చేస్తున్నావ్.. అతడు నీ తమ్ముడా..?"

"లేదుసార్.. నా బంధువు కూడా కాదు. "

దీంతో తంగవేలు ఆమె వైపు ఎగా దిగా చూస్తూ

"కొంపదీసి నీ బాయ్ ఫ్రెండ్ కాదు గదా..!"

అన్నాడు.. అదేదో పెద్ద జోక్ వేసినట్లు ఫీలై పోయి..

మహిమ తన కోపం దిగమింగుకుంటూ అంది

"Yes sir.. He is my beloved boy friend. Does it make any difference sir..?"

ఆడవారి వ్యక్తిత్వం పై దాడి చేసే తంగవేలు లాంటి ప్రబుద్ధులు ప్రతి రంగంలో ఉంటారు. ఇంకో సందర్భం అయితే తంగవేలు చెంపలపై మురుగన్ కీర్తన పాడించేదే. కానీ ఇప్పుడు ప్రతి విషయంలో రిప్పు కెరీర్ దృష్టిలో పెట్టుకునే తాను ప్రవర్తించాలి. తంగవేలు ప్రస్తుతం ఒక పవర్ఫుల్ పొజిషన్ లో ఉన్నాడు. రిప్పు కెరీర్ ను నెగటివ్ గా ప్రభావితం చేసినా చేస్తాడు.

ఇలా ఆలోచించి ఆమె తంగవేలు దగ్గర సెలవు తీసుకొని బయట కొచ్చింది. పక్కనే ఎం.ఏ. చిదంబరం క్రికెట్ స్టేడియంలో అండర్ 22 ఫిట్నెస్ క్యాంపు జరుగుతోంది. టి.ఎన్.సి.ఏ చీఫ్ కోచ్ హేమనాథన్ ను కలిసింది. అతడు గత ఐదారు ఏళ్లుగా స్టేట్ కోచ్‌గా ఉన్నాడు. చాలా క్లబ్ లతో పరిచయాలు ఉంటాయి. మహిమ అతడి దగ్గరికి వెళ్లి రిపుంజయ్ విషయం చెప్పగానే..

"ఏ అకాడమీలో కోచింగ్ తీసుకుంటున్నాడు.? అడిగాడు.

"లేదు సార్.. ఏ అకాడమీ లేదు." లీగ్స్ కూడా ఆడలేదు" హేమనాథన్ ఉలిక్కిపడ్డాడు.

"వాట్.? ఏందమ్మా.. తమాషాగా చెప్తున్నావ్.. కోచింగ్ తీసుకోలేదంటావ్.. లీగ్స్ ఆడలేదు అంటావ్ మంచి క్రికెటర్ అంటావ్...నీ వేళాకోలాలకు నేనే చిక్కానా ఏంటి?" అని పక్కకు లేచి వెళ్ళిపోయాడు.

"నో నో సర్.. నా మాట వినండి కోచింగ్ బాగానే తీసుకున్నాడు. మూడు నెలలుగా శ్రమ పడుతున్నాడు". వేడుకోలుగా అన్నది.

"అదేంటి..? అప్పుడే మాట మారుస్తావ్..? ఇందాకే కదా.. కోచింగ్ తీసుకోలేదంటివి.? విసుక్కున్నాడాయన.

"కోచింగ్ తీసుకోలేదని నేను చెప్పలేదు సార్. ఏ అకాడమీలోనూ శిక్షణ తీసుకోలేదన్నాను అంతే.."

దీంతో ఆయన కనుబొమలు ముడేసి అడిగాడు

" ఓకే.. నీ మాటకే వద్దాం.. ఏ అకాడమీ లోను లేదు.. అయినా కోచింగ్ తీసుకున్నాడంటున్నావ్.. ఇంతకూ కోచ్ ఎవరు..?

"నేనే సార్.." అంది కాన్ఫిడెంట్ గా

అతడు మళ్ళీ ఆశ్చర్యపోయాడు.

"వాట్..? నువ్వా కోచ్ వి.."

ప్రపంచంలో అంతకన్నా వింత లేదు అన్నట్టు అడిగాడు.

"అవును సార్.. నేనే.." స్థిరంగా చెప్పింది మహిమ

హేమనాధం అప్పటికే చిర్రెత్తి పోయాడు. రెండు చేతులు జోడించి అన్నాడు.

"అమ్మా నీకో నమస్కారం.. దయచేసి నన్ను వదిలిపెట్టు. మీ స్పోర్ట్స్ వేర్ అమ్ముకున్నంత ఈజీ కాదు క్రికెట్ అంటే.. మీ వాడిని ఏ క్లబ్ కూ నేను సిఫార్సు చేయలేను.."

మహిమ ముఖం కందగడ్డలా మారిపోయింది. అక్కడి నుంచి దూరంగా జరిగింది. స్టేట్ ప్లేయర్స్ చేస్తున్న ప్రాక్టీస్‌ను పరిశీలిస్తూ నిలుచుంది. మొదటి నెట్స్‌లో ప్రాక్టీస్ చేస్తున్న బ్యాట్స్ మాన్ ఎవరో కానీ, బౌలర్ మారిన ప్రతి సారీ పొజిషన్ తీసుకోవడంలో ఇబ్బంది పడుతున్నాడు. నెట్స్ వద్ద జనరల్‌గా అన్ని రకాల బౌలింగ్ వనరులు ఉంటాయి. ఒకరు ఆఫ్ స్పిన్ వేస్తే, ఇంకొకరు లెగ్ స్పిన్ వేస్తారు. ఆ వెంటనే

ఒక ఫాస్ట్ బౌలర్ నుంచి గుడ్ లెన్త్ బాల్ దూసుకువస్తుంది. ఇంకో మీడియం పేస్ బౌలర్ ఔట్ స్వింగర్ వేస్తాడు. అంతవరకూ ఓవర్ ద వికెట్ వేసిన బౌలర్ సడన్ గా అరౌండ్ ద వికెట్ లో డెలివరీ చేస్తాడు. బ్యాట్స్ మాన్ వేగంగా పొజిషన్ మార్చుకుని సరైన స్ట్రోక్స్ ఇచ్చేందుకే నెట్స్ లో ఇలాంటి ప్రయోగాలు. వివిధ రకాల బౌలర్స్ ను ఎదుర్కుంటూ బంతిని సరిగ్గా తిప్పి కొట్టాలంటే ఒక్కొక్కరు ఒక్కో అనువైన పొజిషన్ లో ఉంటారు. దీనినే "స్థాన్స " అంటారు. ఏది బెస్ట్ స్థాన్స అని చెప్పటం కష్టం. కొందరు టాలెంటెడ్ బాట్స్మన్ కూడా ఇలా స్థాన్స విషయంలో ఇబ్బంది పడుతూ ఫామ్ కోల్పోతుంటారు.

ఇప్పుడు ఈ బ్యాట్స్ మాన్ స్థాన్స సరిచేస్తే అతడి నుంచి పవర్ఫుల్ స్ట్రోక్స్ వస్తాయని ఆమెకు అర్థం అయింది. బౌలర్స్‌కు సంజ్ఞ చేసి డెలివరీలను నిలిపింది. వేగంగా బ్యాట్స్ మాన్ దగ్గరికి వెళ్ళింది.

సైడ్ ఆన్ పొజిషన్‌లో ఫ్రంట్ షోల్డర్ బౌలర్‌కు సూటిగా ఉండాలి.. దానికి పైన 90 డిగ్రీ యాంగిల్‌లో .. గడ్డం ఉండాలి. మోకాళ్లను నడుముతో పాటు కొద్దిగా ముందుకు వంచి, హిప్ హైట్‌లో రెండు చేతులు బ్యాట్స్ మాన్ బాడీకి క్లోజ్‌గా ఉండాలి.

ఈ స్థాన్స్‌లో బ్యాట్స్ మాన్ ఉంటే ఎలాంటి డెలివరీ అయినా వేగంగా బాడీని కదిలించవచ్చు. అతడి స్థాన్స ను సరిచేసి తాపీగా నెట్స్ బయటకు వచ్చింది. చీఫ్ కోచ్ తో పాటు, జూనియర్ కోచ్ లందరూ ఆమె వైపు వింతగా చూస్తూ నిలబడ్డారు. ఆమె బౌలర్స్‌కు సిగ్నల్ ఇచ్చింది. ఇక బ్యాట్స్ మాన్‌లో తడబాటు లేదు. అతడి నుంచి షాట్స్ బుల్లెట్స్‌లా రాసాగాయి.

మహిమ మళ్ళీ చీఫ్ కోచ్ వద్దకు వచ్చింది.

"బ్యాట్స్ మాన్ స్థాన్స్‌ను సరిచేయడం కూడా కోచ్ విధుల్లో భాగమే అనుకుంటా... సార్... ఇక్కడ ఎవరి ఫీలింగ్స్ అయినా హర్ట్ అయివుంటే క్షమించండి. స్పోర్టివ్‌గా తీసుకోండి".

అని చెప్పి కదిలింది .

"థాంక్యూ మేడం కోచ్" అంటూ నెట్స్‌వైపు నుంచి గట్టిగా వినిపించింది. ఇందాకటి బ్యాట్స్‌మన్ అయి ఉంటాడని అర్థం అయింది.

ఆ వెనుకే మిగతా ప్లేయర్స్ కొడుతున్న చప్పట్లు వినిపిస్తుండగా కార్ పార్కింగ్ వైపు నడిచింది.

✦ ✦ ✦

ఇంటికొచ్చిందన్నమాట గాని ఆమెకేమీ పాలు పోలేదు.

మరో వారం రోజుల్లో ఏదో క్లబ్ టీంలో చేరకపోతే ఐడి కార్డులు రావు.

దీంతో ఈ ఏడాదికి దారులు మూసుకుపోతాయి కానీ రిప్పు ప్రతిభ ఒక్క ఏడాది పాటు వృధా కావటం ఆమెకి ఇష్టం లేదు.

మరునాడు ప్రాక్టీస్ వద్ద మహిమ అన్యమనస్కంగా ఉండటం చూసి సంగతేమిటని ఆర్ముగం అడిగాడు.

మహిమ చెప్పిందంతా విని ఆయన.. క్రికెట్లో పేరుకుపోయిన అవినీతి అంతా పురివిప్ప సాగాడు. ఆయన చెబుతున్నదంతా ఆమెకు దాదాపు తెలిసిన విషయాలే అయినా వినక తప్పలేదు. చివర్లో ఆయన స్పాన్సర్ షిప్పుల పేరుతో జరిగే తతంగాల గురించి కూడా వివరించాడు.

అయితే అదేమీ ఆమె తలకెక్కడం లేదు.. "స్పాన్సర్షిప్" అనే పదం చుట్టూ ఆమె ఆలోచనలు తేలియాడసాగాయి.

అంతే..! తటుక్కున ఆమెకు ఒక ఐడియా వచ్చింది. పరిష్కారం దొరికినట్లుగానే అనిపించింది. ఆర్ముగంకు థాంక్స్ చెప్పి నెట్స్ వద్దకు వెళ్ళింది.

ప్రాక్టీస్ ముగిశాక గురు శిష్యులు ఇద్దరూ కార్ వద్దకు వచ్చారు.

" క్లబ్ టీమ్స్‌లో చోటు దొరకడం చాలా కష్టం అంట మేడం.."

రిపుంజయ్ గొంతులో ధ్వనిస్తున్న నిరాశని మహిమ పసిగట్టింది.

క్రికెట్ కిట్ బ్యాగ్‌ను డిక్కీలో పెడుతున్న రిప్పును చూస్తూ చెప్పింది.

"రేయ్ రిప్పు... నువ్వు ఎవరంటే వారితో డిస్కస్ చేసి ఆందోళన పెంచుకోవద్దు... నువ్వు ఏదో ఒక క్లబ్‌కు కచ్చితంగా ఆడుతావ్..." అని భరోసా ఇస్తూ భుజం తట్టింది.

"అదెలా మేడం..?"

"జస్ట్ కౌంట్ ఆన్ యువర్ మేడం కోచ్... నువ్వు కాలేజీకి వెళ్లి సాయంత్రం తొందరగా వచ్చేసేయ్." అంటూ కారు ముందుకు కదిలించింది.

మరనాటి ఉదయం.. స్థానిక టాబ్లాయిడ్లలో ఒక ప్రకటన వచ్చింది.

ప్రముఖ స్పోర్ట్స్‌వేర్ కంపెనీ అయిన "ఫ్లెక్సీ వేర్" సంస్థ.. చెన్నైలో క్రికెట్ అభివృద్ధికి తన వంతు కృషి చేయాలని నిర్ణయించింది. ఇందులో భాగంగా ఏదైనా క్రికెట్ క్లబ్‌కు మూడు ఏళ్ల పాటు స్పోర్ట్స్ వేర్ ను స్పాన్సర్ చేసేందుకు సిద్ధంగా ఉంది. ఆసక్తి గల క్లబ్బులు మౌంట్ రోడ్‌లోని తమ ప్రధాన కార్యాలయంలో సంప్రదించగలరు..

ఇది ఆ ప్రకటన సారాంశం...

అది చేరాల్సిన వాళ్లకే చేరింది. చెన్నై క్రికెట్ ఫీల్డ్‌లో ఈ విషయమై చర్చించుకో సాగారు. సాధారణంగా రంజీ ట్రోఫీ స్థాయి జట్టుకు మాత్రమే వివిధ కంపెనీలు స్పాన్సర్ షిప్ చేస్తుంటాయి. దుస్తులతో పాటు మొత్తం క్రికెట్ కిట్లు కూడా ఆయా కంపెనీలు అందిస్తుంటాయి. అయితే లీగ్స్ ఆడే ఒక సాధారణ క్లబ్‌కు స్పాన్సర్‌షిప్ దొరకటం, అదీ 3 ఏళ్ల పాటు అనేసరికి సర్వత్రా ఒకింత ఆసక్తి నెలకొంది.

అందుకే దాదాపు అన్ని క్లబ్బుల తాలూకు కార్యదర్శులు ఆమెను సంప్రదించారు. తన వద్దకు వచ్చిన అన్ని క్లబ్‌ల దరఖాస్తులను జాగ్రత్తగా పరిశీలించి, క్రికెట్లో ఆయా క్లబ్‌ల గత ప్రదర్శనను కూడా విశ్లేషించింది. అనంతరం షార్ట్ లిస్ట్ చేసుకున్న కొన్ని క్లబ్‌ల ఇన్చార్జిలతో చర్చలు మొదలెట్టింది.

తన కంపెనీ ఒక ప్రతిభావంతుడైన ఆటగాడిని వెలుగులోకి తీసుకురాదలుచు కున్నదనీ, అతడికి టీంలో చోటు కల్పించి.. ప్రతి ఏటా మొదటి మూడు లీగ్ మ్యాచ్‌లకు టాప్ ఆర్డర్‌లో స్థానం కల్పించాలని షరతు విధించింది. ఆ మూడు మ్యాచ్‌ల్లో అతడి ప్రతిభ ఆధారంగా మిగతా మ్యాచ్‌లకు ప్రాతినిధ్యం కల్పించే విషయంలో నిర్ణయాధికారం క్లబ్‌కే ఉంటుందని, విఫలమైన పక్షంలో టీం నుంచి నిరంభ్యంతరంగా తొలగించ వచ్చునని, ఒకవేళ తమ ఆటగాడు పూర్తిగా విఫలమైనా, మూడు ఏళ్ల పాటు స్పాన్సర్‌షిప్ కాంట్రాక్టులో ఎటువంటి తేడా ఉండబోదు., ఇదీ ఒప్పందం.

అయితే క్లబ్బులు ఎంత ఒత్తిడి చేసినా ఆటగాడి పేరు మాత్రం ఆమె చెప్పలేదు. ఒప్పందం ఖరారయ్యాకే పేరు వెల్లడిస్తానని దృఢంగా చెప్పిందామె. రిపుంజయ్ భవిష్యత్తు దృష్ట్యా ఆజాగ్రత్త తీసుకుంది..

ఈ షరతు వినే సరికి చాలా క్లబ్బులు పునరాలోచనలో పడ్డాయి. అయితే అందరిలో ఒకటే ఆసక్తి. ఎవరా ఆటగాడు..? అతనిపై అంత గట్టి నమ్మకంతో ఒక స్పోర్ట్స్ వేర్ సంస్థ.. క్లబ్బులతో అగ్రిమెంటుకు వస్తోందంటే, అసలు మతలబు ఏమై ఉంటుంది ?

తమ సొంత ప్లేయర్స్‌కు ఛాన్స్ ఇప్పించేందుకు చాలా సంస్థలు ఎన్నో ఎత్తులు వేస్తుంటాయి. ఇది కూడా ఒక ఎత్తుగడ కూడా కావచ్చు. ఇలా తర్జనభర్జన పడుతూ కొన్ని క్లబ్బులు రెండు రోజులపాటు సమయం కోరాయి. అయితే "థౌజండ్ లైట్స్ క్రికెట్ క్లబ్" మాత్రం మరునాడే ముందుకు వచ్చింది. ఆ క్లబ్ కార్యదర్శి పలనిస్వామి టీమ్ కెప్టెన్ కురుంజిసెల్వన్‌తో సంప్రదించాడు. లీగ్‌దశలో మొత్తం 12 మ్యాచ్‌లు ఉంటాయి. కేవలం మూడు మ్యాచ్‌ల్లో ఒక ఆటగాడిని ప్రయత్నించి చూస్తే పోయేదేమీ లేదనే

నిర్ణయానికి వచ్చారు. పైగా కంపెనీ విధించిన షరతు కూడా న్యాయం గానే తోచింది.

థౌజండ్ లైట్స్ క్లబ్ తో మహిమ వెంటనే ఒప్పందం ఖరారు చేసింది.

ఆమె పరిశీలనలో ఉన్న క్లబ్బులలో ఈ జట్టు ఎనిమిదో స్థానంలో ఉంది. అయినా పర్వాలేదు రిపుంజయ్ కి అవకాశాలు రావడమే ఇప్పుడు ముఖ్యం.

మహిమ ఇంటికి చేరేసరికి రిప్పు కాలేజీ నుంచి తిరిగి వచ్చేశాడు. అతడిని చూస్తూనే ఆమె ముఖం వెయ్యి వోల్ట్ ల బల్బులా వెలిగింది. రిప్పును పట్టుకుని గిర గిరా తిప్పి డాన్స్ వేస్తూ చెప్పింది..

"ఓవర్ టు థౌజండ్ లైట్స్.."

❖ ❖ ❖

అధ్యాయం - 6

చాలా తొందరగా ఈ విషయం సిటీ క్రికెట్ సర్కిల్ అంతటా పాకింది. రిపుంజయ్ అనే అనామక ఆటగాడు థౌజండ్ లైట్స్‌కు ఓపెనింగ్ చేయబోతున్నాడని తెలిసి కుతుహలంగా చర్చించ సాగారు.

ఒక కంపెనీ స్పాన్సర్షిప్ కోసం ఆ క్లబ్ ఒక ఆటగాడికి అన్యాయం చేసి మరో అనామక ఆటగాడిని వెలుగులోకి తేవటం ఎంతవరకు సమంజసం.? అని చర్చ మొదలైంది. ఈ ఒప్పందం గురించి తెలుసుకున్న " దినతంతి " పత్రిక థౌజండ్ లైట్స్ యాజమాన్యాన్ని ఏకిపారేసింది.

ఒక కంపెనీ స్పాన్సర్షిప్ కోసం థౌజండ్ లైట్స్ క్లబ్ తన ఆత్మ గౌరవాన్ని కుదువ పెట్టిందనీ, దశాబ్దాలుగా సంప్రదాయ క్రికెట్‌కు పేర్గాంచిన ఆ క్లబ్ విలువలకు పాతర వేసెందుకు సిద్ధమైందని తీవ్రంగా విమర్శించింది.

ఏమైతేనేం? మహిమ ఎత్తుగడ సరిగ్గా పారింది. తన శిష్యుడికి ఒక జట్టులో స్థానం దొరికింది. అలానే రిప్పు పేరుకు కావల్సినంత పబ్లిసిటీ కూడా.

అన్నిటికంటే చిత్రమేమంటే రిపుంజయ్‌కి ఇదంతా ఏమి తెలియదు. తెలిస్తే అతడిపై తీవ్రమైన ఒత్తిడి ఉంటుందని మహిమ ఆలోచన. ఇది అతడి పెర్ఫార్మన్స్ పై ప్రభావం కూడా చుపొచ్చు.

తాను థౌజండ్ లైట్స్ తరపున ఆడబోతున్నట్లు, లీగ్ మ్యాచ్‌లో ఆడటానికి కేవలం రెండు రోజుల ముందు మాత్రమే మహిమ చెప్పింది. ఆ జట్టులో అవకాశం కేవలం మహిమ కున్న పరపతి వలన వచ్చిందేనని భావించడం తప్ప దీనివెనుక ఒక "క్విడ్ ప్రోకో" ఒప్పందం ఉన్నట్లు రిప్పు ఊహించలేకపోయాడు.

నెట్ ప్రాక్టీస్‌కు రావలసిందిగా ఆ క్లబ్ మేనేజర్ నుంచి కబురు రావటంతో అక్కడికి వెళ్ళాడు. సభ్యులతో పరిచయాల సందర్భంగా అందరూ తనను వింతగానూ, ఆశ్చర్యంగానూ చూస్తుండటం కాస్త ఇబ్బందిగా తోచింది. కెప్టెన్ కురుంజిసెల్వన్ మాత్రం ఎంతో స్పోర్టివ్‌గా పలకరించి, అందరిలోనూ ఒక ఈజీనెస్ క్రియేట్ చేశాడు.

తొలుత కాస్త చులకన భావంతో ఉన్న సభ్యులంతా నెట్స్ ప్రాక్టీస్‌లో అతడి షాట్స్ చూసి, అబ్బురపడసాగారు. రెండు రోజుల ప్రాక్టీస్‌తో అందరికీ అతనిపై ఆసక్తి పెరిగిపోయింది.

అయితే, నెట్స్‌లో ప్రతిభ చూపిన ఎందరో క్రికెట్ వీరులు మైదానంలో జావగారిపోవడం ఆ క్లబ్‌కు అనుభవమే. రిపుంజయ్‌లోని ప్రొఫెషనల్ ఆటిట్యూడ్

గమనించి, ఈ క్విడ్ ప్రో కొ ఒప్పందం ద్వారా తాము ఎలాంటి పొరపాటు చెయ్యలేదనీ క్లబ్ యాజమాన్యానికి మెల్లగా అర్థం అవసాగింది.

తొలి లీగ్ మ్యాచ్... అల్వార్ పేట్ క్లబ్‌తో ప్రారంభమైంది. టాస్ గెలిచి తొలుత బ్యాటింగ్ చేసిన ఆల్వార్ పేట్ క్రికెట్ క్లబ్ టీం తమ ఇన్నింగ్స్‌ను రెండు రోజులపాటు కొనసాగించి 351/9 స్కోరు వద్ద డిక్లేర్ చేసింది.

మూడోరోజు బ్యాటింగ్‌కు దిగిన థౌజండ్ లైట్స్ కెప్టెన్ సెల్వంతో పాటు రిపుంజయ్ కూడా మైదానంలోకి వచ్చాడు.

ఆ ప్రాంతపు క్రికెట్ అభిమానులు అతన్ని అదే తొలిసారిగా చూడటం.

నాలుగు ఓవర్ల పాటు చక్కని డిఫెన్స్ ఆడి మూడు పరుగులు మాత్రమే చేశారు. ఈ దశలో సెల్వం కొట్టిన స్ట్రెయిట్ డ్రైవ్‌తో బంతి బౌలర్ కుడి పాదానికి తాకి వికెట్లను గిరవాటు వేసింది. నాన్ స్ట్రైకింగ్ ఎండ్‌లో క్రీజ్ వీడి షార్ట్ తీసుకున్న రిప్పు రనౌట్ కావాల్సి వచ్చింది.

అత్యంత అరుదైన రన్ అవుట్‌లలో ఇది కూడా ఒకటి. ఆటగాడి దురదృష్టం పై జాలి పడటం తప్ప ఏమీ చేయలేని పరిస్థితి. ఆ విధంగా రిప్పు మొదటి ఇన్నింగ్స్ విఫలమైంది.

చివరి రోజు కావటంతో స్కోరు 200 కూడా మించకపోవటంతో ఫలితం తేలకపోయినప్పటికి నిబంధనల ప్రకారం అల్వార్‌పేట్ జట్టును విజేతగా ప్రకటించారు.

రెండో లీగ్ మ్యాచ్ తెనాం పేట క్లబ్‌తో...

ఈ మ్యాచ్‌లో కూడా టాస్ ఓడిపోవడంతో ప్రత్యర్థి జట్టుకే తొలి బ్యాటింగ్ అవకాశం దక్కింది. ఆ జట్టు కేవలం 108 పరుగులకే ఆల్‌ఔట్ అయింది. బ్యాటింగ్ అవకాశం తొలిరోజు టీ టైంకే దక్కింది. అయితే ఈసారి కూడా దురదృష్టం వెంటాడింది. ఆకస్మికంగా వాతావరణం మబ్బులు కమ్మి జోరుగా వాన కురవసాగింది. మూడోరోజు మధ్యాహ్నం గానీ తెరిపి ఇవ్వలేదు.మైదానమంత చిత్తడిగా ఉండటంతో అంపైర్లు డ్రా చేశారు.

దీంతో రీపుంజయ్‌తోపాటు మహిమ కూడా నిరుత్సాహానికి గురైంది. ఇక ఉన్నది ఒకటే అవకాశం. ఆ మ్యాచ్‌కు కూడా ఆటంకాలు ఏర్పడితే ఇక ఈ ఏడాదికి దారులు మూసుకున్నట్లే.

మూడో మ్యాచ్ స్వరాజ్ క్రికెట్ క్లబ్‌తో.

థౌజెండ్ లైట్స్ జట్టు ఈ సారి టాస్ గెలిచినప్పటికీ పిచ్ పైన ఉన్న తేమ దృష్ట్యా ప్రత్యర్థి కే బ్యాటింగ్ అప్పజెప్పాడు సెల్వన్. అతని ఎత్తుగడ ఫలించి 180 పరుగుల కే

ఆల్‌ఔట్ అయ్యింది స్వరాజ్ క్లబ్. మధ్యలో ఒకసారి స్వల్పపాటి వర్షం వలన అంతరాయం జరగటంతో రెండోరోజు మధ్యాహ్నానికి గానీ థౌజండ్ లైట్స్ ఇన్నింగ్స్ ప్రారంభం కాలేదు.అయితే దురదృష్టం రిపుంజయ్‌ని మళ్ళీ వెంటాడింది. ఫీల్డింగ్ లో డైవ్ చేయటం వల్ల అతని కుడిచేతి మణికట్టుకు గాయమైంది. దీంతో రిప్పు టాప్ ఆర్డర్‌లో బ్యాటింగ్‌కు వెళ్లలేకపోయాడు. గాయం తగ్గితే మిడిల్ ఆర్డర్లో ఛాన్స్ ఇవ్వొచ్చని మేనేజ్మెంట్ నిర్ణయించింది.

అయితే మూడో వికెట్‌కు కాళిముత్తు, మణివన్నన్‌లు కలిసి అజేయంగా 136 పరుగులుచేసి జట్టును విజయపథంలో నడిపించారు. ఇంకేముంది.? రిపుంజయ్ తన గాయం నుంచి కోలుకున్నది లేనిదీ ఎవరికీ పట్టలేదు.

ఒప్పందం ప్రకారం రిపుంజయ్‌కు మూడు మ్యాచ్‌లు ఇచ్చినట్లే. దీంతో మహిమ తీవ్రంగా నిరుత్సాహ పడింది. కెప్టెన్ సెల్వన్‌కు, మేనేజ్ మెంట్‌కూ కృతజ్ఞతలు చెప్పి ఇంటికి వచ్చేసారు.

షెడ్యూల్ ప్రకారం మరో మూడు రోజుల తర్వాత కిల్పాక్ క్లబ్ జట్టుతో లీగ్ మ్యాచ్ ఉంది.ఎలాగూ టీంలో ఉండటం లేదు కాబట్టి అక్కడికి వెళ్ళటం ఎందుకని నిర్ణయించుకున్నాడు రిప్పు.

అయితే మహిమలో ఉన్న క్రికెటర్ మేల్కొంది. క్రికెట్‌లో టీం స్పిరిట్ చాలా ముఖ్యం. ఒక్కసారి టీమ్‌లో చేరాక అవకాశం వచ్చినా రాకపోయినా, టీంతో పాటే మైదానంలో ఉండాలి. ఎక్స్ట్రా ప్లేయర్‌గా ఉంటూ జట్టును ఎంకరేజ్ చేస్తుండాలి.

రిప్పును పిలిచి చెప్పింది..

“ కేవలం నెట్టులో చేసేదే ప్రాక్టీస్ కాదు రిప్పు.. మ్యాచ్‌లు ఆడటము, ఆడే వాళ్లను బాగా పరిశీలించటం.. తన తప్పుల నుంచే కాదు ఇతరుల పొరపాట్ల నుంచి కూడా పాఠాలు నేర్చుకునే వాడే అసలైన క్రీడాకారుడు.. అర్థమైందా..?”

ఆమె దాదాపు ఆదేశించినట్లుగా చెప్పటంతో మారు మాట్లాడకుండా కిట్ తీసుకుని థౌజండ్ లైట్స్ వద్దకు బయలుదేరాడు. అక్కడ రిప్పు స్థానంలో జట్టులోకి వచ్చిన వెంకటేశ్వరన్ అదో మాదిరిగా చూశాడు.

“నా స్థానం కొల్లగొట్టేందుకు మళ్లీ ఏ ఎత్తుగడతో వచ్చావు? “అన్నట్టుంది ఆ చూపు. అయితే జట్టు మేనేజర్‌తో పాటు కెప్టెన్ కూడా రిప్పును సానుభూతిగా రిసీవ్ చేసుకున్నారు. నిరుత్సాహ పడాల్సిందేమీ లేదని, మరో 9 లీగ్ మ్యాచ్ లున్నందువల్ల ....ఏమాత్రం అవకాశం చిక్కినా, రిపుంజయ్‌కి ఛాన్స్ ఇస్తామని భరోసా ఇచ్చారు. రిప్పూ ఈ అంశాన్ని చాలా స్పోర్టివ్‌గా తీసుకున్నాడు. తాను ప్రతి మ్యాచ్‌కీ

అందుబాటులో ఉంటానని, తన సేవలు నిజంగా జట్టుకు అవసరమైనపుడే జట్టులోకి తీసుకోవాల్సిందిగా జట్టు సభ్యులందరి ఎదుట మేనేజ్మెంట్‌కు చెప్పాడు.

దీంతో అందరికీ రిప్పూ పై సదభిప్రాయం కలిగింది. ఛాన్స్ లేకపోయినా రెగ్యులర్‌గా టీంతో పాటుగా మ్యాచ్‌లకి వస్తుండటంతో,అతని సిన్సియారిటి పై అందరికీ ఆసక్తి కలిగింది.

ఒక స్పోర్ట్స్ వేర్ కంపెనీ పలుకుబడితో జట్టులోకి వచ్చిన రిప్పూ పై తొలుత అందరిలోనూ చులకన భావం ఉండింది. దురదృష్టం వెంటాడి, మొదటి మూడు మ్యాచ్‌లు అతడి ప్రతిభ చూపించుకునే అవకాశం రానందువల్ల ఎలాగోలా చివరి రెండు మ్యాచ్ లలో రిప్పును ను ఆడించాలని మేనేజ్మెంట్ నిర్ణయించింది. కానీ , అందుకు టీం నుంచి ఎవర్ని తప్పించాలి? అని కోచ్, మేనేజ్మెంట్‌లు మదన పడ సాగారు. అయితే, అవకాశం దానంతట అదే వెదుక్కుంటూ వచ్చింది.

అంబత్తూర్ టైటాన్స్ జట్టుతో మ్యాచ్ మరో రెండు రోజుల్లో ప్రారంభం అవుతుందనగా కెప్టెన్ కురింజి సెల్వన్ సిక్ అయ్యాడు. టైఫాయిడ్ జ్వరం వల్ల పూర్తిగా బెడ్ కే పరిమితమయ్యాడు.

ఒక బలమైన జట్టుతో కీలకమైన మ్యాచ్ ఉండగా కెప్టెన్ సిక్ అవటం జట్టును తీవ్రంగా నిరుత్సాహ పరిచింది. సెల్వన్ స్థానంలో రిపుంజయ్‌కు అవకాశం ఇచ్చే విషయమై తర్జన భర్జనలు జరిగాయి .ఎన్నో మ్యాచ్‌లకు ఎక్స్ట్రా ప్లేయర్‌గా ఉన్న సీనియర్ ఆటగాడు కరికాలన్‌ను కాదని అసలు ప్రతిభ ఉందో లేదో తెలియని రిపుంజయ్‌ని తీసుకోవడం ఎంతవరకు సబబు అనే చర్చ జరిగింది. అయితే, ఆఫ్ స్పిన్ ఆల్ రౌండర్ అయిన కెప్టెన్ సెల్వన్ స్థానం లో మరో ఆల్ రౌండర్ ను తీసుకుంటే బాగుంటుందన్న నిర్ణయానికి వచ్చి అందుకు తగిన ప్లేయర్ రిపుంజయే నని తేల్చారు. నెట్స్ లో అతడు అద్భుతంగా బౌలింగ్ చేస్తుండటమే అందుకు కారణం.

తనకు ఛాన్స్ దక్కిందన్న ఆనందం కంటే కెప్టెన్ సెల్వన్ సిక్ అయ్యాడన్న అంశమే రిప్పును ఎక్కువ బాధించింది. సెల్వన్ ట్రీట్మెంట్ తీసుకోంటున్న సెయింట్ జాన్స్ ఆస్పత్రికి వెళ్లి పరామర్శించాడు. సెల్వన్ బెడ్ మీద లేచి కూర్చొని "గుడ్ లక్ యంగ్ మ్యాన్ " అంటూ భుజం తట్టాడు.

సెల్వన్ స్థానంలో వైస్ కెప్టెన్ కాళిముత్తు కెప్టెన్‌గా ఎంపికయ్యాడు.

టాస్ గెలిచిన ఆనందంలో మైదానం వద్ద జట్టును దగ్గరకు చేర్చిన అనంతరం కోచ్‌తో చెప్పాడు. ప్రస్తుతం ఉన్న బ్యాటింగ్ ఆర్డర్‌ను డిస్టర్బ్ చేయటం తనకు ఇష్టం లేదని రిపుంజయ్ ఆల్ రౌండర్‌గా లోయర్ ఆర్డర్‌లో రావటమే మంచిదంటూ

సూచించాడు. దీంతో ఏనిమిదో నెంబర్ బ్యాట్స్మన్‌గా రిపూ్వ స్థానం ఖరారైంది. మహిమకు కాల్ చేసి చెప్పాడు. అసలు ఛాన్స్ దొరకటమే అపురూపమనీ అది ఏ స్థానమైనా క్రికెటర్‌కు తన ప్రతిభ నిరూపించు కోవడమే ముఖ్యమని చెప్పింది.

అలా చెప్పింది కానీ ఆమె మాత్రం నిరుత్సాహంగా ఉంది. రిపుంజయ ఆటకోసం ఎదురు చూస్తూ ఉండే కన్నా, ఆఫీస్ పనులు చక్కబెట్టు కోవటం మంచిదని మహిమ భావించింది.

మ్యాచ్ మొదలయింది... అంబత్తూర్ టైటన్స్ చాలా పేరొందిన జట్టు. గత పదేళ్ళలో 3 సార్లు విజేతగా నిలిచిన చరిత్ర ఉంది. ఫాస్ట్ బౌలర్లు చక్కటి లైన్ అండ్ లెంగ్త్‌లో బంతులు విసురుతున్నారు. దీంతో థౌజండ్ లైట్స్ ఆటగాళ్ళ వికెట్లు టపా టపా రాలసాగాయి. ఓపెనర్ల తోపాటు కెప్టెన్ కాళి ముత్తు, ఆపదలో ఆదుకుంటాడనే పేరున్న మణివన్నన్‌లు ఇలా వచ్చి అలా వికెట్లు ఇచ్చుకున్నారు. రఘువరన్ ఒక్కడు పరుగులు పెద్దగా చేయక పోయినా గోడలా నిలబడ్డాడు. అతనికి స్టాండ్ ఇచ్చే బ్యాట్స్ మన్ కరువయ్యారు. చూస్తుండగానే 7 వికెట్లు పడిపోయాయి. లంచ్‌లోపు కేవలం 52 పరుగులకు 7 వికెట్లు పడిపోయాయి. ఇక టెయిల్‌ఎండర్లు మాత్రమే ఉండటంవల్ల జట్టు పీకల్లోతు ఇక్కట్లలో ఉంది. ఎనిమిదో నంబర్ ఆటగాడిగా అప్పుడే క్రీజ్‌లోనికి వచ్చిన రిపుంజయ్ పై ఎవరికీ పెద్దగా ఆశలు లేవు. స్కోర్‌పెంచే ప్రయత్నం చేయకుండా బౌలర్లను ప్రతిఘటించాల్సిందిగా పెవిలియన్ నుంచి కెప్టెన్ కాళి ముత్తు సైగలు చేశాడు.

క్రీజ్‌లోకి వచ్చిన బ్యాట్స్మన్ చిన్నపిల్లాడిగా అగుపించటం తోపాటు చెన్నై క్రికెట్‌లో ఎప్పుడూ చూడని ఆటగాడిగా అంబత్తూర్ జట్టు రిప్పును తక్కువగా అంచనా వేసింది. దాదాపు మూడు ఓవర్ల పాటు ఆఫ్ సైడ్ బంతులు, యార్కర్లు, బౌన్సర్లతో ఎంతగా కవ్వించినా రిపుంజయ్ చలించ లేదు. పరుగులు చేసే ప్రయత్నం కూడా చేయలేదు. అయితే తన మేడం కోచ్ చెప్పిన పాఠం గుర్తొచ్చింది. మరీ ఓవర్ డిఫెన్సివ్‌గా ఆడితే బౌలర్లు ఆధిపత్యం ప్రదర్శించే అవకాశం ఉంది. అలాగే కొనసాగితే బ్యాట్స్ మాన్ కోలుకోవడం కష్టం. మెరిట్ ఆఫ్ ది బాల్ ఆడటమే అసలైన క్రికెట్. ఇక ఎదురు దాడి చెయ్యక తప్పదు అని రిప్పు అనుకున్నాడు.

రిపుంజయ్ ఎదురు చూసిన క్షణం రానే వచ్చింది. ఫాస్ట్ బౌలర్ వేసిన బంతి లెగ్ సైడ్‌గా దూసుకు రావడంతో బ్యాట్ జలిపించి కనురెప్ప పాటులో ఫ్లిక్ చేశాడు. అది బౌండరీ దాటి సిక్సర్ కావటంతో చప్పట్లు మారు మ్రోగాయి. ఫీల్డర్లు అందరూ నోరెళ్ళబెట్టారు.

మరుసటి బంతి కూడా అదే టెక్నిక్‌తో సిక్స్ కొట్టడం చూసి ప్రత్యర్థి జట్టు నివ్వెర పోయింది. దీంతో ఫీల్డర్లను బౌండరీల వద్దకు జరిపించక తప్పింది కాదు. అయితే

గ్యాప్‌లలో అవకాశం దొరికినప్పుడల్లా ఫోర్లు కొట్టి స్కోర్ బోర్డును ఉరకలెత్తించాడు రిప్పు. చెన్నైలో ఎంతో పేరొందిన టైటాన్స్ ఫాస్ట్ బౌలర్ సదానంద వేసిన ఓ బంతిని ఓవర్ ది వికెట్ మీదుగా కొట్టిన లాఫ్టెడ్ డ్రైవ్ షాట్ అందర్నీ అబ్బుర పరిచింది. చూడ చక్కని ఫ్రంట్ ఫుట్ డ్రైవ్ లు, స్క్వేర్ కట్‌లూ.. ఇలా అన్ని రకాల షాట్ లతో అలరిస్తున్న ఈ సరికొత్త ఆటగాడిని చూసి ఇరు జట్ల ఆటగాళ్లూ ముక్కున వేలేసుకున్నారు.

టీ విరామ సమయానికే అతడి సెంచరీ పూర్తయింది. జట్టు స్కోరు కూడా 200 దాటింది. అర్థ సెంచరీ పూర్తి చేసుకున్న రఘువరన్ మరి కాసేపటికే క్యాచ్ ఔట్ అయ్యాడు. టీ టైంలో అందరూ రిపుంజయ్ బ్యాటింగ్ గురించే మాట్లాడుకోసాగారు. ఇదేమీ పట్టనట్టు రిప్పు మాత్రం మైదానంలో శవాసనం వేసి రిలాక్స్ అవుతున్నాడు. మ్యాచ్ మరికొద్ది సేపట్లో నిలిపెస్తారనగా జట్టు ఆలౌట్ అయింది. రిపుంజయ్ మాత్రం 154 రన్స్‌తో నాటవుట్‌గా ఉన్నాడు. జట్టు స్కోరు 284. కాస్త డిఫెన్స్ చేసుకో దగ్గ స్కోరే.

మరునాడు వివిధ దినపత్రికల్లో స్పోర్ట్స్ పేజీల్లో రిపుంజయ్ ఫోటో ప్రచురించారు. మహిమ ఆనందానికి అంతు లేకుండా పోయింది. ఆ ఇన్నింగ్స్ తాను చూడలేక పోయినందుకు ఎంతో బాధ పండింది.

మరునాడు సెంచరీ కొట్టిన వారందరితో పాటుగా రిపుంజయ్ ఫోటోను అన్ని దినపత్రికల్లో ప్రచురించారు. దీంతో శంకర కళాశాలలో మరోసారి అతని గురించి చర్చ జరిగింది. దాదాపు రెన్నెల్లుగా అతడికి కళాశాలలో సరిగా అటెండన్స్ లేదు. ఇందుకు సరియైన కారణాలు ఎవరికీ తెలియవు.

తను లీగ్ మ్యాచ్‌లలో పార్టిసిపేట్ చేస్తుండటంతో అటెండెన్స్‌లో వెసులుబాటు కల్పించేందుకు యూనివర్సిటీ మేనేజ్మెంట్‌కు సిఫార్సు చేయాల్సిందిగా రిపుంజయ్ గతంలోనే ఒక దరఖాస్తు పెట్టాడు. అయితే ఇంతవరకూ దాన్ని అంతగా ఖాతరు చేయని ప్రిన్సిపల్ రిపుంజయ్ ఫోటోను పేపర్లో చూసి అప్పుడే గుర్తుకు వచ్చినట్లుగా ఆ దరఖాస్తు ఫార్వర్డ్ చేశాడు.

మరునాడు టైటాన్స్ జట్టు చెలరేగ కుండా థౌజండ్ లైట్స్ జట్టు కట్టుదిట్టంగా బౌలింగ్ చేసింది. రిపుంజయ్ మూడు కీలకమైన వికెట్లు తీయడంతో ఆ జట్టు ఓటమి పాలు కాక తప్పలేదు. దీంతో రిపుంజయ్‌కి టీంలో స్థానం స్థిరపడింది.

లీగ్‌లో చివరి మ్యాచ్ వలసర్వక్కం ఫాల్కన్స్ జట్టు తో ఉంది. టాస్ గెలిచి తొలుత బ్యాటింగ్ చేసిన ఆ జట్టు 350 పరుగుల భారీ స్కోరు చేసింది. అయితే భారీ వర్షం కారణంగా థౌజండ్ లైట్స్ ఇన్నింగ్స్ సరిగా సాగలేదు. 3 వికెట్ల కు 85 పరుగులు చేశాక మ్యాచ్ ముందుకు సాగలేదు. రిపుంజయ్ కు అవకాశం దక్కలేదు. దీంతో లీగ్ మ్యాచ్

లన్నీ ముగిశాయి. లీగ్‌లలో ప్రతిభ చూపిన వారిని అండర్ 19,అండర్22,అండర్ 25 రాష్ట్ర జట్లలోకి ఎంపిక చేస్తున్నారు. రికార్డు ప్రకారం కేవలం ఒక్క సెంచరీ మాత్రమే చేసిన రిపుంజయ్ పేరు అసలు పరిశీలనలోనే లేదు.

తాను ఒకప్పుడు ఆడిన స్కూల్ క్రికెట్ కు ప్రస్తుతం ఉన్న ప్రొఫెషనల్ క్రికెట్‌కూ తేడా స్పష్టంగా తెలిసిపోతోంది. బౌలింగ్‌కు తగిన రీతిలో ఫీల్డర్లను పెట్టటం, రెప్పపాటు కాలంలో బ్యాట్స్ మన్‌ను ఔట్ చేయటం ప్రొఫెషనల్ టీంలకు అలవాటు. త్రీడే క్రికెట్ లో పోటీ కూడా అంతే తీవ్రంగా ఉంటుంది. ఎడతెరిపిలేని ప్రాక్టీస్‌తో పాటు ప్రైవేట్ టోర్నమెంట్‌ల వల్ల రిపుంజయ్ స్టడీస్‌లో పూర్తిగా వెనుకబడ్డాడు. ఫస్ట్ సెమిస్టర్‌లోనే మూడు సబ్జెక్ట్స్ ఫెయిల్ అయ్యాడు. నెక్స్ట్ సెమిస్టర్‌లో ఆ సబ్జెక్ట్స్ క్లియర్ కాకపోతే అటెండెన్స్ విషయంలో తాను ఏమాత్రం హెల్ప్ చేయలేనంటూ కరస్పాండెంట్ రిపుంజయ్‌ను హెచ్చరించాడు.

దీంతో క్రికెట్ ప్రాక్టీస్‌కు కేవలం సాయంకాలం మాత్రమే హాజరవుతాను అంటూ మహిమకు చెప్పేశాడు. ఆమె కొద్దిగా నిరుత్సాహ పడినప్పటికీ ప్రస్తుతం క్రికెట్‌కు అన్ సీజన్ కదా అని సరిపెట్టుకుంది. ఈసారి ఆగస్ట్ లీగ్ సీజన్ కంతా రిపుంజయ్‌ను పూర్తి స్థాయిలో తీర్చి దిద్దాలనుకొని ఆమె 3 నెలల ప్రణాళిక సిద్ధం చేసుకొని ఉంది. కానీ చదువును నిర్లక్ష్యం చేయమని రిపుంజయ్‌కి ఎలా చెప్పగలదు?

రెండో సెమిస్టర్‌లో రిపుంజయ్ అన్ని సబ్జెక్ట్‌లు క్లియర్ చేసుకోవడంతో ఊపిరి పీల్చుకుంది.

ఈలోగా రిపుంజయ్ ఊరిలో ఎన్నో సంఘటనలు జరిగి పోయాయి. ఫ్యాక్షన్‌లో ఇరువైపులా మరి కొన్ని విలువైన ప్రాణాలు పోయాయి. ఊరంతా నిప్పుల కొలిమిలా మారి పోయింది. పోలీస్ స్టేషన్ల చుట్టూ, సబ్ జైళ్ళ చుట్టూ తిరగటమే వారికి సరిపోయింది. ఎప్పుడేం జరుగుతుందో అని సామాన్య జనాలు బిక్కచచ్చిపోతున్నారు. ఈ దుర్ఘటనల కారణంగా రిపుంజయ్ చాలా సార్లు డిస్టర్బ్ అయ్యాడు. అయితే మహిమ అతడి మనసును స్ట్రాంగ్‌గా మార్చడంలో ఎంతో సహకారం అందించింది. మహిమ ఇదివరకటిలా తన బిజినెస్ వ్యవహారాలలో పూర్తి సమయం కేటాయించలేకుండా ఉంది. ఎక్కడికక్కడ మేనేజర్లను సేల్స్ ఆఫీసర్లను నియమించి వారిని బాధ్యులుగా చేసి సగం బరువును తగ్గించుకుంది. వారానికి ఒకసారి బిజినెస్ రివ్యూ మీటింగ్‌లను మాత్రం తప్పనిసరి చేసింది.

రిపుంజయ్ ప్రాక్టీస్ మ్యాచ్‌లలో ఇన్నింగ్స్‌ను రికార్డ్ చేసేందుకు ప్రత్యేకంగా వీడియో గ్రాఫర్‌ను నియమించింది. షాట్లు కొట్టే సమయంలో రిపుంజయ్ బాడీ మూవ్మెంట్స్ ను క్లోజప్‌లో రికార్డ్ చేయటమే అతని పని. ఎన్నిపనులున్నా సరే, ఈ

వీడియోలను రివైండ్ చేసుకొని చూడటం అలవాటుగా మార్చుకుంది. బేసిక్ మూమెంట్‌లో ఏమాత్రం తేడా ఉన్నా.. సిమెంట్ పిచ్ పై పదే పదే నాకింగ్ చేయించ సాగింది.

ఆన్ డ్రైవ్‌లు కొట్టటంలో వెంగ్ సర్కార్ శైలిని, ఫ్లిక్ షాట్స్‌లో అజారుద్దీన్, పాయింట్ వైపు లాఫ్టెడ్ కట్ చేయడంలో సనత్ జయసూర్యల శైలిని ఆమె ఔపోసన పట్టించింది. ఇక ఫుల్‌షాట్స్ విషయంలో రికీ పాంటింగ్‌ను మరిపించేలా రిపుంజయ్‌ను తీర్చి దిద్దింది.

వీడియోల్లో తనని తాను చూసుకున్నప్పుడు రిపుంజయ్ నమ్మలేక పోయేవాడు. తానేనా ఇంత బాగా ఆడుతోంది! అంటూ ఆశ్చర్యపోయేవాడు.

ఒక ప్రాక్టీస్ మ్యాచ్‌లో అవతలి జట్టు ఏకపక్షంగా గెలవబోయే స్థితిలో రిపుంజయ్ వీర విహారం చేసి జట్టును గెలిపించుకున్నాడు. ఆ వీడియో రికార్డింగ్‌ను మహిమతో పాటు ఇంట్లో చూస్తూ ఒకవిధమైన భావోద్వేగానికి లోనయ్యాడు. తనకోసం ఇంతగా శ్రమిస్తోన్న ఈ దేవత ఋణం తీర్చుకోవటం ఎలాగ?.

క్రికెట్‌లో ఆగస్టు సీజన్ వచ్చింది. వేర్వేరు టోర్నమెంట్లలో రిప్పు చేసిన స్కోర్ల వల్ల థౌజండ్ లైట్స్ ఒక వెలుగు వెలిగింది. దీంతో ఆ జట్టులో రిప్పు ఓపెనింగ్ స్థానం ఖరారై పోయింది..

ఈసారి రిప్పు విజృంభనను ఏ శక్తి అడ్డుకోలేక పోయింది. మొత్తం 9 లీగ్ మ్యాచ్‌ల్లో 7 సెంచరీలు చేశాడు. ఇందులో రెండు డబల్ సెంచరీలు కూడా ఉన్నాయి.

దీంతో రిప్పు థౌజండ్ లైట్స్ జట్టుకు కీలకం అయ్యాడు. ఆ జట్టు లీగ్స్ విజేతగా నిలవడంతో పాటు, రిపుంజయ్ పేరు చెన్నై మొత్తం మారు మ్రోగింది. దీంతో స్టేట్ టీంలో నిర్వివాదంగా చోటు దక్కించుకున్నాడు. కొచ్చిన్‌లో జరిగిన సౌత్ జోన్ ఛాంపియన్ షిప్‌లోనూ, వెస్ట్ బెంగాల్‌లోని కూచ్ బిహార్ టోర్నమెంట్‌లోనూ రెండేసి సెంచరీలు చేయడంతో అతన్ని అండర్22 రాష్ట్ర జట్టులోకి కూడా తీసుకున్నారు.

అండర్ 22లో టాప్ స్కోరర్‌గా నిలిచాడు. దీంతో ఏకంగా రంజీ ట్రోఫీకే ఎన్నికయ్యాడు. కేవలం ఏడాది కాలంలోనే అతడు రంజీ ట్రోఫీకి ఎన్నిక కావడంతో ఆ స్థాయిలో ఆడుతున్న దక్షణాది క్రికెటర్ల అందరిలోకి చిన్న వాడు కావడంతో మీడియా అతన్ని ఆకాశానికి ఎత్తేసింది.

ఇక శంకర కాలేజీ యాజమాన్యం ఆనందానికి అవధులు లేవు. తమ కాలేజీ నుంచి రంజీ ఆటగాడు ఉన్నాడని చెప్పుకోవటానికి గర్వంగా ఫీల్ అవసాగింది. అటెండెన్స్ విషయంలో పూర్తి వెసులుబాటు కల్పించింది. కాలేజీ నోటీస్ బోర్డ్

రిపుంజయ్ ఫోటోలతో వచ్చిన వివిధ పత్రికలలోని పేపర్ కట్టింగ్‌లతో నిండిపోయింది. కాలేజీ విద్యార్థులకు రిప్పూ ఆరాధ్యుడే అయ్యాడు.

బిజీ షెడ్యూల్ కారణంగా తను మాత్రం కాలేజీకి ఎప్పుడో ఒకసారి రాగల్గుతున్నాడు. అతను వచ్చినప్పుడు క్లాస్మేట్స్‌కు పండగే అయ్యింది. రిపుంజయ్‌తో తాము ఎంత సన్నిహితులమో చెప్పుకుంటూ గర్వంగా ఫీల్ అవ్వసాగారు.

రంజీ సీజన్ ప్రారంభం కాబోతోంది.

ఇకపై క్రికెట్‌లో రిపుంజయ్‌కి తిరుగే ఉండదు.. అని మహిమ అనుకో సాగింది. అయితే అన్నీ అనుకున్నట్టే జరిగితే అది క్రికెట్ ఫీల్డ్ ఎలా అవుతుంది..?

✦ ✦ ✦

క్రికెట్‌లో నెలకొన్న రాజకీయాలు అతడి కెరీర్ పై ప్రభావం చూపటం అప్పుడే మొదలైంది.. రంజీ ట్రోఫీ సీజన్ ఉధృతంగా సాగుతోంది. ఏ మ్యాచ్‌లో కూడా రిపంజయకు స్థానం ఇవ్వకుండా రిజర్వ్ బెంచికే పరిమితం చేశారు. ఈ విషయమై మహిమ తమిళనాడు క్రికెట్ సంఘం అధ్యక్షుడికి ఫిర్యాదు చేసింది. అయితే జట్టు సెలక్షన్ వరకే తాను పరిమితమని టీంలో ఎవరు ఆడాలనే సంగతి మేనేజ్మెంట్ చూసుకుంటుందని ఆయన ఎంతో ఉదాసీనంగా మాట్లాడాడు.

ఎలైట్ డివిజన్లో ఉన్న తమిళనాడు రంజీ జట్టు అప్పటికి ఆడిన ఐదు మ్యాచ్‌ల్లో నాలుగు విజయాలు సాధించడంతో టీం మేనేజ్మెంట్ నిర్ణయాలపై ఎవరూ వేలెత్తి చూపే అవకాశం కూడా కనిపించలేదు. మహిమ రిపుంజయ్‌లు తీవ్ర నిరాశ నిస్పృహల్లో ఉన్న దశలో చివరి మ్యాచ్‌కి అవకాశం దొరికింది. కెప్టెన్ నెడుమారన్ ఫీల్డింగ్ ప్రాక్టీస్‌లో గాయపడ్డాడు. మరో ప్రధాన బ్యాట్స్ మాన్ సుధింద్రన్ ఫుడ్ పాయిజనింగ్‌కు గురై మంచానపడ్డాడు. దీంతో రిజర్వులో ఉన్న రిపుంజయ్, వడివేలులకు ఛాన్స్ ఇవ్వక తప్పలేదు.

పంజాబ్‌తో జరుగుతున్న చివరి లీగ్ మ్యాచ్ అది. ఆ మ్యాచ్‌లో నెగ్గితే తమిళనాడు జట్టు నేరుగా సెమీస్‌కు చేరుతుంది. లేదంటే పాయింట్ల ఆధారంగా నిర్ణయించాల్సి వస్తుంది.

తొలుత బ్యాటింగ్ తీసుకున్న పంజాబ్ జట్టు రెండు రోజుల పాటు బ్యాటింగ్ చేసి 480 పరుగులకు ఆలౌటయింది. సాధారణంగా రంజి మ్యాచుల్లో తొలి ఇనింగ్స్ ఆధారంగానే విజేత జట్టును నిర్ణయిస్తారు. ఇద్దరు ప్రధాన ఆటగాళ్లు లేని ప్రభావం సహజంగానే జట్టుపై పడింది. ఫోర్త్ డౌన్‌లో బ్యాటింగ్‌కు వెళ్లిన రిపుంజయ్ మినహా ఎవరు సరిగా నిలదొక్కుకోలేక పోతున్నారు. పంజాబ్ జట్టు ఆఫ్ స్పిన్నర్ జోగేందర్

సింగ్ చెలరేగి పోతున్నాడు. అప్పటికే 5 వికెట్లు తీసి జోరు మీదున్నాడు. తమిళనాడు జట్టు స్కోరు 34 పరుగులకే 7 వికెట్లు పడ్డాయి. ఓటమి ఎలాగూ తప్పదన్న నిర్ణయానికి వచ్చిన తమిళనాడు జట్టు ఆ సాయంత్రం ఒక సమాలోచన చేసింది. అప్పటికే 68 పరుగులు చేసిన రిపుంజయికి టైలెండర్లు గట్టి స్టాండ్ ఇవ్వాలని, రిప్పు వీలైనంత ప్రతిఘటించి డిఫెన్స్ ఆడాలని కోచ్ సూచించాడు.

అయితే, రిపుంజయ్ ప్రణాళిక వేరేగా ఉంది.

✦ ✦ ✦

అదే రోజు సాయంత్రం ముత్యాలపల్లెలో...

తిమ్మారెడ్డికి ఎవరో ఏదో సమాచారం మోసుకొచ్చారు. అది వినగానే ఆయన మొహం పాలిపోయింది.

"బండి తీయండి రా.. చెన్నై పోదాం.. తుపాకులు, బాంబులు సిద్ధంగా ఉంచండి." అని ఆదేశించాడు.

తెల్లారే సరికి చెన్నైలో ఉన్నారు.

ఎం.ఏ చిదంబరం స్టేడియంలోజట్టు సభ్యులతో పాటు రిపుంజయ్..

తనకు జట్టులో సుస్థిర స్థానం కావాలంటే తానేమిటో నిరూపించు కోక తప్పని పరిస్థితి. మహిమకు కాల్ చేసి మ్యాచ్ వివరాలు తెలియజేశాడు. ఆమె సలహా మేరకు ఆ మ్యాచ్ మూడో రోజు తాలూకు వీడియో క్లిప్పింగ్‌లను పరిశీలించాడు. క్లిప్పింగ్‌లు చూస్తూ అర్ధ రాత్రి 12 గంటలు దాటినా రిపుంజయ్ నిద్ర మేలుకునే ఉండటం కోచ్ గమనించాడు.

యథావిధిగా అతడు 4.30 కే లేచి జట్టు తోపాటుగా తయారయ్యాడు. రాత్రి చూసిన వీడియో క్లిప్పింగ్‌ల ఆధారంగా అతడు పంజాబ్ జట్టు ఫీల్డింగ్ ప్లేస్ మెంట్లను బాగా పరిశీలించాడు. ఆఫ్ స్పిన్ ప్రధాన ఆయుధంగా ఉన్న పంజాబ్ జట్టు స్క్వేర్ లెగ్‌లో ఫీల్డర్‌ను మోహరించక పోవడాన్ని పసిగట్టాడు. దీంతో తాను స్టాన్స్‌లో కొద్దిగా మార్పు చేసుకొని ఫ్రంట్ ఫుట్‌ను ఆఫ్ వికెట్ దిశగా వేగంగా కదిలించి స్వీప్ షాట్లు అడే అవకాశం ఉందని గ్రహించాడు. కాస్త రిస్క్ ఉన్నప్పటికీ తాను ఆమాత్రం చొరవ చూపకపోతే స్కోరు రాదని గ్రహించాడు.

✦ ✦ ✦

గ్రీమ్స్ లేన్ చెన్నై.. అపోలో హాస్పిటల్... ఉదయం 10 గంటలు.. మహిమ ఫ్రంట్ ఆఫీస్ రిసెప్షన్‌లో కూర్చొని ఉంది. తన కంపెనీ ఫ్లెక్సీ వేర్ సంస్థ ఈ హాస్పిటల్

స్టాఫ్‌కు ఎప్రాన్స్ సప్లై చేస్తుంది. కాంట్రాక్టు పొడిగింపు గురించి చర్చించేందుకు పర్చేజ్ ఆఫీసర్ దయాభరన్ ఆహ్వానం మేరకు మహిమ వచ్చింది.

ప్రధాన ద్వారం వద్ద ఒక లావుపాటి వ్యక్తి రెండు తుపాకులు మరో ఐదుగురు మనుషులతొ వచ్చి సెక్యూరిటీతో గొడవ పడుతున్నాడు. అతడిని ఎక్కడో చూసినట్టు అనిపించింది మహిమకు. ఆసక్తి కొద్దీ లేచివెళ్లి చూసింది.

అతడెవరో కాదు. తిమ్మారెడ్డి.. తాను ఏ కుటుంబానికి దన్నుగా నిలబడిందో వారి ప్రత్యర్థి.

ఈయన చెన్నై ఎందుకొచ్చాడు? కొంపదీసి రిప్పు కోసం కాదు గదా.! మొదట ఆందోళన పడినా... ఇప్పుడు రిప్పు రంజీ జట్టుతో పాటు పటిష్ట భద్రత మధ్య ఉంటాడు కాబట్టి ప్రాబ్లెమ్ లేదు అని ఊరట చెందింది. అయినా ఎందుకైనా మంచిది ఈయనను డీల్ చేయాలి. విషయం రాబట్టాలి.. అనుకుంటూ దగ్గరికి వెళ్ళింది.

ఆయన కూడా మహిమను గుర్తు పట్టాడు.

"నువ్వు మా సుచిత్ర క్లాస్ మేట్ వి గదూ..! మా ఊరికి వచ్చిండ్లా..?"

"యెస్ అంకుల్ . నేనే..నా పేరు మహిమ. మీరు ఇక్కడికి ఎందుకొచ్చారు? " ఆందోళనగా అడిగింది.

"మా సద్దికూడు లేడూ మోహన్ రెడ్డి... వాడికి గుండె ఆపరేషన్ చేశారమ్మా.. పరామర్శించేందుకు వచ్చినా.. ఇగో.. ఈ పోలీసోళ్ళు లోపలికి పంపిస్త లేరు.." సద్దికూడు అంటే షడ్డకుడు అని ఆమెకు తెలియదు.

"ఓకే.. మీరు కాసేపు ఆగండి అంకుల్. నేను చూసుకుంటా.."

అని చెప్పి మహిమ రిసెప్షన్ వద్దకు వచ్చింది. అక్కడ తన విజిటింగ్ కార్డు చూపించి పేషెంట్ వివరాలు తెలుసుకుంది. తిమ్మారెడ్డికి విజిటర్ పాస్ తెప్పించి లోనికి పిలిపించింది.

"నా తుపాకీ లోనికి పంపించడం లేదమ్మా " ఫిర్యాదు చేశాడు.

"పర్మిషన్ ఉండదు అంకుల్. ఇది కార్పొరేట్ ఆసుపత్రి.. నాటు బాంబులు మీ వెంట లేవు కదా?"

"లేవు లేమ్మా... అవి మన బోర్డర్ లోనే తెలిసినోళ్ల దగ్గర దాచిపెట్టి వచ్చా"

"ఇక్కడ మీకేం భయం లేదు అంకుల్ "

"నమ్మొచ్చా మ్మా.."

"నాది హామీ అంకుల్.. నిర్భయంగా రండి. పెషెంట్ దగ్గరికి వెళ్దాం.."

తన వెంటే తొడ్కోని ఐసీసీయూలోకి తీసుకెళ్ళింది.

అనంతరం విజిటర్స్ లాంజ్‌లో కూర్చోబెట్టింది. కాఫీ తెప్పించి, ఊరి గురించి కుశల ప్రశ్నలు వేసింది.

"నువ్వు ఈడ ఉండబట్టి శానా మంచిదయింది. లేకపోతే నా పరువు ఏమయ్యేది? ఈ తిమ్మాడ్డి సొంత సద్దికూడును పరామర్శ సేయ్యకుండానే వచ్చినాడు అని అంతా ఆడిపోసుకోరూ..?" మహిమ ఆయన ముఖంలోకి చూడ సాగింది.

తిమ్మారెడ్డి మళ్ళీ అన్నాడు.

"ఇదిగో అమ్మాయ్..ఈ తూరి మా ఊరికొస్తే మాత్రం నువ్వు మా ఇంటికే రావాల " మహిమ సరే అంటూ తలూపింది.

"అంకుల్... ఈ పూట మీరు నా గెస్ట్.. మా ఆతిథ్యం స్వీకరించాలి "

"యాడైతదమ్మా..? మేము శానా మంది ఉన్నాం గదా..!"

"ఏం ఫర్లేదంకుల్... మైలాపూర్ క్లబ్‌లో నాకు మెంబర్‌షిప్ ఉంది. 3 రూములు బుక్ చేస్తా.. "

"సరేమ్మా.. నిన్ను జూస్తే కాదనలేక పోతున్నా" అని తన వాళ్ళ వైపు తిరిగి అన్నాడు.

"మనకు ఈ చెన్న పట్నంలో కూడా సుట్టాలు ఉన్నారోయ్.. ఈ పూట ఈ యమ్మి కాడనే . "

అమరావతి హెూటల్‌కు కాల్‌చేసి భోజనం పార్సెల్ ఏర్పాట్లు చేయించింది మహిమ.

మరునాడు రిపుంజయ్ సెంచరీని అడ్డుకునేందుకు పంజాబ్ జట్టు విశ్వప్రయత్నం చేసింది. తొలి ఓవర్ నుంచీ స్పిన్నర్లను బరిలోకి దింపి ఫీల్డర్‌లను క్రీజ్‌కు దగ్గరగా నిలిపింది. రెండు ఓవర్లు డిఫెన్స్ ఆడగానే రిపుంజయ్‌కి పరిస్థితి అర్థమై పోయింది. బ్యాట్స్ మన్ పై ఒత్తిడి పెంచేందుకు ప్రత్యర్థి జట్టు వేసిన ఎత్తుగడని చిత్తు చేయాలన్న కసి అతడిలో ప్రవేశించింది. జోగీందర్ సింగ్ వేసిన లెగ్ సైడ్ బంతిని తెలివిగా ఫ్లిక్ చేసి సిక్సర్‌గా మలిచాడు. ఆ మరుసటి బంతిని లాంగాఫ్‌లోకి మరో బంతిని ఓవర్ ది వికెట్ బలంగా బాది రెండు ఫోర్లు సాధించాడు. మరి కొద్దిసేపటికే అతని సెంచరీ పూర్తయి పోయింది.ఎనిమిదో వికెట్ పడిన తర్వాత రిపుంజయ్ ఎటాక్ మొదలు పెట్టేసరికి పంజాబ్ జట్టు ఎత్తుగడలు మార్చేసింది. అయితే ఆఫ్ స్పిన్నర్ల ను నమ్ముకుని స్క్వేర్ లెగ్ లేదా డీప్ స్క్వేర్ లెగ్‌లలో ఏదో ఒక స్థానం ఖాళీగా ఉంచడంలో రిపుంజయ్

ప్రణాళిక చక్కగా పారింది. ఫ్లిక్ షాట్లలో స్క్వేర్ లెగ్ బౌండరీలు, పుల్ షాట్‌లలో డీప్ లెగ్ బౌండరీలు మెరుపు వేగంతో రాసాగాయి. దీంతో పంజాబ్ జట్టు ఫీల్డింగ్ కకావికలమైంది.

థర్డ్ స్లిప్‌లో ఫీల్డర్‌ను తొలగించి స్క్వేర్ లెగ్ వైపు భర్తీ చేశారు.

అయితే ఈ సారి రిపుంజయ్ స్క్వేర్ కట్ చేస్తూ 3 బౌండరీలు, అప్పర్ స్క్వేర్ కట్‌తో థర్డ్ మ్యాన్ వైపు మరో రెండు బౌండరీలు సాధించి పంజాబ్ జట్టుకు ఊపిరి అడనివ్వలేదు. చూస్తుండగానే రిపుంజయ్ స్కోరు 150 దాటింది. జట్టు స్కోరు మరో మూడు పరుగులు మాత్రమే వెనుకబడి ఉంది. దీంతో పంజాబ్ జట్టు పూర్తిగా నీరసపడి పోయింది. తొలిసారిగా ఓటమి భయం ఆ జట్టులో కనబడుతోంది. బ్యాక్ ఫుట్ ఆడనిస్తే రిపుంజయ్ ను ఔట్ చేయటం సాధ్యం కాదని ఆ జట్టుకు తెలిసిపోయింది. లాంగాగ్‌లో ఉన్న ఫీల్డర్లను మిడాఫ్ వైపుగా తెచ్చి స్లిప్‌లు గల్లీ పాయింట్లలో ఫీల్డర్‌లను మోహరించినా ఫలితం లేకపోయింది. లాఫ్టెడ్ డ్రైవ్‌లతో ఫోర్లు, సిక్సర్‌లు బాది స్కోర్‌ను 500 దాటించాడు. మొత్తనికి తమిళనాడు జట్టు 506 పరుగులతో ఆలౌట్ అయింది. రిపుంజయ్ ఒక్కడే 182 పరుగులతో నాట్ అవుట్‌గా నిలిచి ఉండటం విశేషం.

మైలాపూర్ క్లబ్‌లో ఆరాత్రి భోజనాలు అయ్యాక తిమ్మారెడ్డితో ముచ్చట పెట్టింది మహిమ.

"ప్రతి మనిషికీ కీర్తి కాంక్ష ఉంటుందమ్మా... ఫలానా వాడికంటే మనకేం తక్కువ... మనకంటే వాడికే ఎందుకు పలుకుబడి ఉంది..? దీనికి తోడు చెప్పుడు మాటల ప్రభావం ఎక్కువ. రెచ్చగొట్టే టోళ్లకు కొదువే ఉండదు... ఏదో ఆవేశం కొద్దీ ఈ ఊబిలో కూరుకుపోయాం.. ఎప్పుడూ భయపడుతూ జాగ్రత్తలు తీసుకుంటేనే బతికి పోతాం.. మా బతుకులు ఇప్పుడు పులి స్వారీ మాదిరి.. అంతా మా ఖర్మమ్మా..."

కన్నీళ్లు ఒత్తుకున్నాడు తిమ్మారెడ్డి.

తాను కళాధర్ రెడ్డి ఇంటి నుంచి చూసినప్పుడు శత్రువులా అనిపించిన ఇదే వ్యక్తి ఇప్పుడు తనను ఎంతో ఆప్తురాలుగా భావించి కష్టాలు, కన్నీళ్లు పంచుకుంటున్నాడు.

ఫ్యాక్షనిస్టులు నరహంతకులు అని ఏ నికృష్టపు మేధావి నిర్వచనమిచ్చాడు..? ఫ్యాక్షనిస్టుల హృదయ వైశాల్యమెంతో ఏ మీడియా నిగ్గు తేల్చింది..?

తన భావానలం నుంచి మహిమ అతి కష్టం మీద బయటకొచ్చి చెప్పింది.

"అంకుల్... మీ గురించి సుచిత్ర ఎంత గొప్పగా చెప్పిందో తెలుసా..?.. మీరంటే ఎంత అభిమానమో..!"

"అవునమ్మా నిజమే.... తన చిన్నప్పుడు నా భుజం దిగేది కాదు.. ఫ్యాక్షన్ పడక ముందు నా పిల్లలను ఎంత బాగా చూసుకునేదో..?"

గుర్తు చేసుకున్నాడు. ఆయన కళ్లలో ఆర్ద్రత గమనించింది.

"ఎందుకంకుల్.. ఈ రోషాలు, పౌరుషాలు..? ఎవరు చచ్చినా రెండు వైపులా ఏడుపులే కదా..!ఎవరూ ఏనాటికి విజేత కాలేని యుద్ధం ఏదైనా ఉంది అంటే..అది ఈ ఫ్యాక్షన్ మాత్రమే..."

"తెలుసమ్మా.. కానీ ఏం చెయ్యగలం.. పరిస్థితులు ఇప్పుడు చెయ్యి దాటి పోయాయి. "

"ఏమీ మించి పోలేదు అంకుల్.. మీరు సరే నంటే రాజీకి నేను వంశీధర్‌ను ఒప్పిస్తా.."

"వొద్దమ్మా.. రాజీ అంటారు. సవాలక్ష షరతులు పెడతారు. చివరికి నా మేనకోడలు నీలవేణిని ఆ ఇంటి కోడలు చెయ్యమంటారు."

"మంచిదే కదా అంకుల్.. నీల, రిప్పులు ఒకరి కొకరు ఇష్ట పడ్డారు కూడా.."

"నిజమే నమ్మా.... కానీ, నీలను వాడికిచ్చి ఎట్లా పెళ్లి చేస్తాం..?"

"ఎందుకని అంకుల్ .? రిప్పుకు ఏం తక్కువైంది..? మంచి అందగాడు.. పైగా నీలను ప్రేమించాడు"

"ఏందిమ్మా..నువ్వు కూడా అట్ల చెప్తున్నావ్... ఏముంది వాడి దగ్గర.?. చదువా.. సట్టుబండా..? ఎప్పుడూ ఆ క్రికెట్ బ్యాట్ పట్టుకొని ఊగులాడుతుంటాడు.. క్రికెట్ ఏమన్నా కూడు బెడుతుందా చెప్పు..?"

"అంకుల్... ఒక్కమాట మాత్రం చెప్పగలను..రిప్పు ఏదో నాడు మీరంతా గర్వించే స్థాయికి ఎదుగుతాడు.. చూస్తూ ఉండండి.." అని చెప్పి లేచింది.

"రేపు ఉదయమే బ్రేక్ ఫాస్ట్ లో కలుద్దాం అంకుల్ "సెలవు తీసుకుంది.

రిపుంజయ్ ఇన్నింగ్స్ గురించి జాతీయ పత్రికలు సైతం వేనోళ్ల కొనియాడాయి. దీంతో అతడి పేరు జాతీయ క్రికెట్‌లో మొదటిసారి వినిపించింది.

కళాధర్ రెడ్డి కొడుకు అంత పెద్ద క్రికెట్ ఆడే స్థాయికి ఎదిగాడన్న సంగతి ఆ గ్రామంలోనూ, మొత్తం కుముద్వతి తీర ప్రాంతంలోనూ తొలిసారిగా తెలిసొచ్చింది. ఈ వార్త చదివిన సుచిత్ర తన మరిది సాధించిన ఘనత చూసి గర్వించింది. రుక్మిణమ్మ మాత్రం ఒకింత ఆందోళనకు గురైంది. అందరి కళ్ళు వాడిపై పడితే ఏ కీడు జరుగుతుందో అని ఆమె భయం ఆమెది... రిప్పు కాల్ చేసి.. తాను నాన్న గారి

148 మేడం...C ✦ కాశీపురం ప్రభాకర రెడ్డి

ఆశయసాధన దిశలో ఉన్నానని, తన భద్రత గురించి ఆందోళన పడాల్సిన అవసరం లేదని అనునయించాడు.

అతని గురించిన చర్చ జిల్లా అంతటా వ్యాపించింది. ఆ ఊరిలో ఫ్యాక్షన్ గురించి తెలిసిన వారు మరింత ఎక్కువగా రిపుంజయ్ గురించి ఆసక్తిగా చర్చించుకున్నారు. ఊర్లో అంత టెన్షన్ ఉండగా ఆ అబ్బాయి క్రికెట్ పై ఏకాగ్రత నిలిపి ఆ స్థాయికి ఎదగడం పై ఆశ్చర్యం వ్యక్తం చేయసాగారు. తన తమ్ముడి ఘనత గురించి ఎవరినోట విన్నా వంశీధర్ మీసం మెలేయ సాగాడు.

✦ ✦ ✦

మైలాపూర్ క్లబ్‌లో..

ఉదయాన్నే రిపుంజయ్ ఫోటోలతో ఉన్న పేపర్స్‌ను తిమ్మారెడ్డి టీపాయ్‌పై పెట్టించింది. బ్రేక్ ఫాస్ట్ టైమ్ లో తిమ్మారెడ్డి పక్కనే కూర్చొని టీవీ ఆన్ చేసింది మహిమ. ప్రతి ఛానల్‌లోనూ రిపుంజయ్ ఆడిన ఇన్నింగ్స్‌ను హై లైట్ చేస్తూ చర్చలు నడుస్తున్నాయి.

తన ఊరి పిల్లగాడు ఈ స్థాయికి ఎదిగినందుకు ఆనందించాలో, లేక తన ప్రత్యర్థి కొడుకు ఎదుగుదలకు అసూయ పడాలో తెలియని అవ్యక్త భావనలో మునిగిపోయాడు తిమ్మారెడ్డి.

బ్రేక్ ఫాస్ట్ అనంతరం టీ తెచ్చిన రూం బాయ్ అన్నాడు.

"సార్.. ఆ క్రికెటర్ మీ తెలుగతనే నంట గదా...?"

"అవును తమ్మీ... మా ఊరే వాడిది.. ఎవరో కాదు.. మా అన్న కొడుకే..."

చెబుతూ అప్రయత్నంగానే ఆయన చేయి మీసం మీదకి వెళ్ళటం, ఛాతీ ఉప్పొంగటం గమనించింది మహిమ.

"అంకుల్... రాజీ విషయమై మీరు సిద్దమే కదా..! వంశీధర్ కు కాల్ చెయ్యనా..?"

తిమ్మా రెడ్డి ముఖ కవళికలు ఆమెకు సమాధానం ఇచ్చాయి.

మహిమ ముఖంలో చిరునవ్వులు విరబూసాయి. ఇక మిగతా తతంగం ఎలా నడపాలో ఆమెకు తెలుసు.

✦ ✦ ✦

రంజీ ట్రోఫీ సెమీ ఫైనల్స్ వెస్ట్ బెంగాల్‌తో. ఈడెన్ గార్డెన్స్‌లో మ్యాచ్..

ఒక్కసారైనా ఆడాలని ప్రతి భారత క్రికెటర్ కలలుకనే మైదానం.

అయితే కెప్టెన్ నెడుమారన్ , వడివేలులతోపాటు, జాతీయ జట్టు వైస్ కెప్టెన్ అయిన భైరవ కుడా జట్టులోకి రావడంతో రిపుంజయ్ స్థానం ప్రశ్నార్థకమైంది. అస్వస్థతకు గురి కాక ముందు తమిళ నాడు కెప్టెన్ భీకరమైన ఫామ్‌లో ఉన్నాడు. 3 సెంచరీలు చేశాడు. ఫిట్నెస్ కూడా నిరూపించుకున్నాడు. కెప్టెన్‌గా అపారమైన నాయకత్వ లక్షణాలతో పాటు మంచి ఆల్ రౌండ్ ప్రదర్శన చేస్తూ, అప్పటిదాకా జట్టు విజయాల్లో పాలుపంచుకున్న క్రికెటర్. ఇక జాతీయ జట్టు ఆటగాడైన భైరవకు సహజంగానే రాష్ట్ర రంజీ జట్టులో స్థానం ఉంటుంది. దీంతో తుది జట్టు కూర్పు పై తీవ్రమైన ఉహాగానాలు చెలరేగాయి. మరునాడు మ్యాచ్ ప్రారంభానికి ముందు రూపొందించిన జట్టులో తనకు చోటు లేదని గ్రహించిన రిపుంజయ్ తీవ్రంగా నిరుత్సాహ పడ్డాడు. పత్రికలు జట్టు యాజమాన్యాన్ని ఏకిపారేశాయి. ఎడమ చేతి చిటికెన వేలుకు అయిన చిన్న గాయాన్ని సాకుగా చూపి రిపుంజయ్‌ను తప్పించడం, విశ్రాంతి పేరుతో ఒక ప్రతిభా వంతుడిని దూరంగా పెట్టటం అన్యాయమని నిలదీశాయి.

అయితే సెమీ ఫైనల్స్ లో బెంగాల్‌ను ఓడించి తమిళనాడు ఫైనల్‌కు చేరుకోవడంతో విమర్శలు అట కెక్కాయి. సుధీంద్రాన్, భైరవలు జట్టు విజయంలో కీలక పాత్ర పోషించడంతో జట్టు ఎంపికను ప్రశ్నించే సాహసం ఎవరూ చేయలేక పోయారు. దీంతో ఫైనల్ ఆడే అవకాశాలు రిపుంజయ్ కు మూసుకుపోయాయి.

రంజీ ఫైనల్ రానే వచ్చింది...

బెంగుళూరు చిన్న స్వామి స్టేడియంలో కర్ణాటకతో తలపడాల్సి ఉంది. పిచ్ స్పిన్నర్లకు అనుకూలించే అవకాశాలు అధికంగా ఉండటంతో ఒక మీడియం పేసర్ స్థానంలో ఆఫ్ స్పిన్నర్‌ను తీసుకోవాలని తమిళనాడు జట్టు మేనేజ్‌మెంట్ భావించింది. ఆమేరకు మీడియం పేసర్ సదాశివంను తప్పించి ఆఫ్ స్పిన్నర్ తంబిదురైను తీసుకోవాలన్న నిర్ణయం జరిగిపోయింది. మరికొద్ది క్షణాల్లో టీంను ప్రకటించాల్సి ఉంది. ఆమేరకు కెప్టెన్ సిద్ధమై పోయాడు. ఈలోగా చిన్న స్వామి స్టేడియం క్యాంటేన్ దగ్గర ఒక ఆసక్తికర సంఘటన జరిగింది . కర్ణాటక టీం బలమంతా బౌలింగ్ లోనే ఉంది. ఆ జట్టు బౌలర్ల నైపుణ్యం ఆధారంగానే ఫైనల్స్‌కు చేరుకుంది. బలమైన బ్యాటింగ్ నైపుణ్యా మున్న తమిళనాడు జట్టును ఎదుర్కొనేందుకు కర్ణాటక పూర్తిస్థాయి బౌలింగ్ వనరులతో బరిలో దిగనున్నట్లు క్యాంటీన్ వద్ద చర్చ జరుగుతోంది. కాఫీ తాగేందుకు అప్పుడే అక్కడికి వచ్చిన తమిళనాడు కోచ్ శివరామన్ దృష్టికి కూడా ఈ వార్త వచ్చింది.

150 మేడం...C ✦ కాశీపురం ప్రభాకర రెడ్డి

దీంతో కోచ్ మదిలో ఒక ఆలోచన మెరిసింది. వెంటనే కెప్టెన్‌ను పిలిచి, జట్టు ప్రకటన ఆలోచనను మరో పదినిముషాలు ఆలస్యం చేయవలసిందిగా సూచించాడు. మరో 5 నిముషాల్లో కెప్టెన్, మేనేజర్ తోపాటు సమావేశమై తన ఆలోచనను బయట పెట్టాడు. కర్ణాటక బౌలింగ్‌ను ఎదుర్కోవటానికి బ్యాటింగ్‌ను మరింత బలోపేతం చేయాల్సిన అవసరం ఉందని సూచించాడు.

“కానీ, మనం కూడా ఆఫ్ స్పిన్నర్‌ను తీసుకుంటున్నాం కదా ? “అని కెప్టెన్ ప్రశ్నించాడు.

“పూర్తి స్థాయి స్పిన్నర్ బదులుగా ఆల్ రౌండర్ అయిన రిపుంజయ్‌ను తీసుకుంటే బావుంటుందని నా అభిప్రాయం” అని కోచ్ చెప్పటం పూర్తి కాకముందే.. అప్పుడే అక్కడికి వచ్చిన భైరవ కలుగ జేసుకొని..

“మన బ్యాటింగ్ ఇప్పటికే బలంగా ఉంది.. అదనపు స్పిన్నర్‌ను తీసుకోవాలని కూడా నిర్ణయించుకున్నాం. మళ్ళీ నిర్ణయాన్ని మార్చుకోవాల్సిన అవసరం ఏముంది? “ అని ప్రశ్నించాడు.

నా అంతటి బ్యాట్స్మన్ అండగా ఉండగా మరో కొత్త బ్యాట్స్ మన్ అవసరమా అన్నట్లు చులకనగా చూశాడు. అయితే కోచ్ రాజీ పడలేదు.

“రిపుంజయ్ కూడా ఆఫ్ స్పిన్నరే. పైగా బ్యాటింగ్‌లో తానేమిటో ఇప్పటికే నిరూపించు కున్నాడు. అందువల్ల జట్టుకు రెండు విధాలుగా ఉపయోగపడతాడు.”

దీంతో కెప్టెన్ నెడుమారన్ కలుగజేసుకున్నాడు.

“ఇప్పటికే టైం అయిపోయింది... కోచ్ అభిప్రాయం బాగుందని నాక్కూడా అనిపిస్తోంది. తంబిదురై బదులుగా రిపుంజయ్‌నే ప్రకటిస్తా” అని ముగించాడు. చక చకా మీడియా సెంటర్ వైపు వెళ్లి పోయాడు.

ఈ చర్చ గురించి ఏమీ తెలియని రిపుంజయ్ మాత్రం డ్రెస్సింగ్ రూం నుంచి టెలిఫోన్ చేసి మహిమతో మాట్లాడ సాగాడు. తన పేరు జట్టులో లేదని తెలిసి తన బాధను ఆమెతో పంచుకున్నాడు.

“అయితే మహిమ అతనికి ధైర్యం నూరిపోసింది. ఇవన్నీ ఒక స్పోర్ట్స్ మన్ జీవితంలో అత్యంత సహజమని, ఏమాత్రం నిరుత్సాహ పడ వద్దని చెప్పింది. రంజీ ట్రోఫీ ముగిసేలోపు తాను బెంగళూరు వస్తానని, బ్రిజేష్ పటేల్ అప్పాయింట్ మెంట్ కోసం ప్రయత్నిస్తున్నట్లు చెప్పింది.

ఆమెతో సంభాషణ ముగిశాక క్యాంటీన్‌కు వెళ్దామని అనుకుంటుండగా జట్టులో ఎక్స్ట్రా సభ్యుడైన శివకాశీ అక్కడికి వేగంగా వచ్చి

"నువ్వు ఇంకా డ్రెస్అప్ అవలేదా? అవతల నెట్స్‌కు టైం అయింది స్పీడప్" అన్నాడు.

"ఓకే అన్నా..జస్ట్ 5 మినిట్స్. కాఫీ తాగి వస్తా" అంటూ కదిలాడు.

జట్టులో ఉన్నా లేకున్నా.. నెట్ ప్రాక్టీస్‌కు అందరూ వెళ్లాల్సిందే. ప్రాక్టీస్ చేసే బ్యాట్స్మన్‌కు ప్రతి ఒక్కరూ బౌలింగ్ చేయాలనే నిబంధన ఉంది. ఈలోగా శివకాశీ అరిచినట్లుగా అన్నాడు

" రిపుంజయ్.. నీకు కంగ్రాట్స్ చెప్పటమే మరిచిపోయా, బెస్ట్ అఫ్ లక్" అన్నాడు.

అతను ఎందుకు కంగ్రాట్స్ చెబుతున్నది అర్థం కాక

"ఎందుకూ?" అని అడిగాడు.

"హే మ్యాన్..? నిజంగా నీకు తెలియదా ఏమిటి? జట్టు సభ్యుల అనౌన్స్‌మెంట్ ఇందాకే జరిగింది. ఆల్ రౌండర్‌గా నిన్ను తీసుకున్నారు.. బ్యాటింగ్ లైనప్‌లో సిక్స్త్ డౌన్‌లో దిగాల్సి ఉంటుంది". అని అతడు చెప్తుండగా రిపుంజయ్ సంభ్రమాశ్చర్యాలలో మునిగిపోయాడు.

"నిజమా..!" అంటూ స్థాణువులా నిలబడ్డాడు. ఈలోగా అక్కడికొచ్చిన కోచ్ రిపుంజయ్‌ను ఆప్యాయంగా భుజం తట్టి.. "కంగ్రాట్స్ యంగ్ మ్యాన్... నీ మీద ఎంతో నమ్మకంతో జట్టులోకి తీసుకున్నా... ప్రూవ్ యువర్ సెల్ఫ్" అన్నాడు.

అప్పటికి తేరుకున్న రిపుంజయ్

" కోచ్ సార్.. థ్యాంక్యూ వెరి మచ్..

ఐ విల్ ప్రూవ్ మై సెల్ఫ్ వర్థీ ఆఫ్ యువర్ చాయిస్" అని స్థిరంగా బదులిచ్చాడు.

"ఒకే...ఆల్ ది బెస్ట్... బ్రేక్ ఫాస్ట్ అయిందా..? బి అట్ ది నెట్స్ షార్ప్ బై ఎయిట్ థర్టీ."

అంటూ కోచ్ వెళ్ళిపోయాడు. రిపుంజయ్ చక చకా డ్రెస్ అప్ అయ్యి నెట్స్ దగ్గరకు వెళ్ళిపోయాడు. అక్కడ భైరవను మర్యాద పూర్వకంగా విష్ చేసినప్పటికీ అతడు స్పందించ లేదు. సెమీ ఫైనల్స్ సందర్భంగా జట్టులోకి వచ్చింది మొదలు భైరవతో సంభాషించే అవకాశం కలగ లేదు. ఒక జూనియర్ క్రికెటర్‌తో తన స్థాయి ప్లేయర్‌కు మాటలెంటి అన్నట్టుగా ఉంది అతడి ప్రవర్తన. ప్రాక్టీస్ త్వరగా ముగించి నెట్స్ దగ్గరనుంచి భైరవ వేగంగా డ్రెస్సింగ్ రూమ్‌కి వెళ్ళిపోయాడు. జాతీయ స్థాయి క్రికెటర్ కావటంతో అతడి దగ్గర నిబంధనల గురించి ప్రస్తావించే సాహసం కెప్టెన్ గానీ కోచ్ గానీ చేయలేక పోయారు.

బెంగళూరు చిన్నస్వామి స్టేడియంలో... మ్యాచ్ ప్రారంభమైంది. టాస్ గెలిచిన తమిళనాడు జట్టు బ్యాటింగ్ ఎంచుకుంది. ఓపెనర్లుగా భైరవ, శరవణన్‌లు క్రీజ్‌లోకి వెళ్ళిపోయారు. స్టేడియం కిక్కిరిసి పోయింది. భైరవ ఆటకోసం వచ్చినవారే ఎక్కువ. రిపుంజయ్ కూడా భైరవ బ్యాటింగ్‌ను ఆసక్తిగా గమనించ సాగాడు. తనను జట్టులోకి తీసుకున్నారనే సమాచారాన్ని మహిమకు చేర్చే అవకాశం రాలేదు. జాతీయ జట్టు సభ్యులైన ముగ్గురు ప్రధాన బౌలర్లు కర్ణాటక తరఫున రంజి ఆడుతున్నారు. పేస్‌బౌలర్లు ప్రవీణ్ జడేమత్, చామరాజ్ హెూసప్పలు కొత్త బంతితో నిప్పులు చెరుగుతున్నారు.

తమిళనాడు వికెట్లు ఒక్కొక్కటి నేల రాలుతుండగా భైరవ ఒక్కడే తన అనుభవం అంతా రంగరించి ప్రతిఘటించసాగాడు. లంచ్ సమయానికి 82 పరుగులకే నాలుగు వికెట్లు రాలగా, భైరవ 51 పరుగులతో నాటౌట్‌గా ఉన్నాడు.

తనకు స్టాండ్ ఇచ్చేవాడే లేడని లంచ్ అవర్‌లో ఆగ్రహించసాగాడు. పెద్ద స్థాయి బౌలర్లతో తలపడేటప్పుడు బ్యాటింగ్‌లో ఏ రకమైన జాగ్రత్తలు తీసుకోవాలో బ్యాట్సమన్‌కు తెలియజేప్పేది లేదా..? అంటూ కోచ్ పై మండిపడ్డాడు. లంచ్ తర్వాత ఐదో నెంబర్ బ్యాట్స్మెన్ అయిన సుధీంద్రన్ కూడా మరి కొద్ది సేపట్లోనే వెనుతిరిగాడు.

రిపుంజయ్ క్రీజ్ లో అడుగు పెట్టగానే భైరవ దగ్గరకు వచ్చి అన్నాడు.

"పంజాబ్‌తో నీ సెంచరీ గురించి విన్నాను. అయితే ఇప్పుడు ప్రత్యర్థి కర్ణాటక జట్టు. జాతీయ జట్టు బౌలర్లు ముగ్గురు ఉన్నారు. లేనిపోని ప్రయోగాలు చేయటమో.. అనవసరంగా షాట్‌ల కోసం ప్రయత్నించడమో చేయొద్దు. జస్ట్ నాకు స్టాండ్ ఇవ్వు చాలు... అందుకోసం బ్యాటింగ్ రొటేట్ చేస్తుండు.. అర్థమైందా..?" అని తీక్షణంగా చూశాడు.

రిపుంజయ్ సరేనన్నట్లు తలుపాడు. అయితే, అతనికి మహిమ నేర్పిన మంత్రం ఒక్కటే.. ఒక్కసారి బరిలోకి దిగాక ప్రత్యర్థి ఎవరు? అన్న ఆలోచన అనవసరం.

Merit of the ball...

బౌలర్ సంధించే బంతిని ఎలా టైమింగ్ చేయాలి? దాన్ని ఫీల్డింగ్ గ్యాప్‌లలోకి ఎలా మలిపించాలి.. అని తప్ప ఇంక వేరే ఎవరి సలహాలు చెవికెక్కించుకోకూడదు.

ఇదీ ఆమె నేర్పిన పాఠం. రిప్పు చెవిలో ఆ ఉపదేశం గింగిరాలు కొట్ట సాగింది.

కొద్ది సేపట్లోనే... పెద్ద స్థాయి క్రికెట్ లో అంతగా అనుభవంలేని ఈసరి కొత్త కెరటం అక్కడ పెద్ద సంచలనమే సృష్టించాడు. కర్ణాటక బౌలింగ్‌ను చీల్చి చెండాడ సాగాడు. నలుదిశలా షాట్లు కొడుతూ.. ఆ జట్టు ఫీల్డింగ్ మోహరింపును కకావికలు చేశాడు.

రిప్పు బ్యాటింగ్ చూస్తున్న ప్రేక్షకులకు ఆరేళ్ల క్రితం.. ఇదే స్టేడియంలో 1996 వరల్డ్ కప్ క్వార్టర్ ఫైనల్‌లో అజయ్ జడేజా ఇన్నింగ్స్ గుర్తుకు వచ్చింది. అప్పటికి దశాబ్ద కాలంగా పాకిస్తాన్ తన బౌలింగ్ వనరులతో ఇండియాపై పూర్తి ఆధిపత్యం ప్రదర్శిస్తూ వస్తోంది. బ్యాట్స్మెన్‌కు సింహ స్వప్నం లాంటి వఖర్ యూనిస్, అఖిబ్ జావీద్‌ల బౌలింగ్‌ను జడేజా తుత్తునియలు చేశాడు. జడేజా దెబ్బకు ఆ మ్యాచ్‌లో ఖంగు తిన్న పాకిస్తాన్ మళ్ళీ కోలుకోనే లేదు. ఇప్పుడు కర్ణాటకపై రిప్పు ఆట తీరు కూడా అంతే ఫెరోషియస్‌గా ఉంది. కొద్దిసేపట్లోనే రిపుంజయ్ వ్యక్తిగత స్కోర్ భైరవను దాటిపోయింది.

అయితే ఇక్కడి నుంచి భైరవతో పెద్ద చిక్కు వచ్చి పడింది. ఒక జూనియర్ క్రికెటర్ తనకంటే అలవోకగా షాట్లు సంధించి పరుగులు రాబడుతుండటం అతనికి అవమానంగా తోచింది. దీంతో అతనిలోని క్రీడా రాక్షసుడు బయటకు రాసాగాడు. తన బ్యాటింగ్‌లో లేని పరుగు కోసం కాల్ ఇవ్వడం.. వెంటనే నో చెప్పటం.. రిప్పు బ్యాటింగ్ శైలి పై చులకన భావంతో కామెంట్ చేయడం వంటివి చేయసాగాడు. అంతేకాదు రిప్పు స్ట్రైకింగ్‌లో రెండో పరుగుకు అవకాశం ఉన్నప్పుడల్లా.. నో చెప్పి తనే బ్యాటింగ్ ఎండ్‌లో ఉండేలా చూసుకో సాగాడు.

పదేపదే భైరవ చేస్తున్న ఇల్ ట్రీట్మెంట్ పై రిప్పుకు పీకల దాకా కోపం వచ్చింది. ఏమాత్రం స్పోర్టివ్ గుణంలేని ఈ వ్యక్తి జాతీయ స్థాయికి ఎలా ఎదిగాడో రిప్పు కు అర్థం కాలేదు. అయితే అతనితో గొడవ పెట్టుకుంటే నష్టం తనకే అని సరిపెట్టుకుంటూ టీ టైం వరకు నెట్టుకొచ్చాడు. అప్పటికి రిపుంజయ్ 93, భైరవ 78 పరుగులు చేశారు. టీ విరామంలో కోచ్‌తో పాటు మిగతా సభ్యులు రిపుంజయ్‌ని ప్రశంసలతో ముంచెత్తారు.

రిప్పు సెంచరీ పూర్తయిన తర్వాత భైరవ మరింత రెచ్చిపోయాడు. బ్యాటింగ్‌లో కాదు... రిపుంజయ్‌ని కన్ఫ్యూజ్ చేయడంలో..

ఒకసారి భైరవ స్ట్రైకింగ్‌లో సింగిల్‌కు కాల్ ఇచ్చాడు. రిప్పు సగం పైగా క్రీజ్ దాటాడు. అయితే ఉన్నఫలంగా నో చెప్పి ఆగిపోవడంతో.. రిప్పు శరవేగంగా వెనక్కి పరిగెత్తాడు. గల్లి పాయింట్లో ఉన్న ఫీల్డర్ విసిరిన బంతి వికెట్లకు గురి తప్పడంతో "లైఫ్ " దొరికింది.

దీంతో రిప్పు తన వ్యూహాన్ని మార్చుకున్నాడు. బ్యాటింగ్ అవకాశం దొరికినప్పుడల్లా ఓవర్‌ను పూర్తిగా వినియోగించుకో సాగాడు. వీలుంటే బౌండరీలు సాధించడం.. లేకుంటే పూర్తిగా డిఫెన్స్ ఆడుతూ భైరవకు బ్యాటింగ్ అవకాశాలు తగ్గేలా చూసాడు.

భైరవ సెంచరీ, రిపుంజయ్ డబల్ సెంచరీలతో ఇన్నింగ్స్ ముగించి, కర్ణాటక ముందు భారీ లక్ష్యం ఉంచారు.

తమిళనాడు రంజీ ట్రోఫీ విజేత గా నిలిచింది.

బెంగళూరు నుంచి వచ్చే డెక్కన్ హెరాల్డ్ పత్రిక భైరవ ఇన్నింగ్స్‌లో తడబాటును ఎత్తిచూపుతూ అతడి నెగటివ్ అప్రోచ్‌ను ఎండగట్టింది. ఇది జాతీయ క్రికెట్ లో చర్చనీయంగా మారింది.

✦ ✦ ✦

వెస్టిఇండీస్‌తో ఒన్ డే సిరీస్‌కు ప్రోబబుల్స్‌లో రిపుంజయ్‌కి చోటు దక్కింది. బిజినెస్ మీటింగ్స్ రీత్యా మహిమ చెన్నైలో లేదు. ఫోన్‌లో కంగ్రాట్స్ చెప్పింది. నేషనల్ క్రికెట్ అకాడమీ బెంగళూరులో జరిగే క్యాంపులకు రిపుంజయ్‌ని పంపాల్సిందిగా తమిళనాడు క్రికెట్ సంఘానికి ఫ్యాక్స్ అందింది.

చెన్నై ఎం.ఏ. చిదంబరం స్టేడియంలో నెట్స్‌లో ఉన్న రిపుంజయ్‌కి ఈ శుభవార్త మోసుకొచ్చాడు కోచ్ శివరామన్. ఆయన చొరవ వల్లే తనకు రంజీ ట్రోఫీ ఫైనల్ ఆడే అవకాశం వచ్చిన విషయం రిప్పు మరిచి పోలేదు. అందుకని ఆయన మాట మీద రిప్పుకు గౌరవం.

“భైరవ సార్ నా మీద కక్ష తో ఉన్నాడు. ఆయనకు ఏ మాత్రం స్పోర్టివ్ స్పిరిట్ లేదు... క్యాంపులో ఎట్లా వేగాలి సార్..?” రిప్పు అడిగాడు.

“భైరవ పెద్ద స్థాయి క్రికెటర్. రేపో మాపో ఇండియాకు కెప్టెన్ కూడా అవుతాడు. కాబట్టి అతడితో రాజీ ధోరణిలో ఉండటమే నీకు బెటర్. అతను ఏం చెప్పినా నువ్వు మాత్రం అతడికి విధేయుడిగానే ఉండు.. కెరీర్ దృష్ట్యా ఇది తప్పదు “ అని సలహా ఇచ్చాడు.

✦ ✦ ✦

నేషనల్ క్రికెట్ అకాడమీ... బెంగళూరు... నేషనల్ ప్రోబబుల్స్‌తో పాటు రంజీలో ప్రతిభ చూపిన అప్ కమింగ్ క్రికెటర్స్‌కు శిక్షణ శిబిరం నడుస్తోంది. ఈ క్యాంపును విజేష్ పటేల్ పర్యవేక్షిస్తున్నారు. రంజీలో కర్ణాటక తరుపున అత్యధిక మ్యాచ్‌లు ఆడిన రికార్డు ఆయనది.

రిటైర్ అయ్యాక ఆయన ప్రైవేట్ టోర్నమెంట్‌లు నిర్వహిస్తున్నాడు. ఆల్ ఇండియా స్థాయిలో క్రికెటర్లు అయన టోర్నమెంట్లలో ఆడుతారు. 1991లో ఆయన భారీ ఎత్తున నిర్వహించిన మహిళా క్రికెట్ టోర్నమెంట్‌లో మహిమ ప్లేయర్ ఆఫ్ ది సిరీస్‌గా

ఎన్నికైంది. ఆ సందర్భంగా ఆమె ప్రతిభ ను ఎంతగానో ప్రశంసించాడు. భారత మహిళా క్రికెట్‌ను ఏలనున్న ఉజ్వల తార అంటూ కొనియాడాడు. అనంతరం ఆయన ఆమెను కర్ణాటకకు రిప్రెజెంట్ చెయ్యమని ఆహ్వానించాడు. కానీ, ఒక విష పరిష్వంగంలో చిక్కుకుని చెన్నైని వీడలేక పోయింది. కెరీర్ చేతులారా నాశనం చేసుకుంది. మహిమకు ఈ గతం గుర్తుకు వచ్చింది.

ఇప్పుడు రంజీ ఫైనల్ సందర్భంగా భైరవ అహంభావ ప్రవర్తన, రిపుంజయ్ పట్ల ఇల్ ట్రీట్మెంట్ అంతా మీడియా ద్వారా తెలుసుకుంది మహిమ.. ఉక్రోషంతో ఆమె మనసు ఊగి పోయింది. రిప్పు కెరీర్‌ను కాపాడుకోవాలి. ఇక తాను బిహైండ్ ద సీన్ ఉంటే కుదరదు.

✦ ✦ ✦

ఆ రాత్రి చెన్నై రాగానే టెలిఫోన్‌చేసి విజేష్ పటేల్ అప్పాయింట్మెంట్ అడిగి తీసుకుంది, ఫస్ట్‌ఫ్లైట్‌కే బెంగళూరు వచ్చేసింది. రిపుంజయ్, ఇతర తోటి క్రికెటర్లకు క్రెసెంట్ హోటల్‌లో బస ఏర్పాటు చేశారు. మహిమ కూడా అక్కడే సూట్ బుక్ చేసుకుంది. అప్పటికే క్రికెటర్స్ అందరూ క్యాంపుకు వెళ్లిపోయారు.

క్యాబ్ తీసుకుని నేరుగా క్వీన్స్ రోడ్‌లో ఉన్న నేషనల్ క్రికెట్ అకాడమీకి వెళ్ళింది.

12 టర్ఫ్ వికెట్స్ ఉన్న అతి పెద్ద క్యాంపు అది. క్రికెటర్లు అందరూ అక్కడ ప్రాక్టీస్ చేసుకుంటున్నారు. అక్కడ చేరగానే కనిపించిన ఒక దృశ్యం మహిమకు కంపరం పుట్టించింది. మనసులో కలవరం రేకెత్తించింది.

ప్రాక్టీస్ అప్పటికే ముగించుకున్నారేమో.. భైరవ, రిపుంజయ్‌లు నెట్స్‌కు ఒక పక్కగా నిలబడి మాట్లాడు కుంటున్నారు. మహిమకు నచ్చని విషయం అది కాదు. రిపుంజయ్ చేతులు కట్టుకుని భైరవ చెప్పేది వింటున్నాడు... వినయంగా తలూపుతున్నాడు.

సాధారణంగా ఒక సీనియర్ క్రికెటర్ ముందు ఇంకో జూనియర్.. చేతులు కట్టుకొని నిలబడి ఉండటం తలఒంపులు ఏమీ కాదు. కానీ, ఆ సీనియర్ భైరవ కావటం.. అతడి ముందు తన రిప్పు నిలబడి ఉండటం.. పైగా రిప్పు భవిష్యత్‌తో ఆడుకోవాలి అని చూస్తున్న ఒక అమానవీయుడి ఎదుట రిప్పు అలా నిలబడి ఉండటం... మహిమకు ఏమాత్రం నచ్చలేదు.

నెట్స్ అన్నిటి వైపు పరిశీలించి చూసింది. అందరూ ఏకాగ్రతతో ప్రాక్టీస్ చేసుకుంటున్నారు. ఈ వెధవ భైరవ రిప్పును ఎందుకు డిస్టర్బ్ చేస్తున్నాడు? ఇంతకూ రిప్పూ నెట్ ప్రాక్టీస్ అయినట్టా..కానట్టా..?

ఇండియాలోనే అతి పెద్ద క్యాంపు అది. ప్రతి నెట్ కు ఒక కోచ్ ఉన్నాడు. మహిమ కె.సి.ఏ క్యాంపు ఆఫీస్ లోకి వెళ్ళింది. విజేష్ పటేల్ కు విష్ చేసింది.

"హలో మహిమా... హౌ ఆర్ యూ...?"

'నీలో చాలా మార్పు వచ్చినట్టుందే' అంటూ నవ్వుతూ రిసీవ్ చేసుకున్నాడు.

"గోయింగ్ గ్రేట్ సార్... థ్యాంక్యూ"

"బెంగళూరు లో నువ్వు ఆడిన ప్రతి మ్యాచ్ ను చూశా. నువ్వొక క్రికెట్ జీనియస్ వి.. అంత టాలెంట్ పెట్టుకుని క్రికెట్ ను అర్ధంతరంగా ఎందుకు వదిలేశావ్..?" మహిమ బదులు ఇవ్వకుండా భావ రహితంగా చూస్తూ కూర్చుంది.

విజేష్ పటేల్ మళ్ళీ అన్నాడు.

"యంగ్ క్రికెటర్ రిపుంజయ్ గురించి ఎంక్వయిరీ చేస్తే నీ గురించి తెలిసింది. రిపుంజయ్ నీ ప్రోడక్టే నట కదా..! కంగ్రాట్స్.."

"నో సార్... అతడికి హైదరాబాద్ లోనే క్రికెట్ బేసిక్స్ ఉన్నాయి. చెన్నైకి వచ్చి దాదాపు వదిలేశాడు. జస్ట్ మోటివేటెడ్ హిమ్"

"ఏది ఏమైనా ఒక సరికొత్త టాలెంట్ ను వెలుగులోకి తెచ్చావ్.. నాకు చాలా హ్యాపీగా ఉంది. ఎనీ హెల్ప్ యునీడ్..?"

"భైరవ గురించి మీకు తెలిసే ఉంటుంది.

రిప్పుపై అతడి పడగ నీడ పడకుండా చూడాలి. ఎందుకంటే పెద్ద క్రికెట్‌కు మావాడు కొత్త. రాజకీయాలు తెలియని అమాయకుడు వాడు."

"నీ ఆందోళన అర్థమైంది. నన్నేం చేయమంటావ్..?"

" వాడి కెరీర్ ను నేను దగ్గరుండి పర్యవేక్షణ చేయాలి. కోచ్ గా ఉంటేనే సాధ్యం. క్యాంప్ కోచ్‌గా అనుమతించండి"

"అదెలా సాధ్యం? ఒక క్రికెటర్‌గా నీకు రూల్స్ తెలుసు గదా! లెవెల్ 3 కోచ్‌లకు మాత్రమే అనుమతి ఇక్కడ"

తాను ఇటీవల బీసీసీఐ పెట్టిన లెవెల్ 3 కోచ్ టెస్ట్ పాస్ అయ్యాననీ, కానీ తనకు లెవెల్ 2 గుర్తింపు కార్డు మాత్రమే ఇచ్చారని ఫిర్యాదు చేసింది.

"నీవు మొదట లెవెల్ 1 టెస్ట్ ఎప్పుడు పాస్ అయ్యావ్?"

"ఒకటిన్నర సంవత్సరం అయింది సార్. రిపుంజయ్ కి కోచింగ్ ఇచ్చే కొత్తలో అప్లైచేశా"

"లెవెల్ 2 ఎప్పుడు..?"

" 6 నెలలు అయింది సార్.. "

"మరి లెవెల్ 3 కార్డు ఎలా ఇస్తారమ్మా..? మినిమం ఒన్ ఇయర్ గ్యాప్ ఉండాలి కదా..?"

"సర్టిఫికెట్ పంపించారు సార్. "

"నువ్వు పాస్ అయ్యావ్ కాబట్టి సర్టిఫికెట్ ఇస్తారు. కానీ, లెవెల్ 2 నుంచి ఒన్ ఇయర్ అయ్యాకే లెవెల్ 3 గుర్తింపు కార్డు ఇస్తారు.. ఏదీ.. నీ సర్టిఫికెట్ ఒకసారి ఇవ్వు."

మహిమ ఇచ్చిన సర్టిఫికెట్ పరిశీలించి చూసి అన్నాడు.

"నువ్వు మహిళా క్రికెటర్లకు కోచింగ్ ఇవ్వటానికే క్వాలిఫై చేశారు"

ఇది విని మహిమ ముఖం చిన్న బోయింది.

"వ్వాట్ సార్...?" కార్డు తీసుకొని జాగ్రత్తగా పరిశీలించింది.

అవును.. తాను అస్సలు గమనించ లేదు. మిస్ మహిమా శంకరన్. క్రికెట్ కోచ్ (W) అని ఉంది.

"ఏమిటి సార్ ఇది..? నేను బీసీసీఐ ప్రకటన మేరకు అప్లై చేశాను. ముంబయి వెళ్లి అందరితో పాటు టెస్ట్ లు పాస్ అయ్యాను. మహిళా క్రికెట్ కోసం సెపెరేట్ గా టెస్ట్ లో పాల్గొనలేదు కదా!"

"నిజమేనమ్మా.. ఇండియాలో ఇంతవరకూ మహిళా క్రికెట్ కోచ్‌లు లేరు.. బాయ్స్ క్రికెట్ కు మహిళా కోచ్ అన్న ఊహే ఇక్కడ అసాధ్యం,."

"అదేంటి సార్.. బాయ్స్ కు కోచింగ్ ఇవ్వటానికి మేం పనికిరామా..? మరి మహిళా క్రికెట్ కు మాత్రం మేల్ కోచ్ లు ఎందుకు..? ఏమిటి సార్ ఈ వివక్ష.."

విజేష్ పటేల్ ఆమె వంక సానుభూతిగా చూశాడు.

"కొన్ని ప్రశ్నలకు ఇండియన్ ప్రైమ్ మినిస్టర్ కూడా సమాధానం ఇవ్వలేడు... డోన్ట్‌వర్రీ... నీ విషయం నేను చూసుకుంటా.. బీసీసీఐ వాళ్ళు అడిగితే నేను సమాధానం చెప్పుకుంటా... రేపటి నుంచి క్యాంప్‌కు వచ్చెయ్"

హామీ ఇచ్చాడు.

"వై నాట్ టుడే సార్...?" నేను డ్రెస్ కోడ్‌లోనే వచ్చా"

ఇందుకు ఆయన నవ్వుతూ

"ఎస్ ఐలైక్ యువర్ పాజిటివ్ అప్రోచ్. దేరీజ్ నో టుమారో... రిపోర్ట్ అట్‌ద నెట్స్ టుడే ఇట్ సెల్ఫ్" అని చెప్పి చీఫ్ కోచ్‌ను పిలిచి పరిచయం చేశాడు.

"మిస్ మహిమా శంకరన్... ఎక్సలెంట్ క్రికెటర్ అండ్ లెవెల్ 3 కోచ్. ఈమె సర్వీసెస్ యూజ్ చేసుకోండి"

ఆయన "ఎస్‌సార్.." అని చెప్పి మహిమను తోడ్కొని వెళ్ళాడు.

ఎన్.సి.ఏ క్యాంపు 3 వారాలు ఉంటుంది. బిజినెస్ వ్యవహారాలు తన స్వీయ పర్యవేక్షణ లేకుండా అన్ని రోజుల పాటు పక్కన పెట్టేందుకు ఆమె సిద్ధమైంది.

నెట్స్ వద్ద ఒక ఫిమేల్ కోచ్ దర్శనం ఇవ్వటం అందరినీ ఆశ్చర్యానికి గురిచేసింది.

నెం.1 నెట్స్ వద్ద రిపుంజయ్ ప్రాక్టీస్ చేస్తున్నాడు.

"హమ్మయ్య.." అని ఊపిరి పీల్చుకుంది మహిమ.

రిప్పు నెట్ ప్రాక్టీస్ ను అందరూ ఆసక్తి గా చూస్తున్నారు.

ప్రాక్టీస్ ఎప్పుడో ముగించుకొని వచ్చిన భైరవ కూడా నెం.1 నెట్స్ వెనుక వైపు రిలాక్సింగ్ ఛైర్ వేసుకుని రిపుంజయ్ బ్యాటింగ్ శైలిని పరిశీలించ సాగాడు. ఆ క్షణంలో భైరవలో భావాలు ఎలా ఉన్నాయంటే...

రంజీ ట్రోఫీ ఫైనల్ మ్యాచ్ లో ఇతడిని ఇల్ ట్రీట్ చేసినట్లు మీడియాలో రావటం తనకు తీవ్ర అవమానంగా ఉంది. ఏదోనాడు జట్టులో తన ప్లేస్‌కే ఎసరు పెట్టేలా ఉన్నాడు. వీడిపై ఓ కన్నేసి ఉంచాలి.. బాడీ మూవ్మెంట్ లో ఇంత పర్ఫెక్ట్‌నెస్ ఎలా వచ్చింది ఇతడికి..? చెన్నై లో ఏ అకాడమీ నుంచి వచ్చాడు..? ఇతడి కోచ్ ఎవరు..?.....

భైరవ ఆలోచనలు అలాఉండగా ఆ సెషన్ టైమ్ అయినట్లు విజిల్ వినిపించింది. దీంతో రిప్పు ప్రాక్టీస్ ముగించి కోచ్ దగ్గరికి వచ్చాడు. అక్కడ మహిమను చూసి రిప్పు కళ్ళు సంభ్రమాశ్చర్యాలతో విప్పారుచుకున్నాయి. హెల్మెట్ తీసి ఆమెకు ఎదురుగా అటెన్షన్‌లో నిలబడ్డాడు.

"గుడ్ మార్నింగ్ మేడం కోచ్ "

ఆల్మోస్ట్ సెల్యూట్ చేశాడు. దీంతో క్యాంపు లో అందరూ ఆమె వైపు చూశారు.

సరిగ్గా అప్పుడే భైరవ కూడా ఆమె ను చూశాడు. అక్కడ కోచ్ డ్రెస్‌లో కొత్తగా ఎవరో మహిళ ఉండటం వింతగా అనిపించి ఆసక్తిగా చూశాడు.

వెంటనే గుర్తు పట్టాడు.. ఆమె ఎవరో కాదు.. మహిమ..

అంతే...! పక్కనే బాంబు పడ్డట్టు గా అదిరి పడ్డాడు. ఒక్కసారిగా ఉలిక్కి పడి లేచి నిలబడ్డాడు.

అక్కడ కొచ్చిన జూనియర్ కోచ్ ను పిలిచి అడిగాడు..తడబడుతూ..

"ఈమె.. ఇక్కడ..?"

అతడి ప్రశ్న పూర్తి కాకముందే జూనియర్ కోచ్ సమాధానం ఇచ్చాడు.

"ఆమె రిపుంజయ్ కి పర్సనల్ కోచ్ సార్.. ఇవాళే జాయిన్ అయింది "

ఇది విని భైరవ ముఖం ఎంత పాలిపోయిందో ఆ కోచ్ గమనించ లేదు.

మహిమ ఏమిటి..? ఇక్కడ ఉండటం ఏమిటి.?

రిపుంజయ్‌కి ఆమె కోచింగ్ ఇచ్చిందా..? అసలు ఎవరు ఇతడు.? ఎక్కడ నుంచి పట్టుకొచ్చింది..?

ఒక కన్ఫ్యూజ్డ్ స్టేట్ అఫ్ మైండ్‌తో భైరవ క్యాంపు ఆఫీస్‌లోకి వచ్చాడు.

"కమాన్ మిస్టర్ భైరవ... కూర్చో.." విజేష్ పటేల్ పలకరించాడు.

"సార్.. క్యాంపు లో ఆ ఫిమేల్ కోచ్ ఎందుకుంది..?"

"ఆమె లెవెల్ 3 క్వాలిఫైడ్ కోచ్. నేనే పర్మిట్ చేశా.. ఎనీ ప్రాబ్లెమ్ విత్ హర్..?" అడిగాడు.

"ఏం లేదు సార్... ఆసక్తి కొద్దీ అడిగా అంతే.." అనేసి భైరవ మౌనంగా ఉండిపోయాడు.

అతడికి తెలుసు.. బీసీసీఐలోనూ, సెలక్షన్ కమిటీలోనూ విజేష్ పటేల్‌కు మంచి పలుకుబడి ఉంది. రూల్స్ గురించి ఈయనను ప్రశ్నిస్తే, రేపు తనను కెప్టెన్ కాకుండా అడ్డుకోగలడు కూడా..

క్రికెట్ గాడ్‌గా ఆరాధించ బడుతున్న సుచిర్ జవాల్కర్ ఈ మధ్య కెప్టెన్సీలో విఫలం అవుతున్నాడు. తాను కెప్టెన్సీ వదిలేసి బ్యాటింగ్ పైనే దృష్టి పెట్టదలుచుకున్నట్టు ఇది వరకే సిగ్నల్ ఇచ్చాడు. వెస్టిండీస్‌తో జరగబోయే సిరీస్‌కి సుచిర్ జవాల్కర్ స్థానంలో తనను కెప్టెన్ చేస్తారనే వార్తలు వినిపిస్తున్నాయి.

గౌరవ్ రంగూలి కూడా కెప్టెన్ రేస్ లో తనకు పోటీగా దూసుకు వస్తున్నాడు. ఈ దశలో తాను విజేష్ పటేల్ లాంటి పలుకుబడి ఉన్న వారితో సఖ్యతగా ఉండటం అవసరం.

ఇలా ఆలోచిస్తూ అక్కడి నుంచి లేచి బయటకు వచ్చాడు.

✦ ✦ ✦

నెట్స్ దగ్గర లాన్‌లో రిపుంజయ్ కి మహిమ ఏదో సూచనలు ఇస్తోంది.

అలా రిప్పుతో మాట్లాడుతూ భైరవ కదలికలను కూడా ఆమె క్రీగంట కనిపెడుతూనే ఉంది.

ఆడదాని ఓరచూపులో..అంటూ ఒక సినిమా కవి ఏదో రాశాడు..

అలాగే కోరచూపు వాడిలో...అంటూ మరో సినిమా కవి రాశాడు..

ఓరచూపు.. కోరచూపు ఒకటనుకోకు..అని ఇంకో కవి హెచ్చరించాడు.

అయితే, అన్నిటికన్నా శక్తి వంతమైన చూపు ఇంకోటి ఉంది. అది.. క్రీగంటి చూపు. దీని గురించి ఏ సినిమా కవి సరిగా రాయలేదు ఎందుకనో..!

ఓరచూపుకు అర్థం ఏమిటో జగాన ఓడిపోయిన ప్రతి మగాడికీ తెలుసు..

అలాగే ఒక విరిబోణి కోరచూపులు బాణాలై గుచ్చుకున్న ప్రతి పురుష పుంగవుడికీ తెలుసు.. అందులో వాడి ఎంతో..

కానీ, ఒక లక్ష్యం పై గురి పెట్టిన ఉజ్వలాంగి క్రీగంటి చూపులో తీక్షణత ఎంతో అంచనా వేసిన వారు ఎవరూ లేరు.

భైరవ ఆ క్యాంపు నుంచి నిష్క్రమించడం మహిమ క్రీగంట గమనించింది. ఆ విషయం ఎదురుగా ఉన్న రిపుంజయ్‌కి గానీ, ఆమె దృష్టి సారించిన గాని భైరవకి కానీ తెలియదు.

భైరవ తన బెంజ్ కారు ఎక్కి హోటల్ వైపు దూసుకు పోయాడు. అతని మనసంతా డిస్టర్బ్‌గా ఉంది. కబ్బన్ పార్క్ సమీపంలో ఎవరికో డాష్ ఇవ్వబోయి సడన్ బ్రేక్ వేశాడు. దీంతో వెనుక నుంచి ఇంకో కారు వచ్చి ఢీ కొట్టింది.

ఆక్షణంలో భైరవ ఇలా అనుకున్నాడు. తాను మహిమను చూసి తడబడుతున్నాడా..? లేక కలవర పడుతున్నాడా..?

✦ ✦ ✦

క్యాంపు దగ్గర..

“అవునూ.. నీవు ఆ భైరవ ఎదుట చేతులు కట్టుకుని ఎందుకు నిలబడ్డావ్..?” నిల దీసింది మహిమ.

“సీనియర్స్‌తో గొడవ పెట్టుకోవడం కెరీర్‌కు మంచిది కాదు అని “

“అంటే నువ్వు రాజీ పడుతున్నావా? కెరీర్ కోసం నీ వ్యక్తిత్వాన్ని తాకట్టు పెడుతున్నావా?

“ఏంటి మేడం..? నా వ్యక్తిత్వానికి ఏమైంది.?”

“ఏం కాలేదా..? ఒక్క విషయం చెప్పు.. మీ ఇద్దరి వివాదంలో తప్పు ఎవరిది?”

“అతడిదే మేడం..”

“మరి నువ్వెందుకు తల దించుకున్నావ్.?”

"ఏదో చిన్న విషయమే కదా! అని "

"ఇది చిన్న విషయమా... బాగా గుర్తు పెట్టుకో.. ఎప్పుడైనా, ఎక్కడైనా, ఎవ్వరైనా...తప్పు చేసిన వారే తల దించుకోవాలి.. అర్థమైందా..?"

"ఎస్ మేడం.."

"పౌరుషాల చీకట్లు కమ్మిన రేనాటి గడ్డలో ఉదయిస్తున్న సూర్యుడివి నీవు... తల్లీ, తండ్రి, గురువు దగ్గర తప్ప ఇంకెవ్వరి దగ్గరా తల దించవద్దు."

రిప్పు "ఎస్ మేడం కోచ్"..అంటూ తల ఎగరేశాడు.

✦ ✦ ✦

లే మెరిడియన్.. 7 స్టార్ హెూటల్‌లో.. ఒక లగ్జరీ సూట్ లో భైరవ..

బాత్ టబ్‌లో గోరువెచ్చని నీటిలో రిలాక్స్ అవుతూ ఇలా అనుకున్నాడు.

ఇంతకూ తాను భయపడుతున్నది ఎవరికి? మహిమ కా..! లేక రిపుంజయ్ కా..? అతడి ఊహకు ఏమీ అందలేదు.

ఆ మరునాడు భైరవ నెట్స్‌లో ఏ మాత్రం కాన్సంట్రేట్ చెయ్యలేక పోయాడు. మహిమ తనను గమనిస్తోంది అనే తలంపు అతడిని బాగా ఇరిటేట్ చేస్తోంది. ప్రతి రోజూ అలాగే జరుగుతోంది. మహిమకు కావాల్సింది కూడా అదే.. బ్యాటింగ్‌లో అతడు లయ తప్పటం.. అతడు దారుణంగా విఫలం కావడం..

నెట్స్‌లో భైరవ అంతటి బ్యాట్స్ మాన్ తడబాటుకులోనై తరుచూ క్లీన్ బౌల్డ్ అవుతుండటం పై క్యాంపులో పెద్ద ఎత్తున చర్చ జరిగింది. కారణం మాత్రం ఒక్క మహిమకు తప్ప ఇంకెవరికీ తెలియదు.

ఎన్.సి.ఏ క్యాంపు ఇంకో వారం రోజుల్లో ముగుస్తుంది అనగా ప్లేయర్స్ అందరినీ 3 టీంలుగా విభజించి ముక్కోణపు టోర్నీ నిర్వహించారు.

ఎన్నో అంతర్జాతీయ మ్యాచ్ లు ఆడిన భైరవ ఇక్కడ మాత్రం పరుగు పరుగుకూ శ్రమించాడు. ఆ మ్యాచ్‌లో రిప్పు బౌలింగ్‌లో క్లీన్ బౌల్డ్ అయ్యాడు. తాను అవుట్ అయినందుకు బాధ అటుంచితే రిప్పు చేతిలో క్లీన్ బౌల్డ్ కావడం ఎక్కువ బాధించింది.

లంచ్ అవర్లో రిప్పును అభినందిస్తూ మహిమ హగ్ చేసుకోవటం ఆ బాధను మరింత ఎక్కువ చేసింది.

పదే పదే ఆ దృశ్యం అతడిని వెంటాడి వేధిస్తోంది. ఇక తట్టుకోవడం అతడి వల్ల కాలేదు. అతడిలోని రెండో మనిషి క్రమంగా అతడి ఆలోచనల్లో దూరి పోయాడు. క్రీడల మాటున దాగిన ఒక దుర్మార్గపు క్రీనీడకు క్రమంగా తెర లేస్తోంది.

భైరవ ఆలోచనల్లో మొత్తం మహిమ నిండిపోయింది. మహిమ శక్తిసామర్థ్యాల గురించి తనకు బాగా తెలుసు. ఆమె లక్ష్య శుద్ధి కల్గిన వ్యక్తి. ప్రస్తుతం ఆమె ఒక లక్ష్యంపై గురి పెట్టింది. తన కెరీర్ అంతు చూడటమే ఆమె లక్ష్యం. అనుకున్నది సాధించే వరకు ఒదిలి పెట్టే తత్త్వం ఆమెకు లేదు... పైగా ఆమె.. దెబ్బ తిన్న ఆడపులి. తనపై పంజా విసిరేందుకు కాచుకుని ఉంది.

హోటల్ క్రిసెంట్‌లో రిపుంజయ్ ఎప్పుడూ మహిమ సూట్‌కి వెళ్తూ ఉంటాడని జూనియర్ క్రికెటర్స్ నుంచి అందిన సమాచారం. మహిమ రిపుంజయ్‌ల మధ్య ఏముందో తెలియదు. కానీ గురు శిష్యుల బంధం చాలా గాఢంగా ఉంది.

భైరవకు ఒక విషయం స్పష్టంగా అర్థం అయింది. వారిద్దరూ కలిసి ఉంటే అద్భుతాలు సృష్టించేలా ఉన్నారు. సందేహమే లేదు. అతడి వెనుక ఆమె ఒక బలమైన చోదక శక్తి. ఇద్దరూ కలిసి ఒక రకంగా తన కెరీర్ కు సవాల్ విసురుతున్నారు. మహాభారతంలో అతడు అర్జునుడు అయితే ఆమె ఖచ్చితంగా అతడి రథ సారథి. అతడి నుంచి ఆమెను విడగొడితే...?

ఎస్... శత్రువును ఎదుర్కొనే యుద్ధ నీతిలో ఇది ప్రథమ రీతి.

తన సూట్ కు వెళ్ళాక భైరవ ఎవరికో కాల్ చేశాడు.

✦ ✦ ✦

నేషనల్ క్రికెట్ అకాడమీలో శిక్షణ పొందే క్రికెటర్ల పై ఎన్నో కళ్ళు నిఘా వేసి ఉంటాయి. ముఖ్యంగా వ్యాపార సంస్థలు. ఇండియాకు ఆడుతున్న జాతీయ స్థాయి క్రికెటర్లు ఏదో ఒక కంపెనీతో టై అప్ అయి ఉంటారు. తమ కంపెనీ ఉత్పత్తులకు ప్రచారకర్తగా వ్యవహరించేందుకు ఏడాదికి ఇంత మొత్తం చెల్లించేలా అగ్రిమెంట్ రాసుకుంటారు. ఆ కాల వ్యవధిలో అలాంటిదే ఇంకో కంపెనీ ప్రోడక్ట్ కు ప్రచారం చేసేందుకు లేదు.

జాతీయ జట్టుకు సెలెక్ట్ అయ్యాక క్రికెటర్ ధర అందుబాటులో ఉండదు. అందుకే ప్రాబబుల్స్‌గా ఉన్నప్పుడే కంపెనీలు ఎర వేస్తుంటాయి. ఒకవేళ సెలెక్ట్ కాకపోతే కంపెనీలు టోకెన్ అడ్వాన్స్ మాత్రమే నష్ట పోతాయి. రిప్పును, మహిమను విడగొట్టేందుకు భైరవకు ఇక్కడే ఒక అవకాశం దొరికింది.

క్రికెటర్లు అందరికీ నంది హిల్స్‌లో వీడ్కోలు విందు ఏర్పాటు చేసినట్టు అకాడమీ మేనేజర్ రేవప్ప నుంచి సమాచారం అందింది. అందుకోసం ప్రత్యేకంగా ఒక లగ్జరీ బస్సు ఏర్పాటు చేశారు.

క్రిసెంట్ హెూటల్ ముందు ఆ బస్సు నిలిపి ఉంచారు. తన రూం మేట్ ప్రఫుల్ బెదాడేతో పాటు బస్ ఎక్కాడు రిప్పు. బస్‌లో భైరవ, శ్రీనివాస్ ప్రసాద్ లాంటి

సీనియర్స్‌తో పాటు చీఫ్ కోచ్, జూనియర్ కోచ్ లు ఉన్నారు. అయితే, అతడి కళ్ళు ఇంకెవరి కోసమో వెదికాయి.

“ఏంటి వెదుకుతున్నావ్..? నీ మేడం కోసమా..?'

అడిగాడు భైరవ..' నీ ‘ అనే అక్షరం ఒత్తి పలుకుతూ...

“ఎస్... మేడం కోచ్ ఇంకా రాలేదా..? నేను ఆమె రూంకి వెళ్లి పిలుచుకు వస్తా.. ఉండండి” అని బస్ దిగబోయాడు.

దీంతో టూర్ మేనేజర్ జోక్యం చేసుకొని చెప్పాడు.

“అక్కర్లేదు.. నంది హిల్స్ లో అందరూ రిలాక్స్ అయ్యేందుకు కొన్ని ఎంటర్టైన్మెంట్ ప్రోగ్రామ్స్ ఏర్పాటు చేశారు. అందరూ మగోళ్ళే కదా..! మేడంకు కంఫర్ట్ ఉండదు అని మేమే పిలవలేదు “

“ఆల్ రైట్ సార్.. నేనొక్కసారి మేడం కోచ్‌కు చెప్పి వస్తా..”

“అవునవును.. రిప్పు సార్ బాత్రూంకు వెళ్లాలన్నా మేడం గారి పర్మిషన్ ఉండాలి అనుకుంటా..”

భైరవ ఏదో జోక్ వేసినట్టుగా అన్నాడు. అందరూ పగలబడి నవ్వ సాగారు. రిప్పు మాత్రం తల కొట్టేసినట్టు ఫీల్ అయ్యాడు. మౌనంగా వచ్చి కూర్చున్నాడు.

..నంది హిల్స్...

బెంగళూరు సమీపంలో ఉన్న చల్లనైన కొండ ప్రాంతం. సన్‌సెట్ ఎంతో అందంగా కనిపిస్తుంది. అడవి, ఉద్యాన వనాల సమ్మిళిత పార్కు. కర్ణాటక ప్రభుత్వం ఇక్కడ ఈకో టూరిజం డెవలప్ చేస్తోంది.

వెల్కమ్ డ్రింక్స్ వద్ద భైరవ.. రిప్పు టేబుల్ దగ్గరికి వచ్చాడు . సూట్ వేసుకొని ఉన్న ఒక వ్యక్తి కి సైగ చేసి పిలిచాడు.

“రిపుంజయ్.. ఈయన మిస్టర్ విమల్ హిరేమట్.. ఇండియాలో టాప్ స్పోర్ట్స్ వేర్ కంపెనీ అయిన ఏంజెల్ వేర్ ప్రతినిధి . ఈ ప్రోగ్రాం స్పాన్సర్ చేసింది కూడా వీరే..”

“హలో యంగ్ స్టార్.. హౌడూ యుడూ..?” అంటూ చేయి చాపాడు.

“డూయింగ్ గుడ్ సార్ “ అంటూ రిప్పు అతడికి షేక్ హ్యాండ్ ఇచ్చాడు.

“మేం ఎంతో మంది అప్ కమింగ్ క్రికెటర్స్‌కు స్పాన్సర్ చేస్తుంటాం. డ్రెస్సెస్, కిట్లు ఇస్తాం. నేషనల్, ఇంటర్నేషనల్ టూర్ల ఖర్చులు కూడా మేమే భరిస్తాం. భైరవ సార్ మీ గురించి చెప్పాడు “

164 మేడం...C ✦ కాశీపురం ప్రభాకర రెడ్డి

రిప్పు మధ్య లో కట్ చేసి అన్నాడు.

“మీ ఆఫర్‌కు కృతజ్ఞతలు... కానీ ఎలాంటి స్పాన్సర్‌షిప్ అవసరం లేదు... మేడం కోచ్ చూసుకుంటున్నారు”

“దట్స్ గ్రేట్ మిస్టర్ రిపుంజయ్... కానీ, నేను మీతో స్పాన్సర్ షిప్ గురించి మాట్లాడేందుకు రాలేదు. టీం ఇండియా సభ్యులు మా ఏంజెల్ వేర్ సంస్థ పబ్లిసిటీ కాంట్రాక్ట్ ఒన్ ఇయర్ పాటు ఇచ్చారు. మీరు కూడా సైన్ అప్ అయితే కోటి రూపాయలు ఇస్తాం..”

“కోటి రూపాయలా..!”

రిప్పు ఆశ్చర్యపోతూ చూశాడు.

భైరవ అతడి ముఖ కవళికలను జాగ్రత్తగా గమనించ సాగాడు.

“ఎస్... కోటి రూపాయలు. ప్లస్ ఒక లగ్జరీ కార్ కూడా గిఫ్ట్‌గా ఇస్తాం.”

“కానీ, నేను టీం ఇండియా ప్లేయర్ ని కాను.. నా పేరు ఉంటుందో లేదో కూడా తెలియదు. అయినా, నేను ఒకసారి మేడం కోచ్ తో మాట్లాడాలి.“

దీంతో భైరవ వైపు చూశాడు హిరేమట్

భైరవ కలుగ జేసుకుని అన్నాడు

“ఈ కాంట్రాక్టుకి నీ మేడం ఒప్పుకోదు. అందుకే డైరెక్ట్‌గా నీతో మీటింగ్ ఏర్పాటు చేశాను “

“మేడం ఒప్పుకోక పోతే నేనెలా సైన్ చేస్తానని అనుకున్నారు.?”

“వాట్ రిపుంజయ్? స్కూల్ పిల్లోడిలా మాట్లాడుతున్నావ్.. ఆమె ఎవరో నీకు కోచింగ్ ఇచ్చి ఉండొచ్చు. అంత మాత్రాన మీ బిజినెస్ విషయాల్లో ఆమె ఎందుకు జోక్యం చేసుకుంటుంది ? కావాలంటే ఆమెకు కూడా ఒక 10 లక్షలు గిఫ్ట్ గా ఇప్పిద్దాం ..”

“సార్ మీకు నా పరిస్థితి అర్థం కావడం లేదు. షి ఈజ్ నాట్ జస్ట్ ఏ కోచ్...” అంటూ ఆగాడు.

“అవును.. ఆమె నీకు కోచ్ మాత్రమే కాదు.. లవర్ కూడా.. అని మాకు తెలిసిందిలే ..”

ఆ మాట తో భైరవ పై రిప్పుకి పీకల దాకా కోపం వచ్చింది. అయినా తమాయించుకుని చెప్పాడు.

"నాకు ఆమె ఏమిటి అనేది మీకు ఎన్నటికీ అర్థం కాదు. మీరు చెబుతున్న ఈ కాంట్రాక్టు నాకు మేలు చేసేది అయితే, మేడం ఖచ్చితంగా ఒప్పుకుంటారు "

"ఖచ్చితంగా ఒప్పుకోదు...ఆ విషయం నాకు తెలుసు."

"ఎలా చెప్పగలరు..? ఆమె గురించి మీకు ఏం తెలుసు..?"

"ఆమె గురించి నాకు ఏం తెలుసా...హా హ్హా హ్హా " అంటూ భైరవ పగలబడి నవ్వాడు.

"నీ మేడం బాగోతం గురించి తర్వాత చెబుతా గానీ... ఆమె బిజినెస్ ఏమిటో నీకు తెలుసా..?"

"తెలుసు.. స్పోర్ట్స్ వేర్.."

"ఎస్. దేర్ యు ఆర్... ఇప్పుడు ఈ ఏంజెల్ వేర్ తో నీవు అగ్రిమెంట్ అయితే నీకు కోటి రూపాయలు వస్తాయి.. కాలేదు అనుకో.. నీ మేడం తన కంపెనీకి నిన్ను ప్రచార కర్తగా ఉపయోగించుకుని కోట్లు సంపాదిస్తుంది.."

భైరవ మాటలను తెల్ల మొహం వేసుకుని వింటున్నాడు రిపు.

"నీకు ఇంకా అర్థం కాలేదా..? నీకోసం ఆమె లక్షలు ఖర్చు పెడుతోంది అని నువ్వు అనుకుంటున్నావు... కానీ నీకు తెలియని విషయం ఏమంటే.. ఆమె నీకు పెట్టింది వితరణ కోసం కాదు.. నీ రూపంలో ఆమె పెట్టిన పెట్టుబడి అది.. నిన్ను సెంటిమెంటల్ ఫూల్ చేసి ఆమె ఎక్కడ సంతకం పెట్టమంటే అక్కడ పెట్టేలా ప్లాన్ చేసుకుంది. నిన్ను క్రికెటర్ గా చేసింది అని నువ్వు అనుకుంటున్నావు.. కానీ తను చెప్పినట్లు ఆడే ఒక కీలు బొమ్మను తీర్చి దిద్దుకుంది అని నీకు తెలియదు... బ్రాండ్ వేల్యూ పెంచుకునే అవకాశాలు మళ్ళీ మళ్ళీ రావు. అనుభవం తో చెబుతున్నా.. తర్వాత నీ ఇష్టం.."

అంటూ అక్కడ నుంచి లేచి వెళ్ళిపోయాడు. అతడితో పాటు ఏంజెల్ వేర్ ప్రతినిధి హిరేమట్ కూడా..

దీంతో రిపుంజయ్ ఒక అచేతనావస్థలో కూరుకుపోయాడు. ఏమిటిదంతా...! మేడం నాకోసం చేసిందంతా ఒక ఇన్వెస్ట్మెంటా..!

అతడి మెదడు హీటెక్కి పోయింది...

అయితే, అది క్షణ కాలమే.. మరుక్షణం అతడిలోని వివేకం మేల్కొంది.

రిపుంజయ్ మనో ఫలకంపై మహిమ ముఖచిత్రం వెల్లివిరిసింది. ఎంత తరచి చూసినా ఆ చిత్రంలో ఒక చిన్న మచ్చ కూడా కనిపించ లేదు. తనకు పరిచయం

అయిన తొలినాటి నుంచి నిన్నటి దాకా అనేక ముఖచిత్రాలు అలా అలా వచ్చి వెళుతున్నాయి. ఒకదానికి మించి ఒకటి అపురూపంగా తోస్తున్నాయ్. కృత్రిమత్వం ఏమాత్రం లేని మహిమ ముఖ కవళికలు .. ఆమె పట్ల ప్రేమ, గౌరవ భావం మరింత ఇనుమడింప జేస్తున్నాయ్.

మరి భైరవ ఏదో వాగితే.. కొద్ది క్షణాల పాటు తన మనసు ఎందుకని గాడి తప్పింది..?

రిపుంజయ్ మనసు ఆ క్షణపాటు భంగురం నుంచి వెంటనే కోలుకుంది. లేచి వెళ్లి ఫేస్ వాష్ చేసుకున్నాడు. ఒక్కసారి భైరవ వైపు చూసాడు. అనంతరం తన భావాలేవీ కనిపించకుండా తన తోటి క్రికెటర్లతో కలిసిపోయాడు.

కొన్ని ఎంటర్టైన్మెంట్ కార్యక్రమాలు అయ్యాక క్రికెటర్లను ఈవెంట్ మేనేజర్ గార్డెన్ లోకి తీసుకెళ్లాడు. కొండవాలు వెంట రక రకాల వన వృక్షాలు ఉన్నాయి.

"అన్ని వైపుల నుంచి వనంలోకి పాత్‌వేలు ఉన్నాయి. ఎవరికి తోచిన దారిలో వారు వెళ్లి ప్రకృతిని ఎంజాయ్‌చేసి రండి. పాత్‌వేలు ఇంటర్ క్రాస్ అయ్యేచోట ఎవరు కలిసినా ఓ 5 నిముషాలు ఆత్మీయంగా మాట్లాడుకోండి. ప్రకృతి నుంచి మీరేం తెలుసుకున్నారో ఉభయులూ జ్ఞాన పంపకం చేసుకోండి. దాని వల్ల మనసుకు ఎంతో శక్తి వస్తుంది. అది ఆస్వాదిస్తారనే ఈ కార్యక్రమం ఇక్కడ ఏర్పాటు చేశాం. యోగ నందీశ్వర స్వామి గుడి వద్ద లంచ్ ఏర్పాటు చేశాం. ఒంటి గంటలోపే లంచ్ రెడీగా ఉంటుంది" అని ఈవెంట్ మేనేజర్ సూచించాడు.

ఆ మేరకు ఒక్కొక్కరు ఒక్కో దారి ఎంచుకున్నారు.

రిపుంజయ్ కూడా వన బాట పట్టాడు. ఆ వనంలో ఎటు చూసినా కనులకు విందుగా రక రకాల పక్షుల కదలికలు, వీనుల విందుగా కిలకిలారావాలు..

బాగా ముదిరిన యుకలిప్టస్ కాండం నరికేటప్పుడు పదునైన గొడ్డలి కూడా మొద్దు బారుతుంది. కానీ ఒక వడ్రంగి పిట్ట తన ముక్కుతో అలవోకగా తొలిచి తొర్రను చేస్తోంది. అందుకోసం అది పుట్టినప్పటి నుంచి ఎదిగే దశలో తనకు తాను అకుంఠిత శ్రమతో తన ముక్కును రాటు దేల్చుకుంటుంది. ఆ క్రమంలో అది ఎదుర్కునే నొప్పిలో కఠినత్వం ఎంతో ఎవరైనా ఆ పక్షిని అడిగి తెలుసుకున్నారా..?

ఒక చోట నెమలి పురి విప్పి ఆడుతోంది. జడలు విప్పే సౌలభ్యం వేరే ఏ పక్షికీ లేదు. ఏ నటరాజు నేర్పితే ఆ నాట్యం నెమలికి అబ్బింది.,?

చాలా కొమ్మలకు పిచ్చుకల గూళ్లు కనిపించాయి. వాటి నిర్మాణం ఎంత అద్భుతం గా ఉంది.!

వానకు తడవకుండా.. సర్పాలకు అందకుండా పిచ్చుకలు తమ గూళ్లను చిటారు కొమ్మలకే ఎందుకు అల్లుతాయి? అలా అల్లేందుకు అవి ఏ ఇంజినీరింగ్ కోర్స్ చదివాయి.?

పాత్‌వేలో ఒక చోట ఊసరవెల్లి కనిపించింది. అది గోధుమరంగులో ఉంది. రిపు రాకను చూసి అది గడ్డిలోకి పరుగెత్తింది. 30 సెకన్లు గడవక ముందే అది ఆకుపచ్చగా మారింది. కొద్ది సేపటికి అది పక్కన ఉన్న చలువ రాతి బెంచ్ పక్కన దాక్కుంది. చలువ రాయి తెలుపురంగు దాని ఒంటిపై ప్రకాశించింది.

అంత సులభంగా అది తన శరీరం రంగులు ఎలా మార్చుకో గల్గుతుంది..? ఊసరవెల్లి జీవన క్రమాన్ని క్రీడల్లో అన్వయించుకుంటే నేర్వగల పాఠం ఏమిటి?

ప్రకృతికే వన్నె తెచ్చిన ఈ సాధు కీటకాన్ని రాజకీయ నాయకులతో పోల్చడం చాలా తప్పు. ఇది తన బతుకు తెరువు కోసమో లేదా ఆత్మ రక్షణ కోసమో రంగులు మార్చుకుంటుంది. కానీ రాజకీయ నాయకులు..?

ఆ వనంలో మెల్లగా అడుగులేస్తూ... రిపుంజయ్ అనుకున్నాడు.

ప్రకృతిలోని ప్రతి జీవి నుంచి మానవుడు నేర్చుకునే పాఠం ఉంది.

అర్థగంట తర్వాత ఒక పాత్‌వే క్రాస్ అయ్యింది. ఆ దారి వెంట చూస్తే భైరవ అటుగా వస్తూ కనిపించాడు.

అంతవరకు ప్రకృతి పారవశ్యం లో మునిగి తేలుతున్న రిపుంజయ్ కి అతడిని చూడగానే చిరాకు పుట్టింది. భైరవ కాకుండా ఇంకెవరు ఎదురు పడినా తాను చూసిన విశేషాలు ఆనందంగా షేర్ చేసుకునే వాడు.

అయినా తప్పదు.. ప్రతి ఆటకూ నియమాలు ఉంటాయి. ఆ నియమాలకు కట్టుబడి ఆడితేనే ఆటగాడికి గౌరవం.

"హలో రిపుంజయ్ " ముందు పలకరించాడు భైరవ.

"నేను చెప్పింది ఏం ఆలోచించావ్..?

"ఆలోచించడానికి ఏముంది..? అనవసరమైన విషయాల కోసం ఒక్క క్షణం కూడా టైమ్ వేస్ట్ చేసుకోవద్దు అని మేడం నాకు నేర్పిన పాఠం.. మీరు కూడా పాటిస్తే మంచిది సార్"

"అబ్బో.. మంచి పాఠాలే నేర్పింది.. నీ మేడం గురించి నీకో విషయం తెలుసా..?"

"మనం ఇక్కడ కలుసుకున్నది ఇక్కడి ప్రకృతి నేర్పిన పాఠాలు చర్చించుకునేందుకు.. మేడం చెప్పే పాఠాల గురించి కాదు.."

“తమ్ముడూ.. నేను ఎల్లప్పుడూ కెరీర్ గురించి, బిజినెస్ గురించే ఆలోచిస్తాను.. ఆ విషయాలే మాట్లాడుతాను.. ఈ ప్రకృతి సోది పాఠాలు నాకెందుకు..?”

“అట్లయితే వినండి సార్.. మీరు అనుకుంటున్నట్లుగా మేడం కోచ్ నన్ను తన పెట్టుబడికి ఒక టూల్‌గా ఉపయోగించుకున్నా సరే.. సంతోషంగా ఒప్పుకుంటాను. ఆమె లేనిదే నాకు ఈ ఆట, ఇంత పేరు లేదు..అసలు ఈ జీవితమే లేదు. కోటి రూపాయలు కాదు వంద కోట్లు ఇచ్చినా మేడం పాదధూళి కన్నా విలువ కాదు “

అంటూ అక్కడ నుంచి వేగంగా కదిలాడు రిప్పు. భైరవ అలా చూస్తూ నిలబడి పోయాడు.

రిప్పు నడకలో ఎంత హుందాతనం..! ఆ శరీరం కదలికలో ఇంతటి గాంభీర్యం ఎలా వచ్చింది...! అడుగడుగునా ఉట్టిపడే ఆ ఆత్మవిశ్వాసం..! అది రిప్పుకు వారసత్వంగా అబ్బిందా..? లేక మహిమ సహవాస బలమా..! మహిమ సాంగత్యంలో నిజంగానే అంత మహిమ ఉందా..!

✦ ✦ ✦

టిపూస్ డ్రాప్

ఇది నంది హిల్స్ లో చిట్టచివరి కొనలో ఉంటుంది. ఇక్కడి నుంచి 600 మీటర్ల లోయ 90 డిగ్రీస్‌లో ఉంటుంది.

టిప్పు సుల్తాన్ పాలనలో ద్రోహులను ఇక్కడికి పట్టుకొచ్చి.. ఈ పాయింట్ నుంచి జారవిడిచే వారు. అందుకే దానికి ఆ పేరు... ఇక్కడ నుంచి పడిన వారెవరూ ప్రాణాలతో బతికే అవకాశం లేదు. ప్రస్తుతం ఇది పాపులర్ టూరిస్ట్ ప్లేస్. ఇక్కడ నుంచి చూస్తే కనువిందైన దృశ్యాలు ఉంటాయి.

ఈ నంది కొండకు ఒక వైపు టిప్పు సుల్తాన్ వేసవి విడిదిగా ఒక కోట నిర్మించుకున్నాడు. ఇంకో వైవు ఈ మృత్యు గవాక్షం. మధ్యలో అందమైన ఉద్యాన వనం...

ప్రకృతి సహజ సౌందర్యాలను మనిషి ఉపయోగించుకునే తీరు లో ఎంత వైవిధ్యమో కదా..!

రిపుంజయ్ ఆలోచనలను బ్రేక్ చేస్తూ భైరవ అక్కడికొచ్చాడు.

అక్కడ ఉన్న సైన్ బోర్డును చదువుతూ నిలబడ్డాడు. టిపూ డ్రాప్ పాయింట్ గురించిన సమాచారం రాసి ఉంది. అది చదివి రిప్పు పక్కన నిలబడ్డాడు.

“నీ మేడం ఆదేశిస్తే ఈ లోయ లోకి కూడా దూకేలా ఉన్నావ్..?”

'ఎస్ సార్... ఖచ్చితంగా.. అయినా మా మేడం గొప్పదనం ఏమిటో నేను చెప్పినా మీకు అర్థం కాదు. "

"ఏమిటి ఆమె గొప్పదనం..? తన అవసరానికి ఎవరినైనా అల్లుకుపోవడమా..?"

"ఎవరినైనా అంటే..?"

"అర్థం కాలేదా..? పదేళ్ల క్రితం ఒకరి ఒడిలో సేదదీరింది.. ఇప్పుడు నువ్వు... మధ్యలో ఇంకెందరో..! ఆమె అవసరం కోసం ఎవరినైనా వాడుకొని వదిలేస్తుంది."

ఈ మాటలతో రిప్పుకు ఆవేశం పెల్లుబికింది..

భైరవ ఆ క్షణంలో టిప్పు పాయింట్‌కు అభిముఖంగా నిలబడి ఉన్నాడు. అక్కడ నుంచి ఒక్క తోపుతో లోయలోకి తోసేయవచ్చు..

అంతే.. ఆ దెబ్బతో అతడి జీవితం చరిత్ర పుటల్లో భాగం అవుతుంది.

రిప్పు ఆవేశంగా భైరవ వైపు కదిలాడు. ఇంకొక్క క్షణంలో ఆ ప్రమాదం జరిగి ఉండేదే... అయితే మళ్ళీ అతడిలోని వివేచన మేల్కొంది. క్షణికావేశపు మత్తు నుంచి తట్టి లేపింది. వెనుక నుంచి మేడం కోచ్ తన చొక్కా కాలర్ పట్టుకుని లాగినట్లు అనిపించింది.

"వీడిని లోయలోకి తోసేసి భవిష్యత్‌ను అగాథంలోకి విసిరేసుకుంటావా..? ఇదేనా నా దగ్గర నువ్వు నేర్చిన పాఠం..?"

అని ఆమె తీవ్రంగా మందలిస్తున్నట్లు అనిపించి ఆగిపోయాడు.

కానీ వీడు ఎంత ఇగ్నోర్ చేద్దామన్నా విడిచిపెట్టేలా లేడు. అతి కష్టం మీద ఆవేశాన్ని అణుచుకున్నాడు.

భైరవ కళ్ల లోకి సూటిగా చూస్తూ అడిగాడు.

"ఇండివిజువాలిటీ ఉన్న ఒక మహిళ గురించి ఇంత పాశవికంగా ఆరోపిస్తున్నారు. ఒక స్పోర్ట్స్ మాన్‌కు ఉండే లక్షణమా ఇది..! మీరు ఒక క్రికెటర్ అంటేనే నాకు వింతగా ఉంది..ఎందుకని ఆమెపై కక్ష గట్టారు..? ఆమె వ్యక్తిత్వం పై ఎందుకు నిందలు వేస్తున్నారు..?

"ఎందుకంటే ఇప్పుడు నిన్ను తన చుట్టూ తిప్పుకుంటున్న మహిమ ఒకప్పుడు నా చుట్టూ పిచ్చిగా తిరిగింది కాబట్టి... నన్ను ప్రేమ పేరుతో వంచించింది కాబట్టి... నేను ఆమె వలపుపాశం నుంచి తెలివిగా బయట పడ్డాను కాబట్టే ఈ పొజిషన్ కు ఎదిగాను .. అందుకే ఆమె కక్ష గట్టింది. నా కెరీర్ నాశనం చేయడమే ఆమె లక్ష్యంగా పెట్టుకుంది అవకాశం కోసం ఇన్నాళ్లు ఎదురు చూసింది.. నువ్వు తారస పడ్డావ్.. ఆమె లక్ష్యసాధనలో నువ్వు కేవలం ఒక పావు మాత్రమే.."

"మిస్టర్ భైరవ.. ఇంతవరకూ నువ్వు సీనియర్ అని గౌరవించాను.. మేడం క్యారెక్టర్ గురించి ఇంకొక్క మాట కూడా నేను సహించను.."

"ఇట్స్ ఓకే మిస్టర్ రిపుంజయ్... నీలాంటి సబ్ జూనియర్స్‌తో మాట్లాడాల్సిన అవసరం కూడా నాకు లేదు. ప్రస్తుతం నీవు ఆమె మత్తులో ఉన్నావ్.. ఆమె నిజ రూపం నీకు త్వరలోనే తెలిసి వస్తుంది... బై.."

అంటూ వేగం గా వెళ్ళిపోయాడు.

✦ ✦ ✦

మరునాటి ఉదయం...ఆ రోజు ఆదివారం..

క్రిసెంట్ హొటల్...

నేషనల్ క్రికెట్ అకాడమీలో 3 వారాల పాటు కఠోర శిక్షణ తీసుకున్న యంగ్ క్రికెటర్స్ అందరూ స్వస్థలాలకు వెళ్లేందుకు ఏర్పాట్లు జరిగి పోయాయి. మహిమ ముందు రోజే చెన్నై వెళ్ళిపోయింది.

ఎయిర్ పోర్ట్‌కు టాక్సీ సిద్దంగా ఉన్నట్టు ఇంటర్ కాంలో రిసెప్షనిస్ట్ చెప్పాడు. రూం చెకౌట్ అయ్యే ముందర స్టీవార్డ్ వచ్చాడు.

"సార్.. మీకు చెన్నై నుంచి ఒక ఫ్యాక్స్ వచ్చింది."

అని చెప్పి సీల్డ్ కవర్ ఒకటి టీ పాయ్ మీద పెట్టి వెళ్లిపోయాడు.

తనకు ఫ్యాక్స్ ఏమిటా.. అని ఓపెన్ చేసి చూశాడు. అది చూసి కొద్ది క్షణాల పాటు రిపుంజయ్ మనసు మొద్దుబారి పోయింది.

అందంగా ఉన్న ఒక యువ జంట ఫోటో అది. చాలా సన్నిహితంగా ఉన్నప్పుడు తీసుకున్న ఫోటో.. ఆ ఫోటోలో భైరవతో అంత పరవశంగా ఉన్నది ఎవరో కాదు..

తన గుండెల్లో దేవతగా నెలవైన మేడం కోచ్... మహిమ.

అది చూస్తూ సోఫా సెట్లో అలాగే కూలబడి పోయాడు. తన కళ్ల ముందర ఉన్నది కలనా లేక మాయనా..!

మేడం ఒకప్పుడు భైరవ ప్రేయసా..! మేడం గురించి భైరవ చెప్పింది నిజమేనా..! మేడం భైరవను ప్రేమించి మోసం చేసిందా..! నో.. నమ్మశక్యంగా లేదు. మేడం ఏనాటికి అలా చేయదు..

మరి తన కళ్ల ముందున్న దృశ్యం ఏమిటి..?

రియంజయ్ ఆలోచనలకు భగ్నం కలిగిస్తూ హొటల్ స్టీవార్డ్ వచ్చాడు.

"సార్.. ఎయిర్ పోర్ట్ కు టాక్సీ రెడీగా ఉంది. మీ లగేజ్ ఇస్తే తీసుకెళ్తా " అన్నాడు. రిప్పు లేచి నిలబడ్డాడు. ఎయిర్ పోర్ట్ వరకూ అన్యమనస్కంగానే ఉన్నాడు.

చెన్నై ఫ్లైట్ బోర్డింగ్ పూర్తి అయింది.

ఇంకో గంటలో ఫ్లైట్ గమ్య స్థానం చేరుతుంది. అయితే, అటునుంచి తన గమ్యం ఎటు..?

మహిమ ఇంటికా లేక నంగనల్లూర్ హాస్టల్ కా..?

ఎయిర్ హెూస్టెస్ వచ్చి హెచ్చరిక చేసేంత వరకూ రిప్పు సీట్ బెల్ట్ పెట్టుకోలేదు. అంటే అతడి మనసు ఎంత కల్లోలంగా ఉన్నదీ అర్థం అవుతుంది.

ఫ్లైట్ టేకాఫ్ అయింది. విండో నుంచి బయటకు చూస్తుంటే మేఘాలు వెనక్కి కదులుతూన్నాయి. అవి వింత వింత ఆకారాలను సంతరించు కుంటున్నాయి. మాములుగా అయితే రిప్పు ఆ మేఘమాలికలను కనులకు ఇంపారా చూసే వాడు. కానీ ఇప్పుడు అతడి మస్తిష్కం చుట్టూ ఏవో నీలి నీడలు కమ్ముకున్నాయ్. అతడి మనో ఫలకంపై మరోసారి మేడం మహిమ చిత్ర పటం వచ్చి నిలిచింది. ఈ సారి ఆ చిత్ర పటం పై ఈ నీలి మేఘాలు కమ్ముకుని స్పష్టత లేకుండా చేస్తున్నాయి. ఎంత ప్రయత్నించినా మేఘాలు తొలగి పోవటం లేదు.

ఎయిర్ పోర్ట్ నుంచి రిపుంజయ్ నేరుగా నంగనల్లూర్ వెళ్ళిపోయాడు.

మేడం దగ్గరికి వెళ్ళటానికి ఇష్టం లేకనా..? లేక పొరలు కమ్మిన దృష్టితో ఆమెను చూసే ధైర్యం లేకనా..? ఏమో...!

ఫ్యాక్స్‌లో వచ్చిన ఫోటోను మరోసారి చూశాడు.

మేడం మోములో అమాయకత్వం ఉట్టిపడుతోంది. కానీ భైరవతో అంత సన్నిహితంగా ఎందుకు ఉంది..? ఫోటోలో ఎంతో చక్కటి ప్రేమజంటలా ఉన్నారు. కానీ ఎందుకు విడిపోయారు.? మోసం చేయాలి అనుకున్న ఏ యువతి అతడితో ఇలా అమాయకంగా ఫోటో దిగదు. ఈ ఫోటో వెనుక ఏదో కనిపించని కోణం దాగి ఉంది. దాన్ని తాను వెలుగులోకి తీయాలి.

భైరవ దగ్గర చేతులు కట్టుకుని నిలుచోవడాన్ని మహిమ సీరియస్‌గా తీసుకోవడం గుర్తొచ్చింది రిప్పుకి.

అసలు మేడం బాక్గ్రౌండ్ ఏమిటి..? క్రికెట్ ను కెరీర్‌గా ఎందుకు ఎంచుకుంది.? తనకు ప్రాణమైన క్రికెట్ నుంచి ఎందుకు అర్ధాంతరంగా వైదొలిగింది..? మేడం జీవితంలో భైరవ పాత్ర ఏమిటి..?

తాను ఖచ్చితంగా తెలుసుకొని తీరాలి. స్పష్టత లేని జీవితం తాను గడప లేడు..

కానీ ఎలా తెలుసుకోవాలి..?

తాను అడిగినంత మాత్రాన మేడం తన గతాన్ని గురించి చెబుతుందా..?

చెప్పదుగాక చెప్పదు.. ఇప్పటికే పలు మార్లు దాట వేసింది.

మరి ఏది మార్గం .? రిపుంజయ్ మెదడుకు పదును పెట్టాడు. అతడి ఆలోచనలు ఒక చోట ఆగిపోయాయి.

"ఎస్... తాను అక్కడి నుంచే అన్వేషణ ప్రారంభించాలి.

ఆ రోజు ఎలాగూ తాను చెపాక్ వెళ్లి టి.ఎన్.సి.ఏలో రిపోర్ట్ చేయాల్సి ఉంది. ఆదివారం కాబట్టి అట్నుంచి అటే మెరీనా బీచ్ వెళ్ళాలి. మేడం తనకు తొలిసారి అక్కడే పరిచయం. కనుక తన పరిశోధన మెరీనా బీచ్ నుంచే మొదలు పెట్టాలి.

✦ ✦ ✦

సాయంత్రం 5 గంటలు.. మెరీనా బీచ్‌లో ఆహ్లాదకర వాతావరణం. మేడం తనకు పరిచయం కాకముందు ప్రతి ఆదివారం ఇక్కడికి వచ్చేవాడు. ఉవ్వెత్తున ఎగసిపడే అలల హెూరు కంటే అల్లకల్లోలంగా ఉండేది తన మనసు. ఏదో సాధించాలి అన్న తపన తప్ప ఒక సరైన లక్ష్యం అంటూలేని జీవితం తనది. ఎటు వెళ్లాలో తెలియదు. ఏం చేయాలో తెలియదు.

మేడం మహిమ అనే ఒక అనురాగ దేవత తన జీవితం లోకి రాకుంటే ఏం జరిగి ఉండేది.?

ఏ లక్ష్యం లేకుండా ఏదో రోజు ఆ ఫ్యాక్షన్ ఊబిలో ఇరుక్కుపోయేవాడు. లేదా మనో వేదనతో ఏం చేయాలో తెలియని అగమ్యగోచరమైన జీవితాన్ని గడిపేవాడు. ఆమె పరిచయం, ఆమె సాంగత్యం తనలో ఒక కొత్త మనిషిని పుట్టించింది. తనకో మార్గాన్ని నిర్దేశించింది. లక్ష్యం దిశగా తనను కట్టుదిట్టంగా నడిపిస్తోంది.

అతడు ఏడాదిన్నర క్రితం నాటి సంగతులు గుర్తు చేసుకున్నాడు.

తాను మేడంను తొలిసారి చూసిన క్షణాలు.

మెరీనా బీచ్ దక్షిణ వైపు సర్వీ పొదల దగ్గర్లో ఒక శిధిలమై పోయిన పడవ ఉంది. ఆ బోటు సగం ఇసుకలో కూరుకొని ఉంటుంది. అందులో ముందు పలక పై ఆమె కూర్చుంటుంది. ఆ కూర్చోవడంలో ఎంత ప్రత్యేకంగా ఉండేది అంటే.. ఇంకెవ్వరూ అంత పద్ధతిగా, డిగ్నిఫైడ్‌గా ఉండరేమో అనిపించేలా ఉండేది. ఆమెను ఎక్కడో చూసినట్టు అనిపించేది కానీ, ఎక్కడ అనేది స్పష్టత లేదు. తన లాగే ప్రతి ఆదివారం

బీచ్ కు వస్తుంది. అదే స్పాట్ లో కూర్చుంటుంది కానీ, సభ్యత కాదు కాబట్టి తాను పదే పదే చూసే వాడు కాదు.

ఒక ఆదివారం... ఆమె కనిపించ లేదు. దీంతో తానే ఆ పడవ ఎక్కి ఆమె కూర్చునే స్థలంలో ఉండిపోయాడు. తర్వాత సముద్రం వైపు చూస్తూ బాహ్య ప్రపంచాన్ని మరిచిపోయాడు. ఆమె ఎప్పుడో వచ్చి తన వెనుక పలకపై అలికిడి లేకుండా కూర్చుండిన విషయం ఆమె లేచి వెళ్లిపోయేటప్పుడే తెలిసింది.

ఆ తర్వాత ఒకసారి తాను దూరంగా ఉన్న తిన్నె పై కూర్చొని ఆమెను చూశాడు. బాగా చీకటి పడ్డాక కూడా ఆమె అక్కడే ఉండటం తనకు ఏదో ప్రమాద సంకేతంగా తోచింది. ముగ్గురు దుండగులు ఆమెను పొదల్లోకి లాక్కొని పోవడం చూశాడు.

తాను ఇంకేమీ ఆలోచించకుండా వారికి అడ్డుపడి ఆమెను కాపాడాడు.

తనకు మేడంతో తొలి పరిచయం ఆరోజే.

తాను మానవ ధర్మంగా ఆమెకు సాయం చేస్తే.. కోడంబాక్కం తొడ్కోని వెళ్లి అర్ధరాత్రి వేళ ఒక డాక్టర్ ను నిద్రలేపి తన గాయానికి ట్రీట్ మెంట్ చేయించి, అది తగ్గేంత వరకూ శ్రమపడుతూ ఎంత తపన పడిందో...!

కరెక్ట్‌గా ఆ విషయం ఆలోచించేటప్పుడే రిపుంజయ్‌కి ఒక విషయం వెలిగింది....

"ఎస్.. మేడంకు ఆ డాక్టర్ బాగా పరిచయం. మేడంపై ఎంత గౌరవం లేకపోతే ఆ మరునాడు స్వయంగా ఇంటికి వచ్చి తనను పరామర్శించి వెళ్తాడు..! మేడం గురించి డాక్టర్ కు ఖచ్చితంగా తెలిసి ఉంటుంది. రిపుంజయ్ ఇక ఆలస్యం చేయలేదు. దాదాపు పరిగెత్తినట్టు పార్కింగ్ వద్దకు వచ్చాడు. బైక్ తీసుకుని కోడంబాక్కం వైపుగా సాగిపోయాడు.

సరిగ్గా అప్పుడే మహిమ బీచ్ లోకి ఎంటర్ అయింది. ఎప్పటి మాదిరే తన స్థానంలో కూర్చుంది. రిప్పు గురించిన ఆలోచనలు చుట్టు ముట్టాయి. తన జీవితంలోకి రిప్పు అనే అపురూపమైన వజ్రాన్ని తనకు అందించిన ఈ ప్రదేశం అంటే తనకు ఎంతో ఇష్టం. ఆ వజ్రాన్నే తాను సాన బట్టి వదిలింది.

తనకు తెలిసిన సమాచారం మేరకు రిప్పు ఎన్.సి.ఏ క్యాంపు నుంచి చెన్నై వచ్చేసి ఉండాలి. క్రికెటర్స్ అందరికీ ఫ్లైట్ టికెట్స్ బుక్ చేశాం అని రెండు రోజుల ముందే చెప్పారు. మరి ఇంతవరకూ తన ఇంటికి రాలేదు ఎందుకని? చాన్నాళ్లు అయింది కదా... ఫ్రెండ్స్ ను చూడాలి అనిపించి బహుశా నంగనల్లూర్ హాస్టల్ వెళ్లి ఉంటాడేమో..! కానీ తనకెందుకు కాల్ చెయ్యలేదు..?

ఇలా కుదరదు.. రిపుకు సెల్ ఫోన్ అప్లై చెయ్యాలి. ఈ మధ్య టాటా ఇండికాం అనే నెట్ వర్క్ బాగా పని చేస్తోంది. సెల్ టవర్స్ చెన్నైలో అన్ని చోట్లా పెట్టారు దీంతో కవరేజ్ బాగా విస్తరించింది.

అలా అనుకుంటూ ఆమె సముద్రం వైపు దృష్టి సారించింది. అన్ని ఆలోచనలూ పక్కన బెట్టి వీనులకు పని చెప్పింది.

ఆలల సంగీతం ఈ మధ్య కాలంలో ఎంతో సుమధురంగా ఉంటోంది.

✦ ✦ ✦

రిపుంజయ్ ట్రాఫిక్‌లో కోడంబాక్కంలోని అమృత క్లినిక్ చేరేసరికి రాత్రి 8 గంటలు అయింది..

డా. సుధీంద్రన్ చాలా బిజీగా ఉన్నారు

మొదటిసారి పరిచయం అయినప్పుడు మాత్రమే కాకుండా... మైలాపూర్ కార్పొరేషన్ గ్రౌండ్‌లో నెట్ ప్రాక్టీస్ టైమ్‌లో చిన్న చిన్న గాయాలు అయినప్పుడు రెండు మూడు సార్లు మేడం తనను ఇక్కడికే తెచ్చి ట్రీట్మెంట్ ఇప్పించింది. ఆ విధంగా తనను డాక్టర్ బాగా గుర్తు పట్టగలుగు తున్నాడు.

రిపును ఇన్నర్ ఛాంబర్ లోకి పిలిచాడు.

"నీ గురించి ఈ మధ్య తరుచూ పేపర్స్‌లో చూస్తున్నా... ప్రౌడ్ ఆఫ్ యూ యంగ్‌మాన్... కీపిటప్" అభినందించాడు ఆయన.

"థాంక్యూ సోమచ్ సార్"

రిపు బదులిచ్చాడు.

"ఎనీ ప్రాబ్లెం..?" వేరీజ్ మహిమ...?"

మహిమ లేకుండా ఆ క్లినిక్ కు రిపు రావడం అదే తొలిసారి.

"నథింగ్ సార్... మహిమ మేడం గురించి తెలుసుకోవడానికే వచ్చా.."

"వాట్..? ఏం తెలుసుకోవాలి..? మీ మధ్య మనస్పర్థలు వచ్చాయా..?"

"నో సార్... నాకు మేడం గురించి తెలియాలి"

"అదేమిటి.. ఇద్దరూ కలిసే ఉంటున్నారు కదా..! ఆమె గురించి తెలియదా..?"

"లేదు సార్... మహిమ మేడం ఏమిటో బాగా తెలుసు... కానీ ఆమె ఎవరో మాత్రం తెలియదు."

ఈ మాటతో డాక్టర్ కాసేపు కన్ఫ్యూజ్ అయ్యాడు.

సాలోచనగా భృకుటి ముడి వేశాడు.

రిపుంజయ్ మళ్ళీ అడిగాడు.

"సార్... మేడం గురించి ఎంక్వయిరీ చేస్తున్నాను అని తప్పుగా అనుకోవద్దు... ఆమెపై నాకు ఎంత గౌరవమో మీకు బాగా తెలుసు... అయితే, మేడం పై ఏదో కుట్ర జరుగుతోంది. ఆమెను అపఖ్యాతి పాలు చేసే పనిలో ఉన్నారు. ఆ కుట్రను ఛేదించి మేడంను కాపాడుకోవాలి అంటే ముందు నాకు ఆమె గత జీవితం గురించి తెలియాలి.."

"అలాగా..! అయితే ఆ కుట్ర గురించి మహిమ ను అలెర్ట్ చేస్తే జాగ్రత్త పడుతుంది కదా..!"

"లేదుసార్.. మేడం కు అస్సలు తెలియ కూడదు. ఆమె మానసిక క్షోభకు గురి కావడం నాకు ఇష్టం లేదు.."

"నీ తపన అర్థమైంది... స్పోర్ట్స్ అకాడమీలో ఉన్నప్పటి నుంచి ఆమె నాకు తెలుసు. అప్పట్లో వీర పాండియన్ అనే కోచ్ ఉండే వాడు. జి.ఎన్. చెట్టి రోడ్‌లోని కార్పొరేషన్ గ్రౌండ్‌లో క్రికెట్ అకాడమీ నడిపేవాడు. తన క్యాంపు పిల్లలకు ఎవరికి వైద్యం అవసరం అయినా నా దగ్గరికే తెచ్చే వాడు. మహిమ కూడా అలాగే పరిచయం. తర్వాత రోజుల్లో ఆమె స్పోర్ట్స్ వేర్ బిజినెస్‌లో దిగి పైకొచ్చింది. తన ఆఫీస్‌లో ఎవరికి ఏ ఆరోగ్య సమస్య వచ్చినా నా దగ్గరికే రిఫర్ చేస్తుంది. బిల్లు కూడా తనే చెల్లిస్తుంది..'

"అకాడమీ లో చేరక ముందు జీవితం గురించి చెప్పగలరా..?"

"ఉహు.. నాకు తెలిసింది అంత వరకే.."

"పోనీ ఆమె అమ్మ, నాన్న ల గురించి ఏమైనా.?"

డాక్టర్ కొద్ది సేపు ఆలోచించి చెప్పాడు.

"వాళ్ళ అమ్మ గురించి తెలియదు కానీ, నాన్నగారు ఒకటి రెండుసార్లు వచ్చారు.."

"ఆయన ఉండేది ఎక్కడ..? మేడం తన నాన్న గారితో కాకుండా ఒంటరిగా ఎందుకు ఉంటున్నారు..?"

"ఆయన యాక్సిడెంట్ లో చనిపోయారు అని విన్నా.."

"యాక్సిడెంటా... ఎలా అయింది.?"

డాక్టర్ సుధీంద్రన్ కొద్ది సేపు మౌనం పాటించి అన్నారు.

"పూర్తి వివరాలు నాక్కూడా తెలియదు. ఎన్నడూ అడగలేదు కూడా..." అని చెప్పటం ఆపి ఏదో గుర్తుకు వచ్చినట్లుగా అన్నాడు

“మహిమకు అక్క ఉంది అనుకుంటా.. సరిగ్గా గుర్తు లేదు గానీ ఆమె చలిజ్వరంతో బాధ పడుతుంటే నా క్లినిక్‌కు తీసుకు వచ్చారు. ట్రీట్మెంట్ చేశా..”

“వాట్.? మేడంకు ఒక సిస్టర్ ఉన్నారా ..? ఇప్పుడు ఎక్కడ ఉన్నారు.?”

ఆయన దీర్ఘంగా ఆలోచించి చెప్పాడు.

“నో ఐడియా..ఒకసారి కార్పొరేషన్ గ్రౌండ్ కు వెళ్లి కనుక్కో..” సలహా ఇచ్చాడు.

రిపుంజయ్ ఆయన వద్ద సెలవు తీసుకొని జి.ఎన్.చెట్టి రోడ్‌లోని కార్పొరేషన్ గ్రౌండ్‌కు వెళ్ళాడు. అది తనకు చిర పరిచితమైన గ్రౌండ్. ఇందులో 3 సార్లు లీగ్ మ్యాచ్‌లు ఆడాడు. ఒక సెంచరీ కూడా చేశాడు. కృష్ణమాచారి శ్రీకాంత్ స్వయంగా వచ్చి మ్యాన్ అఫ్ ది మ్యాచ్ అవార్డు ఇచ్చి వెళ్ళాడు. రాత్రి 9 గంటలు దాటిన ఆ వేళప్పుడు అక్కడ ఎవరూ లేరు. ఇక ఆ రోజుకి తన అన్వేషణ చాలించక తప్ప లేదు.

✦ ✦ ✦

మరునాడు ఉదయమే మైలాపూర్ వెళ్ళాడు. తాను వెళ్లకపోతే మేడం కంగారు పడే అవకాశం ఉంది. తనను వెదుక్కుంటూ నంగనల్లూర్ వచ్చినా రావచ్చు.

అక్కడి కార్పొరేషన్ గ్రౌండ్‌లో ఎప్పటి మాదిరే టెన్నిస్ ఆడుతోంది. మహిమ.

ప్రత్యర్థి పై రెండు సెట్లలో ఏక పక్షంగా మ్యాచ్ గెలిచి రిప్పు వద్దకు వచ్చింది. తనలో మేడం గురించిన నీలి మేఘాలు కమ్ముకున్నాక ఇదే ఆమెను చూడటం.

‘అదే ముఖం... రెండేళ్లుగా తనను కట్టి పడేస్తున్న ప్రసన్న వదనం... కర్తవ్యం పట్ల కాఠిన్యం.. మాటల్లో అమృతత్వం.

మేడం సన్నిధిలో ఒక దివ్య శక్తి ఏదో ఉంది అనిపిస్తుంది.

ఒకవేళ మేడం, భైరవలు గతంలో నిజంగానే ప్రేమికులు అయి ఉండొచ్చుగాక.. ఈ ప్రేమమూర్తిని దూరం చేసుకున్న భైరవ అత్యంత దురదృష్టవంతుడు. కెరీర్‌లో ఎన్ని కోట్లు సంపాదించినా అతడు నిత్య అభాగ్యుడే’ అనుకున్నాడు రిప్పు.

“నంది హిల్స్ క్యాంపు ఎలా ఉంది..?” టవల్‌తో ముఖానికి పట్టిన చెమట తుడుచుకుంటూ అడిగింది.

“వెరీ నైస్ మేడం .. గ్రేట్ ఔటింగ్ ..”

తన భావాలు ఏవీ బయటపడకుండా జాగ్రత్తపడ్డాడు. మేడంతో మాట్లాడేందుకు తాను టెన్షన్ పడుతున్నట్లు అతడికి తెలిసి పోతూనే ఉంది.

“ఇంటికి వెళదామా..?” అడిగింది.

"ఎస్ మేడం.. నో..నో.మేడం.. మా ఫ్రెండ్స్ 3 రోజుల పాటు టూర్ ప్లాన్ చేశారు. నన్ను కూడా రమ్మని రిక్వెస్ట్ చేశారు."

"రియల్లీ.. ఇట్స్ గుడ్ రిఫ్రెష్.. రిలాక్స్ కావడం చాలా అవసరం. టి.ఎన్.సి.ఏకి ఇన్ఫామ్ చేశావా.?"

"ఎస్ మేడం.."

"ఓకే.. గో అండ్ ఎంజాయ్ "

వాస్తవానికి టూర్ పేరుతో 3 రోజులు అని చెప్పాడు కానీ తన పరిశోధన ఎన్నాళ్ళో తనకే తెలియదు. ఎన్ని రోజులైనా తప్పదు. నిజాలు నిగ్గు తేల్చుకున్నాకే తాను మళ్ళీ బరిలో దిగుతాడు. లేకుంటే ఈ మనోవేదనతో తాను బ్యాట్ పట్టలేడు.

కార్పొరేషన్ గ్రౌండ్... నెట్స్ వద్ద రత్నసామి అనే కోచ్ ఉన్నాడు.

"వీర పాండ్యన్ సార్ ఇప్పుడు రావడం లేదు. వలసర్వక్కంలో సొంతంగా అకాడమీ పెట్టుకున్నాడు."

"అకాడమీ ఎక్కడుంది..?"

"ఇప్పుడు నడవటం లేదు అనుకుంటా.. బాగా తాగుడుకు అలవాటు పడ్డాడని చెబుతారు."

"పోనీ.. సార్ ఇప్పుడు ఎక్కడ ఉంటారు ..?"

"పూనమిల్లీ రోడ్ మీద పోయి వలసర్వక్కం పోలీస్ స్టేషన్ వెళ్ళండి. ఆ పక్క వీధిలో ఎవరిని అడిగినా చెబుతారు. "

✦ ✦ ✦

వల సర్వక్కం... చెన్నై ఔట్ స్కర్ట్స్‌లో..

వీర పాండ్యన్ ను ట్రేస్ చేయడం చాలా కష్టం అయింది.

అంత పొద్దుగాలే తాగి ఉన్నాడు. కానీ మాట తీరులో తడబాటు లేదు.

క్రికెట్ ఫీల్డ్‌లో ఇంతే... ఎదిగితే ఆకాశానికి.. లేకుంటే అగాధానికి. ఏదో సాధించగలం అనే ఆశలతోనే పుణ్యకాలం గడిచిపోతుంది. రంజి ట్రోఫీ స్థాయికి ఎదిగిన వారికి ఏ రైల్వేలోనో బ్యాంకులోనో జాబ్ రావచ్చు. అది కూడా గ్యారంటీ లేదు. చదువు పూర్తిగా గాలికి వదిలేస్తే తప్ప లీగ్ మ్యాచ్‌లు ఆడలేం.

బ్రిటిష్ వాడు పెట్టిన క్లబ్ సిస్టం ఇప్పుడు కూడానా..? కోట్లు ఉన్నవాడు క్లబ్ లు కొని సొంతం చేసుకుంటాడు. ఏడాదికి ఇంత అని పేరెంట్స్ తో బేరం ఆడి ఆ క్లబ్

తరుపున ఆడేందుకు అవకాశం ఇస్తారు. సొంత ప్లేయర్‌ను ఎవడినో పైకి తెచ్చేందుకు మిగతా వాళ్ళను బలిచేస్తారు. ఈ రాజకీయాలను తప్పించుకుని ఎవరో ఒకరిద్దరు టాలెంటెడ్ ప్లేయర్స్ వెలుగులోకి వస్తుంటారు.

మిగతా వాళ్ళు ఏళ్ల తరబడి పోరాడి పోరాడి ఇక వాస్తవం వంట బట్టాక.. వెనక్కి చూసుకుంటే ఏమీ ఉండదు. క్రికెట్ నేర్పిన జీవిత పాఠాలు తప్ప. కానీ ఈ పాఠాలే ఎల్లవేళలా అన్నం పెట్టవు. ఇటు ఉన్నత చదువులు లేక, అటు ఉద్యోగం రాక.. ఆలస్యంగా కొత్త గమ్యాలు ఎంచుకొని ఎవరు ఏమి సాధిస్తారో తెలియని అయోమయం.

క్రికెట్ పై ప్రేమ చంపుకోలేక కొందరు మాత్రం కోచ్‌లుగా మారిపోతారు. అరకొర సంపాదనతో కుటుంబాన్ని ఈడేర్చలేక నలిగిపోయిన వేదనా భరితులు ఎందరో..! జాతీయ స్థాయికి ఒక్క క్రికెటర్ ను తయారు చేసినా కోచ్‌ల దశ తిరిగి పోతుంది. కానీ భైరవ లాంటి వారు ఒక స్థాయికి చేరాక తిరిగి తమ మూలాల వైపు తొంగి చూడరు.

మహిమ పేరు వినగానే ఆయన ముఖం విప్పారింది.

"కొందరికి బేసిక్స్ నేర్పిస్తేనే క్రికెట్ వస్తుంది. కానీ మహిమ అలా కాదు. ఎ బార్న్ క్రికెటర్. నెట్స్‌లో ఎంతో శ్రమించేది. మేల్ క్రికెట్‌కూ ఫిమేల్ క్రికెట్‌కూ చాలా తేడా ఉంటుంది. ఫిమేల్ క్రికెట్‌లో పవర్ కన్నా టెక్నిక్‌కే ప్రాధాన్యం ఉంటుంది. కానీ ఆమె పుల్ షాట్స్‌లో కూడా పవర్ జెనరేట్ చేస్తుంది.

ఆమె బ్యాటింగ్ చేస్తుంటే కన్నుల పండుగలా ఉంటుంది. అసలు ఆమె క్రికెట్ ఆడినన్ని రోజులూ మీడియా దృష్టి అంతా ఆమె పైనే..." అంటూ చెప్పటం ఆపాడు పాండ్యన్ సార్.

"సార్.. ఆమెను అకాడమీలో ఎవరు చేర్చారు..? మేడం గారి అమ్మా నాన్న మీకు పరిచయమా..?"

"వాళ్ళమ్మ గురించి ఏమో కానీ నాన్న శంకరన్ ఒక స్పోర్ట్స్ షాపు నడిపేవాడు. బాల్స్ కూడా సప్లై చేసేవాడు. మహిమ అకాడమీలో చేరాక స్వయంగా స్కూటర్ పై తీసుకొచ్చే వాడు. అప్పట్లో నా దగ్గర ఫిమేల్ క్రికెటర్స్ లేరు. బాయ్స్ తోనే ప్రాక్టీస్ చేయించి మ్యాచ్ లు ఆడించే వాడిని. చూస్తుండగానే బిగ్ లెవెల్ క్రికెట్ కు ఎదిగింది "

రిపుంజయ్ శ్రద్ధగా వినసాగాడు.

"మైలాపూర్ నెట్స్‌కు తొడ్కొని పోయి ఆమె కోసం ప్రత్యేకంగా నాకింగ్ సెషన్ పెట్టే వాణ్ని.

నా దగ్గర ఉన్నంత వరకు బాగానే ఉండింది. ఆమె అండర్–19 స్టేట్ ప్లేయర్ అయ్యాక టి.ఎన్.సి.ఏ ఆమె బాధ్యత తీసుకుంది. చెపాక్ స్టేడియంలో కోచింగ్ క్యాంపులోనే ఆమెకు టైమ్ సరిపోయేది..”

“మరి మేడం క్రికెట్ ఎందుకు వదిలేసారు ..?”

“ఆమె నాన్న గారు యాక్సిడెంట్ లో చనిపోయారు అని విన్నాను. ఆ తర్వాతనే క్రికెట్ వదిలేసింది అనుకుంటా.”

“మేడంకు చెల్లెలు గానీ, అక్కగానీ ఉన్నారా..?”

ఆయన గుర్తు చేసుకొని చెప్పాడు.

“అవును.. అప్పుడప్పుడు ఒక అమ్మాయి వెంట వచ్చేది. మహిమ కంటే నాలుగైదేళ్లు పెద్ద వయసే. క్రికెట్ ఆడేది కాదు. మహిమకు తోడుగా ఉండేది“

“ఆమె గురించిన వివరాలు ఏమైనా ఉన్నాయా..? ఇప్పుడెక్కడుంది సార్..?”

“ఏమీ తెలియదు. మహిమ టి.ఎన్.సి.ఏ క్యాంపుకు వెళ్ళిపోయాక ఈ అమ్మాయిని ఎప్పుడూ చూడలేదు.”

“బాగా గుర్తు చేసుకోండి సార్.. మీరు ఏ చిన్న క్లూ ఇచ్చినా నా ఇన్వెస్టిగేషన్ ముందుకు పోతుంది“

ఆమెకు అప్పట్లోనే పెళ్లి చేసి పంపారు. ఆమె తిరుచ్చి లో స్థిరపడి పోయింది “

“ఆమె అడ్రస్ తెలుసుకునే ఛాన్స్ ఉందా సార్..?

“తెలియదు. కానీ శంకరన్ గారు ఆమె పెళ్ళికి కార్డు ఇచ్చి వెళ్లారు.,” అని చెప్పి సడన్‌గా గుర్తొచ్చినట్టు చెప్పాడు.

“డోన్ట్ వర్రీ... ప్రతి ఒక్కరి పెళ్లి కార్డు తీసిపెట్టే అలవాటు మా ఇంట్లో ఉంది. వెదికి తెస్తా.. అందులో అడ్రస్ ఉండొచ్చు “ అంటూ ఇంట్లోకి వెళ్ళిపోయాడు.

తమిళనాడులో కొన్ని కుటుంబాల్లో ఒక మంచి ఆచారం ఉంది. ఎవరైనా ఇంటికొచ్చి పెళ్లి పత్రిక ఇస్తే ఆ పత్రికను ఒక డాక్యుమెంట్ లాగా దాచి పెడతారు. భవిష్యత్ లో ఆ పెళ్లికొడుకు లేదా పెళ్లికూతురు తమ ఇంటికొస్తే ఆ పత్రికను ఫ్రేమ్ వేయించి వారికే గిఫ్ట్ గా ఇస్తారు. ఒక పాతికేళ్లు లేదా 30 ఏళ్ల తర్వాత ఇలా ఏ ఇంటికైనా వెళ్ళినప్పుడు తమ పెళ్లిపత్రికను చూసి ఎంతగానో థ్రిల్ అవుతారు.

పాండ్యన్ సార్ కుటుంబం ఈ ఆచారం పాటిస్తుంది కాబట్టే రిప్పు అన్వేషణకు ఒక తీగ దొరికింది.

✦ ✦ ✦

తిరుచిరాపల్లి... వాడుకలో తిరుచ్చి అంటారు.. చెన్నైకి 320 కి.మీ. తమిళనాడులో నాలుగో పెద్ద నగరం. రాష్ట్రం నడిమధ్యలో ఉంది. విజయనగర సామ్రాజ్యకాలంలో ఇక్కడ సెటిల్ అయిన తెలుగువారు నేటికీ తమ సంస్కృతిని కాపాడుకొస్తున్నారు. అలాగే ఇక్కడ తమిళ కుటుంబాల్లో మాతృసామ్య వ్యవస్థ నేటికీ చెక్కు చెదరకుండా ఉంది. స్త్రీలకు ఈ నగరంలో అత్యంత గౌరవం, భద్రత రెండూనూ.. మహిళలపై దాడులు అనే మాటే ఇక్కడ వినిపించదు.

ప్రపంచంలో అతి పెద్దవైన దేవాలయాలు శ్రీరంగం రంగనాథ ఆలయం, జంబూకేశ్వరం ఇక్కడే ఉన్నాయి. తమిళ సంస్కృతిని కావేరి నది నుంచి విడగొట్టలేం. కావేరి నది రెండుగా చీలి డెల్టా మొదలైన చోటే తిరుచ్చి సిటీ ఉంది. ఆ రకంగా తమిళులు తిరుచ్చితో భావోద్వేగంగా కనెక్ట్ అయి ఉంటారు. తమిళనాడులో ఇది మేజర్ ఎడ్యుకేషన్ సెంటర్. ఇక్కడి ప్రజలు పరిశుభ్రతకు అత్యంత ప్రాధాన్యత ఇస్తారు. సాయంత్రం అయితే చాలు సిటీలో ఎక్కడ చూసినా కల్చరల్ యాక్టివిటీస్ జరుగుతూ ఉంటాయి. అందులోనూ తమిళులు అత్యంత ఇష్టంగా జరుపుకునే తాయ్ పొంగల్ రోజులవి.

రిపుంజయ్ తిరుచ్చి చేరేసరికి రాత్రి 7.30 అయింది.

పెళ్లికార్డులో ఉన్న బృహదీశ్వరి ఇంటి అడ్రస్ పట్టుకునేసరికి ఇంకో అరగంట పట్టింది.

అయితే ఆ ఇంట్లో వేరే ఎవరో ఉన్నారు.

"మేము ఇదే ఇంట్లో 8 ఏళ్ళుగా ఉంటున్నాం మీరు చెబుతున్న వాళ్ళు అంతకంటే ముందే ఇల్లు ఖాళీ చేసి వెళ్లిపోయి ఉండొచ్చు" అన్న సమాధానం వచ్చింది.

"బృహదీశ్వరి గారి అడ్రస్ ఏమైనా..?"

"లేదు. మేము వచ్చేసరికే ఇక్కడ ఖాళీ చేశారు. ఎక్కడో సొంత ఇల్లు కట్టుకున్నట్టు విన్నాం. కానీ వాళ్ళ అడ్రస్ తెలియదు."

రిపుంజయ్ హతాశుడయ్యాడు.

తన సమస్య మళ్లీ మొదటికి వచ్చింది. ఇప్పుడు ఎటు పోవాలి.?

ఒకసారి తన మేడం కోచ్ చెప్పిన మాట గుర్తు చేసుకున్నాడు.

ఒక సమస్య ఎదురైనప్పుడు పరిష్కార మార్గం ఏదో మనకు సరిగా కనిపించదు. ఒక్కోసారి అన్నిదారులు మూసుకున్నట్టు అనిపిస్తుంది. కానీ ఏదో ఒక దారి తెరిచే ఉంటుంది. అది కనిపెట్టి ముందుకు పోవడమే విజ్ఞుల లక్షణం.

ఇప్పుడు బృహదీశ్వరి గారిని కనిపెట్టే దారి ఏది..? ఇంత పెద్ద నగరంలో ఆమెను ఎలా వెదికి పట్టుకోవాలి.?

కావేరి ఒడ్డున ఉన్న ఎల్.జి.పి. రెసిడెన్సీలో రూం తీసుకున్నాడు. ఫ్రెషప్ అయ్యాక..కావేరి నది ఒడ్డుకు నడుచుకుంటూ వచ్చి ఇసుకలో కూర్చున్నాడు.

లైట్స్ వెలుగులో కావేరిలో ప్రకృతి అందాలు చాలా బాగున్నాయి.. ఆస్వాదించేందుకు రెండు కండ్లు చాలవు అనిపించింది. కానీ తాను వచ్చింది కావేరి అందాల ఆస్వాదనకు కాదు.

తాయ్ పొంగల్ హడావుడి ఎటు చూసినా ఉంది. అల్లంత దూరంలో జంబూకేశ్వరి దేవాలయం విద్యుత్ దీపాల వెలుగులో ప్రకాశిస్తోంది. ఆరోజు కావేరి ఒడ్డున కోలాహలంగా ఉంది.

✦ ✦ ✦

“యేరు తజువుతాల్” వేడుకలు జరుగుతున్నాయి. ఇది ఈ ప్రాంతంలో చాలా పాపులర్ వేడుక.

ఇటీవల కాలంలో ఈ ఆటను జల్లికట్టు అంటున్నారు.

బలిష్టమైన ఎద్దులకు అలంకరణ చేసి ఉన్నారు. రిపుంజయ్ ఆసక్తి కొద్దీ అక్కడి జనాల్లో కలిసిపోయి వేడుకను తిలకించసాగాడు.

ఈ ఆటలో ఎన్నో రకాలు ఉన్నాయి.

ఇసుకలో 30 మీటర్ల చుట్టు కొలతతో ఫెన్సింగ్ వేసి మైదానం చేశారు.

ఎద్దును బరిలోకి దించే పాయింట్ ను వడివాసల్ (అల్లె) అంటారు.

ఎద్దును వడి వాసల్ నుంచి మైదానంలోకి పరిగెత్తిస్తారు. రిజిస్టర్ చేసుకున్న క్రీడాకారులు దాని వెంట పడతారు. ఎవరైతే ఎద్దుమూపురాన్ని పట్టుకుని 30 సెకండ్స్ పాటు వేలాడుతారో అతడే విజేత. ఈ ఆట విజేతను ఒక హీరోలా చూస్తారు. ఎక్కడికి వెళ్లినా అతడికి గుర్తింపు, మర్యాద ఉంటుంది.

ఈ ఆటలో చాలా పద్ధతులు ఉన్నప్పటికీ ముఖ్యంగా రెండు రకాలు పాపులర్.

వడి మంజువిరట్టు అనే పద్ధతిలో ఒక్కసారి ఒక్కరే పోటీ పడుతారు.

రిప్పు చేరేసరికి ఈ ఆట ముగిసింది.

ఇప్పుడు రెండో ఆట. అందరూ ఎదురు చూస్తున్న ఆట కూడా ఇదే. ఈ పోటీ పేరు వేటం మంజువిరట్టు. ఇందులో 10 మంది ఒకేసారి పోటీ పడతారు. ఆట

తిలకించేందుకు వందల సంఖ్యలో జనాలు గుమికూడి కేరింతలు కొడుతున్నారు. మైదానంలోని పోటీదారులతో పాటు ప్రేక్షకులు కూడా ఉత్కంఠగా వడివాసల్ వైపు చూస్తున్నారు.

ఆట మొదలైంది.

వడివాసల్ అడ్డు తలుపు లాగేశారు.

నిర్వాహకుడు విజిల్ ఊదాడు.

చెవులు బద్దలు అయ్యేలా డ్రమ్స్ మోత... ఆ సౌండ్‌కు ఒక్కసారిగా ఎద్దు పరుగు లంకించి వడివాసల్ దాటింది. వెంటనే మళ్ళీ మూసి వేశారు. అంటే ఇప్పుడు ఎద్దు మైదానం లోనే పరిగెత్తాలి.

ఎద్దును బరిలో చూడగానే ప్రేక్షకుల్లో కట్టలు తెగిన ఆనందం.. పెల్లుబికిన ఉత్సాహం.. ఈలలు.. చప్పట్లు (ఒక ఎద్దుకు ఉండే సహజ సిద్ధ లక్షణం ఈ సందర్భంగా గుర్తుకు తెచ్చుకోవాలి. వ్యవసాయం చేసిన వారికి తెలిసే ఉంటుంది. ఎద్దు మెడ వెనుక ఎత్తుగా ఉన్న శరీర నిర్మాణాన్ని మూపురం అంటారు. కాడిమాను మెడ మీద నుంచి జారి పోకుండా ఉండేందుకు ఇది తొడ్పడుతుంది. రైతు కాడిమాను పైకెత్తి ఒక్కసారి దాని మెడ పై వేసాక ఎద్దు తనకు తాను సర్దుబాటు చేసుకుని నిలబడుతుంది. పక్క చూపులు చూడదు. కాడిని జారిపోనివ్వదు.

అంతేకాదు మూపురం అనేది ఎద్దు పౌరుషానికి చిహ్నం. అందుకే ప్రతి రైతు సేద్యానికి వెళ్లే ముందర ఎద్దు మూపురానికి బొట్టు పెట్టి అలంకరణ చేస్తాడు. సంతకు వెళ్ళినప్పుడు మూపురం ఆకారాన్ని బట్టి ఆ ఎద్దు సత్తాను అంచనా వేసి కొంటారు.)

బరిలో దిగిన ఆటగాళ్ళు పోటీ పడి ఎగురుతూ మూపురం అందుకునే ప్రయత్నం చేస్తున్నారు. తన మూపురంపై చేయిపడ్డ ప్రతిసారి ఎద్దు పౌరుషంగా విదిలించి కొడుతోంది. దీంతో కింద పడి గాయాల పాలు అవుతున్నారు. అయినా మళ్ళీ మళ్ళీ ప్రయత్నం చేస్తూనే ఉన్నారు.

20 నిముషాల రోమాంచిత పోరాటం ముగిసి పోవచ్చింది. వడివాసల్ తలుపు మళ్ళీ తెరిచారు. డ్రమ్ములు కొట్టడం ఆపేసారు. ఎద్దు వెనుదిరిగి వడివాసల్ వైపు పరిగెత్తుతోంది. ఆటగాళ్లకు ఇదే చివరి ఛాన్స్.

ఎట్టకేలకు ఎవరో ఒక ఆటగాడు దాని మూపురాన్ని రెండు చేతులా అందుకుని ముడి వేసుకుని వేలాడాడు.

అంతే.. ప్రేక్షకుల్లో సందోహం... ఊపిరి సలపని ఉత్కంఠ.

ఆటగాడు గెలుస్తాడా..?

లేక ఆ ఎద్దు విదిలించి కొట్టి తన పౌరుషాన్ని నిలబెట్టుకుంటుందా.?

వడివాసల్ ఇంకో క్షణం లో చేరుతుంది అనగా ఎద్దు భీకరంగా రంకెలు వేస్తూ తన రెండు ముంగాళ్ళు పైకి ఎత్తింది.. ఆటగాడు గాల్లో వేలాడుతు ఉన్నాడు. ఎద్దు విదిలింపుకు అతడి ఉదర భాగంలో దాని వాడి అయిన కొమ్ము గుచ్చుకుంది.

అంతే...! అతడు బాధ తో విలవిలలాడుతూ కింద పడిపోయాడు. ఎద్దు విజయ నాదంతో వడివాసల్ దాటి బందెలలోకి చేరింది.

ప్రేక్షకుల్లో ఒక్కసారిగా నిశ్శబ్దం.

ఎద్దు కొమ్ము బలంగా దిగడం వల్ల తీవ్రంగా రక్త స్రావం అవుతోంది.

గాయపడిన ఆటగాడిని వాలంటీర్లు వచ్చి మోసుకు వెళ్లారు......

ఒక సైనికుడు గాయపడినంత మాత్రాన యుద్ధం ఆగదు. ఒక ఆటగాడు గాయపడినా అంతే ....

మరి కొద్ది సేపటికి ఇంకో ఎద్దును పోటీలో దించేందుకు నిర్వాహకులు సిద్ధం చేస్తున్నారు. కొత్త క్రీడాకారులు బరిలో దిగారు.

ఇదంతా చూస్తూ రిపుంజయ్ తన పక్కన ఉన్న ప్రేక్షకుడిని అడిగాడు.

“ఇందాక ఒక వ్యక్తి బాగా గాయపడ్డాడు. నాకు తెలిసి అతడు కోలుకోవడం కష్టం.. ఇక్కడ పోలీసులు కూడా ఉన్నారు. అయినా కేసు పెట్టలేదు ఎందుకు..?”

ఈ ప్రశ్నకు అతడు రిప్పును ఎగా దిగా చూసి... తెలుగు తమిళం కలగలుపుతూ సమాధానం ఇచ్చాడు.

“రొంబ తమాషా సొల్లురింగే... ఇది ఆటప్పా..యుద్ధం మాదిరి... కేసు గీసు ఒన్నుమ్ ఇరుక్కాదు.. సట్టం సవిక దిల్లే “

రిపుంజయ్ చెవిలో ఈ మాట ప్రతిధ్వనించింది.

ఆటలోనూ యుద్ధంలోనూ గాయపడితే ఏ కేసూ ఉండదు.. చట్టం ఎవరినీ తప్పు పట్టదు.

రిప్పు అప్పటికే అలసిపోయి ఉన్నాడు. తాను దిగిన లాడ్జి వైపు నడక మొదలెట్టాడు. జల్లికట్టు మైదానం చుట్టూ ఫెన్సింగ్‌లకు ఎన్నో యాడ్స్ ఉన్నాయి. అవి చూసుకుంటూ నడుస్తున్న రిప్పును ఒక ఫ్లకార్డ్ ఆకర్షించింది. తమిళ్, ఇంగ్లీష్ రెండు భాషల్లోనూ రాసి పెట్టి ఉంది.

శంకరన్ కులాందై తొజిలాలి మరువ్వర్వు సభై...

(శంకరన్ బాల కార్మిక పునరావాస కేంద్రం)

బాల కార్మిక వ్యవస్థ గురించి ప్రజలను చైతన్యం చేసే వాక్యాలు ఏవో రాశారు. రిప్పును ఆకర్షించిన విషయం అది కాదు. ఆ కింద రాసి పెట్టిన అక్షరాలు.

మరిన్ని వివరాలకు సంప్రదించండి... బృహదీశ్వరి తంగరాజన్..

అడ్రస్ కూడా స్పష్టంగా రాసి ఉంది.

రిపుంజయ్ ఆనందం పట్టలేక గంతులు వేశాడు.

టైమ్ చూస్తే రాత్రి 11 దాటింది.

రిపుంజయ్ మాత్రమే కాదు.. ఏ క్రికెటర్ అయినా ఎమోషన్స్‌ను తనలోనే అణచి ఉంచుకోలేడు.

బ్యాట్స్ మాన్‌గా ఒక సిక్సర్ లేదా ఫోర్ కొట్టినప్పుడు, బౌలర్‌గా ఒక వికెట్ తీసినప్పుడు.. ఒక ఫీల్డర్‌గా క్యాచ్ పట్టినప్పుడు లేదా బంతి వికెట్స్‌కు సూటిగా విసిరి రన్ ఔట్ చేసినప్పుడు.. ఆ ఆనందం తాలూకు ఎమోషన్స్ అత్యంత సహజంగా బయట పడుతాయి. లేకుంటే అతడు స్పోర్ట్స్ మాన్ కాలేడు.

ఇక్కడ బృహదీశ్వరి అడ్రస్ కనిపించిన ఆనందం కూడా రిపుంజయ్ కి అలాంటిదే.. పైగా అతడు జల్లికట్టు చూసి వస్తున్నాడు.

జల్లికట్టు ప్రాంగణం నుంచి కేరింతలు మళ్ళీ మొదలయ్యాయి.

ఇంకో ఎద్దుతో కొత్త ఆట మొదలైనట్టుంది.

హొటల్‌కు తిరిగి వస్తూ ఇందాకటి ప్రేక్షకుడు చెప్పిన మాట మరోసారి గుర్తు చేసుకున్నాడు.

ఆట లోనూ.. యుద్ధం లోనూ గాయపడితే ఏ కేసూ ఉండదు.. చట్టం ఎవరినీ తప్పు పట్టదు.

ఇది నిజమో కాదో తనకు తెలియదు కానీ ఈ జల్లికట్టు గురించి మహిమ మేడంకు వివరించాలి... అని అనుకున్నాడు.

అయితే, అతడికి తెలియని విషయం ఒకటుంది... మహిమ 8 ఏళ్ల వయసు లోనే జల్లికట్టు ఆడిందని..

✦ ✦ ✦

ఉదయం 9 గంటలకు...

కావేరి ఒడ్డున ఒక విశాల ప్రాంగణం.

శంకరన్ బాల కార్మిక పునరావాస కేంద్రం..

బృహదీశ్వరి స్వయంగా నడుపుతున్నారు.

రిపుంజయ్‌ని చూసి ఆమె ఆనందంతో ఉక్కిరి బిక్కిరి అయింది.

"నువ్వు నాకు బాగా తెలుసు. మహిమ చాలా ఉత్తరాలు రాసింది. ఫోన్ లో ఎప్పుడు మాట్లాడినా నీ గురించే చెప్పేది. ఈ మధ్య పేపర్స్ లో కూడా నీ గురించి రాశారు..."

"మీ అడ్రస్ పట్టుకోవడం చాలా కష్టమైంది మేడం "

"ఎందుకని..? మహిమ చెప్పలేదా...? ఈ సెంటర్ నడుపుతోంది కూడా ఆమెనే కదా..!"

"ఈ కేంద్రాన్ని మహిమ మేడం నడుపుతున్నారా..?"

ఆశ్చర్య పోయాడు రిప్పు.

"ఎస్.. ఆమె పంపే డబ్బుల తోనే ఈ సెంటర్ నడుపుతున్నాం. నేను, మా హస్బెండ్ దీనికే అంకితం అయి పోయాం.. ఇదంతా నీకు తెలుసు అనుకున్నాను"

"లేదు మేడం.. మా మధ్య ఎప్పుడూ ఆమె వ్యక్తిగత విషయాలు చర్చకు రావు. నేను ఆమెకు తెలియకుండానే వచ్చాను.. ఇప్పుడు కూడా నా రాక గురించి మీరు రివీల్ చెయ్యరు అనే నా నమ్మకం "

"పరవాలేదు... కొన్ని కారణాల వల్ల మహిమ కాంట్రిబ్యూషన్ గురించి సీక్రెట్ గా పెట్టాం... "

" నాకు మేడం గురించి పూర్తిగా తెలియాలి "

"ఏమైంది..? ఎనీ ఇష్యూ బిట్వీన్ యు బోత్?"

అనుమానం వ్యక్తం చేసింది.. రిపుంజయ్ తాను వచ్చిన కారణం వివరించాడు.

"నాకు అంతా కన్ఫ్యూషన్ గా ఉంది... భైరవ , మహిమ మేడం ల మధ్య ఏం జరిగింది.? అసలు మేడం ఈ క్రికెట్ ఫీల్డ్ లోకి ఎలా వచ్చారు..?

ఈ రెహాబిలిటేషన్ సెంటర్ నేపథ్యం ఏమిటి?"

దీంతో బృహదీశ్వరి దీర్ఘంగా నిట్టూర్చి చెప్పసాగింది.

మహిమ గురించి వినే కొద్దీ రిపుంజయ్ ఒళ్ళు గగుర్పాటుకు గురవుతోంది. ఎందుకంటే మహిమ జీవిత పయనం యావత్తు ఉద్విగ్నభరితంగా ఉంది.

అధ్యాయం – 7

మహిమ తండ్రి శంకరన్ స్వస్థలం రామేశ్వరం దగ్గర ఉన్న ధనుష్కోడి.

భారతదేశం నుంచి శ్రీలంక దారిలో చివరి కొన ఇదే. ధనుష్కోడి నుంచి శ్రీలంకలోని తలైమన్నార్ కేవలం 18 కి మీ. దూరమే. రాముడు శ్రీలంక వెళ్లేందుకు వారధి కట్టింది కూడా ఇక్కడి నుంచే అని పురాణాలు చెబుతున్నాయి. శంకరన్ పూర్వీకులు విజయనగర చక్రవర్తుల కాలంలో ఇక్కడకొచ్చి స్థిరపడిన రెడ్డియార్లు.

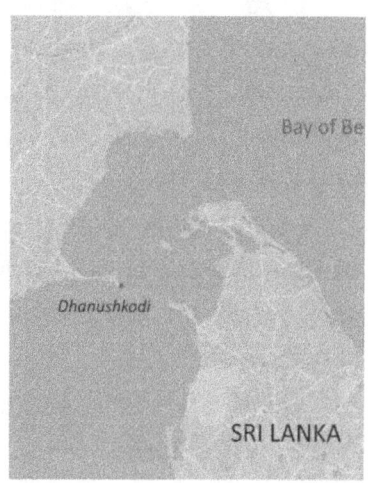

చరిత్రలోకి ఒకసారి వెళ్తే...

16వ శతాబ్దంలో శ్రీకృష్ణదేవరాయలు తమిళనాడు దక్షిణ ప్రాంతం అయిన మధురై వరకు తన సామ్రాజ్యాన్ని పటిష్టం చేసుకుంటున్నాడు.

సామంత రాజుగా ఉన్న చంద్రశేఖరన్ అనే పాండ్య రాజు మధురైని పాలిస్తున్నాడు. ఈ దశలో వీర శేఖర చోళుడు మధురై పై దండయాత్ర చేసి పాండ్య రాజును బంధించాడు. దీంతో రాయలు విజయనగర సామ్రాజ్య కమాండర్‌గా ఉన్న నాగమ నాయకర్‌ను పాండ్య రాజుకు సాయంగా పంపాడు. ఆయన చోళ రాజును విజయవంతంగా అణచి వేసి పాండ్య రాజును రక్షించాడు కానీ మధురై పీఠంపై తానే కూర్చొని విజయనగర సామ్రాజ్యంపై తిరుగుబాటు చేశాడు. ఈ తిరుగుబాటును అణచి వేయడానికి స్వయంగా ఆయన కొడుకు విశ్వనాథ నాయకర్ రంగంలోకి దిగాడు. శ్రీకృష్ణ దేవరాయలుకు విధేయుడుగా మారి తండ్రి తిరుగుబాటను అణిచి వేసి రాయలుకు విశ్వాసపాత్రుడనిపించుకున్నాడు.

ఈ తిరుగుబాటు ఉదంతంతో అప్రమత్తమైన శ్రీకృష్ణ దేవరాయలు తమిళనాడులోని కీలకమైన ప్రాంతాల్లోని అధికారిక కొలువుల్లో నమ్మకమైన తెలుగు వారిని నియమించాడు. శ్రీలంక, తమిళనాడు మధ్య ఉన్న వాణిజ్యం, మానవ వనరుల పంపకం, పన్నుల వసూళ్లు వంటి అంశాల్లో ధనుష్కోడి అత్యంత ప్రాధాన్యత ఉన్న ప్రదేశం. ఆ విధంగా ధనుష్కోడికి శంకరన్ పూర్వీకుడు ఒకరు నాయకాచార్యగా నియమించ బడ్డాడు. అనంతరం కొన్ని ఏండ్లకు శ్రీకృష్ణ దేవరాయల అల్లుడు

రామరాయలు కాలంలో విజయనగర సామ్రాజ్యం పతనమైంది. దీంతో విశ్వనాథ నాయకర్ మధురైకి స్వతంత్ర రాజు అయ్యాడు.

పాలనా సంస్కరణల్లో భాగంగా ప్రతి తాలూకాకు ఒక పాలయకారన్ (తెలుగునాట పాలెగార్లు అంటారు)ను నియమించాడు. దీంతో రెడ్డియార్ల ప్రాభవం తగ్గిపోయింది. చివరికి తమ ఐడెంటిటీ కాపాడుకునేందుకు గ్రామ కూడళ్ళు ఏర్పరుచుకున్నారు. అలా ఏర్పడినవే.. రెడ్డియర్ పట్టి, రెడ్డియార్ పాళ్యం, రెడ్డియార్ కూట్టు వంటి గ్రామాలు.

ధనుష్కోడి నుంచి రెడ్డియార్లు ఒక్కొక్కరు వదిలి పోయినా రక్త సంబంధం ఉన్న నాలుగైదు దగ్గరి కుటుంబాలు అక్కడే ఉండి పోయాయి. వాళ్ళలో శంకరన్ కుటుంబం ఒకటి. శంకరన్ గారిది పెద్ద ఉమ్మడి కుటుంబం. 10 ఎకరాల కొబ్బరితోట వారి జీవనాధారం.

శివకాశి సమీపంలో ఉన్న రెడ్డియార్ పట్టిలోని బంధువుల అమ్మాయి మీనాక్షితో శంకరన్ కు పెళ్లి కుదిరింది..

1964 డిసెంబర్ 22.. రానునాథపురంలో పెళ్లి జరిగింది.. పెళ్లి వేడుకలకు మధురై, శివకాశి, పుదుచ్చేరి, తిరుచిరాపల్లి, పుదుకొట్టయ్, తంజావుర్ ప్రాంతాల్లో స్థిరపడిన ఎక్కడెక్కడి తెలుగువారు వచ్చారు. పెళ్లి తంతు ముగిసింది. పెళ్లి బృందం రైలెక్కి ధనుష్కోడికి పయనమైంది.. అప్పటికి 3 రోజులుగా వీస్తున్న ఈదురు గాలులు ఒక్కసారిగా ఉధృతం అయ్యాయి. చూస్తుండగానే పెనుతుఫాను చుట్టుముట్టింది.

✦ ✦ ✦

రామనాథపురం రైల్వేస్టేషన్...

పంబన్ – ధనుష్కోడి పాసింజర్ రైలు ఇక్కడ కొద్దిసేపు ఆగి బయలుదేరింది. రామేశ్వరం, ధనుష్కోడి పట్టణాలు రెండూ పంబాన్ దీవిలో ఉంటాయి. జిల్లా నుంచి ఈ దీవిని పాక్ జలసంధి వేరుచేస్తుంది. బంగాళాఖాతాన్ని, హిందూమహా సముద్రానికి కలుపుతూ ఈ జలసంధి ఏర్పడింది. ఆ రకంగా ధనుస్కోడి బీచ్ లో నిలబడితే ఒక వైపు హిందూ మహాసముద్ర జలాలు లేత గోధుమ రంగులోనూ, బంగాళాఖాతం జలాలు నీలి రంగులోనూ కనిపిస్తాయి.

పూర్వం రామేశ్వరం వెళ్లాలంటే మండపం అనే పట్టణం బీచ్ నుంచి పడవలే శరణ్యం. రామేశ్వరంకు వేల సంఖ్యలో వచ్చే భక్తుల కోసం ధనుష్కోడి పట్టణం వాణిజ్య అవసరాల కోసం.. 1914 లో బ్రిటిష్ వాళ్ళు 2.6 కి.మీ. సస్పెన్షన్ బ్రిడ్జి కట్టి మండపం నుంచి రామేశ్వరం, ధనుష్కోడిలకు ప్రయాణం సులభం చేశారు. మానామధురై నుంచి

రామనాథపురం, రామేశ్వరంల మీదుగా ధనుష్కోడికి నేరుగా రైలుట్రాక్ వేశారు. సముద్ర జలాల్లో కట్టిన ఈ బ్రిడ్జ్ ఇండియాలోని ఇంజినీరింగ్ అద్భుతాల్లో ఒకటిగా పేర్కొంటారు.

రామనాథపురం నుంచి రైలు కదిలాక తుఫాన్ ఉధృతి తీవ్రం కాసాగింది. పెళ్లిబృందంలో ఉన్న శంకరన్ మేనత్త మణియమ్మ కొత్త దంపతులను దగ్గరికి పిలిచింది.

"నీ పెళ్లి అయితే కొత్త దంపతులతో వచ్చి పాపవినాశక తీర్థంలో మునకేస్తానని మొక్కుకున్నానురా శంకరా.." అని చెప్పింది.

ఆమె చెప్పింది విని శంకరన్ నెత్తి బాదుకున్నాడు. ఇప్పుడు ఆ తీర్థం దగ్గరికి వెళ్ళటం ఎలా సాధ్యం..? వెళ్ళాక మళ్ళీ ధనుష్కోడికి ఎలా పోవాలి..?

స్కంద పురాణం ప్రకారం రామేశ్వరం చుట్టూ 64 తీర్థాలు ఉన్నాయి. అందులో 24 తీర్థాలు అతి ముఖ్యమైనవి. పంబన్ దీవిలో పుట్టిన వారికి ఒక ఆచారం ఉంది. ఏడాదిలో కనీసం 6 తీర్థాల్లో మునక వేసి తీరాలి. మొక్కుబడి ఉంటే చెల్లించి తీరాలి. ఈ తీర్థాల విషయంలో మొక్కుబడి తప్పిన వారు మళ్ళీ 11 ఏళ్ల పాటు రామేశ్వరుడి దర్శనానికి దూరంగా ఉండాలిట. ఇదే విషయం గుర్తు చేసి మేనత్త తన మొక్కు విషయంలో కంగారు పడింది.

"బయట తుఫాన్ చాలా ప్రమాదంగా ఉంది. వర్షం కుండపోతగా పడుతోంది. అంతా తగ్గినాక వద్దాంలే అత్తా.." అన్నాడు శంకరన్.

"లేదు నాయనా.. తుఫాన్ ఎన్ని రోజులు ఉంటుందో ఏమో..! మీరు మొదటి నిద్ర చెయ్యక ముందు మునక వేస్తేనే పుణ్య ఫలం... ఇంకో 11 ఏండ్లు నేను బతుకుతానో లేదో... నన్ను మండపం స్టేషన్ లో దించండి. వాన తగ్గినాక తీర్థం కాడికి పోయి..మీ తరుపున కూడా నేనే మునకేసి వస్తా... ఈ రాత్రి స్టేషన్లోనే పడుకుంటాలే" అని చెప్పింది ఆవిడ. ఎవరు నచ్చ జెప్పినా వినకుండా మొండి పట్టు పట్టింది.

ఇక్కడ సమస్య ఏమిటంటే అంత పెద్ద వానలో ఆమెతో పాటు తోడు వెళ్లేందుకు ఎవరూ సిద్ధంగా లేరు. అప్పటికే సాయంత్రం అయింది. ఆ తుఫాన్లో పాపవినాశక తీర్థం దగ్గర పరిస్థితి ఎలా ఉందో ఏమో..!

సముద్రం ఖచ్చితంగా కల్లోలంగా ఉంటుంది.. కాబట్టి, మండపం నుంచి ఎవరూ పడవలు నడుపక పోతే ఆ రాత్రి ఎక్కడ ఉండాలి.?

మీనాక్షి కలుగజేసుకుని చెప్పింది.

"పెద్దామెకు తోడుగా మనమే వెళదాం.. మనకోసమే కదా.. ఆమె మొక్కుకున్నారు..!"

దీంతో అందరూ నిర్ఘాంత పోయారు. అత్త వారింట ఇంకా అడుగు కూడా పెట్టని కొత్త పెళ్లికూతురు అంత ధైర్యం చేయటం నిజంగా అబ్బురమే మరి.

పాప వినాశక తీర్థం చేరాలంటే మండపం స్టేషన్లో దిగాల్సిందే. రైలు అప్పటికే ఉచ్చికులి స్టేషన్ దాటింది. మరి కొద్ది సేపట్లో మండపంలో ఆగుతుంది. బలంగా వీస్తున్న ఈదురు గాలులకు తాళ లేక కంపార్ట్మెంట్ తలుపులు అప్పటికే మూసివేసి ఉన్నారు.

మండపం స్టేషన్ రానే వచ్చింది సాయంత్రం 6 గంటలు అయింది. అప్పటికే చిమ్మ చీకటి అలుముకుంది. స్టేషన్లో అతి కష్టం మీద తలుపు తెరిచారు. పెనుగాలి ఒక్కసారిగా ఈడ్చి కొట్టింది. రైలు దిగక పోవడం మంచిది అని ఆ క్షణంలో శంకరన్ భావించాడు. కానీ స్వయంగా ఆ రామేశ్వరుడే సంకల్పించి తన మేనత్త ద్వారా పలికించాడేమో..! అనుకున్నాడు.

దంపతులు ముందుగా దిగారు. అది చిన్న స్టేషన్ కాబట్టి పూర్తి స్థాయి ప్లాట్ ఫామ్ కూడా లేదు. చలికి వణుకుతూ ముసలామెను దించారు. కానీ, బలమైన గాలి పీడనానికి కొన్ని సెకండ్ల పాటు కూడా ప్లాట్ ఫామ్ పై నిలుదొక్కుకోలేక పోయారు. గాలి విదిలింపుకు ముగ్గురూ ప్లాట్ ఫాంపై విరుచుకు పడ్డారు. బంధువులు అందరూ కిటికీలు తెరిచి వానకు తడుస్తూ వీళ్ళను చూస్తున్నారు.

"వెనక్కి వచ్చేయ్యండి" అంటూ గట్టిగా పిలవ సాగారు.

ఒకరినొకరు పట్టుకుని అతి కష్టం మీద ముగ్గురూ ఒక సిమెంట్ బెంచ్ వద్దకు చేరుకుని ఆసరా చేసుకున్నారు. పెనుగాలులు అంతకంతకూ పెరుగుతున్నాయి కానీ తగ్గుముఖం పట్టడం లేదు. మళ్ళీ రైలు ఎక్కి అందరితో పాటు వెళ్లిపోయేది మేలు అని నిర్ణయం తీసుకున్నారు. ఇందాక ప్లాట్ ఫామ్ పై పడిపోయిన అదాటు తో పెద్దామె అప్పటికే భయపడి పోయింది. ఊరికి వెళ్లిపోయేందుకు ఒప్పుకుంది.

కానీ, రైలు అప్పటికే ముందుకు కదిలింది. ఆ దశలో..పరిగెత్తి రైలు దొరకబుచ్చుకుని.. పెద్దామెను చేర్చడం చాలా కష్టం అనుకుని ఆ ప్రయత్నం విరమించుకున్నాడు. రైలులో శంకరన్ అమ్మ, నాన్న, అన్నలు, వదినలు.. అత్త, మామ

ఇంకా బంధువులు అందరూ కిటికీలు పైకెత్తి చేతులు ఊపుతున్నారు. జాగ్రత్తలు చెబుతూ గట్టిగా అరుస్తున్నారు. హెూరుగాలుల శబ్దంలో వారి అరుపులు కూడా కలిసిపోయాయి. కొద్ది క్షణాల్లో రైలుతో పాటు రక్త సంబంధీకుల ముఖాలు కూడా కనుమరుగయ్యాయి...

మరో అరగంట గడిచిపోయింది. తమ లాగా తుఫాన్‌లో చిక్కుబడి పోయిన ఒకరిద్దరు ప్రయాణికులు తప్ప స్టేషన్ దాదాపు నిర్మానుష్యం.

తుఫాన్ గాలులు ఇంకా ఇంకా హెూరేత్తిస్తూ మనుషులనే విసిరి కొట్టేస్తోంది. సిమెంట్ బెంచ్‌ని ఎంత గట్టిగా పట్టుకున్నా నిలవలేక పోతున్నారు. చూస్తుండగానే ఒక సిమెంట్ బెంచ్ గాలికి ఊడి రైల్వే ట్రాక్ వైపు కొట్టుకు పోయింది. తాము ఆసరా చేసుకున్న బెంచ్ కూడా ఊగుతోంది. ఏ క్షణమైనా ఊడేలా ఉంది.

సరిగ్గా అప్పుడు స్టేషన్ మాస్టారు గది తలుపు తెరుచుకుంది. లోపల నుంచి తల బయట పెట్టి అటూ ఇటూ చూడ సాగాడు. అతడికి ఏదో సిగ్నల్ అందినట్టు ఉంది. తీవ్రంగా ఆందోళన పడసాగాడు. అత్యవసర సిబ్బంది ఎవరికోసమో ఆయన కళ్ళు వెదుకుతున్నాయి. ప్రకోపించిన ప్రకృతితో జీవన్మరణ పోరాటం చేస్తున్న ఈ ముగ్గురినీ అప్పుడే గమనించాడు. ప్రమాదం పసిగట్టాడు. వారిని రక్షించడం తన బాధ్యత గా భావించాడు.

వేగంగా లోనికి వెళ్లి ఒక చేత్తాడు లాంటిదేదో తెచ్చాడు. దాని ఒక వైపు కొసను తన గది కిటికీ కడ్డీకి ముడివేశాడు. అయితే ఎంత ప్రయత్నం చేసినా గాలి వేగం వల్ల ఆ తాడు శంకరన్ దగ్గరికి చేరడం లేదు. దీంతో స్టేషన్ మాస్టర్ స్వయంగా రిస్క్ చేశాడు. కొద్ది కొద్దిగా జరుగుతూ మధ్యలో ఉన్న ఒక పోల్ కు సమీపించాడు. తాడును ఆ పోల్‌కు ఒక చుట్టు వేసి అతి కష్టం మీద శంకరన్‌కు అందించ గలిగాడు. ఆ క్రమంలో ఆయన తలకు బలమైన గాయం అయింది. అయితే స్టేషన్ లోపల దాకా కొడుతోన్న చినుకుల ఒలిపిరి కూడా ప్రవాహమై ఆయన రక్తపు చుక్కలను కడిగేస్తోంది.

ఎట్టకేలకు ఆ తాడు పట్టుకుని పాకులాడుతూ నలుగురూ స్టేషన్ గదిలోకి చేరేందుకు ఇంకో పెద్ద యుద్ధమే చేశారు. అందరి అరి చేతులూ తాడు ఒరిపిడికి బొబ్బలెక్కి రక్త సిక్తం అయ్యాయి. వరద నీరు అప్పటికే రైలు ట్రాక్ ను ముంచేసి ప్లాట్ ఫామ్ మీదకు వచ్చేసింది.

"సార్.. మీరు ఎందుకో టెన్షన్ పడుతున్నారు... మీ కుటుంబం గురించేనా..?" అడిగాడు శంకర్.

"కాదు.. ధనుస్కోడి బయలుదేరిన రైలు గురించి."

"ఏం ఏమైంది సార్ .?" ఆందోళనగా అడిగాడు శంకరన్.

ఆయన చెప్పాలా వద్దా... అని సందేహిస్తూనే చెప్పాడు.

"ఇందాక మా గ్యాంగ్ మెన్ నుంచి ఒక డేంజర్ సిగ్నల్ వచ్చింది. కానీ అప్పటికే రైలు వెళ్ళిపోయింది. ఇప్పుడు సిగ్నల్స్ కూడా రావడం లేదు. కమ్యూనికేషన్ వ్యవస్థ పూర్తిగా ఫెయిల్ అయింది...

రైలు పంబాన్ బ్రిడ్జి కంటే ముందే నిలిపి వేసి ఉంటే సమస్య ఉండేది కాదు.. కానీ నాకు చివరి సిగ్నల్ అందే సరికే రైలు బ్రిడ్జ్ పైకి వెళ్ళింది...."

మీరు స్టేషన్ మాస్టరా..? మీ సిబ్బంది ఎవరూ లేరు ఎందుకని సార్ "

"నేను లోకో ఆపరేటర్‌ను. నా పేరు పద్మనాభన్.. ఇది చిన్న స్టేషన్.. ఎస్.ఎం. సిక్ అయ్యారు."

"రైల్లో మా వాళ్ళు 30 మంది ఉన్నారు.. వాళ్ళకి ఏమీ కాదుగా..?" శంకరన్ అడిగాడు.

"నాకు తెలిసి రైల్లో 100 మంది పైగా ఉన్నారు. అందరినీ ఆ రామేశ్వరుడే కాపాడాలి... నా అంచనా మేరకు రైలుఇంతవరకూ బ్రిడ్జి క్రాస్ చేయలేదు "

రైలుకు సంబంధించి ఏ సమాచారం అందడం లేదు. కమ్యూనికేషన్ వ్యవస్థ పూర్తిగా ఫెయిల్ అయింది. నలుగురూ బిక్కు బిక్కు మంటూ రెండు గంటల పైగా గడిపారు. వరద నీరు నడుముల లోతు వరకూ వచ్చింది. ఆడవాళ్లను ఇద్దరినీ ఎత్తైన బల్ల పై కూర్చో బెట్టారు.

రాత్రి 9 గంటలకు వర్షం ఉన్నట్టుండి తెరిపి నిచ్చింది. గాలి హోరు పూర్తిగా తగ్గిపోయింది. శంకరన్ మళ్ళీ అడిగాడు

"రైలు గురించి తెలిసే అవకాశం ఉందా సార్..?" ముఖంలో ఆందోళన స్పష్టంగా కనిపిస్తోంది.

"లేదు... ఇప్పుడు సిగ్నల్స్ రావు.. రైలు గురించి తెలియాలి అంటే మనమే వెళ్ళాలి."

"ఈ వరద నీటిలో ఎలా సార్..?"

"నీకు ఈత వస్తుందా..?"

"ఎస్ సార్.. గంటల కొద్దీ సముద్రంలో ఈత కొట్టిన అనుభవం నాకుంది.. కానీ వరద ఉధృతంగా ఉంది కదా..!"

"ఏం పర్లేదు.. ఈ వరద నీరు ఉత్తరం వైపు పారుతోంది. మనం 100 మీటర్లు తూర్పుకు ఈదగలిగితే చాలు.. ఇసుక గట్టు పైకి చేరుతాం. ఇక అక్కడ నుంచీ ట్రాక్ వెంట 2.కి.మీ నడిస్తే పంబాన్ బ్రిడ్జి వస్తుంది "

"అట్లయితే వీళ్లిద్దరూ ఇక్కడే ఉంటారు.. మనం వెళ్లి చూద్దాం "

అంటూ మీనాక్షి వేపు తిరిగి..

"మేం తిరిగి వచ్చే వరకు ఇక్కడ నుండి కదలొద్దు " అని సూచించాడు.

"నేను ఈ రోజు పొద్దున రేడియోలో తుఫాన్ హెచ్చరిక విన్నాను. ఇంకో రెండు రోజులు తుఫాన్ ఉధృతంగా ఉంటుంది "

"అదేంటి ఇప్పుడు తగ్గిపోయింది గదా..?"

"ఇది తాత్కాలికమే. మనం ఇప్పుడు "సైక్లోన్ ఐ జోన్"లో ఉన్నాం. ఈ జోన్ దాటాక తుఫాన్ ఇంకా తీవ్రంగా మారుతుంది. "

"సైక్లోన్ ఐ అంటే ఏమిటి..?"

"తుఫాన్‌లు ఏవైనా సముద్రం లో అల్ప పీడనం వల్ల మొదలవుతాయి. కొన్ని వందల కి.మీ మేరకు వాయు ఆవర్తనం కమ్ముకుంటుంది. ఉధృతి బట్టి గాలులు అతి వేగంగా వీస్తాయి. భారీ వానలు కురుస్తాయి. ఇది వేగంగా కదులుతూ బలహీన పడేలోగా చాలా నష్టం జరుగుతుంది. అయితే ప్రతి తుఫాన్ ఆవర్తనానికి మధ్యలో ఒక వృత్తాకారపు శూన్యత ఉంటుంది. దీనినే సైక్లోన్ ఐ...అంటారు. ఇక్కడ గాలులు స్థబ్దంగా ఉంటాయి. ఈ "ఐ" జోన్ పరిధి 4 కి.మీ నుంచి 20 కి.మీల చుట్టుకొలత ఉంటుంది. తుఫాన్ దిశ మారగానే ఈ "ఐ జోన్" పరిధి కూడా మారుతుంది. తుఫాన్ తన వలయంలో ఎంత భీభత్సంగా ఉన్నా.. ఈ " సైక్లోన్ ఐ" ఉన్న ప్రదేశంలో మాత్రం ప్రశాంతంగా ఉంటుంది. ఈ వాతావరణం ఒక గంట నుంచి 2 గంటలు ఉండొచ్చు... మన రైలు ఇప్పటి వరకు పంబాన్ బ్రిడ్జి ఎక్కకుండా ఉంటే సమస్య లేదు. ఒక వేళ బ్రిడ్జి మీద నిలుపుకొని ఉంటే.. తక్షణమే గ్రీన్ సిగ్నల్ ఇచ్చి బ్రిడ్జ్ దాటించాలి.. ఇప్పుడు మనం చేయాల్సింది అదే.."

అని చెప్పి ఒక గ్రీన్ టార్చ్ ఇంకోటి రెడ్ టార్చ్ తీశాడు. వాటిని వానకు తడవకుండా ఒక అల్యూమినియం క్యారియర్‌లో భద్ర పరిచి పురికొసతో చుట్టి మెడకు తగిలించుకున్నాడు. పొడవాటి తాడు చుట్టగా చేసి శంకరన్ భుజానికి తగిలించాడు.

తాడు చెరో దిక్కు ఆసరా గా పట్టుకుని.. అతి కష్టం మీద వరద నీటిలో నడుచుకుంటూ అక్కడక్కడా ఈదుకుంటూ గట్టు వైపు చేరుకున్నారు. చిత్తడి నేలలో జారిపడుతూ తిరిగి లేస్తూ పట్టాల వెంట నడక సాగించారు. గంటన్నర సేపు తీవ్రంగా

శ్రమించి పంబాన్ బ్రిడ్జి సమీపించారు. "సైక్లోన్ ఐ" ఫినామిన వల్ల వాతావరణం క్లియర్‌గా ఉంది.

అల్లంత దూరం లో రైలు మసక గా కనిపిస్తోంది.

వాతావరణం మళ్ళీనార్మల్‌కు వచ్చేసిందని సిబ్బంది అనుకున్నట్టుంది. రైలు కూత వేస్తూ మెల్లగా ముందుకు కదిలింది. పద్మనాభన్‌కు ఇదంతా కన్ఫ్యూషన్‌గా ఉంది. బ్రిడ్జి పై నుంచి గ్రీన్ సిగ్నల్ ఏదీ కనిపించడం లేదు. మరి రైలు ఎందుకు కదిలిస్తున్నారు..?

సరిగ్గా అదే సమయంలో మెల్లగా గాలులు మొదలయ్యాయి. రక్షణ కోసం ఇద్దరి నడుములకు తాడు చుట్టుకున్నారు. గాలులు అంతకంతకూ వేగం పుంజుకున్నాయి. సైక్లోన్ ఐ జోన్ ఇప్పుడిప్పుడే ఈ ప్రదేశం దాటేసింది. అందుకే గాలులు పెరిగాయి. సముద్రంలో అలల ఉధృతి కూడా పెరిగింది. రైలు ఆపటమే మంచిది అనుకుని పద్మనాభన్ రెడ్ టార్చ్ వేస్తూ పరిగెత్తాడు. అతడి వెంటే శంకరన్ కూడా...

అయితే ఆ సిగ్నల్ రైలు ఆపరేటింగ్ సిబ్బంది కంట పడినట్టు లేదు. రైలు ముందుకే సాగింది.

రైలు ఇంకో క్షణం లో పంబాన్ బ్రిడ్జి ఎక్కేస్తుంది.

ఆ రైలుకు 100 అడుగుల దూరంలో ఈ ఇద్దరూ ఉన్నారు.

అప్పుడు వచ్చింది ఒక పెను ఉప్పెన... అంబరాన్ని తాకేస్థాయిలో.. ఎంత వేగం గా అంటే... ఆ టైడల్ వేవ్స్ తాకిడికి ఒక్కసారిగా రైలు గిరవాటు వేయబడింది. రైలు 20 అడుగుల ఎత్తైన ట్రాక్ నుంచి కింద పడిపోయింది..

ఆ సమయంలో ట్రాక్ పై ఉన్న వీరిద్దరూ.. సరిగ్గా వల్లభ వినాయగర్ టెంపుల్ వంతెనపై ఫ్రేమ్‌లో ఇరుక్కు పోయారు. ఆ విధంగా బతికి పోయారు. వాళ్ళు చూస్తుండగానే సముద్రపు నీరు, వరదనీరు కలగలసిపోయి రైలును పూర్తిగా ముంచేసింది. అందులో ఉన్న ప్రయాణికులంతా సజీవంగా జలసమాధి అయ్యారు.

1964 డిసెంబర్ 22 అర్ధరాత్రి జరిగిన ఈ పంబాన్ రైలు ప్రమాదం మన దేశంలో ఇంత వరకూ జరిగిన రైలు ప్రమాదాల్లో అత్యంత ఘోర మైనది. 121 మంది రైలు ప్రయాణికులు గల్లంతయ్యారు. అలాగే ఆనాటి తుఫాన్ సృష్టించిన భీభత్సంలో ధనుష్కోడి అనే అందమైన పట్టణం పూర్తిగా నేల మట్టమైంది. ఈ ఒక్క ఊరి నుంచే 1800 విలువైన ప్రాణాలు సముద్రం లోనూ ఇసుక మేటల కిందా కడతేరాయి . 900 బెస్త వారి పడవలు కొట్టుకు పోయాయి. అధికారిక లెక్కల ప్రకారం పంబాన్ దీవి గ్రామాల్లో మొత్తం 3200 మంది బలయ్యారు. ధనుష్కోడిలో ఒక కాథెలిక్ చర్చి, ఒక

శైవ గుడి, ఒక పోస్టాఫీస్ బిల్డింగ్ మాత్రం ఆ నాటి భీభత్సానికి సాక్షీభూతంగా శిథిలావస్థలో నేటికీ నిలిచి ఉన్నాయి.

1964 నాటికే 1600 మిలియన్ డాలర్ల నష్టం చేసిన అతి తీవ్ర తుఫాన్‌గా న్యూ యార్క్ టైమ్స్ పత్రిక రాసింది. 3 రోజుల అనంతరం హిందూ పేపర్ మధురై నుంచి ఒక వార్తా కథనం రాసే దాకా ఈ ఘోర ఉదంతం గురించి బయట ప్రపంచానికి తెలియదు. ఉధృతి తగ్గాక ముఖ్యమంత్రి కామరాజ్ నాడర్ హెలికాప్టర్‌లో వెళ్లి చూస్తే తెల్లటి ఇసుక మేటలు తప్ప ఇంకేమి కనిపించలేదు. పంబాన్ వద్ద పడిపోయిన రైలు 80 శాతం ఇసుకలో కూరుకుపోయింది.

ధనుష్కోడిని నివాసానికి పనికిరాని ఘోస్ట్ టౌన్‌గా ప్రభుత్వం డిక్లేర్ చేసింది.

ఆ మరునాడు సాయంత్రం అలల ఉధృతి తగ్గాక సముద్ర పడవ లో వచ్చిన మెరైన్ సిబ్బంది,. వంతెన ఫ్రేమ్ లో ఇరుక్కుపోయిన శంకరన్, పద్మనాభన్‌లను రక్షించారు. శంకరన్ మేనత్త మణీయమ్మ చలి జ్వరంతో వణుకుతూ తెల్లారేలోగా ప్రాణాలు విడిచింది. రామేశ్వరం సైక్లోన్ గా చరిత్ర కెక్కిన ఈ సైక్లోన్ శంకరన్ జీవితాన్ని సర్వ నాశనం చేసింది. తెలవారే సరికి బతుకులన్నీ తెల్లారిపోయాయి.

ఆ విధంగా పెళ్లయిన మరునాడే కొత్త దంపతులు ఇద్దరూ రోడ్డున పడ్డారు.

✦ ✦ ✦

రామనాథపురంలో ప్రభుత్వం పునరావాస కేంద్రాలు పెట్టింది. ఉప్పెనలో, వరదల్లో అనాధలైన వారికి ఆ కేంద్రాల్లో సంరక్షణ చర్యలు చేపట్టింది. తన వాళ్ళు ఎవరైనా కనిపిస్తారేమో అనే ఆశతో శంకరన్ దంపతులు ఇద్దరూ ఆ కేంద్రాల వద్దకు వెళ్లారు. వాళ్ళ ఆశ నిరాశే అయింది.

అక్కడ ఒక శిబిరం వద్ద కొబ్బరి చెట్ల మధ్యలో ఒక ఉయ్యాల కట్టి ఉంచారు. అందులో 6 నెలల పసి పాప ఏడుస్తోంది. మీనాక్షి వేగంగా చెంతకు వెళ్లి ఉయ్యాల ఊపసాగింది. పాప ఏడుపు ఎంతకూ ఆపక పోయే సరికి శంకరన్ ఆ పాప పొట్ట పై చెయ్యి వేసి జోకొట్టబోయాడు.. అంతే.. తన చిట్టి చేతులతో ఆయన చూపుడు వేలును బంధించింది. దీంతో ఉయ్యాల లోంచి ఎత్తి ఆప్యాయంగా గుండెలకు హత్తుకున్నాడు.

అక్కడికి ఒక నర్స్ వచ్చింది.

"రెస్క్యూ టీంకు జడతీర్థం దగ్గర దొరికింది సార్... ఒక వలలో చిక్కుకొని కనిపిస్తే కాపాడి తెచ్చారు. ఈ పాప కోసం ఇంతవరకూ ఎవరూ రాలేదు." అని చెప్పింది ఆ నర్స్.

అందుకు శంకరన్ ఒకసారి మీనాక్షి వైపు చూసి దృఢంగా అన్నాడు.

"ఈ పాప మా పాపే.."

అయిన వారినందరినీ కోల్పోయి 3 రోజులుగా శోకిస్తూ ఉన్న మీనాక్షి కళ్లలో తొలిసారి ఆనందం చూశాడు శంకరన్. తుఫాన్ రోజు తమ మేనత్త పట్టుదలతోనే తామిద్దరూ మండపం వద్ద రైలు దిగిపోయారు. ఆమె చనిపోతూ తమను కాపాడింది. ఆమె జ్ఞాపకంగా ఆ పాప పేరు మణియమ్మాళ్ అని పెట్టుకున్నారు.

✦ ✦ ✦

రెడ్డియార్ పట్టి...

విరుదునగర్ జిల్లా శ్రీవిల్లిపురం తాలూకాలో ఒక రెడ్డియార్ల సెటిలర్స్ కాలనీ.. 18 శతాబ్దంలో అక్కడి కొండలు, గుట్టలు తొలిచి మరీ సాగు చేసుకున్నారు.. ఆ కాలనీ క్రమంగా ఒక పెద్ద గ్రామ పంచాయతీగా రూపొందింది.

ఈ మధ్య కాలంలో తేవర్లు, నాయికర్లు, నాడార్లు, ముదలియర్లు, ముస్లిమ్స్ తదితర చాలా కులాల వారు వచ్చి చేరారు. ముఖ్యంగా తేవర్ల ఆధిపత్యం పెరిగిపోయింది.

ధనుష్కోడిలో సర్వం కోల్పోయిన శంకరన్ కుటుంబానికి ప్రభుత్వం 2 వేల రూపాయలు పరిహారంగా ఇచ్చింది. ఆ డబ్బుతో రెడ్డియాపట్టిలో 5 ఎకరాల భూమి కొనుక్కున్నారు. గ్రామ సమీపంలో ఒక గుడిసె వేసుకున్నారు... అది పూర్తిగా కరువు ప్రాంతం.

ఆ పక్కనే ఉన్న ఎట్టకపట్టి గ్రామ పొలిమేరలో నాయకర్ రాజులు తవ్వించిన చెరువు ఉంది. చతురగిరి కొండల నుంచి ప్రవహించే వైపార్ అనే వాగుపై ఈ చెరువు ఉంది. కరువొచ్చినప్పుడు ఈ నదితో పాటు చెరువు కూడా నిండుకుంటుంది. ప్రతి మూడు, నాలుగేండ్లకు ఒకసారి ఈ పరిస్థితి ఉంటుంది. ఈ చెరువు పై తేవర్లదే ఆధిపత్యం.

ఈ చెరువు కింద మొత్తం వంటఅరటి తోటలే వేస్తారు. రెడ్డీయాపట్టి పొలాలకు సాగునీరు కూడా ఎట్టకపట్టికి చెందిన తేవర్ల దయా దాక్షిణ్యంగా మారిపోయింది. దీంతో రాజకీయంగా కూడా ఈ తేవర్లు ఎలా చెబితే రెడ్డీయాపేట రైతులు అలాగే చేయాలి.

1970, 71లలో వరుసగా రెండేండ్లు కరువొచ్చింది. ఎట్టకపట్టి చెరువు ఎండిపోయింది. ఇక రైతుల అవస్థలు చూడాలి.

వడ్డీలకిచ్చిన నాడార్లు ఒక పక్క, అప్పుల బాధ తట్టుకోలేక పొలాలను అయిన కాడికి అమ్ముకునే రైతుల కోసం కాచుకున్న తేవర్లు ఇంకో పక్క.

ఎట్టకేలకు పొలం అమ్ముకుని వీధిన పడిన రైతుల జాబితాలో శంకరన్ కూడా చేరిపోయాడు. ఈ దశలో బతుకు తెరువు దర్భరం అయిపొయింది. ఒక బడుగు రైతు ఆత్మహత్య కూడా చేసుకున్నాడు.

కానీ శంకరన్‌కు తెలుసు. జీవితం అంటే తేలిగ్గా ముగించుకునేది కాదు. మనిషి పుట్టుకకు ఏదో ఒక పరమార్థం ఉందని నమ్మిన వాడు.

జీవితం అంటేనే పోరాటాలమయం. అలసినా సొలసినా పోరాడి తీరాల్సిందే...

ఆ రోజు.. తుఫాన్ రూపంలో తమ జీవితాల్లో చీకట్లు కమ్మిన రోజు.. అయిన వారంతా రైలుబండిలో ఇరుక్కొని ఊపిరి అందక జలసమాధి అయిన రోజు... ఉక్కువంతెన ఫ్రేమ్‌లో ఇరుక్కుని తాను పెను ఉప్పెన తాకిడికి తట్టుకుంటూ బతుకు పోరాటం ఎందుకు చేశాడు? ఒకే ఒక్క ఆశ... తనతో ఏడడుగులు వేసి నడిచివచ్చిన మీనాక్షితో ఎనిమిదో అడుగు వేయాలి అని.. ఆమెకు జీవితాంతం తోడుగా నిలవాలి అని...

అది ఆనాటి మృత్యు కుహరం ముందు తాను నిలిచినప్పటి ఆశయం... ఇప్పుడు.. తాము పెంచుకుంటున్న పసిపాపకు అందమైన భవిష్యత్‌ను ఇవ్వడమే తన ముందున్న ఆశయం.

అదే సమయంలో మణీయమ్మకు జ్వరం వచ్చింది. కండ్లు తెరువకుండా వణుకుతోన్న పాపను చూసి శంకరన్, మీనాక్షిలు కూడా వణికిపోయారు.

శ్రీవిల్లిపుత్తూరు నుంచి వచ్చిన ఆర్.ఎం.పి వైద్యుడు పాపకు చిన్నమ్మవారు పోసింది అనీ... ఏవో మందులు ఇచ్చి వెళ్ళాడు.

ఇలాంటి నేపథ్యంలో తన బంధువు ఒకాయన సలహా ఇచ్చాడు.

"సమయపురం మారియమ్మ చాలా మహిమ గలది అనీ ఒకసారి వెళ్లి మొక్కుకుంటే పాపకు నయం అవుతుంది అని..ఆ సలహా సారాంశం. అనుకున్నదే తడవుగా దంపతులు ఇద్దరూ పాపను తీసుకుని రైలెక్కేశారు.

✦ ✦ ✦

సమయపురం.,

తిరుచ్చి దగ్గర ఉత్తర కావేరి ఒడ్డున ఉన్న పట్టణం. ఇక్కడ మారియమ్మ టెంపుల్ ఎంత ప్రసిద్ధి అంటే.. తమిళనాడులో నెలకొన్న అతి పెద్ద శక్తి పీఠం. శ్రీరంగాపురం రంగనాథుడికి ఆడపడుచుగా చెప్పుకుంటారు.

భక్తులకు మారియమ్మగా దర్శనం ఇచ్చే దుర్గమ్మకు నిత్య పూజలు ఉంటాయి. ప్రతి మాసంలోనూ ఏదో ఒక వేడుక జరుగుతుంది. ముఖ్యంగా 10 రోజుల పాటు జరిగే "తాయిపూసం" పండుగ వేడుకను చూసేందుకు రెండు కండ్లూ చాలవంటారు. ఈ సందర్భంగా కావేరి నదిలో జరిగే తెప్పోత్సవం తిలకించేందుకు భక్తులు శ్రీలంక మలేసియా నుంచి కూడా తరలి వస్తారు. 10వ రోజు అమ్మవారు ఒక భక్తురాలికి పూనకం (సామియాట్టం) లా ప్రవేశించి రాబోయే ఏడాదికి దిశా నిర్దేశం చేస్తారు.

అలాగే ఫాల్గుణ మాసంలో అద్దాల పల్లకిలో అమ్మవారి ఊరేగింపు ఒక్కసారి చూసినా జీవితం ధన్యం అని భావిస్తారు. చైత్ర మాసంలో జరిగే రథోత్సవానికి 3 లక్షలు పైచిలుకు భక్తులు వస్తారు. బెల్లం, బియ్యంపిండి, నెయ్యితో చేసిన "మావిలక్కుమ్" అనే ప్రసాదం కోసం భక్తులు పెద్ద క్యూ కడతారు.

తమిళనాడులోని గ్రామీణ సంస్కృతి ఎలా ఉంటుందో తెలుసుకోవాలంటే తాయ్ పూసం రోజుల్లో చూడొచ్చు. నెత్తిన నైవేద్యం కుండలు పెట్టుకుని ఊగిపోతూ నర్తించే.. "కరక్కాట్టం" ఇక్కడ ఎంతో ప్రసిద్ధి.

స్మాల్ పాక్స్ వ్యాధిని అప్పట్లో అమ్మవారు అని పిలిచేవారు. వ్యాధి సోకితే బతికి బట్ట కట్టే వరకూ నమ్మకం లేదు. వాక్సిన్ కనిపెట్టే వరకు ఈ వ్యాధి ప్రపంచాన్ని వణికించింది. శక్తి దేవత ఆగ్రహిస్తేనే ఈ వ్యాధి సోకుతుంది అనే నమ్మకం ఇక్కడి పల్లెల్లో బాగా ఉండేది. సమయపురం మారియమ్మ గుడి దగ్గర 3 నిద్రలు చేస్తే అమ్మవారు అనబడే ఈ వ్యాధి దానంతట అదే వెళ్ళిపోతుంది అని భక్తుల విశ్వాసం. అలా నయం అయ్యాక కూడా భక్తులు మరో 3 రోజుల పాటు ఇతర వ్యాధి గ్రస్తులకు సేవలు చేస్తూ గడపాలి..

ఇదీ టూకీగా ఇక్కడి విశేషం.

అమ్మ వారి అనుగ్రహమో... లేక అమ్మవారిపై ఈ దంపతులకు విశ్వాసమో.. లేక మనిషి శరీరంలో, అందునా చిన్నపిల్లల్లో సహజ సిద్ధంగా ఉండే వ్యాధి నియంత్రణ వ్యవస్థ ప్రభావమో..ఏదైతేనేం.. పాపకు బాగైంది.

సరిగ్గా అదే సమయంలో మావిలక్కు ప్రసాదం కోసం క్యూలో ఉన్న మీనాక్షి.. ఉన్నట్టుండి కళ్ళు తిరిగి పడిపోయింది.

ఆ క్యూలో ఉన్న మంత్రసాని ఒకరు వచ్చి పరీక్షించి చెప్పింది... ఆమె కడుపు పండిందని..

5 ఏళ్లుగా నోచని వరం ఇప్పుడు మారియమ్మ చెంతకు వచ్చాక సిద్ధించడం విశేషంగా భావించారు ఆ దంపతులు.. ఇది కూడా అమ్మవారి మహిమ వల్లనే సాధ్యం అయింది అని అనుకున్నారు.

ఊరికి వచ్చాక శంకరన్ ఎంతో కష్ట పడ్డాడు. గర్భవతి అయిన మీనాక్షిని గడప దాటనీయలేదు. అలా పుట్టిన పాపకు వారు మహిమ అని పేరు పెట్టుకున్నారు.

చూస్తుండగానే మణీయమ్మాల్‌కు 12 ఏళ్ళు, మహిమకు 6 ఏండ్లు వచ్చాయి..

ఎట్టకపట్టి అరటితోటల్లో శంకరన్ దినసరి కూలీగా చేస్తున్నాడు... చెరువు పక్కన ఒక తోట కౌలుకు తీసుకున్నాడు. అక్కడ పని లేనప్పుడు పాండ్యనాడు చెరుకు తోటలకు, చోళ నాడు వరికోతలకు వలస కూలీగా వెళ్తాడు. ఎంత చేసినా ఇద్దరు పిల్లల ఆలనా పాలనా చాలా కష్టం అయింది. దీంతో బతుకు తెరువుకు కొత్తగా ఏదైనా చూసుకోవాలి అనే ఆలోచన వచ్చింది.

అప్పట్లో శివకాశిలో పారిశ్రామిక విప్లవం ఊపందుకుంటోంది. వేలకొద్దీ గ్రామీణులు శివకాశి కర్మాగారాల్లో కొలువులు పొందుతున్నారు. జంటకు నెలజీతం 150 వరకూ ఇస్తారట. ఆ డబ్బుతో తాము బతకడంతో పాటు పిల్లల్ని కూడా చదివించుకోవచ్చు అని ఆశ పడ్డారు.

✦ ✦ ✦

అధ్యాయం - 8

శివకాశి...

దక్షిణ తమిళనాడులో అత్యంత వేగంగా అభివృద్ధి చెందిన పారిశ్రామిక పట్టణం...

ఇండియాలోని అత్యధిక ప్రింటింగ్ ప్రెస్ లు ఇక్కడే ఉన్నాయి. (జర్మనిలోని గుటెన్ బర్గ్ తర్వాత ప్రపంచంలో రెండో స్థానం). అగ్గిపెట్టెల తయారీలో ఆసియాలోనే అగ్రస్థానం.

టపాసుల ఉత్పత్తిలో ప్రపంచంలోనే నెంబర్ 1గా ఉంది. భారత దేశం ఉత్పత్తి చేసే మొత్తం టపాసులలో 95% ఉత్పత్తి ఇక్కడే... ఈ ఇండస్ట్రీ ఇక్కడ ఇంతలా ఎందుకు అభివృద్ధి చెందింది..?

ఈ ప్రాంతంలో వానలు తక్కువగా పడటం.. ఎప్పుడూ పొడి వాతావరణం ఉండటం... ఎండకాలంలో ఏప్రిల్, మే నెలల్లో కూడా 36 డిగ్రీ సెల్సియస్‌కు మించి ఉష్ణోగ్రత ఉండకపోవడం ఇక్కడి ప్రత్యేకత. దీంతో ఫైర్‌వర్క్స్‌కు ఇంతకు మించి సూటబుల్ ప్రాంతం ఇండియాలో ఇంకోటి లేదు..

2000 నాటికే 503 ఫైర్ క్రాకర్స్ ఫ్యాక్టరీలు ఇక్కడ ఉన్నాయి.

చెప్పుకోవడానికి ఎంత ఘనంగా ఉందో కదా..! చదువుతుంటే మన ఛాతి గర్వంగా ఉప్పొంగినా ఆశ్చర్యపోనక్కర్లేదు.

అయితే.. ఇదంతా నాణేనికి ఒక వైపు మాత్రమే... ఇక రెండో వైపు చూడండి.

ఫైర్ క్రాకర్ ఫ్యాక్టరీలు అధికారికంగా 500 ఉంటే అనధికారికంగా కుటుంబ పరిశ్రమల్లాగా 3000 పైబడి ఉన్నాయి. ఇవన్నీ శివకాసి పట్టణ శివారు గ్రామాల్లో ఉంటాయి.

ఒక ఫ్యాక్టరీ పెట్టాలంటే సవాలక్ష నిబంధనలు... అందులోనూ ఎక్సప్లోజీవ్స్ ఫ్యాక్టరీలు అంటే.. చాలా కఠిన నిబంధనలు ఉంటాయి.

ఒక ఫ్యాక్టరీ విస్తీర్ణం.. పని చేస్తున్న కార్మికులు, ఒక్కో కార్మికుడి కోసం కేటాయించిన సరాసరి జాగా, ఫైర్ సేఫ్టీ ఆవలంబించిన పద్ధతులు, ఎమర్జెన్సీ మెడికల్ కేర్, హాజర్డస్ కెమికల్ వేస్ట్ మానేజ్మెంట్,..ఇలా

అన్నీ కరెక్ట్‌గా ఉంటేనే లైసెన్స్ వస్తుంది. పైవన్నీ పాటించి ఫ్యాక్టరీ పెట్టినా వర్కర్స్ కు మినిమం పే స్కేల్, 8 గంటల పని నిబంధన, గ్రూప్ ఇన్సూరెన్స్, ప్రావిడెంట్ ఫండ్,

ఇ.ఎస్.ఐ. బాల కార్మిక చట్టం లాంటివి అన్నీ చట్టానికిలోబడి ఉండాలి... ఇవన్నీ పాటించి భారీ ఆదాయాలు మూట కట్టుకోవాలంటే ఎలా..?

రూల్స్ అన్నీ వైగై నదిలో తొక్కేయ్యాల్సిందే..

ఇదిగో.. సరిగ్గా ఇక్కడనుంచే పుట్టుకొచ్చింది అరాచకత్వం. పోలీస్, ఫైర్, రెవిన్యూ, ఇండస్ట్రియల్ డిపార్ట్మెంట్లు అన్నీ కుమ్మక్కయ్యాయి. నిబంధనలకు పాతరేసేశాయ్.

నిబంధనల ప్రకారం ఒక్కో కార్మికుడికి పని చేసే జాగా 10/8 అడుగులు ఉండాలి. కాగా 3/3 అడుగుల కంటే తక్కువగా ఇచ్చి.. కిక్కిరిసి ఉంటాయి. లక్షల సంఖ్యలో బాల కార్మికులు ఇక్కడ పువ్వుల్లా వాడిపోతున్నారు. అడ్వాన్స్ తీసుకుని ఒక్కసారి ఈ ఊబిలో ఇరుక్కుంటే చాలు. తిరిగి బయట పడటం కష్టం.. చివరికి ఈ ఫ్యాక్టరీల యాజమాన్యలు, పొలిటికల్ లీడర్స్ అంతా కలిసి ఒక పెద్ద మాఫియాగా అవతరించింది.

ఒకప్పుడు బస్సులు, రైళ్ల నుంచి ఐదారేళ్ల పిల్లలును ఎత్తుకొచ్చి ఈ వ్యవస్థలో దించే మాఫియా కూడా ఇక్కడ నడిచింది.

అందుకే ఒక ఫ్యాక్టరీకి అనుబంధంగా గ్రామాల్లో ఎన్ని బెల్ట్ ఫ్యాక్టరీలు ఉన్నా చూసి చూడనట్టే ఉంటారు. పై లెవెల్‌లో ఇన్స్పెక్షన్‌కు వచ్చిన వారు ఇండస్ట్రియల్ ఎస్టేట్ వరకు చూసి వెళ్తారు. లేబర్ డిపార్ట్మెంట్ అధికారిక లెక్కల ప్రకారం అన్ని ఫ్యాక్టరీలలో 2.5 లక్షల కార్మికులు పని చేస్తుంటే బెల్ట్ ఫ్యాక్టరీలలో 8 లక్షలు పైబడి ఉన్నారు. ఇందులో బాల కార్మికులే ఎక్కువ. కెమికల్స్ సరిపడక ఒళ్ళంతా రాషెస్ వచ్చి చర్మవ్యాధులతో అల్లాడి పోయే పిల్లలు, పెద్దలు ఎన్ని లక్షల మంది ఉన్నారనే లెక్క గట్టే ఓపిక ఏ ప్రభుత్వ అధికారికీ లేదు.

ఫైర్ డిపార్ట్మెంట్‌లో ఇక్కడ ఒక ఎస్సైగా ఏడాది పాటు పని చేస్తే చాలు.. అతడు హాయిగా రిటైర్ అయిపోయి శేష జీవితాన్ని లగ్జరీగా గడపొచ్చు.

(తెలుగు మూలాలున్న డి.డి.ఎం.కె నాయకుడు వైగో వల్ల ఇక్కడి మాఫియా ఆరాచకాలు కొద్దిగా తగ్గినాయి అంటారు)..

శంకరన్ కుటుంబం కూడా ఆ ఊబిలో ఇరుక్కు పోయింది. ఒక మధ్యవర్తి సహాయంతో అడ్వాన్స్ తీసుకొని శివకాశిలోని ఒక ఫ్యాక్టరీలో ఈ దంపతులు అడుగు పెట్టారు.

కొన్ని రోజులకే అర్థం అయిపోయింది శివకాశి మర్మం ఏమిటో... కానీ, ఏమీ చేయలేని పరిస్థితి. అక్కడ నుంచి బయట పడాలి అంటే తీసుకున్న అడ్వాన్స్ తిరిగి చెల్లించి తీరాలి.అది అంత సులభం కాదు...

ఒప్పందం ప్రకారం 8 గంటల పనే.. కానీ, అందులో ఒక మెలిక ఉంటుంది. మినిమం ఇన్ని కార్టన్ల క్రాకర్స్ కూర్చి పెట్టాలన్న నిబంధన ఉంటుంది. అది 9 గంటలు కావచ్చు.. ఒక్కోసారి 12 గంటలు కూడా కావచ్చు.

క్రాకర్స్ తయారీలో గన్ పౌడర్ కూర్చే ప్రక్రియ ప్రధానం.

గన్ పౌడర్‌కు పేలుడు స్వభావం రావడం వెనుక 3 ప్రధాన కెమికల్స్‌ను తగు పాళ్ళలో మిక్స్ చేయాలి. ముఖ్యంగా పోటాషియం నైట్రేట్ 75%, చార్ కోల్15%, సల్ఫర్..10%. ఇవి ఎంత కరెక్ట్ రేషియోలో కలిపితే అంత ఎక్స్‌ప్లోజీవ్ గుణం వస్తుంది. క్రాకర్స్ తయారీలో ఇదొక నేర్పరితనం.

1934లో మొట్ట మొదటి ఫ్యాక్టరీ పెట్టిన అయ్య తేవర్ కంపెనీ.. తర్వాత దజన్ల కొద్దీ కొత్త ఫ్యాక్టరీలు పెట్టడం వెనుక ఇలాంటి స్కిల్డ్ వర్కర్స్‌ను గుప్పెట్లో పెట్టుకోవడమే కారణం.

ఫలానా కంపెనీ క్రాకర్స్ నాణ్యంగా ఉంటాయి... ఈ క్రాకర్స్ సిస్టమాటిక్‌గా రంగులు వెదజల్లుతాయి.. అని కితాబు నిచ్చి కొనుక్కునే కస్టమర్.. దాని వెనుక దాగిన వర్కర్ నైపుణ్యం గురించి ఆలోచించడు.

మహాకవి శ్రీ శ్రీ చెప్పినట్టు తాజ్ మహల్ నిర్మాణంలో రాళ్ళెత్తిన కూలీల చరిత్ర ఎవడిక్కావాలి.?

ఈ టపాసుల తయారీలో వర్కర్స్ ఎదుర్కునే సమస్య ఏమిటో తెలుసా..?..

గన్ పౌడర్స్ తయారు చేయడానికి 3 కెమికల్స్ కలిపితే చాలు..

కానీ అది పేలినపుడు రకరకాల రంగులు వెదజల్లితేనే కదా.. కస్టమర్‌గా మనకు అసలైన ఆనందం...! కానీ.. ఈ రంగుల వెనుక చిదిమి పోయే జీవితాల చీకట్లలోకి తొంగి చూడటమే కదా సిసలైన మానవ ధర్మం...!

క్రాకర్స్‌లో వెదజల్లే ఒక్కో రంగు వెనుక ఒక్కో భయంకరమైన కెమికల్ ఉంటుంది. మానవ శరీరంపై ఒక్కో కెమికల్ ఒక్కో రకమైన విష ప్రభావం చూపుతుంది.

ఉదాహరణకు... రాకెట్ పేరుతో మనం పేల్చే టపాసు నాలుగైదు రంగులు వెదజల్లి మన కండ్లకు మిరమిట్లు గొలుపుతుంది. అందులో ఎర్ర రంగు రావడం వెనుక స్ట్రాంటియం అనే కెమికల్ కలపాలి. అప్పుడు దాని ఘాటుకు ఆ వర్కర్ ఊపిరి తిత్తులు పొలమారి పోతాయి.

తెలుపు రంగు వెదజల్లడం వెనుక మెగ్నీషియం, అల్యూమినియం, టైటానీయంల మిక్సింగ్ ఉంటుందని ఎందరికి తెలుసు..? ఈ మూడు కెమికల్స్ మిక్స్ అయినప్పుడు సన్నటి పోరలాగా ఆ వర్కర్ చేతులకు, మెడ భాగానికి పేరుకు పోయి విపరీతమైన

ఇరిటేషన్ వస్తుంది అని ఇంకెందరికి తెలుసు..? ఆ జిగట వదిలించుకునేందుకు ఫ్యాక్టరీ ఓపెన్ షవర్స్‌లోనే సబ్బుతో గంట సేపు ఒళ్ళు తోముకుంటూ స్నానం చేయాలి అని.. క్రాకర్స్ కాలుస్తూ ఎంజాయ్ చేసే మనకెట్లా తెలుస్తుంది.?

మగ వారు సరే... ఆడోళ్ళ పరిస్థితి ఏమిటి..? అక్కడ ఓపెన్ షవర్స్ కింద స్నానం చేయలేరు.. మరి ఏం చేయాలి? వాళ్ళవి శరీరాలు కావా..?

వాళ్ళ ఇక్కట్లు ఏమంటే.. ఆరు బయట చల్ల గాలికి కూర్చొని ఒకరి ఒంటి పై ఇంకొకరు కొబ్బరి నూనె రాసుకోవాలి. ఆ తర్వాత ఏ గంట సేపటికో ఇంటికి చేరి గంటల కొద్దీ చర్మం అరగ దీసుకుంటూ స్నానం చేయాలి. ఆ తర్వాత పొయి వెలిగించి.. కునుకు పాట్లు పడుతూ వండి వార్చాలి.

ఒక క్రాకర్ గ్రీన్ కలర్ వెదజల్లగానే మన కళ్లకు ఎంతో ఆహ్లాదం కలుగుతుంది. పచ్చని పంట పొలాల మధ్యలో మనం ఉన్నట్టు ప్రమోదంగా ఉంటుంది. కానీ, మనం పొందే ఈ ప్రమోదం వెనుక ఒక బాల కార్మికుడి అనుభవం ఏమిటో ఎన్నడైనా ఆలోచించామా..?

ఈ కెమికల్ కలపడం వెనుక ఆ వర్కర్ కండ్లలో విపరీతంగా దురదలు పెడతాయనీ, చేతులకు అంటుకున్న కెమికల్స్ వల్ల ఆ చేతులతో ఆ దురదేక్కిన కండ్లు ఒత్తుకుని ఉపశమనం పొందే అవకాశం కూడా లేదని తెలుసా..?

బేరియం, మెగ్నీసియం లాంటి కెమికల్స్ దుష్ప్రభావం నుంచి జీర్ణశక్తిని కాపాడుకునేందుకు రోజుకు 5 సార్లు అరటి పండ్లు తినాలి.. దీనికి ప్రత్యేకించి "బనానా అలవెన్సు" ఒకటి ఉంటుందని.. ఈ అలవెన్సు కోసం ఆ వర్కర్ ఆ ఫ్యాక్టరీలో ఎందరి కాళ్ళు పట్టుకోవాలి..? ఇవన్నీ మన ఊహలకు కూడా అందని వాస్తవాలు. ఈ అలవెన్సు ఒకప్పుడు రోజుకు అర్థ రూపాయి ఉండేది.. ఇప్పుడు 20 రూపాయలు అయింది. అరటి పండ్లు తినకుంటే.. జీర్ణశక్తి మందగించి కడుపు నొప్పితో విలవిలలాడుతూ కూడా తన 8 గంటల టార్గెట్ పూర్తి చేయాలి..

శంకరన్, మీనాక్షి దంపతులు ఇంత నరకమూ అనుభవిస్తున్నది ఎవరికోసం..? ఇద్దరు పిల్లల భవిష్యత్ తీర్చిదిద్దటం కోసం.. కానీ... పిల్లల గురించి వారు కలగన్నది వేరు.. అక్కడ జరుగుతున్నది వేరు..

ఇండస్ట్రియల్ ఎస్టేట్ కు దగ్గర్లో ప్రభుత్వ స్కూల్స్ ఉన్నాయి. కానీ తెలుగు మీడియం చదువులు కావాలంటే కాకివాడన్ పట్టిలో ఉన్న పంచాయతీ యూనియన్ మిడిల్ స్కూల్‌లో చేర్చాలి. మణియమ్మకు ఆ స్కూల్‌లో సీట్ దొరికింది. కానీ మహిమకు తగిన ప్రైమరీ స్కూల్ దగ్గరలో లేదు. ఎక్కడో దూరం స్కూల్‌లో చేర్పిస్తే స్కూల్ విడిచిపెట్టే టైమ్‌కు వెళ్లి ఇంటికి తీసుకురావడం కష్టం.

పిల్లలను సైకిల్ పై రోజూ స్కూల్స్‌లో వదిలి పెట్టి రావాలి.

అయితే, ఫ్యాక్టరీ నుంచి తమకు కేటాయించిన షెడ్ లాంటి ఇంటికి చేరే సరికే బాగా చీకటి పడుతోంది. పెద్దపిల్ల కాబట్టి మణీయమ్మతో సమస్య లేదు. మహిమను చదివించడమే ఇబ్బంది అవుతోంది. అనేయూర్, మణి నగర్, శివగామి పురం, ఇందిరా నగర్‌లలో ఉన్న ఇండస్ట్రీయల్ ఏరియాలో తెలుగు బోధించే స్కూల్ లేదు. అందుకే తమ కాలనీ బయట కొన్ని పర్లంగుల దూరంలోనే పరాశక్తి నగర్ లోని పంచాయతీ స్కూల్ లో చేర్పించాడు.

ఏడాదిన్నర ఎలాగో గడిచి పోయింది.

✦ ✦ ✦

మహిమకు అప్పుడు 8 ఏండ్లు.

స్కూల్ విడిచే సమయానికి జోరుగా వర్షం పడుతోంది. దీంతో స్కూల్ బయట ఉన్న షెడ్‌కింద ముడుచుకొని నిలబడింది. కొందరు తల్లిదండ్రులు గొడుగులతో వచ్చి తమ పిల్లలను తీసుకు వెళ్తున్నారు.

తన కోసం కూడా సైకిల్ పై నాన్న వస్తాడు. ఫ్యాక్టరీ నుంచి ఇంటికి రాకపోతే మాత్రం రాలేదు. వర్షం తగ్గిపోయాక తనే నడిచి వెళ్ళాలి అని అనుకోసాగింది మహిమ.

సాధారణంగా శివకాశిలో వర్షాలు తక్కువ. అలా వర్షం పడిందంటే ఇండస్ట్రియల్ వర్కర్స్‌కు పండుగే. ఎందుకంటే గాలిలో ఏమాత్రం తేమ ఉన్నా.. క్రాకర్స్‌ను ఆరబెట్టలేరు. దీంతో ఆ రోజు తొందరగా ఇళ్లకు పంపుతారు.

అలా విడుపు చిక్కితే ఇంటిల్లిపాదీ ఆనందంగా గడుపుతారు. తమకిష్టమైన వంటకాలు చేసుకొని తింటారు. మహిమకు తెలుసు.. వర్షం కురుస్తున్న ఈ రోజు తాను ఇంటికి వెళ్లే సరికే అమ్మ, నాన్నలు ఇంటికి వచ్చి ఉంటారని. అమ్మ తనకు ఇష్టమైన ఆపం చేసి పెడుతుంది అని.. మహిమ మనసంతా ఇంటి మీదే ఉంది. అమ్మ పొయ్యి ఊదుకుంటూ పెన్నం మీద ఆపం చేస్తుంటే అక్కతో పాటు తాను ప్లేట్ పట్టుకుని ఆత్రంగా ఎదురు చూస్తుంటారు. పెన్నం నుంచి సలాకీతో మడత వేసి తమ ప్లేట్‌లో వెయ్యడం ఆలస్యం.. తామిద్దరూ అబగా తింటారు.

ఆపం పెన్నం మీద కాలే వాసన గుర్తొచ్చి ఆమెకు నోరూరింది. ఎప్పుడెప్పుడు నాన్న వస్తాడా..! ఎప్పుడెప్పుడు పొయ్యి దగ్గర అమ్మ పక్కన కూర్చోవాలా...అంటూ ఆమెలో ఒకటే ఆత్రం.

కొద్ది కొద్దిగా చీకటి పడుతోంది. అందరు పిల్లలూ అప్పటికే వెళ్లిపోయారు. నాన్న ఎందుకో ఇంకా రాలేదు. బహుశా ఫ్యాక్టరీ నుంచే రాలేదేమో... వానలో తడిసినా పర్లేదు.. ఇంటికి నడిచి పోదాం అనే నిర్ణయించుకుంది. అయితే పుస్తకాలు తడిసిపోతాయి అనే భయంతో తటపటాయించింది.

✦ ✦ ✦

అక్కడ.. ఫ్యాక్టరీ దగ్గర పరిస్థితి వేరే ఉంది.

అది అనుకోని వర్షం.. వాన రాక ముందు ఆరబెట్టిన టపాసులు, కెమికల్స్‌ను షెడ్లలోకి చేర్చి ఫ్యాన్‌ల కింద ఆరబెడుతూ బిజీగా ఉన్నారు. ఫ్యాక్టరీ నుంచి బయట పడేందుకు అనుకున్న సమయం కన్నా ఇంకాస్త ఆలస్యం అయింది.

సైకిల్ పై శంకరన్ దంపతులు ఇద్దరూ ఇల్లు చేరేసరికి చీకటి పడిపోయింది. ఇంట్లో మణీయమ్మ మాత్రమే ఉంది. అంటే మహిమ వానలో చిక్కుకుని దారిలో ఎక్కడో తలదాచుకుని ఉంటుంది. గొడుగు తీసుకుని వెంటనే సైకిల్ పై బయలుదేరాడు.

దారిలో అటూ ఇటూ చూస్తూ 10 నిమిషాల్లో స్కూల్ దగ్గరికి చేరాడు. అక్కడ మహిమ కనిపించ లేదు. ఒక్కసారిగా గుండెలు వేగంగా కొట్టుకున్నాయి.

వచ్చేటప్పుడు జాగ్రత్తగా పరిశీలించుకుంటూ వచ్చాడు. దారిలో ఎక్కడా కనిపించలేదు.. ఇక్కడా లేదు.. మరి ఎక్కడ తప్పిపోయినట్టు...? శంకరన్‌కు ఏమీ అంతు పట్టడం లేదు. శంకరన్ ఆ షెడ్ దగ్గరికి చేరడానికి రెండు నిముషాల ముందే ఒక సంఘటన జరిగింది.

తండ్రి రాక కోసం ఎదురు చూస్తూ వానలో ఇంటికి వెళ్ళాలా వద్దా అని సంధిగ్ధ స్థితిలో మహిమ ఉంది. అప్పటికే అంధకారం అలుముకుంది. ఒక వ్యక్తి ఎవరో స్కూటర్ పై వచ్చాడు. "ఎక్కడికి వెళ్ళాలి పాపా..?" ఆప్యాయత కనపరుస్తూ అడిగాడు.

"సామిపురం లేబర్ కాలనీలో మా ఇల్లు సార్.."

"అలాగా.. నేను కూడా అటువైపే వెళ్తున్నా. ఇంటిదగ్గర దిగబెడుతా... నా స్కూటర్ ఎక్కు."

"వద్దు సార్.. మా నాయన వస్తాడు."

"మీ నాయన ఇంకేం వస్తాడు..? ఎదురు చూడని వానకు ఫ్యాక్టరీల్లో సరుకంతా గోదాముల్లో ఆరబెట్టుకుంటున్నారు. వర్కర్స్‌ను ఇండ్లకే పంపించరు ఈ రోజు.." అన్నాడు.

దీంతో మహిమ ఆలోచిస్తూ నిలబడింది.

"నువ్వేం భయపడొద్దు.. నాక్కూడా నీలాగే స్కూల్ కెళ్లే పాప ఉంది. నేను మీ నాన్ననే అనుకో.." అంటూ అభయం ఇచ్చేసరికి అమాయకంగా నమ్మేసింది. ఆ స్కూటర్ ఎక్కి వెనుక వైపు కూర్చుంది. అతడి వెనకాల స్కూల్ బ్యాగ్ పెట్టి తడవకుండా మధ్యకు వంగి కూర్చుంది. ఈలోగా ఇంకో వ్యక్తి వచ్చి వెనకాల కూర్చున్నాడు. మహిమ గొంతు ఎత్తి కేక పెట్టేలోగా ఒక బట్ట లాంటిది నోట్లో కుక్కేశాడు. కదలకుండా ఉక్కు సందిట బిగించాడు. హెూరు వానలో ఎవరూ గమనించక ముందే స్కూటర్ ముందుకు కదిలి పోయింది. మహిమ అరుపులు గొంతు దాటి రాక ముందే ఎగఊపిరి రూపంలో ఆవిరైపోయాయి.....

మహిమ అక్కడ కనిపించక పోవడంతో శంకరన్ తిరిగి ఇంటి దారి పట్టాడు. అడుగడుగునా వదిలిపెట్టకుండా వెదకి వెదకి మరీ ఇంటికొచ్చాడు. తన కూతురు వచ్చి ఉంటుందేమోనని గంపెడు ఆశతో తలుపు తట్టాడు.

మీనాక్షి తలుపు తెరిచింది. శంకరన్ కండ్లు ఆత్రంగా ఇంట్లోకి తొంగి చూడగా.. ఆమె కళ్ళు మాత్రం శంకరన్ వెనుక వైపు వెదికాయి.

రాత్రి పొద్దుపొయేదాకా వెదకినా, తెలిసిన చోటల్లా విచారించినా ఫలితం లేదు. చివరికి టౌన్ పోలీస్ స్టేషన్ గడప దొక్కారు శంకరన్ దంపతులు.

రెండు రోజుల తర్వాత 8 ఏళ్ల బాలిక మిస్సింగ్ కేసుగా నమోదయింది.

రోజులు గడిచే కొద్దీ పాపకోసం బెంగ పెట్టుకుని మీనాక్షి శుష్కించి పోతోంది. ఇంట్లో ఎవరికీ సరైన నిద్ర లేదు ఆహారం సయించడం లేదు. శంకరన్‌కు ఒక విషయం బాగా తెలుసు. పాపను శివకాశి నుంచి ఇంకెక్కడికో తరలించే అవకాశం లేదు. ఇక్కడే ఏదో బెల్ట్ ఫ్యాక్టరీలో బంధించి టపాసుల తయారీలో పెడతారు. తన కూతురును ఆ దుస్థితిలో ఊహించుకునేందుకే ఆయన మనసు ఒప్పుకోవడం లేదు. ఎలాగైనా పాపను కనిపెట్టి కాపాడుకోవాలి..

శివకాశి కర్మాగారాలు, షెడ్లు, గోదాముల వెంట తిరగ సాగాడు. ఏ షెడ్డు లోపలికి అనుమతించరు కాబట్టి తన లాంటి వర్కర్స్ ఎవరైనా కనిపిస్తే పాప పోలికల్లో ఎవరన్నా ఉన్నారేమో అని వాకబు చేయసాగాడు.

ప్రతి రోజూ భర్త రాక కోసం ఎదురు చూడటం.. నిరాశతో కుంగి పోవడం మీనాక్షికి నిత్యకృత్యం అయ్యింది. ఎన్నాళ్ళు దుఃఖ పడినా ఏదో నాడు వాస్తవం అంగీకరించక తప్పదు.

జీవితం ఒక్కోసారి చేదుగా ఉంటుంది. నీ ఇంట ఎంత విషాదం ఉన్నా.. నీకు రుణమిచ్చిన యజమాని ఊరుకోడు. అలా ఊరుకునే వాడు ఒక ఫ్యాక్టరీకి యజమాని

కాలేదు గదా ..! పనిలోకి ఎక్కాలంటూ మేస్త్రి వచ్చి ఒత్తిడి పెట్టసాగాడు. దీంతో విధుల్లోకి ఎక్కక తప్పింది కాదు...

ఇప్పుడుఫ్యాక్టరీలో ఆ దంపతుల కండ్లు ప్రతి రోజూ ఎర్రబడుతున్నాయి. గన్ పౌడర్ కెమికల్స్ ఘాటుకా..? లేక తప్పిపోయిన కూతిరి గురించిన బెంగ వల్లనా..? కారణం ఏదైనా అక్కడ ఎవరికీ అవసరం లేదు.

మహిమను ఎత్తుకు పోయిన వాళ్ళు మరీ ఎక్కువ దూరం పోలేదు. ఊరి మధ్యలో ఉన్న పెరియాకులం చెరువు గట్టునే ఒక పెద్ద గోదాములో ఆమెను బంధించారు. అదొక అనధికార ఫైర్ క్రాకర్స్ ఉత్పత్తి యూనిట్.. బయట వారికి అదొక స్టాక్ పాయింట్ లాగే ఉంటుంది. కానీ ఆ పక్కనే విశాల మైన గదుల్లో వందలాది చిన్నపిల్లలు పని చేస్తున్నారు. తల్లిదండ్రులకు పెద్ద మొత్తంలో అడ్వాన్స్‌లు ఇచ్చి పనిలో పెట్టుకుంటారు. ఏ కొందరినో ఇలా ఎత్తుకొచ్చి తమ లాభాల కోసం తల్లి దండ్రుల్లో కడుపుకోత మిగులుస్తారు.

అలా బాల కార్మికులను తెచ్చి పనిలో పడేసేందుకు ఒక వ్యవస్థ నడుస్తూ ఉంటుంది. వాళ్ళను ఎక్కడి నుంచి తెచ్చారు..? ఎలా తెచ్చారు? వంటివి ఫ్యాక్టరీ యాజమాన్యానికి అవసరం లేదు. ఫలానా బెల్ట్ యూనిట్ నుంచి ఎంత ఉత్పత్తి జరిగింది అన్నదే కావాలి. నెలనాడు టన్నేజీ ప్రకారం లెక్క గట్టి ఇస్తారు.

బెల్ట్ యూనిట్ నిర్వాహకులు అలా తెచ్చిన పిల్లలకు టపాసులు కూర్చడం, ఆరబెట్టడం వంటి పనులు నేర్పుతారు. వాళ్ళకు వేళకు తిండి, బట్ట మాత్రమే ఇస్తారు. వాళ్ళు అలికిడి చేసేందుకు లేదు. ఒకరికొకరు గుసగుస లాడేందుకు లేదు. గంట కొట్టినప్పుడే మంచి నీళ్ల తాగేందుకు వెళ్ళాలి. భోజనానికైనా, బాత్రూం కైనా వాళ్ళు నిర్దేశించిన వేళలకే గంట మోగుతుంది. రోగాలొస్తే చూసేందుకు ఒక ఆర్ ఎం పి వచ్చి పోతుంటాడు.

మహిమ లాంటి పిల్లలు తొలుత కొన్నాళ్ళు మొండికేస్తారు.. ఏడుస్తారు.. అయితే ఈ పిల్లలను ఎలా దారికి తెచ్చుకోవాలో ఆ కర్కశులకు తెలుసు. శిక్షలు చాలా కఠినంగా ఉంటాయి...

✦ ✦ ✦

మహిమ తొలిరోజే కాంపౌండ్ వాల్ ఎక్కి పారిపోయే ప్రయత్నం చేసింది. అంత ఎత్తు గోడ ఎక్కడం సాధ్యం కాలేదు. వెనక్కి చూసుకుంటూ గేటు వైపు పరిగెత్తింది. అతి కష్టం మీద గేటు ఎగబాకే ప్రయత్నం చేసింది. ఇంకో క్షణం లో ఆమె గేటు దూకేస్తుంది.

సూపర్ వైజర్ హులి గౌండర్ ఇదంతా చూస్తూనే ఉన్నాడు.

పక్కనే ఉన్న ఉండేలు చేతిలో తీసుకున్నాడు. రబ్బర్ గుండు ఒకటి ఉండేలులో పెట్టి మహిమ వైపు గురి చూసి వదిలాడు.

అది బుల్లెట్ లాగా వెళ్లి మహిమ కుడి కాలి పిక్కను తాకింది.

అంతే....! ఆ పసిపాప నొప్పితో విలవిల లాడింది.

"అమ్మా..." అంటూ వెనక్కి విరుచుకు పడింది.

కింద పడిన మహిమను రెక్కలు పట్టుకుని ఈడ్చుకుంటూ తెచ్చి గదిలో బంధించాడు. ఉండేలు దెబ్బకు ఆమె లేత శరీరం ఎర్రగా కందిపోయి విపరీతంగా నొప్పి పుడుతోంది. అయితే నొప్పి ఉపశమించుకునేందుకు ఆమె చేతులు ఆడించుకునే వీలు కూడా లేకుండా స్తంభానికి కట్టివేసి ఉన్నాయి.

"అమ్మా...". అంటూ ఆమె వేస్తున్న గావుకేకలు గాలియాడని షెడ్డు గదిలోనే ప్రతిధ్వనించసాగాయి. ఆమె ఎంత బిగ్గరగా అరిస్తే వాళ్ళకు అంతమేలు.. ఎందుకంటే ఆ అరుపులు, కేకలే గుణపాఠాలుగా మిగిలిన పిల్లలు బుద్ధిగా ఉంటారు. చెప్పినట్లు నడుచుకుంటారు. వాళ్ళు చెప్పింది వినకపోతే పర్యవసానాలు ఎలా ఉంటాయో ప్రత్యక్షంగా చూసింది మహిమ. మూడో రోజే ఆమెను పనిలో పెట్టారు.

ఏ పని అయినా మనసు పెడితేనే నేర్చుకోగలం. మహిమ తనకు ఇష్టంలేని పనిపై మనసు పెట్టలేదు. చిన్నప్పటి నుంచీ అంతే... అందుకే ఈ టపాసులు చుట్టే పని సరిగా రావడం లేదు. పని నేర్చుకునే తొలినాళ్ళలో డైరెక్ట్ గా కెమికల్స్ కలిపే పనిలోనో, ఆ కెమికల్స్ ను టపాసుల్లో కూర్చే పనిలోనో పెట్టరు. రంగు పేపర్లు కరెక్ట్ సైజుల్లో కత్తిరించేందుకు, లేకుంటే, అప్పటికే నింపి పెట్టిన టపాసులకు రేపర్ చేసేందుకు వీళ్ళని వినియోగిస్తారు. మహిమ ఆ పని కూడా సరిగా చేయలేకపోయింది.

దీంతో హులిగౌండర్ అందరి ఎదురుగా ఆమెను ఒక స్టూల్‌పై నిలబెట్టాడు.

"సాయంత్రం వరకూ దిగొద్దు.. అందరినీ గమనిస్తూ పని నేర్చుకో "

అని ఆదేశించాడు. దీంతో బిక్కు బిక్కు మంటూ బిత్తర చూపులు చూస్తూ అలాగే నిలబడి పోయింది. రక్త ప్రసరణ లేక తిమ్మిరెక్కిపోయిన అరిపాదాలను అటూ ఇటూ మలి పెడుతూ నరకం చూసింది. చివరికి శోష వచ్చి కిందకి తూలి పడిపోయింది.

ఒకరోజు తట్టలు పట్టుకుని భోజనాల క్యూలో నిల్చున్నారు. తనకంటే సీనియర్ అయిన ఒక అమ్మాయి పరిచయం అయింది. తన చిన్నప్పుడే అమ్మ చనిపోవడంతో నాన్న ఇంకో ఆమెను పెళ్లి చేసుకున్నాడట. పిన్ని ప్రోద్బలంతో స్వయంగా నాన్నే వచ్చి తనను ఇక్కడ వదిలి వెళ్ళాడు అని చెప్పింది.

తన ముందు నిలబడిన ఇంకో అమ్మాయి తన నాన్న తాగుబోతు అనీ, 200 రూపాయలు అడ్వాన్స్ తీసుకొని తనను ఈ పనిలో కుదిర్చినట్టు చెప్పింది.

అన్నం తిన్నాక అందరూ తలా ఒక్క గ్లాస్ మాత్రమే మంచి నీళ్లు తాగారు. అయితే ఆ రోజు వేసిన సాంబారు బాగా కారంగా ఉండటంతో మహిమ మరో గ్లాసు నీళ్ల కోసం ట్యాప్ వద్దకు వెళ్ళింది. ఇందాక క్యూలో పరిచయం అయిన సీనియర్ అమ్మాయి వేగంగా వచ్చి అడ్డుపడింది. మహిమ చేతిలో గ్లాసు లాగేసుకుంది. వద్దు అన్నట్టు సంజ్ఞ చేసింది.

"అక్కా.. నోరు మంటగా ఉంది. ఇంకో గ్లాస్ తాగుతా.." దీనంగా అడిగింది.

"వద్దు.. కాసేపు ఓర్చుకో.. మంట అదే తగ్గిపోతుంది."

"ఎందుకని అక్కా..ఇంకో గ్లాస్ నీళ్లు తాగినా కొడతారా..?"

సందేహంగా అడిగింది.

ఆ అమ్మాయి మెల్లగా చెప్పిన విషయం విని మొహం పాలిపోయింది.

"భోజనం తర్వాత సాయంత్రం 5 గంటల బెల్లు కొట్టే వరకూ లేచేందుకు లేదు. నీళ్లు ఎక్కువగా తాగితే మధ్యలో ఒంటేలుకు వస్తే ఉగ్గబట్టుకోవడం కష్టం" అని చెప్పి తన పని స్థలానికి వెళ్ళిపోయింది.

తొలినాళ్లలో ఆ కెమికల్స్ ఘాటుకు చిన్నారి మహిమ ముక్కు పుటాలు మంటలు తీసేవి. దగ్గుతో గొంతు పొలమారిపోయేది. ఒకసారి పచ్చ రంగు బేరియం, తెల్ల రంగు టైటానియం మిక్స్ చేస్తుండగా కళ్ళు ఎర్ర బారి ధారాళంగా కళ్ళనుండి నీరు కార సాగాయి. దురదతో కళ్ళు మంటెక్కి పోతున్నాయి. కెమికల్స్ అంటిన చేతులతో కళ్ళు రుద్దుకోవడానికి లేదు. ట్యాప్ వద్దకు వెళ్లి ముఖం వాష్ చేసుకోవాలి అని లేచింది. ఆమె మెల్లగా నడిచి ట్యాప్ వైపు వెళ్తుంటే పిల్లలందరూ తలలు పైకెత్తి వింతగా చూడసాగారు.

అలా వెళ్లి ట్యాప్ తిప్పిందో లేదో వీపుకు సర్రు మంటూ తాకింది ఉండేలు దెబ్బ.

దీంతో అది తాకిన చోట బొబ్బలెక్కి పోయింది. ట్యాప్ నీళ్లతో కళ్ళు కడుక్కోవడం మానేసి రెండు చేతులు వీపువెనక్కి మళ్లించి రుద్దుకోసాగింది. నొప్పికి తాళలేక కళ్ళు మరింతగా వర్షించడంతో కళ్లలో మంటలు ఎప్పుడు చల్లారిపోయాయో తెలియలేదు.

"నీవు ఒక్కదానివి లేచి వెళ్లడం వల్ల ఎంత మంది పని ఆపి చూస్తున్నారో తెలుసా..? వెళ్ళు.. వెళ్లి కదలకుండా పని చెయ్.." గద్దించాడు హులిగౌండర్.

రోజులు గడుస్తున్నాయ్., చిన్నారి మహిమ జీవితం నరకప్రాయంగా ఉంది. అనుక్షణం అమ్మ, నాన్న, అక్కయ్యలే గుర్తుకు వస్తున్నారు.

వాళ్ళను బంధించి పెట్టిన గోడౌన్ పెరియాకులం చెరువు పక్కనే ఉంది. శివకాశి పట్టణానికి తాగునీరు అందించే పెద్ద రిజర్వాయర్ అది. వాయప్పార్ నదిపై కట్టారు. ఈ గోడౌన్ కు పడమర, దక్షిణ వైపు చెరువుకు ఆనుకుని ఎత్తైన ఫెన్సింగ్.. ఉత్తర, తూర్పు దిశల్లో పెద్ద కాంపౌండ్ వాల్ ఉంటుంది. పిల్లలు పారిపోయే అవకాశమే లేదు. ప్రతి సాయంత్రం పడమట కుంగి పోయే సూర్యుడు చెరువు నీటిలో అందంగా కనిపిస్తుంటాడు. చెరువుకు ఆవలి గట్టు పక్కన తంగ వినాయగర్ స్వామి గుడి నుంచి ఒక విద్యుత్ దీపం ప్రకాశిస్తూ ఉంటుంది.

పిల్లలు ప్రతి రోజూ అలా అస్తమించే సూర్యుడిని చూడటం... ఆ తర్వాత గుడి మీద వెలిగే విద్యుత్ కాంతిని చూసి మమ్మల్ని ఈ నరకం నుంచి కాపాడు స్వామీ అని మొక్కుకోవడం.. రోజూ ఇలా ఆశలతో బతికేయడమే కానీ.. తాము ఇక్కడ నుంచి బయట పడే దెన్నడో, తమ జీవితాల్లోకి సూర్యోదయం ఎన్నడో...! ఏమీ అంతుచిక్కని జీవితాలు వారివి...

కాంపౌండ్‌లో బాత్రూం లంటూ ప్రత్యేకంగా లేవు. బహిర్భూమి కోసం చెరువు గట్టున చెట్ల చాటుకు వెళ్ళాల్సిందే. ఆడపిల్లలు ఒక వైపు, మగ పిల్లలు ఇంకో వైపు వెళ్ళాలి. పొద్దున లేస్తే అదో యుద్ధం మాదిరి.

మహిమకు చెరువు అంటే ఎంతో సంబరం. పసి బాల్యం అంతా చెరువు గట్టునే నడిచింది. తమ అరటి పొలం ఎత్తక్కపట్టి చెరువు సమీపంలో ఉండేది. పొలం పనులు అయ్యాక నాన్న తనను ప్రతి రోజూ చెరువుకు తీసుకెళ్ళేవాడు. నాలుగు ఏండ్లు నిండక ముందే తనకు ఈత వచ్చేసింది. అమ్మ గట్టు మీద కూర్చుంటే...తను, నాన్న ఈత కొట్టే వాళ్లు

"ఇంగ చాలు పైకి వచ్చేయండి.. ఇంటికి పోదాం.. మణెమ్మ స్కూల్ నుంచి వచ్చేసి ఉంటుంది" అని అమ్మ అరుస్తూ తొందర పెట్టేది.

నీళ్లలో శవాసనం ఎలా వేయాలో కూడా నాన్న నేర్పించాడు. తన చిన్నపుడు సముద్రం అలలు దాటి లోపలికి వెళ్లి శవయోగాసనం వేసేవాడట. ఈతలో అలుపు వచ్చినప్పుడు కొంచం సేపు శవాసనం వేస్తే చాలు. తిరిగి 20 నిముషాలు అలుపు లేకుండా ఈత కొట్టొచ్చు.

ఆ సాయంత్రం పొద్దు గుంకే వేళలో తోటి బాలికలు చెట్ల చాటుకు వెళ్లి వస్తున్నారు. మహిమ మరికాస్త ముందుకు వెళ్లి నిలబడింది. అస్తమిస్తున్న సూర్యుడిని అదే పనిగా చూడ సాగింది.

అయితే, మిగతా బాలికలు అనుకుంటున్నట్టు చిన్నారి మహిమ చూస్తున్నది సూర్యస్తమయం తాలూకు ప్రకృతి అందాలను కాదు.

✦ ✦ ✦

ఆ కాంపౌండ్ లో ఆటలు, పాటలు, ఇతరత్రా సందళ్ళు ఏమీ ఉండవు. వాళ్ళు చూసే ప్రపంచం కూడా చాలా పరిమితం. గోడౌన్‌లో రంగు రంగుల కాగితాలు, ఘాటైన కెమికల్స్, ఆ చెరువు గట్టు, ఆ గట్టు పైన కనిపించే వినాయగర్ గుడి... సూర్యుడు, చంద్రుడు.. లేదా హులి గౌండర్.. లేకుంటే, అమ్మా నాన్నల చెంత ఉన్నప్పటి మధుర జ్ఞాపకాలు.. వాళ్ళ చర్చలు, గుసగుసలు కూడా ఇంతవరకే పరిమితం.

మహిమ సూర్యాస్తమయం చూస్తోంది అనుకొని.. ఒక అమ్మాయి దగ్గరికి వచ్చి అడిగింది.

"ఈ చెరువు గట్టు నుంచి సూర్యుడు గుంకుతూ ఎంత పెద్దగా అయ్యాడో...! చూస్తుంటే చాలా బాగుంది కదా...?"

మహిమ సమాధానం ఇవ్వకుండా ఆ బాలిక వైపు చూసింది.

"అక్కా.. ఇక్కడ ఎన్ని రోజుల నుంచి ఉంటున్నావు..?"

"ఏడాది పైగా అయింది.. "

"నువ్వు సూర్యోదయం ఎప్పుడైనా చూసావా..?"

"చూసాను.. పొద్దున్నే మన గోడౌన్ ముందు వైపు వెళ్తే.. చతురగిరి కొండల్లో సూర్యుడు పొడుస్తూ కనిపిస్తాడు. సూర్యోదయం ఆ కొండల్లో చాలా బాగుంటుంది. కానీ నాకు చూడాలనిపించదు.."

ఆ అమ్మాయి దిగులుగా తల వాల్చింది. ఎందుకు..? అని అడగలేదు మహిమ. ఎందుకంటే.. కారణం తనకు తెలుసు.

మహిమ ఎనిమిదేళ్ల బాలికే కావచ్చు.. కానీ, ఇక్కడ ఎదురైన భయంకరమైన అనుభవాల రీత్యా.. ఆ మాత్రం అర్థం చేసుకోలేని పసి పిల్ల అయితే కాదు గదా..!

లోకంలో ఎవరైనా సూర్యోదయం కోసం ఎదురు చూస్తారు. ఎప్పుడెప్పుడు తెల్లవారుతుందా..! అని... రేపటి జీవితం గురించిన ఆలోచనలు ఉన్న వారికి సూర్యోదయం సరికొత్త ఆశలు రేపుతుంది. అయితే ఈ కాంపౌండ్‌లో గోడౌన్ రేకుల కింద నిర్దాక్షిణ్యంగా నలుగుతూన్న జీవితాలకు రేపటి గురించిన ఆలోచన ఇంకా ఇంకా భయపెడుతుంది.

ఇక్కడ...

సూర్యోదయం అంటే... మరింత నరకానికి చీకటి దారి..

ఘాటెక్కిపోయే ముక్కుదిబ్బడలు... సలపరమెక్కే కండ్ల మంటలు... దగ్గుతో

పొలమారే గొంతు రాపిడులు... బొబ్బలెక్కిపోయే ఒంటి దురదలు... ఇవి.. ఇవి చూసేందుకు తాము సూర్యోదయం కోసం ఎదురు చూడాలా..?

అదే సూర్యాస్తమయం అంటే ఏమిటి..?

అలసిన ప్రాణాలకు విశ్రాంతి నిచ్చే వెలుగు దారి.

సొలసిన శరీరాల బడలిక తీర్చే వెచ్చటి పొత్తిలి.

అందుకే వసివాడుతున్న ఆ పసి ప్రాణాలకు కావాల్సింది సూర్యుడు పొడవటం కాదు.. పొద్దు గుంకిపోవడం.

సూర్యుడిచ్చే వెలుతురు వాళ్ళకి అక్కర్లేదు. ఆ సూర్యుడు గుంకితే పరుచుకునే చీకటే హాయి గొల్పుతుంది.

మహిమ మాత్రం సూర్యోదయం చూడాలి అని ఆ నిమిషమే నిర్ణయించుకుంది. అయితే ఇందాకటి అమ్మాయి చెప్పిన చోటి నుంచి మాత్రం కాదు.

✦ ✦ ✦

అర్థరాత్రి దాటి ఎంత సమయం గడిచిందో తెలియదు.

చిన్నారి మహిమ లేచి కూర్చుంది. అసలు ఆమె నిద్రపోతే కదా...!.

పగలంతా ఊపిరి సలపని పనిచేసి అలసిపోయిన పసిప్రాణాలు అవి. అంతా గాఢ నిద్రలో ఉన్నారు. పక్కనే పడుకున్న బాలిక తన కాలుపై కాలు వేసుకొని నిద్ర పోతోంది. మెల్లగా ఆ కాలు పక్కకు జరిపింది. చిరుచాపలపై పిల్లలందరూ నిద్రలో ఎటంటే అటు పొర్లి ఉన్నారు. గోడౌన్‌లో ఎడమ వైపు ఉండే పెద్ద గది అది. గోడౌన్ వసారా నుంచి కిటికీ గుండా ఒక లైట్ వెలుతురు సన్నగా పడుతోంది. ఆ సన్నపాటి వెలుగులోనే ఎవరికీ అలికిడి లేకుండా జాగ్రత్తగా అడుగులు వేస్తోంది. గదికి తలుపులు దగ్గరగా వేసి ఉన్నాయి కానీ గడియ లేదు.

అర్థ రాత్రిళ్ళు ఒంటేలుకో, బహిర్భూమి అవసరాలకో చెరువు కట్ట వైపు ఎవరో ఒకరు వెళ్ళటం మామూలే. చెరువు వైపు నుంచి పిల్లలెవరూ తప్పించుకునే అవకాశం లేదు కాబట్టి, గోడౌన్ ముందు వైపు మాత్రమే వాచ్ మాన్ ఉంటాడు.

వసారాలోకి వచ్చింది. అక్కడ అడుగడుగునా ఆరేసిన టపాసులు ఇతర మందు సామాగ్రి ఆమె కాళ్లకు అడ్డు వస్తున్నాయి.. వాటిని తొలగించుకుంటూ అటూ ఇటూ గమనిస్తూ ముందుకు సాగింది.

మహిమకు తనను ఎవరూ చూడటం లేదు అనే గట్టి నమ్మకం కలిగింది. ఎలాంటి శబ్దం రాకుండా అడుగులో అడుగు వేసుకుంటూ చెరువు కట్ట వైపు నడిచింది. అయితే, రెండు కళ్ళు తనను నిశితంగా గమనిస్తున్నట్లు ఆమెకు తెలియదు.

అది జనవరి నెల కావడంతో చలి గాడ్పు వీస్తోంది. కొద్ది సేపు ఆమె శరీరం చలికి వణికింది.

ఒకసారి చెరువు వైపు నిశితంగా గమనించింది. చాలా విశాలంగా ఉంది. తాను నాన్న తో పాటు ఈత కొట్టిన ఎట్టక్కపట్టి చెరువు కన్నా ఇది పెద్దది. దీర్ఘ చతురం గా ఉంది. ఉత్తరం, దక్షిణం మొత్తం గోడౌన్లు ఉన్నాయి. ఎటు వెళ్లినా ఏదో ఒక ఫ్యాక్టరీ మనుషులకు దొరికే అవకాశం ఉంది. తాను తప్పించుకోవాలంటే రోజూ సూర్యుడు అస్తమించే పడమర వైపే ఈదుకుంటూ వెళ్ళాలి. అక్కడ ఉన్న వినాయగర్ స్వామే తనను కాపాడుతాడు. అయితే కనీసం రెండు గంటల పాటు ఈదితే తప్ప అవతల గట్టు చేరలేదు.

ఇలా అనుకుంటూ చెరువు గట్టు సమీపించింది గానీ, లోలోపల భయం తన్నుకొస్తోంది. ఇంత వణికించే చలిలో అంత దూరం తాను ఈదగలదా..! తొలుత సందేహించింది. ఎందుకు ఈదలేను..? అప్పుడప్పుడు శవాసనం వేసుకుంటే సరి...

ఒక పని తలపెట్టాక ఎంత కష్టం వచ్చినా నెగ్గి తీరాలి..నాన్న చెప్పేవాడు..

నాన్న చెప్పిన మాట గుర్తుకు రాగానే అమ్మ కూడా జ్ఞప్తికొచ్చింది.

తన కోసం బెంగ పెట్టుకొని అమ్మ ఎలా ఉందో..?

తన ముందు ఇప్పుడు రెండే మార్గాలున్నాయి. అమ్మ, నాన్నలను కలుసుకోవాలంటే రెండు గంటలు కష్టపడాలి.. లేదా ఇక్కడే ఈ నరకంలో సంవత్సరాల పాటు నలిగి పోవాలి.

ఆమె మొదటి మార్గమే ఎంచుకుంది. చెరువులోకి ఒక్క ఉదుటున దుమికింది...

ఇందాకటి రెండు కళ్ళు నిబిడాశ్చర్యంతో విచ్చుకున్నాయి...

✦ ✦ ✦

కొద్ది దూరం ఈదేలోపు మహిమకు అర్థం అయింది. ఆ చెరువులో ఈత కొట్టడం అంత సులువు కాదని.

ఆ రాత్రి వాతావరణం చాలా అలజడిగా ఉంది. చలి గాలులు చెవులకు ఈడ్చి కొడుతున్నాయి. నిండా మునకస్తే చలి ఉండదు. కానీ అలా ఎంతో సేపు ఉండలేదు గదా..!

చెరువులోకి ఓ 100 అడుగులు ఈత కొడుతూ వెళ్లిందో లేదో అలసట మొదలైంది. ముఖాన్ని ముంచేస్తున్న అలలు ఆ చిన్నారిని ముందుకు కదల నీయటం లేదు. నాసికా రంధ్రాల్లోకి నీళ్లు చొచ్చుకు పోతుంటే పదే పదే దగ్గుతో

పొలమారుతోంది. చెరువు ప్రశాంతంగా నిద్ర పోవటం అంటూ ఉండదు. ఇలాంటివి తాను ఎట్టకపట్టి చెరువు లో ఎన్నిసార్లో చూసింది.

అయితే, అదంతా రెండేళ్ల క్రితం సంగతి... ఇప్పుడు అలవాటు తప్పింది. అందుకే ఇబ్బందులు పడుతోంది.

ఏ విద్య కైనా ప్రాక్టీస్ ఎంత ముఖ్యమో ఇప్పుడు తెలిసి వచ్చింది. ఏది ఏమైనా ముందుకే సాగేందుకు నిర్ణయించుకుంది.

అప్పటికే ఊపిరి గస పెడుతోంది. రెక్కలు అలసి పోయాయి. శవాసనం వేసే అవకాశం కోసం ఎదురు చూస్తోంది. నీరు నిశ్చలంగా ఉంటేనే అది సాధ్యం. అలల తాకిడి ఉంటే శవాసనం వెయ్యలేం. ఎందుకంటే, తాను పీల్చే ఊపిరి తో పాటు నీరు కూడా ముక్కు, నోటిలోకి చేరుతుంది.

మరికొంత ముందుకు అతి కష్టం మీద రెక్కలు అల్లార్చింది. అదృష్టవశాత్తు నీళ్ల అలికిడి తగ్గిపోయింది. చెరువులో కానీ సముద్రంలో కానీ గట్టుకు సమీపంలోనే అలలు ఉంటాయి. లోనికి వెళ్లే కొద్దీ నీటి తాకిడి తగ్గుతుంది.

శవాసనం వేసింది. 5 నిమిషాల్లో అలసట తగ్గింది. మళ్ళీ వినాయగర్ దీప కాంతిని గమనిస్తూ ఈదటం మొదలు పెట్టింది.

ఇలా అప్పుడప్పుడు శవాసనం వేస్తూ ఎంత సేపు ఈదిందో గానీ దాదాపు గట్టు దగ్గరికి చేరింది. మరో 200 మీటర్లు ఈదితే చాలు గట్టు చేరుతుంది. చలికి వణుకుతూనే, వెల్లకిలా తిరిగింది. అలసట తీర్చుకునేందుకు కాళ్ళు, చేతులు ఆడించటం తగ్గించింది. తూర్పున ఆకాశం ఎర్రగా మారింది. సూర్యోదయం అవుతోంది అనేందుకు చిహ్నంగా వెలుగులు విచ్చుకుంటున్నాయి. చాన్నాళ్ల తర్వాత తాను ఇప్పుడు సూర్యోదయాన్ని చూడబోతోంది. ఇక నుంచి ప్రతి ఉదయం తనకు ఆనందాల హరివిల్లు కాబోతోంది.

అలా అనుకుంటూ ప్రశాంతంగా కళ్ళు మూసుకుని శవాసనం వేయబోయింది. ఏదో తన కుడి కాలు బొటన వేలును కొరికినట్లు అనిపించి ఉలిక్కి పడింది. ఆమె బొటన వేలును ఒక చేప కొరికింది. దీంతో ఒళ్ళు జలదరించినట్లయింది. కాలు విదిలించి కొట్టింది.

అప్పుడు గుర్తొచ్చింది మహిమకు రెండు రోజుల క్రితం గోడౌన్‌లో వృథాగా ఉన్న ఒక ఇనుప కమ్మీ గుచ్చుకొని బొటన వేలుకు గాయం అయింది. చాలా సేపు రక్తం స్రవించింది. ఆ నొప్పిని పంటి బిగువున భరించుకున్నదే గానీ సూపర్ వైజర్‌లకు కూడా చెప్పలేదు. తన సీనియర్ ఒక అమ్మాయి చెరువు గట్టుకు వెళ్లి ఏదో పసరు తెచ్చి

రాసింది. రెండో రోజు తాను పెట్టుకున్న లక్ష్యం వల్ల ఆ గాయం ఊసే మరిచిపోయింది. గాయాలున్న వ్యక్తి చేపలున్న కొలనులోకి దిగితే చాలా ఇబ్బంది. ఆ గాయాన్ని పొడిచి తినేందుకు చేపలు పోటీ పడతాయి.

మహిమ తన గాయాన్ని ఎంత సేపు అని కాపాడుకుంటుంది? చేయి తొలగిస్తే చాలు చేపలు ముసురు కుంటున్నాయి. ఫ్యాక్టరీలు ఉండే వైపు సరైన ఆహారం లేక కావచ్చు. చేపలు పడమటి వైపే ఎక్కువున్నాయ్. ఇంకే ఆహారమూ దొరకనట్లు అవి తన గాయాన్ని తొలిచేస్తున్నాయ్. రక్తం కారే కొద్దీ ఇంకా ఎక్కువవుతున్నాయి.

ఇక ఈ స్థితిలో తాను శవాసనంలో సేదదీరడం కష్టం. చెరువు గట్టు సమీపించడం వల్ల కాబోలు అలలు పెరిగిపోయాయి.

ఇక తాను బతకాలంటే రెక్కలకు పని చెప్పాల్సిందే. 200 మీటర్లు ఈత కొట్టాల్సిందే. ఇక అప్పుడు మొదలయింది... ఆ పసి మనసులో సంఘర్షణ... ప్రకృతికి ఎదురీది విజయం సాధించాలన్న పట్టుదల... ఎలాగైనా తన గూటికి చేరాలి. అమ్మ ఒడిలో సేద దీరాలి అనే తపన...

లక్ష్యం గొప్పదైనప్పుడు... ఆ లక్ష్యమే తన ప్రాణం అనుకున్నప్పుడు.. ఆ లక్ష్యం కోసం ప్రాణాలు పణంగా పెట్టేవారు ఈ లోకంలో ఎందరో ఉంటారు. వారిలో మహిమ అనే ఎనిమిదేళ్ల చిన్నారి కూడా ఉన్నట్టే.

కుడి కాలు చేపలకు అందకుండా పాదం విసిరి కొడుతూనే చేపల వేగంతో పోటీ పడుతూ ముందుకు సాగింది. శక్తి కొద్దీ రెక్కలు విదిలిస్తూ చెరువు గట్టు చేరువలోకి వచ్చింది. ఊపిరి కోసం ఒకసారి ఆగింది. అయితే ఒక అల వేగంగా ఆమె ముఖాన్ని తాకింది. ముక్కు రంధ్రాల్లోకి నీరు చేరడంతో ఊపిరి అందక నోరు మరింత తెరిచింది. దీంతో నోట్లో చేరిన నీరు కడుపులోకి మింగాల్సి వచ్చింది. శ్వాస ఆడక ఉక్కిరి బిక్కిరి అయిపోయింది. కానీ ఈ సృష్టిలో ఏ ప్రాణి అయినా, ప్రాణం మీదికి వచ్చినప్పుడు చివరి శ్వాస వరకూ పోరాడుతుంది. మహిమ తత్వం మొదటి నుంచి అదే. చెరువు గట్టు మరో 50 మీటర్లు ఉండొచ్చు. అయితే ఇక దమ్ము పట్టేందుకు ఆమె శరీరం సహకరించలేదు. పోరాటం ఆపక తప్పని పరిస్థితి.

అమ్మ, నాన్నలను మరోసారి తలుచుకుంది. మెల్లగా కదలికలు ఆగిపోతున్నాయి. ఇక ఒక్క క్షణంలో ఆమె ఊపిరితిత్తుల్లోకి నీరు చేరుకుంటుంది. చేష్టలుడిగిన మహిమ బొటన వేలి గాయాన్ని చేపలు మరింత తొలిచేస్తున్నాయి. ఊపిరే కష్టమై పోయి.. మృత్యువు ముంగిట సాగిలబడిన ఆ క్షణం లో చేపలు కొరికిన నొప్పిని లెక్కబెట్టే స్థితిలో ఆమె లేదు.

అయితే ప్రతి జీవి శరీరానికి ఒక లక్షణం ఉంటుంది. దాన్ని అసంకల్పిత ప్రతీకార చర్య అంటారు. శరీరంలో స్పర్శకు అనుగుణంగా మెదడు ట్యూన్ అవుతుంది. ఒక దోమ కుట్టినప్పుడు మనకు తెలియకుండానే మన చేయి అక్కడికి వెళుతుంది గదా!.

ఇక్కడ చేప కొరికినప్పుడు కూడా దాన్ని విదిల్చేందుకు మహిమ కుడి చెయ్యి అసంకల్పితంగా సాగింది. ఆ చేతికి ఏదో తేలియడుతూ వచ్చిన వస్తువేదో చేతికి అడ్డు తగిలింది.

అంతే.. దొరికిందొక ఆసరా.. తక్షణమే రెండు చేతులు దాని పైకి చాపి ఆసరాగా చేసుకుంది.

తల ఆకాశం పైకి ఎత్తి మెల్లగా ఊపిరి పీల్చుకోసాగింది. కొత్త శక్తి పుట్టుకొచ్చింది. గాయంపై చేపలు మళ్ళీ దాడి చేయకుండా కుడి బొటన వేలిని ఎడమ కాలి పిక్కకు అనించి మూసివేసింది.

ఆమె ప్రాణ రక్షణ కోసం చెరువు అలలతో పాటు కొట్టుకువచ్చిన వస్తువు ఒక థర్మోకూల్ బాక్స్. చేపలను పట్టి జాలర్లు ఇలాంటి బాక్స్‌ల్లో ఐస్ ప్యాక్ చేసి సుదూర ప్రాంతాలకు పంపిస్తుంటారు. పాడై పోయిన బాక్స్ ఒకటి అలాగే వదిలేసినట్టుంది. అది నీటి అలల్లో కొట్టుకువచ్చి ఈమెకు ఆపత్కాలంలో ఆసరా ఇచ్చింది....

ఎముకలు కొరికే చలిలో ఆమె ఆ ఐస్ బాక్స్ పై సేదదీరుతోంది. దవడలు గజగజా వణుకుతున్నాయి. దంతాలు కొట్టుకుంటున్న సవ్వడి అలల తాకిడి కన్నా ఎక్కువగా ఉంది. అయినప్పటికీ పోరాటమే ఊపిరిగా ఆ థర్మాకోల్ బాక్స్‌ను ఊతం చేసుకుని ఒడ్డు చేరేందుకు మహిమకు ఎక్కువ సేపు పట్టలేదు.

అక్కడ గట్టు వద్ద ఎవరో ఇద్దరు మనుషులు మసకగా కనిపించారు. ఈమెను పైకి లాగేందుకు చేతులుచాపి వంగోని ఉన్నారు. అప్పటికే పూర్తిగా అలసిపోయి శక్తిహీనం అయిన మహిమ ఆసరా కోసం చేయి చాపింది.

ఆ వచ్చిన మనుషులు ఎవరో కూడా గమనించని మహిమ కళ్ళు తుడుచుకుంటూ చెరువుకు అభిముఖంగా కూర్చుంది. ఊపిరి వేగంగా పీలుస్తూ వదలసాగింది.

మెల్లగా తల పైకెత్తి తాను ఈదుకుంటూ వచ్చిన అవతలి గట్టు వైపు చూసింది. అప్పటికి తూరుపున సూర్యోదయం అవుతోంది. తొలిభానోదయ కిరణాలు చెరువు అంతటా పరుచుకుంటున్నాయి.

వణికించే చలిని లెక్క జేసే స్థితిలో ఆమె లేదు. పొడుచుకు వచ్చిన సూర్యుడిని చూసాకే అక్కడి నుంచి లేచి కదలిపోవాలని అనుకుంది. అయితే, ఆమెకు ఆ అవకాశం లేకుండా వెనుక నుంచి ఆమె ముఖానికి ముసుగు కప్పేశారు.

216 *మేడం...C ✦ కాశీపురం ప్రభాకర రెడ్డి*

ఇందాక ఆమె చేయినందుకొని ఒడ్డుకు లాగిన హస్తం ఎవరిదో కాదు..

హులి గౌండర్ ది..

✦ ✦ ✦

స్వేచ్ఛా వాయువుల కోసం.. రక్తం గడ్డకట్టించే చలిలో ఓ చిన్నారి చేసిన మహోన్నత సాహస ఘట్టం ఆ విధంగా నిష్ప్రయోజనమైపోయింది. ప్రాణాలకు తెగించి పోరాడినా ఫలితం దక్కలేదు. మళ్ళీ ఆ రక్కసుల చేత బందీ అయింది.

గోడౌన్ చేరాక స్థంభానికి కట్టి వేయబడిన మహిమను తోటి పిల్లలందరూ సానుభూతిగా చూడ సాగారు. ఆమెను ఏరకమైన చిత్రహింసలకు గురి చేయనున్నారో ఎవరి ఊహలు వారివి.

అప్పుడు... ఆ క్షణం.. ఆ ఎనిమిదేళ్ల చిన్నారి మనసులో చెలరేగే నిస్పృహ, నిస్సహాయతలను కొలిచే సాధనమేదీ ఈ భూమ్మీద లేదు.

అయితే, పోరాట యోధులు ఇక్కడి నుంచే పుడతారు. సంక్షోభ జీవితం నుంచి కడలి తరంగంలా ఎగసి వస్తారు. ఆ క్రమంలో మరింత రాటు దేలుతారు.

నిన్నటి వరకు ఆ కాంపౌండ్‌లో మాట వినకుండా మొండికేసే పిల్లలను లొంగదీసుకునే పద్ధతి ఒకటుంది. చెప్పినట్లు విని కష్టానికోర్చి పని చేయాలంటే ఆ పిల్లల ముఖాల్లో ఎప్పుడూ ప్రతిఫలిస్తూ ఉండాల్సింది భయం... దానికోసం వాళ్ళను చెరువు గట్టుకు తీసుకువెళ్తారు.

"అతి చేశారంటే...చెరువులో తోసేస్తాం.. మొసళ్లకు ఆహారమై పోతారు జాగ్రత్త.." లాంటి హెచ్చరికలు చేస్తారు.

దీంతో పిల్లలు "వద్దు.. వద్దు. " అంటూ ఏడుపు లంకించుకుంటారు. ఆ తర్వాత చెప్పినట్లు క్రమ 'శిక్ష' ణగా పని చేస్తారు. అయితే... ఈ రోజు వాళ్ళు ఎన్నడూ ఎదురు చూడనిది జరిగింది. వాళ్ళు ఇన్నాళ్ళూ ఏ చెరువును భూతంలా చూపుతూ అక్కడి పిల్లలను పనిలోకి లొంగ దీసుకుంటూ వచ్చారో, ఆ శిక్ష ను ఈ బాలిక సవాల్ చేసింది. ఆ పిల్లల దృష్టిలో ఒక మహాభూతాన్ని జయించింది. మహిమను భయపెట్టే అంశాలు ఇంకేం ఉన్నాయో హులి గౌండర్‌కు అర్థం కాలేదు.

ఆమె ముఖంలోకి తేరిపార చూసాడు.

ఆ కళ్లలో ఉదయిస్తున్న సూర్య ప్రకాశం లాంటి ఎర్రదనం...

కళ్ళు చింత నిప్పుల్లా ఉన్నాయి.

గంటల కొద్దీ ఈత కొట్టిన వారి కళ్ళు అలాగే ఉంటాయి. అని సరిపెట్టుకున్నాడు హులి గౌండర్.

అయితే కనులలో ఎర్రదనం... ఆ బాలిక నరతంత్రుల నుంచి పొడుచుకు వచ్చే ఆక్రోశం.. గుండెల నుంచి తన్నుకొని వస్తున్న ఉక్రోషపు ప్రతిబింబం అని అతడు ఏమాత్రం అంచనా వేయలేక పోయాడు.

ఆ సాయంత్రం హులి గౌండర్ వీధుల్లోకి వెళ్ళాడు. ఒక నాటుసారా దుకాణంలో కూర్చున్నాడు. ప్రభుత్వం సరఫరా చేసే నాటు సారా పాకెట్ ను నీళ్ల కలుపుకోకుండా తాగేశాడు. మహిమ గురించే ఆలోచిస్తూ ఇంకో పాకెట్ కొనుక్కున్నాడు. అప్పుడు వీధుల్లో ఒక ఊరేగింపు వెళుతోంది.. తనకు చిర పరిచతమైన వాయిద్యాల హెూరుతో ఆ ఊరేగింపు జరుగుతోంది. ఆ ఊరేగింపు, ఆ వాయిద్యాలు ఎందుకోసమో అతడికి తెలుసు..

మహిమను భయభ్రాంతులకు గురించేసి, పనిలోకి లొంగదీసుకో గల క్రూరమైన ఉపాయం అతడి కళ్ల ముందు కదలాడింది.

ఊహించుకునే కొద్దీ అతడి ఆలోచనలు వికృత రూపాన్ని సంతరించుకున్నాయి. ఆ మరునాడే అమలు చేయాలి అని తలపెట్టాడు.. రెండో పాకెట్ సారాను ఒక్క గుక్కలో మింగేసి అక్కడ నుంచి కదిలాడు.

✦ ✦ ✦

తాయ్ పొంగల్ ప్రారంభోత్సవ వేడుకలు అవి. పంటకోతల ముందుగా వస్తుంది. రైతులు ఎంతో ఉత్సాహంగా 4 రోజుల పాటు జరుపుకుంటారు.తమకు వ్యవసాయంలో తొడ్పడినందుకు రైతులు ఎంతో ప్రేమగా మూడో నాడు (మట్టు పొంగల్) కేవలం ఎడ్ల కోసమే జరుపుతారు. ఎడ్లను ప్రేమగా కౌగలించుకునే ఏరు తజువుతాల్ పండుగ కాస్తా ఎద్దును లొంగదీసుకునే పండుగగా కమర్షియల్ అయింది. నాలుగైదు రోజుల పాటు జల్లికట్టు క్రీడ పేరుతో జంతు హింస మొదలైంది. అనైకూట్టంలో జరుగనున్న జల్లికట్టు పోటీల్లో పాల్గొనే ఎడ్లతో పాటు అడక్కుపావర్గల్ (బుల్ టేమర్స్) రిజిస్ట్రేషన్ చేసుకుంటారు. వాళ్ళను మోటివేట్ చేసేందుకు సంప్రదాయ వాయిద్యాలతో ఊరూరా ఊరేగింపు చేస్తారు.

హులి గౌండర్ చూసిన ఊరేగింపు అదే. మహిమ గురించి దీర్ఘంగా ఆలోచించాడు.

ఉండేలు దెబ్బలను లెక్క చెయ్యలేదు. అంత పెద్ద చెరువును చేపపిల్లలా ఈదుకుంటూ గట్టుకు చేరగలిగింది. ఈ పిల్ల మామూలు పిల్లకాదు. అలాంటిల్లాంటి వాటికి భయపడే రకం కాదు. ఇలాగే తాత్సారం చేస్తే మహిమతో పాటుగా ఉన్న తక్కిన పిల్లలలో కూడా భయం పోతుంది.

హూలి గౌండర్ ఒక నిర్ణయానికి వచ్చాడు.

అది.. మహిమను జల్లికట్టు బరిలో దించి భయపెట్టడం.

మధురై దగ్గర అలగనల్లూరు జల్లికట్టుకు రాష్ట్రంలోనే ప్రఖ్యాతి. దాదాపు 600 ఎడ్లు, 1000 మందికి పైగా యోధులు పాల్గొంటారు. పోలీసులు, అధికారుల నిఘా పటిష్టంగా ఉంటుంది కాబట్టి అక్కడ తన పాచిక పారదు.

అనైకూట్టంలో జరిగే జల్లికట్టులో అంతా మొరటు పద్ధతి. ఎవర్ని ఎవరూ పట్టించుకోరు. ఆ మరునాడు రాత్రి శివకాశి దగ్గరలోని అనైకూట్టంలో జల్లికట్టు అట్టహాసంగా మొదలైంది..

పటిష్టమైన ఫెన్సింగ్ వేసి మైదానం చేశారు.

జల్లికట్టు కోసమే కొన్ని బ్రీడ్లు పెంచుతారు. ప్రత్యేకించి పులికుళం జాతులైన పాలింగు మాడు, కలికట్టు మాడు, మణి మాడు ఎడ్లు ఈ క్రీడ కోసమే మార్కెట్‌లో అత్యధిక రేట్లకు అమ్ముడుపోతాయి. ఈ జాతులకు మూపురం (చెండు) పెద్దదిగా ఉండటం.. ఎక్కువ సేపు మైదానంలో పరిగెత్తగలగటం వీటి ప్రత్యేకత.

వడి మంజువిరట్టు అనే పద్ధతి లో జల్లికట్టు ఆటగాళ్లు 25 మంది దాకా పాల్గొంటారు. ఎద్దు వడివాసల్ (అల్లె గేటు) దాటి మైదానంలోకి వచ్చాక 30 నిముషాలు ఉంటుంది. చెండు పట్టుకుని వేలాడేందుకు ఒక్కోసారి ఒక్కరికే అవకాశం ఇస్తారు. 30 సెకండ్స్ లేదా 15 మీటర్ల దూరం వేలాడగలిగిన ఆటగాళ్లు నాకౌట్ పద్ధతిలో తర్వాతి రౌండ్‌కు వెళతారు.

చివరి రౌండ్ వరకూ ఏ ఒక్క ఆటగాడికీ లొంగని ఎద్దుకు అరషాన్‌కాలై (కింగ్‌బుల్) అనే బిరుదునిచ్చి బంగారు పతకంతో సన్మానిస్తారు. (ఈ మధ్య కాలంలో ఈ ఎద్దును కట్టప్ప అంటున్నారు.)

అతని ఉద్దేశమంతా మహిమను బెదిరించి పనిలోకి లొంగదీసుకోవటమే. చాలాసేపు చేతులు వెనక్కి విరిచి కట్టి ఉంచటం వలన మహిమ చేతులు, భుజాలు నొప్పి పుడుతున్నాయి. పైగా మూడు గంటల పాటు చెరువులో ఈదటం వలన శక్తి హీనం అయిన ఒళ్ళు.. ఇంకో వైపు కాలి బొటనవేలి గాయం చేపలు కొరకటం వలన భరించలేనంతగా సలుపుతోంది. మహిమ స్థానంలో మరొక చిన్నారి అయితే సొమ్మసిల్లి పడిపోయేదే.

జల్లికట్టు పోటీలు రసవత్తరంగా సాగుతున్నాయి.

రిజిస్టర్ చేసుకున్న యోధులంతా బరిలో ఉన్నారు. జల్లికట్టు చూస్తే చిన్నపిల్లలు జడుసుకుని జ్వరం తెచ్చుకుంటారు. అలాంటిది ఆ బరిలోనే ఒదిలి పెడితే...?

హులిగౌండర్, అతడి అనుచరుడు మహిమను పట్టుకొచ్చి వడివాసల్‌కు అభిముఖంగా ఉన్న సండైకూటు దగ్గర నిలబడ్డారు. బరిలో ఉన్న ఎద్దు పరిగెత్తుకొచ్చే క్రమంలో అత్యంత వేగంగా వచ్చి రెండు కాళ్ళు పైకి ఎత్తి మలుపు తీసుకునే పాయింట్ అది. ఎద్దు దాదాపు మీదికొచ్చి పొడిచేసిన అనుభూతి కలుగుతుంది. ఆ థ్రిల్ అనుభవించడం కోసమే కొందరు అక్కడ నిలుచుంటారు. గుండె పోటు ఉన్నవారెవరూ అక్కడ నిలుచోరు. మహిమను భయపెట్టే అలాంటి సమయం కోసం హులి ఎదురుచూడసాగాడు. ఇవేమీ తెలియని చిన్నారి మహిమ అక్కడి పరిస్థితిని ఆకళింపు చేసుకుంటూ జల్లికట్టును చూడసాగింది. తనను అక్కడకు ఎందుకు తెచ్చారో అని ఆ చిన్నారి మెదడు పరిపరివిధాల ఆలోచన చేస్తోంది.

అది చివరి రౌండ్ పోటీ.. నాకౌట్ పద్ధతిలో ఫైనల్‌కు చేరిన 10 మంది యోధులు మాత్రమే బరిలో ఉన్నారు. ఇంతవరకూ లొంగని అరషాన్ కాళై (కట్టప్ప) ఎద్దును వడివాసల్ దాటించారు. యోధులు విశ్వ ప్రయత్నం చేసినా అది లొంగడం లేదు. హులి గౌండర్ మహిమను ఫెన్సింగ్ పైకి ఎత్తి మైదానంలోకి దించి పట్టుకున్నాడు. ఎద్దు తమ వైపు దూసుకుంటూ వచ్చినప్పుడు వెనక్కి లాగొచ్చు అని అతడి ప్లాన్.

అప్పటికే గాయాల పాలైన క్రీడాకారుల రక్త గాయాలను చూసి మహిమ బెదిరిపోయి ఉంటుందనీ... ఎద్దు దూకుడుగా తన మీదికే రావడం చూసి.. ప్రాణ భీతితో తల్లడిల్లి ఇక పై దండాలు పెట్టుకుంటూ తమ దారిలోకి వస్తుందనుకున్నాడు.

అయితే, ఆ చిన్నారి ఆలోచన ఇంకోలా ఉంది.

పోటీ చివరి నిమిషంలోకి వచ్చింది. ఎద్దు అప్పటికే విసుగెత్తి చాలా రౌద్రంగా ఉంది.

సండై కూటు వైపు వేగంగా వస్తోంది.

సరిగ్గా అదే సమయంలో హులీగౌండర్ మహిమను విసిరేసి నట్టుగా చేతులు కదిలించాడు. మహిమ దడుసుకుంటుంది అనుకుంటే, అదే అదనుగా తన భుజాన్ని పట్టుకొని ఉన్న అతడి చేతిని గట్టిగా కొరికింది. దీంతో నొప్పితో విల విల్లాడుతూ ఆమెను పట్టు విడవడంతో మైదానం లోకి దూసుకు పోయింది..

వీక్షకులు, నిర్వాహకులు అందరి దృష్టి ఒక్కసారిగా ఆ చిన్నారి పై పడింది. ఆ చిన్నారి పొరపాటున జారిపడింది అనీ, ఎద్దు కాలి గిట్టల కింద పడి నలిగిపోవడం ఖాయం అని అందరూ భయపడ సాగారు.. ఊపిరి ఉగ్గబట్టి చూడసాగారు. అప్పుడు జరిగింది ఒక అద్భుత సంఘటన.

చిన్నారి మహిమను వేగంగా సమీపిస్తూనే అది ముంగాళ్ళుముడిచి, వెనుక రెండు కాళ్ళు అమాంతం పైకి ఎత్తి వేగం నియంత్రించుకుంది. ఆ వెంటనే వెనక్కి మళ్ళింది.

అంతే.. మహిమ ఒక్క ఉదుటున ఎద్దు పైకి లంఘించి, దాని మూపురాన్ని రెండు చేతులు ముడివేసి పట్టుకుంది.

అందరూ నోళ్లు వెళ్ళబెట్టి చూస్తుండగా.. ఆ ఎద్దు వడివాసల్ దాటేంత వరకూ ఆ చిన్నారి తన మూపురం పట్టు విడవనే లేదు.

అంతసేపు భయంతో బిగుసుకుపోయిన ప్రేక్షకులు ఒక్కసారిగా తేరుకొని తమ సంతోషాన్ని చప్పట్లు, ఈలలు రూపంలో మారు మోగించారు.

ఈ హఠాత్పరణామాన్ని ఊహించని హులి గౌండార్ కళ్ళప్పగించి చూడటం తప్ప మరేమీ చేయలేని నిస్సహాయ స్థితిలో మిన్నకుండి పోయాడు. అతని సారా నిషా ఎటో ఎగిరి పోయింది.

మహిమతో పాటు వడి వాసల్ దాటిన ఎద్దు తన యజమాని దగ్గరికి వెళ్లి నిలబడి గస తీర్చుకోసాగింది. మూపురం నుంచి దిగిపోయి ఎదురుగా నిలబడిన చిన్నారి మహిమను ఆప్యాయంగా నాకుతూ నిలుచుంది.

చిన్నారి మహిమను నిర్వాహకులు తమ భజాలపైకి ఎత్తుకొని ఆనందంగా ఎగర సాగారు. జల్లికట్టు విజేతకు చేసే సంప్రదాయ గౌరవ నృత్యాలు, వాయిద్యాలు హోరెత్తిపోయాయి. ఎవరికీ లొంగని కట్టప్ప పైనే సవారీ చేసిన ఈ సాహస బాలిక ఎవరై ఉండవచ్చు అని ఆమె తరపు వారికోసం అందరూ ఆసక్తిగా దృష్టి సారించారు. విషయం తెలిస్తే తనకు జరగబోయే సన్మానం ఏమిటో అర్థం చేసుకున్న హులి గౌండర్ తెలివిగా జనాల్లో కలిసిపోయి అక్కడి నుంచి పారిపోయాడు.

తాను ఇంటికి వెళ్ళిపోవాలి.. అమ్మ, నాన్నల్ని చూడాలి అని మహిమ ఎంత మొత్తుకున్నా నిర్వాహకులు వినలేదు. బహుమతి అందించాక తామే ఒదిలి పెడతామని నచ్చజెప్పారు.

బహుమతి ప్రధాన కార్యక్రమంలో పాలుపంచుకునేందుకు వచ్చిన ఎమ్మెల్యే అంబావనన్ కూడా ఈ అపూర్వ ఘట్టాన్ని తిలకించాడు. అసలు ఈ బాలిక ఎవరు? ఆటలో పాల్గొనేందుకు నిర్వాహకులు ఎలా ఒప్పుకున్నారు? భీతి గొలిపే జల్లికట్టు ఆడే సాహసం ఎందుకు చేసింది.? ఎమ్మెల్యేతో పాటు అక్కడున్న అందరినీ వేధిస్తున్న ప్రశ్న అది.

ఎమ్మెల్యే బహుమతి అందజేసి ఆమె సాహసాన్ని కొనియాడారు.

నిర్వాహకులు ఏర్పాటు చేసిన ఒక ఫోటోగ్రాఫర్ ఈ దృశ్యాన్ని ఫోటో తీశాడు. ఆమె చేతికి మైక్ ఇచ్చారు.

ఫ్యాక్టరీలలో జరుగుతున్న దారుణాల గురించి బయట వారికి తెలిపేందుకు ఇదే అవకాశం అనుకుంది. మహిమ తడబడుతున్న గొంతుతో మాట్లాడింది.

స్కూల్ నుంచి ఇంటికి వస్తున్న తనను ఏ విధంగా కిడ్నాప్ చేశారు...తన లాంటి పసిపిల్లలను ఎలాంటి చిత్రహింసలు పెట్టి బలవంతంగా పనులు చేసుకుంటున్నారు... పూస గుచ్చినట్లు చెప్పింది.

మహిమ చెప్పింది విన్నోళ్ల కళ్ళు చెమ్మగిల్లి పోయాయి.

ఎమ్మెల్యేకు ఇదంతా తెలియని విషయం కాదు. ఆ మాఫియా ఎంతో పవర్ ఫుల్. తన పదవికే ఎసరుపెడతారు. వారి జోలికి వెళ్ళటం వృధా ప్రయాస అని తెలుసు. నిర్వాహకుడిని దగ్గరికి పిలిచి చెవిలో ఏదో ఊదాడు.

దాని ప్రకారం... ఎమ్మెల్యే ఒక బాల కార్మికురాలిని ఆమె తల్లిదండ్రులకు అప్పగించినట్లుగా పేపర్‌లో రావాలి. అనంతరం ఎమ్మెల్యే తనతో పాటు ఆ ప్రోగ్రాంకు వచ్చిన సీ.ఐ. ఉలగాభిరామన్ ను దగ్గరికి పిలిచి..

"ఈ పాపను పేరెంట్స్ చెంతకు చేర్చే ఏర్పాట్లు చూడ" మని ఆదేశించాడు.

వాస్తవానికి ఆ సీ ఐ.. మధ్యాహ్నం ఒక ఫైర్ క్రాకర్స్ ఫ్యాక్టరీలో జరిగిన ఫైర్ యాక్సిడెంట్ దుర్ఘటన తాలూకు అధికార పనులతో తల మునకలుగా ఉన్నాడు. అయినా ఆ చిన్నారి బాధ్యత తీసుకోక తప్పలేదు. అదే సభలో పాల్గొన్న ఒక ప్రెస్ రిపోర్టర్ కుర్చీ నుంచి లేచి కళ్ళు తుడుచుకున్నాడు. అతడి చేతిలో కూడా కెమెరా ఉంది. అతడు కూడా ఫోటో తీసి ఉన్నాడు.

సీ.ఐ.. ఉలగాభిరామన్... పోలీస్ డిపార్ట్మెంట్‌లో ఉన్నప్పటికీ చాలా సున్నిత హృదయుడు. చిన్నారి మహిమను స్టేషన్‌కు తన జీప్‌లో తొడ్కోని వెళ్ళాడు. మహిమను తన ఎదురుగా కూర్చోబెట్టి ఇద్దరు కానిస్టేబుల్స్ ను లేబర్ కాలనీ పంపించాడు.

ఈ బాలిక చెప్పిన వివరాల ప్రకారం విచారణ చేసి ఇంటికి వెళ్లి పేరెంట్స్‌ను పిలుచుకు రమ్మని ఆదేశించాడు. పేరెంట్స్ వస్తే సిగ్నేచర్ తీసుకొని పంపించాల్సి ఉంటుంది.

అప్పటికి రెండు రోజులుగా నిద్ర లేని మహిమ అమ్మ, నాన్నల కోసం ఎదురు చూస్తూ స్టేషన్ లోనే నిద్రపోయింది. సీ.ఐ.. తన ఎదురుగా కుర్చీలో తలవాల్చి అమాయకంగా నిద్ర పోతున్న చిన్నారి ముఖంలోకి దీర్ఘంగా చూశాడు. ఆ పాప పసి ముఖంలో ఎన్నో ప్రశ్నలు. అవి తన గుండెల్లో గుచ్చుకుంటున్నట్లు ఏదో బాధ.

ఈ చిన్నారి తప్పించుకువచ్చినట్లు చెబుతున్న బెల్ట్ ఫ్యాక్టరీ తనకు తెలుసు. ప్రతి నెల అక్కడి నుంచి కూడా తమ స్టేషన్‌కు మామూళ్లు అందుతాయి.

ఎవరైనా సరే మామూళ్లు ఎందుకు ఇస్తారు..? ఏదో ఒక చట్ట వ్యతిరేక కలాపం ఉంటేనే కదా,! చైల్డ్ లేబర్‌కు సంబంధించి చూసి చూడనట్లు ఉండేందుకే తమకు ఆ మామూళ్లు అని తనకు తెలుసు.

చైల్డ్ లేబర్ అనేది దేశ వ్యాప్త సమస్య. తనొక్కడే పరిష్కరించగలిగింది కాదు. 10 ఏళ్ల క్రితం తాను సబ్ ఇన్స్పెక్టర్‌గా ఉన్నప్పుడు రెండేళ్లు ఇదే పట్టణంలో పని చేశాడు. బెల్ట్ ఫ్యాక్టరీల పై ఎన్నోసార్లు దాడులు చేసి బాల కార్మికులను వారి తల్లి దండ్రులకు అప్పజెప్పాడు. కొన్నాళ్ళు పోయాక మళ్ళీ అదే తల్లి దండ్రులు మరింత అడ్వాన్స్ సొమ్ము తీసుకొని తమ పిల్లలను ఇంకో ఫ్యాక్టరీలో చేర్పించిన ఉదంతాలు ఎన్నో ఉన్నాయి. సమాజంలో పేదరికం ఉన్నన్ని రోజులూ ఈ సమస్య కూడా ఉంటుంది.

గతానుభావాల వల్ల సీ.ఐగా వచ్చాక తాను కూడా తన సీనియర్స్ పాటిస్తూ వచ్చిన " స్టేషన్ సంప్రదాయాన్నే "కొనసాగిస్తున్నాడు. కానీ ఆ నీచులు పసి పిల్లలను ఎత్తుకొచ్చే దుర్మార్గానికి కూడా పాల్పడుతున్నారు అని అనుకోలేదు.

ఆ చిన్నారి నిద్రలోనే మరో చెంప వైపు తిరిగింది. ఈ వైపు నుంచి ఈ చిన్నారి సరికొత్త గా ఉంది. అమాయకత స్థానంలో రాటుదేలిన తనం కనిపించింది. ఆ చెంప పై ఎర్రగా కమిలిన చారలు ఉన్నాయి. ఇంత చిన్న వయసులో ఇన్ని చిత్రహింసలు నేనెందుకు భరించాలి? అని తనను నిలదీసి అడుగుతున్నట్లు అనిపించి కాసేపు తల దించుకున్నాడు.

చిన్నపాటి మామూళ్ల కోసం తమ లాంటి అధికారులు కొన్ని చట్ట వ్యతిరేక విషయాలను "చూసి చూడనట్లు" ఉండటం వెనుక ఇంత అనర్థం ఉందా?

ఈ చిన్నారి తానుకోల్పోయిన స్వాతంత్ర్యాన్ని పోరాడి సాధించుకుంది. ఈ క్రమంలో పోరాటం చేతకాని వారు, పోరాడి ఓడిపోయిన వారూ ఇంకెందరు ఉన్నారో? ఎందరు పసివారు అప్రకటిత బందిఖానాల్లో చిక్కుకొని ఉన్నారో..! ఆయన మనసు తీవ్రంగా కలత చెందింది.

అదే రోజు ఒక ఫ్యాక్టరీలో జరిగిన ఘోర దుర్ఘటన వైపు ఆయన ఆలోచనలు సాగాయి.

అంతకంటే కొన్ని గంటల ముందు... మిట్ట మధ్యాహ్నం 2 గంటల సమయం...

ఒక ఫ్యాక్టరీలో ఘోర అగ్ని ప్రమాదం జరిగింది. 7 మంది కూలీలు స్పాట్ లో చనిపోయారు. మరో 10 మంది దాకా ఒళ్ళంతా కాలిపోయి చావు బతుకుల మధ్య ఉన్నారు . పోలీసులు, ప్రభుత్వ అధికారులు ఈ సంఘటన దర్యాప్తు పనిలో ఉన్నారు.

తిరుతాంగల్ లో ఉన్న శివకాశి ప్రభుత్వ ఆసుపత్రిలో ఒకవైపు శవాల పోస్ట్ మార్టమ్ పనులు చేయిస్తూ, మరో వైపు క్షతగాత్రులకు చికిత్స చేస్తున్నారు. శివకాశి ఎమ్మెల్యే అంబావనన్, విరుదునగర్ జిల్లా కలెక్టర్ కైలాసమలైలు ఆసుపత్రికి వచ్చి బాధితులను, వారి తరఫు బంధువులను పరామర్శించి వెళ్ళారు.

బాధితులకు ప్రభుత్వం తరపున నష్ట పరిహారం అందజేస్తామని, గ్రూప్ ఇన్సూరెన్స్ క్లెయిమ్ అయ్యేలా చూస్తామనీ, ఇకపై శివకాశిలోని ఏ ఫ్యాక్టరీలో కూడా ఫైర్ యాక్సిడెంట్స్ జరుగకుండా భద్రతా నిబంధనలు కఠినతరం చేస్తామని.. ఎమ్మెల్యే ప్రెస్ మీట్ లో చెప్పారు. ప్రెస్ మీట్ అయ్యాక అదే రోజు రాత్రి జల్లికట్టు పోటీలు తిలకించేందుకు అనైకూట్టం వెళ్ళాడు.

సీ.ఐ ఉలగాభి రామన్‌కు తెలుసు.. ప్రతి ఏటా అగ్ని ప్రమాదాలు జరుగుతూనే ఉన్నాయి. ప్రాణాలు పోతూనే ఉన్నాయి.

1939 నుంచి జరిగిన అగ్ని ప్రమాదాలు, మృతులు, క్షతగాత్రుల వివరాలు అన్నీ ఈ మధ్య హిందూ పేపర్ ప్రచురించింది. ఇవి కాకుండా ఒకరు, ఇద్దరు లేదా ముగ్గురు చనిపోయిన దురంతాలు కోకొల్లలు.

ఈ ప్రమాదాల్లో ప్రాణాలు పోయిన వారు ఒకరకంగా అదృష్టవంతులనే చెప్పాలి. చావకుండా వికలాంగులు అయిన వారు, ఒళ్ళంతా కాలిపోయి సామాజిక దయాదాక్షిణ్యాలకు తమ బతుకులు ఈడేరుస్తున్న వారి గురించి పట్టిందెవరికి?

దుర్ఘటనలు జరిగినప్పుడు ఎంక్వయిరీ కమిషన్లు వేయడం, ఎంతో కొంత నష్ట పరిహారం ఇచ్చి చేతులు దులుపుకోవడం తప్ప ఏ ప్రభుత్వాలు కూడా ఈ సమస్య ను తీవ్రంగా పరిగణించలేదు. ఏడాదికి 2500 కోట్ల రెవిన్యూ ఇచ్చే బంగారు బాతులా ఆ పట్టణం కనిపిస్తుంటే ఈ ఉపాంత జీవుల చావు బతుకుల గురించి ఎవడిక్కావాలి..? శివకాశి మాఫియా శక్తి సామర్థ్యాల గురించి పాలసీ మేకర్స్ కు బాగా తెలుసు.

సీ.ఐ.. ఈ ఆలోచనల్లో ఉండగా...

వెళ్లిన కానిస్టేబుల్స్ అరగంట లోనే తిరిగొచ్చి ఏదో విషయం చెప్పారు. అది విని ఆయన నిర్ఘాంతపోయాడు . ఆయన ముఖం పాలిపోయింది. ఆర్ద్రమైన కళ్లతో మహిమ వైపు చూసాడు.

సీ.ఐ.. ఉలగాభి రామన్ ఆ రోజు జరిగిన ఫైర్ యాక్సిడెంట్ తాలూకు వివరాలు తెప్పించాడు. సబ్ ఇన్స్పెక్టర్ నమోదు చేసిన ఎఫ్.ఐ.ఆర్ కాపీని ప్రభుత్వ ఆసుపత్రి నుంచి వచ్చిన మెడికో లీగల్ కేసు కాపీని జాగ్రత్తగా పరిశీలించి చూశాడు. తమ కానిస్టేబుల్స్ మోసుకొచ్చిన సమాచారం కరెక్టే.

ఫైర్ యాక్సిడెంట్ క్షతగాత్రుల్లో మహిమ కన్నతల్లి మీనాక్షి కూడా ఉంది. తీవ్రంగా గాయపడి ప్రభుత్వ ఆసుపత్రిలో కొనఊపిరితో కొట్టుమిట్టాడుతోంది.

అక్కడ మహిమ తండ్రి శంకరన్, అక్క మణియమ్మలు కన్నీరు మున్నీరుగా విలపిస్తున్నారు.

సీ.ఐ. తన సర్వీస్‌లో ఎన్నో కేసులు చూశాడు. ఎన్నడూ ఇలాంటి పరిస్థితి ఎదుర్కొలేదు. ఆయన ప్రమేయం లేకుండానే కనులు కన్నీటి కొలనులు అయ్యాయి.

ఈ చిన్నారికి తాను ఏవిధంగా న్యాయం చేయగలడో అర్థం కావడం లేదు. ఎన్నో నెలల తర్వాత ప్రశాంతంగా నిద్రపోతున్న చిన్నారిని డిస్టర్బ్ చేయడం భావ్యం కాదనిపించింది. ఈ సమయంలో తల్లి దగ్గరికి చేర్చితే మరింత క్షోభ పెట్టినట్లే అవుతుంది. సీ ఐ. ఒక నిర్ణయానికి వచ్చాడు.

ఈ పాపను ప్రశాంతంగా నిద్ర పోనివ్వాలి. ఉదయమే తన వాళ్ళ దగ్గరికి చేర్చాలి......

స్టేషన్ లోనే ఒక టేబుల్ పై పరుపు లాంటిది ఏర్పాటు చేయించాడు. మహిమ దగ్గరికి వెళ్లి ఎత్తుకుని అక్కున జేర్చుకున్నాడు. ఎలాంటి అలికిడి లేకుండా వెళ్లి ఆ పరుపు పై పరుండబెట్టాడు. ఎందుకనో ఆ చిన్నారిని ఆ స్థితిలో వదిలి ఇంటికి వెళ్ళబుద్ధి కాలేదు. ఆనక వచ్చి తన కుర్చీలో కూర్చున్నాడు. కొద్ది సేపటికి కునికిపాట్లు పడుతూ అలాగే నిద్రపోయాడు.

తెల్లవారుఝామున ఎప్పుడో మహిమ ఉలిక్కి పడి లేచింది.

తన పక్కన తోటి పని పిల్లలు ఎవరూ లేరు. హులి గౌండర్ కనుచూపు మేరలో లేడు. అసలు అది తాను పనిచేసే గోడౌన్ లాగే లేదు. పోలీస్ డ్రెస్ లో కొందరు అక్కడక్కడ పడుకొని ఉన్నారు.

మెల్లగా ఈ లోకంలోకి వచ్చింది. నిన్న జరిగిన సంఘటనలన్నీ వరుసగా జ్ఞాపకం రాసాగాయి. జల్లికట్టు మైదానం వద్దకు తనను హులిగౌండర్ లాక్కుని వెళ్లడం.. తననురుఖుడిపించే ప్రయత్నం చేయడం.. తాను తెగించి తప్పించుకోవడం... అంతా ఒక కలలా జరిగిపోయింది.

తనను ఒక పోలీస్ అధికారి ఆయన జీప్‌లో ఎక్కించుకొని ఇక్కడికి తెచ్చిన సంగతి గుర్తొచ్చింది. అవును.. ఇంతకీ అమ్మ, నాన్నలు ఎక్కడ? ఇంకా పిలుచుకొని రాలేదా..?

అట్లయితే తానే వెళ్లిపోవడం మంచిది. అనుకుంటూ టేబుల్ దిగింది. బాగా దప్పిక అనిపించింది. గోడ దగ్గర ఉన్న కుండలో నీళ్లు, మూకుడు పై ఒక కంచు గ్లాస్ ఉన్నాయి. నీళ్లు తాగాక గ్లాస్ జారి కింద పడింది. దీంతో ఆ శబ్దానికి అందరూ నిద్ర లేచారు.

సీ.ఐ.. కూడా మేల్కొన్నాడు. నిద్ర మత్తులోనే ఆమెను చూసాడు.

వెంటనే తన కర్తవ్యం గుర్తుకు వచ్చింది. ఆ చిన్నారిని ఇంటికి చేర్చాలి.

సీ.ఐ ఒక కానిస్టేబుల్ ను పిలిచి ఏదో ఆదేశించాడు. ఆయన ఆదేశాల మేరకు సైకిల్ తీసుకొని ప్రభుత్వ ఆసుపత్రి వైపు వెళ్ళిపోయాడు.

సీ.ఐ. ఫ్రెష్ అప్ అవుతుండగా మహిమ పోలీస్ స్టేషన్ బయటకు వచ్చింది. తూర్పున చతురగిరి కొండల్లో సూర్యోదయం చాలా బాగుంది. ఎన్నో నెలలుగా తాను కోల్పోయిన స్వేచ్ఛా ప్రపంచంలోకి తనను ఆహ్వానిస్తున్నట్లుగా సూర్యుడు అంతకంతకూ ప్రకాశిస్తూ పైపైకి పొడుచుకు వస్తున్నాడు. అయితే, ఆ దృశ్యం కొద్దిసేపు మాత్రమే అలరించింది. సూర్యుడు స్థానంలో ఆమె మనో ఫలకాన్ని తన తల్లి దండ్రులు ఆక్రమించారు. వాళ్ళు ఎందుకని తన కోసం రాలేదు..? పోలీసులు తమ ఇల్లు కనిపెట్టలేక పోయారా..? లేక తన వాళ్ళు ఊరు విడిచి పోయారా.? పోలీసులు తన ఇల్లు కనిపెట్టలేక పోయినా తాను సులభంగా చేరగలదు. వీళ్ళు ఇప్పుడు తన స్కూల్ దగ్గరికి తీసుకువెళ్తే చాలు. అక్కడ నుంచి తమ ఇంటికి చేరే దారి తనకు బాగా తెలుసు.

ఆమె మళ్ళీ చతురగిరి కొండల వైపు చూసింది. సూర్యుడు ఇప్పుడు జగజ్జేయమానంగా ప్రకాశిస్తున్నాడు. ఆ వెలుగు వైపు చూడటం ఆమె లేత కళ్ళకు సాధ్యం కాలేదు.

జీపు సిద్ధమైంది. అది మహిమను తొడ్కోని ప్రభుత్వ ఆసుపత్రి వైపు సాగింది.

✦ ✦ ✦

శివకాశిలోని తిరుతాంగల్ లో ప్రభుత్వ ఆసుపత్రి...

అక్కడ అన్ని వైద్య విభాగాలకు వార్డులు ఉన్నాయి. కానీ రెండే వార్డులు ఎప్పుడూ బిజీగా ఉంటాయి. ఒకటి లేబర్ వార్డు కాగా రెండోది బర్న్ వార్డు. ముందు రోజు జరిగిన అగ్ని ప్రమాదం తాలూకు క్షతగాత్రులను ఇక్కడ చేర్పించి చికిత్స చేస్తున్నారు.

ఫైర్ యాక్సిడెంట్ లో ఒళ్ళంతా కాలిపోయి మీనాక్షి గుర్తు పట్టలేని స్థితిలో ఉంది. కాలిన గాయాలతో కమిలిపోయిన ఒళ్ళంతా ఏదో క్రీం రాసి ఉన్నారు.

మెడికల్ టర్మినాలజీలో కాలిన గాయాలను వాటి తీవ్రత బట్టి నాలుగు డిగ్రీలుగా విభజిస్తారు.

చర్మం పైపొర మాత్రమే కాలితే మొదటి డిగ్రీ,..ఈ దశలో బొబ్బలు లేస్తాయి. కొన్నాళ్ళకు మానిపోతాయి. కాలిన మచ్చలు కూడా కనిపించకుండా మాసిపోతాయి.

పై పొరతో పాటు చర్మం అంతర పొర కూడా కాలి ఉంటే సెకండ్ డిగ్రీ,... గాయాలు మానినా మచ్చలు అలాగే ఉండిపోతాయి.

అదే థర్డ్ డిగ్రీ అయితే చర్మం రెండు పొరలు చొచ్చుకొని కండరాలు డీప్‌గా కాలుతాయి. ఈ థర్డ్ డిగ్రీ గాయాలు త్వరగా ఇన్ఫెక్ట్ అవుతాయి. నొప్పుల తీవ్రత భరించడం సాధ్యం కాదు. మనిషి ప్రాణాలు పోయే అవకాశమే ఎక్కువ..

ఇక ఫోర్త్ డిగ్రీ బర్న్స్‌లో ఎముక వరకూ కాలి ఉంటుంది. నరాలకు అనుసంధానం కూడా తెగిపోతుంది. దీంతో స్పర్శ కూడా ఉండదు. ప్రస్తుతం మీనాక్షి థర్డ్‌డిగ్రీ గాయాల అతి తీవ్ర నొప్పులతో అల్లాడుతోంది. డాక్టర్స్ ఇచ్చిన సెడేటివ్ ఇంజెక్షన్స్ కూడా పని చేయడం లేదు.

మంచం పక్కనే గోడవారగా మణీయమ్మ గంటలకొద్దీ ఏడ్చీ, ఏడ్చీ అలసిపోయి నిద్ర పోతోంది. ఆ కన్నీళ్లకు ఆమె కళ్ళు ఉబ్బిపోయిఉన్నాయి.

మంచం పక్కగా స్టూల్ పై కూర్చొని ఉన్న శంకరన్ మీనాక్షి కళ్ళలోకి చూసాడు. జీవ కళ లేని ఆమె కళ్ళు ఏదో ఆశిస్తున్నాయి.

ఆమె గాయాలకు ఉపశమనంగా విసనకర్ర విసురుతూ సేదదీర్చే ప్రయత్నం చేస్తున్న శంకరన్‌కు తెలుసు ఆమె కళ్ళు ఎవరికోసం వెదుకుతున్నాయో..!

అర్ధగంట క్రితమే ఒక కానిస్టేబుల్ వచ్చి చెప్పాడు. 3 నెలల కిందట కిడ్నాప్ అయిన తమ కూతురు దొరికింది అనీ, సీ.ఐ.గారు స్వయంగా వచ్చి అప్పజెపుతారు అనీ..

తన సతీమణి చావు బతుకుల్లో కొట్టు మిట్టాడు తుండగా పుట్టెడు దుఃఖంలో ఉన్న శంకరన్ కు కానిస్టేబుల్ తెచ్చిన శుభవార్త ఎంత ఊరట నిచ్చిందో చెప్పలేం.

అదే విషయం మీనాక్షికి చెప్పాడు. కాలిన గాయాల సలపరం వల్ల అప్పటికే వినికిడి శక్తి తగ్గిపోయిన మీనాక్షి చెవులకు ఈ మాట ఎంత ఇంపుగా ఉందంటే.. ఆమె తీవ్రమైన గాయాల నొప్పుల నుంచి ఒక్కసారిగా ఉపశమనం లభించింది.

ఆమె కళ్ళు మహిమ కోసమే వెదుకుతున్నాయి. ఆమెకు తెలుస్తోంది... ఇక తాను బతికే అవకాశం లేదు అని... కానీ, ఆమెలోని అమ్మతనం ఆరాట పడుతోంది... తన కనులు మూతపడే లోగా తన ప్రతిబింబాన్ని కనులరా వీక్షించాలని...

ప్రాణాలుపోయే మనిషికి గుండె వేగంగా కొట్టుకోవడం స్పష్టంగా తెలిసిపోతుంది. అది అలసిపోయి ఆగిపోయేలోగా పెను సవ్వడి చేస్తూ నరనరానా మోతెక్కిస్తుంది. ఇప్పుడు మీనాక్షి ఆ దశలోనే ఉంది. క్షణ క్షణం ఆమె హృదయ ధ్వని పెరుగుతూ వస్తోంది. అది మహిమ కోసమే పరితపిస్తోంది.. అదిగో.. ఆ క్షణం రానే వచ్చింది.

తన గారాల పట్టి తన ఎదురుగా నిలబడి ఉంది. తన పెనిమిటి ఒడిలో కూర్చొబెట్టుకుని తనకు చూపిస్తున్నాడు.. తన చిట్టితల్లిని తన ఒడిలోకి తీసుకుని తనివి తీరా ముద్దాడాలని ఉంది..

కానీ తన ఒళ్ళు సహకరించడం లేదు. తన చేతులు కదలడమే లేదు. మీనాక్షి కళ్ళు మసక బడుతున్నాయి. మహిమ ముఖం అంతకంతకూ కనుమరుగవుతోంది. ఆమె గుండె వేగం అంతకంతకూ పెరిగి పెరిగి ఇక అలసిపోయింది.. పూర్తిగా విశ్రమించింది... మీనాక్షి కళ్ళు నిర్జీవంగా చూస్తుండి పోయాయి.

తల్లిని ఆ స్థితిలో చూసి అంతవరకూ.. షాక్‌లో ఉండిపోయి అచేతనావస్థలో నిలబడిపోయిన మహిమ నోటి నుంచి వచ్చిన ఒకే ఒక్క మాట ఆ వార్డ్‌లో ప్రతిధ్వనించింది..

"అమ్మా.....!"

అయితే ఆ పిలుపు వినిపించని లోకానికి అమ్మ చేరుకుందని ఆ చిన్నారికి ఆ క్షణాన తెలియదు. ఆ రోజు సాయంత్రమే మీనాక్షి అంత్యక్రియలు ముగించారు.

✦ ✦ ✦

అదే రోజు సాయంత్రం మక్కలిన్ ఉరిమై కురల్ అనే సాయకాలం దినపత్రికలో వచ్చిన ఒక ఆర్టికల్ సంచలనం రేపింది. మహిమ అనే బాల కార్మికురాలు ఎదుర్కొన్న కష్టాలు, కన్నీళ్లు, జల్లికట్టు మైదానంలో ఆ బాలిక సాహసం తదితర వివరాలు ఆమె మైక్‌లో మాట్లాడుతున్న ఫోటోతో సహా ఎంతో హృద్యంగా రాశాడు ఆ పత్రిక విలేకరి.

ముందురోజు జల్లికట్టు వేదికలో బహుమతి ప్రధానోత్సవ కార్యక్రమంలో మహిమ చెప్పుకొచ్చిన కన్నీటి కథనం విని కళ్ళు చెమర్చి లేచి వచ్చిన జర్నలిస్ట్ అతడే.

ఈ వార్త కలెక్టర్ కైలాష్ మలైకి చేరింది. ఆయన తక్షణమే స్పందించాడు. సీ.ఐ. ఉలగాభిరామన్ నుంచి పూర్తి వివరాలు రాబట్టాడు. హులిగౌండర్‌ను అరెస్ట్ చేయించి అక్కడున్న బాల కార్మికులందరికీ విముక్తి కల్పించాడు. బెల్ట్ ఫ్యాక్టరీలు అన్నిటి పైనా దాడులు చేయించి పిల్లలను తల్లి దండ్రులకు అప్పగించాడు. అన్ క్లెయిమ్డ్ పిల్లలను పునరావాస కేంద్రానికి చేర్పించాడు. అగ్ని ప్రమాద బాధిత కుటుంబాలన్నిటికీ ప్రభుత్వం నుంచి అందే పరిహారం త్వరగా మంజూరు చేసాడు.

దీంతో మహిమ పేరు విరుద్ నగర్ జిల్లా ప్రజలందరి నోళ్లలో నానింది. ఇందువల్ల ఆ బాలిక కుటుంబంపై శివకాశి మాఫియా కళ్ళుపడి ఉంటాయని కలెక్టర్‌కు అర్థమైంది.

కలెక్టర్ కైలాష్ చెన్నైలో పుట్టి పెరిగాడు. ఆయన తండ్రి బర్మా బజార్‌లో స్పోర్ట్స్ గూడ్స్ డీలర్. తండ్రిని ఒప్పించి శంకరన్‌కు సేల్స్ మాన్ ఉద్యోగం ఇప్పించాడు. మహిమ, మణీయమ్మలకు తన పలుకుబడితో మంచి స్కూల్స్‌లో అడ్మిషన్ ఇప్పించాడు....

కలెక్టర్ కైలాష్ మల్లై కుటుంబం ప్రోత్సాహంతో శంకరన్ కుటుంబం పూర్తిగా కోలుకుంది. కాలం అన్ని గాయాలనూ మాన్పుతుంది. 3 ఏండ్లు తిరిగే సరికి మౌంట్ రోడ్‌లో సొంతంగా మీనాక్షి స్పోర్ట్స్ పేరుతో ఒక ఔట్ లెట్ ప్రారంభించాడు శంకరన్...... చెన్నై చేరినప్పటి నుంచి వీరి జీవితం కొత్త పుంతలు తొక్కింది.

వ్యాపారం చూసుకుంటూ ఇద్దరు ఆడపిల్లల ఆలనా పాలనా చూసుకునేందుకు చాలా కష్ట పడ్డాడు శంకరన్. న్యూగిరి రోడ్‌లో ఒక తెలుగు వారి అపార్ట్మెంట్‌లో ఇల్లు బాడుగకు తీసుకున్నాడు. వ్యాపారం బాగా పికప్ అయింది. ఆయన వ్యాపారంలో భాగంగా తరుచూ క్రికెట్ అకాడమీల వద్దకు స్వయంగా వెళ్లాల్సి వచ్చేది. మహిమ చదివే స్కూల్ పార్థసారథిపురంలో ఉంది. సమీపంలోనే కార్పొరేషన్ గ్రౌండ్ ఉంది. ఇక్కడ వీర పాండ్యన్ అనే కోచ్ క్రికెట్ అకాడమీ నడుపుతున్నాడు. ఈ గ్రౌండ్ చాలా పెద్దది. ఇక్కడ తరుచూ లీగ్ మ్యాచ్‌లు జరుగుతుంటాయి.

శంకరన్ తన కూతురు మహిమను స్కూల్ వద్ద వదిలి పెట్టేందుకు, తిరిగి ఇంటికి తీసుకు వెళ్లేందుకు ఉదయం సాయంత్రం ఇదే మార్గంలో వెళతాడు. ఈ అకాడమీ అవసరాల కోసం క్రికెట్ బాల్స్, బ్యాట్స్‌తో పాటు ట్రోఫీలు, ఫీల్డ్ మెటీరియల్ సరఫరా చేస్తుంటాడు.

ఆ క్రమంలో తండ్రితో పాటు వచ్చే 11 ఏళ్ల మహిమ క్రికెట్ పై ఆసక్తి పెంచుకుంది. నెట్స్‌లో బ్యాట్స్ మాన్ ప్రాక్టీస్‌ను, కోచ్ ఇచ్చే సూచనలను కళ్ళు ఆర్పకుండా పరిశీలించేది.

ఒకరోజు శంకరన్ మహిమ స్కూల్‌కు ఓ 5 నిముషాలు ఆలస్యంగా వెళ్ళాడు. మహిమ కనిపించ లేదు. స్కూల్‌లో విచారిస్తే పిల్లలందరూ వెళ్లిపోయారు అని చెప్పారు. దీంతో శంకరన్ వేగంగా సైకిల్ తొక్కుకుంటూ బస్‌స్టాప్ వద్దకు వచ్చాడు. అక్కడా లేదు. నడుచుకుంటూ ఇంటికి వచ్చిందేమో అని వచ్చి చూస్తే పెద్ద కూతురు మణీయమ్మ మాత్రమే ఉంది. దీంతో తీవ్రంగా ఆందోళన చెందాడు. 3 ఏళ్ల క్రితం శివకాశిలో కిడ్నాప్ సంఘటన గుర్తొచ్చి వణికి పోయాడు. అపార్ట్మెంట్ గేట్ దగ్గరికి వచ్చి వీధుల వైపే చూస్తూ నిలబడ్డాడు. ఆ వీధిలో కొందరు పిల్లలు రబ్బర్ బాల్ తో క్రికెట్ ఆడుతున్నారు. వాళ్ళతో మహిమ రోజూ కలిసి ఆడేది. మగ పిల్లలతో పాటు ఆటలేమిటి? అని ఎన్నిసార్లు చీవాట్లు వేసినా వినేది కాదు.

ఆలా ఆలోచిస్తూండగా ఆయనకు ఓ అనుమానం వచ్చింది. తక్షణమే సైకిల్ తీసుకొని కార్పొరేషన్ గ్రౌండ్ చేరుకున్నాడు. ఆయన అనుమానమే నిజమైంది. క్రికెట్ నెట్స్ వెనుకాల నిలబడి క్రికెటర్ల బ్యాటింగ్ ప్రాక్టీస్ ను అదేపనిగా చూస్తోంది.

అప్పుడు ఒక ఎడమ చేతి అఫ్ స్పిన్నర్ బౌలింగ్ చేస్తున్నాడు.

సాధారణంగా ఆఫ్ స్పిన్నర్లు వేసే బంతులు పిచ్ అయ్యాక ఆఫ్ సైడ్ బౌన్స్ అవుతాయి. అప్పుడు ఆ బాల్ పిచింగ్ అయిన తీరు బట్టి బౌన్స్ ను అంచనా వేసి బ్యాక్ ఫుట్ లేదా ఫ్రంట్ ఫుట్ పొజిషన్ తీసుకుని బ్యాట్ ఝులిపిస్తాడు. రైట్ హ్యాండ్ బ్యాట్స్ మెన్ ను ఇబ్బంది పెట్టేందుకు ఏ విధంగా అయితే లెగ్ స్పిన్నర్ ను ఉపయోగిస్తామో అదే విధంగా లెఫ్ట్‌హ్యాండ్ బ్యాట్స్ మెన్ ను ఔట్ చేసేందుకు లెఫ్ట్‌ఆర్మ్ ఆఫ్ స్పిన్నర్‌ను ప్రయోగిస్తారు. ఈ తరహా బౌలింగ్ కు ఇండియా లో బిషన్ సింగ్ బేడీ క్రేజ్ తెచ్చాడు.

ఇక్కడ కోచ్ చూస్తుండగా లెఫ్ట్‌ఆర్మ్ ఆఫ్ స్పిన్నర్ విసిరిన బంతిని ఫ్రంట్ ఫుట్ డిఫెన్స్ ఆడాడు. అయితే ఆ బాల్ ఆన్ సైడ్ నెట్స్‌లోకి పోయింది. బౌలర్‌తో పాటు, కోచ్ కూడా దాన్ని తేలిగ్గా తీసుకున్నారు. అయితే నెట్స్ వెనుక ఉన్న మహిమ అంపైర్ లాగా చిటికెన వేలు పైకి ఎత్తి చూపుతూ 'ఔట్' అంటూ గట్టిగా అరిచింది. దీంతో అందరూ ఆమె వైపు చూశారు. కోచ్ విజిల్ ఊది ఆ అమ్మాయిని దగ్గరికి పిలిచాడు. దీంతో పరిగెత్తుకుంటూ వచ్చి ఎదురుగా నిలబడింది.

"ఎందుకలా అరిచావ్..?"

"బ్యాట్స్ మాన్ క్యాచ్ అవుట్ అయ్యాడు సార్"

"బాల్ మిడాన్ వైపు కదా వెళ్ళింది... ఆఫ్ స్పిన్నర్ బౌలింగ్‌లో షార్ట్ లెగ్ వద్ద ఫీల్డర్ ను ఎందుకు పెడతాం?"

"సార్ ఆ బంతిలో స్పిన్ లేదు.. అప్పుడు దాన్ని ఫ్లోటర్ అని కదా అంటారు..!"

"అయితే..?" అంటూ కోచ్ నొసలు చిట్లించాడు.

మహిమ పరుగెట్టుకుంటూ నెట్స్‌లోకి వెళ్ళింది.

బాల్ ల్యాండ్ అయ్యే అవకాశం ఉన్న చోటు వైపు చూపిస్తూ "సిల్లీ మిడాన్ లో ఉన్న ఫీల్డర్ కొద్దిగా బెండ్ అయితే క్యాచ్ పట్టొచ్చు కదా..?" అంది.

దీంతో కోచ్ ఆలోచనలో పడ్డాడు.

తెలివైన కెప్టెన్‌లు ఇలాంటి ఎత్తుగడ వేసినా వేస్తారు. లెఫ్ట్‌ఆర్మ్ ఆఫ్ స్పిన్నర్‌ను రంగంలోకి దించి.. వరుసగా కొన్ని బంతులు ఆఫ్ సైడ్ స్పిన్ వేస్తే.. ఫ్లోటర్ బాల్‌ను అంచనా వేయడంలో బ్యాట్స్ మాన్ తడబడతాడు. సిల్లీ మిడాన్‌లో ఓపికగా ఎదురు చూసే ఫీల్డర్ కు దొరికిపోతాడు.

కోచ్ వీర పాండ్యన్ మహిమ వైపు ఆశ్చర్యంగా చూస్తూ క్రికెటర్స్ అందరినీ పిలిచాడు.

ఓపెన్ నెట్స్‌కు సిద్ధం అయిపోండి అని ఆదేశించాడు. దీంతో 11మంది గ్రౌండ్‌లోకి వెళ్లి ఫీల్డింగ్ పొజిషన్స్ తీసుకున్నారు. (నెట్ ప్రాక్టీస్‌లో నేర్చుకున్న మెలకువలను ఫీల్డ్‌లో కూడా ప్రాక్టికల్‌గా ప్రదర్శించడాన్ని ఓపెన్ నెట్స్ అంటారు). కోచ్ మహిమను తోడుగా తీసుకు వెళ్లి అంపైర్ స్థానంలో తన పక్కనే నిలబెట్టాడు. లెఫ్ట్ ఆర్మ్ స్పిన్నర్‌ని టాప్ స్పిన్‌లో బౌలింగ్ వేయమని సూచించాడు. కొన్ని బంతులు అలాగే వేసాక ఒక ఫ్లోటర్ వేశాడు. అది మిడాన్ వైపు వెళ్ళింది. ఆలా మూడు సార్లు బ్యాట్స్ మెన్‌ను మార్పించి అదే స్పిన్నర్‌తో బాల్స్ వేయించి చూసాడు.

ఫ్లోటర్ బంతులు లెగ్ సైడ్ వెళ్తున్నాయి. ఇలా డెలివరీ అయ్యే బాల్స్‌ను క్రికెట్ పరిభాషలో దూస్రా లంటారు.

ఫ్రంట్ ఫుట్ ఆడితే సిల్లీ మిడాన్ వైపు, బ్యాక్ ఫుట్ ఆడితే షార్ట్ లెగ్ వైపు ల్యాండ్ అవుతున్నాయి. ఎంతో పరిణతి చెందిన కెప్టెన్లు మాత్రమే ఇలాంటి ఫీల్డింగ్ టెక్నిక్స్ పాటిస్తారు.ఈ విషయం కోచ్‌కు తెలియక కాదు.

ఇందులో రిస్క్ ఏమిటంటే ఫ్లోటర్‌ను కరెక్ట్‌గా అంచనా వేసిన బ్యాట్స్ మాన్ బ్యాక్ ఫుట్ పొజిషన్ తీసుకొని పుల్ షాట్ ఆడితే డీప్ ఫైన్ లెగ్ లేదా ఫైన్ లెగ్ వైపు బంతి బౌండరి దాటుతుంది.

అయితే క్రికెట్‌లో ఓనమాలు కూడా నేర్వని అమ్మాయి కేవలం ఆబ్జర్వేషన్ ద్వారా ఈ విషయం విశ్లేషించి చూపించడం... అనేదే నమ్మలేని విడ్డూరం. అప్పటికే దాదాపు చీకటి పడుతుండటంతో కోచ్ ఓపెన్ నెట్స్ ప్రాక్టీస్ నిలిపేశాడు.

మహిమను మళ్ళీ దగ్గరికి పిలిచి క్రికెట్ గ్రౌండ్ లో ఫీల్డింగ్ స్థానాలు చెప్పగలవా.? అని అడిగాడు. దీంతో ఆమె తడబడకుండా గ్రౌండ్ అంతటా కలియదిరుగుతూ... చెప్ప సాగింది.

గల్లీ... పాయింట్.. కవర్.. ఎక్స్‌ట్రా కవర్... మిడాఫ్... డీప్ పాయింట్.. లాంగ్ ఆఫ్.. కౌ కార్నర్... డీప్ స్క్వేర్ లెగ్...లాంగ్ లెగ్.. థర్డ్ మాన్..

ఇలా... మహిమ చెబుతుంటే.. కోచ్‌తో పాటు ప్లేయర్స్ అందరూ నోరు వెళ్లబెట్టి చూడ సాగారు. దీన్నిబట్టి ఆ అమ్మాయి మనసంతా క్రికెట్ నిండి ఉందని అర్థం అయింది. దీంతో కోచ్ నెట్స్ దగ్గర నిలబడి చూస్తున్న శంకరన్ వద్దకు వచ్చాడు.

"మీ అమ్మాయి సామాన్యురాలు కాదు. ఒక క్రికెట్ జీనియస్. నా అకాడమీలో చేర్పించండి.. పెద్ద క్రికెటర్ అవుతుంది" అన్నాడు.

"అమ్మాయిలకు క్రికెట్ ఏమిటి సార్...?" శంకరన్ తన నిరాసక్తిని వ్యక్తం చేశాడు.

"ఏమీ తేడా ఉండదు. రాబోయే రోజుల్లో మహిళా క్రికెట్ కు మంచి భవిష్యత్ ఉంది. పైగా అమ్మాయిలు చాలా తక్కువ మంది ఉన్నారు. తొందరగా నేషనల్ స్థాయికి ఎదుగుతారు"

"అయినా ఏం ప్రయోజనం సార్..?

చక్కగా చదువుకొని ఉద్యోగం తెచ్చుకుంటే మేలు కదా..!"

'నేను కూడా అదే చెబుతున్నా.. నేషనల్ స్థాయికి ఎదిగితే మంచి ఉద్యోగం వస్తుంది. లేదా స్టేట్‌కు ఆడినా స్పోర్ట్స్ కోటాలో జాబ్ వస్తుంది.. నా మాట వినండి.."

అని కోచ్ నచ్చ జెపుతున్నాడు.

వీళ్ళు ఇలా మాట్లాడుతుండగానే ఎవరో అబ్బాయిది బ్యాట్ ఇప్పించుకుని నెట్స్ లో ప్రాక్టీస్ చేస్తూ కనిపించింది చిన్నారి మహిమ.

"ప్లీజ్ అన్నా" అంటూ రిక్వెస్ట్ చేస్తూ బాల్స్ వేయించుకుంటోంది.

కోచ్‌తో పాటు శంకరన్ కూడా క్రికెట్ పట్ల మహిమకు ఉన్న క్రేజ్ పసిగట్టాడు. కానీ, క్రికెట్ అంటే మగోళ్ళ గేమ్ అనే ఫీలింగ్ మాత్రం ఆయనను వదల్లేదు. ఎక్కడ గాయాల పాలు అవుతుందో అనే భయం. అందుకే కోచ్ ఎన్నిసార్లు అడిగినా తిరస్కరిస్తూ వచ్చాడు.

అయితే, స్కూల్‌కు వెళ్లిన ప్రతిరోజూ కార్పొరేషన్ గ్రౌండ్‌కు వెళ్లిపోవడం.. నెట్స్ దగ్గరే కూర్చొని తాను ఎంత పిలిచినా ఇంటికి రాకుండా మొండికి వేయటం... ఆదివారం ఇంటి పట్టున ఉండకుండా..ఏ గ్రౌండ్‌లో క్రికెట్ మ్యాచ్‌లు జరుగుతుంటే ఆ గ్రౌండ్‌కు వెళ్ళి పోవటం.. చేస్తుండటంతో శంకరన్‌కు తప్ప లేదు. కూతురు ఇష్టాన్ని ఎందుకు కాదనాలి? అని సరిపెట్టుకున్నాడు.

✦ ✦ ✦

కన్నబిడ్డను క్రికెట్ అకాడమీలో వదిలేసినంత ఈజీ కాదు క్రికెటర్‌ను చెయ్యడం అంటే...

పేరెంట్స్ ఎన్నో త్యాగాలు చెయ్యాల్సి ఉంటుంది. ఉదయం 4.30 కే నిద్ర లేపాలి. 5.30లోగా అకాడమీ వద్దకు తీసుకు వెళ్ళాలి. వార్మప్ చేయించాక నెట్స్ మొదలవుతాయి. పేరెంట్ ఉంటేనే ప్రాక్టీస్‌లో ఆర్డర్ అఫ్ ప్రిఫెరెన్సు ఉంటుంది. గాయం అయితే పూత మందు రాయాలి. అందరి ప్రాక్టీస్ అయ్యేంత వరకు అక్కడే వేచి ఉండాలి. ఆ తర్వాత ఇంటికి తీసుకువెళ్లి ఫ్రెష్ అప్ అయ్యాక బ్రేక్ ఫాస్ట్ చేయించి తిరిగి స్కూల్ టైమ్ కు వదిలి పెట్టాలి.

ప్రాక్టీస్ లేదా లీగ్ మ్యాచ్.. సిటీలో ఎక్కడ ఉన్నా తీసుకు వెళ్ళాలి. మ్యాచ్ అయ్యేంత వరకూ వేచి ఉండాలి. ఆ తర్వాత ఇంటికి తొడ్కోని పోవాలి. వ్యాపారం, ఉద్యోగం అన్నిటినీ పణంగా పెడితేనే తమ బిడ్డలను క్రికెటర్‌గా తీర్చి దిద్దుకోగలరు.

ఈ క్రమంలో క్రికెట్ యూనిఫామ్, బూట్లు, సాక్స్ ఎప్పటికప్పుడు ఉతికి పెట్టాలి. అలసిపోయి ఇంటికొచ్చిన బిడ్డకు పౌష్టికాహారం అందించాలి. క్రికెట్ మ్యాచ్‌లు, డ్రెస్‌లు, కిట్లు, కోచ్ ఫీజు, ట్రాన్స్పోర్ట్ కోసం పేరెంట్ సంపాదనలో సగంపైగా వెచ్చించాలి.

ఫిమేల్ క్రికెటర్స్ ఎక్కువగా మైలాపూర్, ఆల్వార్పేట్, కీల్పాక్ అకాడమీల్లోనే ప్రాక్టీస్ చేసుకుంటున్నారు. దీంతో మహిమకు అబ్బాయిలతో పాటే ప్రాక్టీస్ చేయించే వారు.

ఆఫీషియల్ లీగ్ మ్యాచ్‌లు తప్ప మిగతా అన్ని మ్యాచ్‌లూ మేల్ టీంతోనే ఆడించే వారు. అండర్ 14, అండర్ 16..స్టేట్ టీంలకు సెలెక్ట్ అయ్యాక ఎక్కువ రోజులు కుటుంబాన్ని విడిచి పెట్టి ఉండాల్సి వచ్చేది. మహిమను క్రికెట్ క్యాంపులు, మైదానాల దగ్గర విడిచి పెట్టేందుకు శంకరన్ ఒక స్కూటర్ కొనుక్కున్నాడు.

అండర్ 16లో తమిళనాడు తరుపున మహిమ 3 సెంచరీలు సాధించి సౌత్ జోన్ సెలెక్టర్ల దృష్టిలో పడింది. అప్పటికి మహిళా క్రికెట్ టోర్నమెంట్లకు బెంగళూరు మాత్రమే కేంద్రంగా ఉండేది. దీంతో మహిమ తమిళనాడు తరుపున తరుచూ బెంగళూరు వెళ్లాల్సి వచ్చేది.

మహమ 17 ఏళ్ళ వయసు లోనే తమిళనాడు అండర్ 19 మహిళా జట్టుకు ఎన్నికైంది. ఆ టీంలో పిన్న వయస్కురాలు మహిమ..

క్రికెట్ అనేది జెంటిల్మాన్ క్రీడగా చెప్పుకుంటారు గానీ.. అన్ని దశల్లోనూ అవినీతి, అవకాశవాదం రాజ్యమేలుతుంటుంది. ఒక అకాడమీలో బేసిక్స్ నేర్చుకొని లీగ్స్‌లో రాణించిన జూనియర్ క్రికెటర్ల కోసం వేరే అకాడమీలు కాచుకొని ఉంటాయి.

తమకు అనుబంధంగా ఉన్న స్కూల్స్‌లో ఫీజు కన్సెషన్ ఇప్పించడం లేదా స్పాన్సర్షిప్ తెప్పిస్తామని ఆశపెట్టడమో చేసి యంగ్ క్రికెటర్లను తమ వైపు లాక్కుంటారు. లేదా స్టేట్ లెవెల్ క్రికెట్ అకాడమీతో టై అప్ చేసుకుని.. తమ అకాడమీలో శిక్షణ పొందే వాళ్లకు స్టేట్ టీంలో చాన్స్ ఈజీగా దొరుకుతుందని భ్రమలో ముంచెత్తుతారు.

మహిమ టాలెంట్ గురించి తెలుసుకున్న మైలాపూర్ క్రికెట్ అకాడమీ,.. టి.ఎన్.సి.ఏతో కుమ్మక్కు అయింది. అండర్ 19 క్యాంపును తమ మైదానంలోనే నిర్వహించేందుకు అనుమతి సాధించింది.

అక్కడి మైదానం నిర్వాహకుడు ఆర్ముగం. అయితే, స్టేట్ క్యాంపు కాబట్టి, చెపాక్ స్టేడియం నుంచి వచ్చే స్టేట్ కోచ్ లదే ఆధిపత్యం.

18 ఏళ్ల మహిమ ఇప్పుడు తమిళనాడు మహిళా క్రికెట్‌కు పర్యాయపదం. సాగర తీరాన ఉవ్వెత్తున ఎగసిన యువ కెరటం. ఒక ప్రకాశ వంతమైన ధృవ తార. సౌత్ జోన్‌కు కీలకమైన ఆల్ రౌండర్. ఆమె గురించి రాయని తమిళ పత్రిక లేదు...

దీంతో అప్ కమింగ్ క్రికెటర్లకు ఆమె ఒక ఆరాధ్య దేవత అయిపోయింది. అన్నిటి కంటే మిన్నగా మేల్ క్రికెటర్ల దృష్టిలో ఆమె ఒక నవ జవ్వని. సినిమా తారలకు మించిన అందం ఆమె సొంతం. క్రికెట్ అంటే నీడ పట్టున ఆడే బ్యాడ్మింటన్, టేబుల్ టెన్నిస్ ఆట కాదు. నిత్యం ఎండల్లో శ్రమించాలి. ఆ క్రమంలో చర్మ సౌందర్యాన్ని కాపాడుకోవటం చాలా కష్టం.

కానీ మహిమది సహజ సిద్ధమైన అందం. టీనేజ్ దశలో ఏ అమ్మాయి అయినా తన సౌందర్యం కాపాడుకునే ప్రయత్నం చేస్తుంది. మహిమ అందుకు మినహాయింపు కాదు. పైగా స్టేట్ లెవెల్‌లో మేల్, ఫిమేల్ రెండు క్రికెట్ క్యాంపులు ఒకే చోట నడిచేవి. క్యాంపుల దగ్గర నిత్యం అబ్బాయిల ఓరకంట చూపుల నుంచి దృష్టి మళ్లించుకొని క్రికెట్ ప్రాక్టీస్ పై మనసు కేంద్రకరించాల్సి వచ్చేది. యవ్వనంలో అమ్మాయిలకు ఇది అగ్ని పరీక్షే.

ఆమెతో సాన్నిహిత్యం కోసం ఎందరో యువ క్రికెటర్లు ప్రయత్నం చేశారు. అయితే క్రికెట్‌కు సంబందించిన విషయాలు తప్ప ఆమె వద్ద ఇంకో సబ్జెక్టు ఏదీ చర్చకు రాదు. కొందరి దృష్టిలో మహిమ ఒక జడ పదార్థం.

పున్నమి జాబిలి చాలా అందంగా ఉంటుంది. ఆకాశం వైపు చూస్తే చేత పట్టుకుని ముద్దాడాలి అనిపిస్తుంది. కానీ మనం అభిలషించినంత మాత్రాన అందుతుందా..! మహిమ కూడా ఎవరికీ అందని అందమైన జాబిల్లి.

అయితే ఒక్కోసారి మబ్బులు కమ్మి ఆ జాబిల్లి కూడా కొద్దికాలం చినబోతుంది.

✦ ✦ ✦

ఆరోజు ఆదివారం..

టి.ఎన్.సి.ఏ క్యాంపుకు సెలవు. సాయంకాలం 5.30 గంటలు....

మెరీనా బీచ్‌లో జనాల సందడి మొదలైంది. అయితే, లైట్ హౌస్ వైపు జనాలు చాలా పలుచగా ఉన్నారు. మహిమ ఒక్కతే ఇసుకలో రన్నింగ్ ప్రాక్టీస్ చేస్తోంది. దీనివల్ల కాలి పిక్కల్లో బలం వస్తుంది. వికెట్స్ మధ్య వేగం పెరుగుతుంది. ఓవరాల్‌గా మొత్తం

బాడీలో ఎనర్జీ లెవెల్స్ పెరుగుతుంది.

ఓ 10 రౌండ్లు జాగింగ్ చేసాక లైట్ హౌస్ దగ్గర కూర్చొని విశ్రాంతి తీసుకుంటోంది. కాళ్ళు పూర్తిగా ముందుకు చాపి చేతులు వెనుకకు మడిచింది. ఊపిరి నిండుగా పీల్చి వదులుతూ రిలాక్స్ అవుతోంది. అప్పుడు తన ఎలక్ట్రానిక్ వాచ్‌లో సమయం 6 గంటలు చూపుతోంది. చెపాక్ స్టేడియం మీదుగా సూర్యుడు అస్తమిస్తున్నాడు. ఆ దృశ్యం వైపు తదేకంగా చూస్తూ కూర్చుంది.

అయితే, ఆమె ఏకాగ్రతకు ఆటంకం కలిగిస్తూ అడ్డుగా ఒక మానవాకారం...

అస్తమిస్తున్న సూర్యుడికి అభిముఖంగా ఒక యువకుడు జాగింగ్ చేస్తూ వస్తున్నాడు. ఆ యువకుడు జాగింగ్ డ్రెస్‌లో ఉన్నాడు. రొప్పుతూ వచ్చి తన ఎదురుగా నిలబడ్డాడు.

“హలో మేడం... మీరు మహిమ కదూ..?” అడిగాడు.

“ఎస్... డూయూనోమీ..?” అడిగింది. అతడిని బాగా చూసినట్టే అనిపిస్తోంది.

“నేను భైరవ... నేను ఎన్.సి.ఏ క్యాంపులో మిమ్మల్ని చాలా సార్లు చూసాను “ అంటూ దగ్గరకు వచ్చి కూర్చున్నాడు.

అప్పుడు గుర్తొచ్చింది మహిమకు అతడు కర్ణాటక రంజీ ప్లేయర్. ఎన్.సి.ఏ.లో ప్రాక్టీస్ నెట్స్‌లో బిజీగా ఉండేవాడు.

“మీరు ఇక్కడ..?”

“అప్ కమింగ్ సీజన్లో తమిళనాడుకు రిప్రెజెంట్ చేస్తానని టి.ఎన్.సి.ఏ.కు అప్లికేషన్ పెట్టాను. కె.సి.ఏ. నుంచి నిన్ననే ఎన్.ఓ.సి వచ్చింది. ఈ రోజు చెపాక్‌లో నెట్స్ దగ్గర మిమ్మల్ని చూసాను. జాగింగ్‌కు వస్తే ఇక్కడ మీరు కనిపించారు.”

మహిమ చిరునవ్వు నవ్వి ఊరుకుంది.

“మీరు ఇక్కడికి రోజూ జాగింగ్ కు వస్తారా..?”

“లేదు..క్యాంపు లేని రోజు మాత్రమే”

“ ఓహ్.. గ్రేటండీ మీరు... డెడికేటెడ్ క్రికెటర్ అన్నమాట”

మహిమ సన్నగా నవ్వి లేచి నిలబడింది. “ఓకే.. బై అండీ.. ఇంటికి వెళ్ళాలి”

“ఎలా వెళ్తారు..? మీకు కారుందా...?”

“లేదు స్కూటర్ కూడా లేదు.. మా కాలేజీ కూడా ఇక్కడే ట్రిప్లికేన్ లో ఉంది. రోజూ బస్ లోనే వెళ్లి వస్తా ...”

"మరి లీగ్ మ్యాచ్ ల సంగతేమిటి?"

"ఎక్కడైనా సిటీ బస్సే.. చెన్నై లో సిటీ సర్వీసెస్ కు కొదువే ఉండదు "

"నా కారుంది... డ్రాప్ చెయ్యనా?"

"వద్దండి... థ్యాంక్యూ" అంటూ వడివడిగా నడక సాగించింది.

"ఓకే.. రేపు నెట్స్ వద్ద కలుద్దాం" భైరవ చేయి ఊపాడు. వెనుతిరిగి చూడకుండా వెళ్లిపోతున్న ఆమెనే చూస్తుండి పోయాడు.

ఆ రోజు కంబైన్డ్ క్యాంపు నడుస్తోంది. నెట్స్‌లో భైరవ బ్యాటింగ్ చేస్తున్నాడు. దాదాపు 4 రోజుల నుంచి నెట్స్‌లో అన్బీటబుల్‌గా ఉన్నాడు. దీంతో చీఫ్ కోచ్ కదిరేషన్ మహిళా టీం బౌలర్లను పిలిచి ఒక టాస్క్ పెట్టాడు.

"రాబోయే ఇంగ్లాండ్ సిరీస్ కోసం కలకత్తా ఈడెన్ గార్డెన్స్ లో నేషనల్ క్యాంపు జరుగుతుంది. ఈ క్యాంపులో పార్టిసిపేషన్ కోసం ప్రతి స్టేట్ నుంచి ఒక మహిళా క్రికెటర్ ను సెలెక్ట్ చేసి పంపమని బి సీ సీ ఐ ఆదేశాలు. అక్కడ నేషనల్ టీం నుంచి చాలా నేర్చుకోవచ్చు. ఇది మీ కెరీర్‌కు చక్కని అవకాశం... ఇప్పుడు ప్రతి ఒక్కరికి 6 బాల్స్ ఛాన్స్ ఇస్తా.. భైరవను బీట్ చేసిన వారికి ఈడన్ గార్డెన్స్ లో నేషనల్ క్యాంపుకు రికమెండ్ చేస్తా." అన్నాడు.

దీంతో మొత్తం 6 మంది మహిళా బౌలర్లు ఒక ఛాలెంజ్‌గా తీసుకున్నారు. సునీల్ గవస్కర్, కపిల్ దేవ్, వెంగ్ సర్కార్, అజారుద్దీన్ లాంటి క్రికెట్ స్టార్స్‌తో కలిసి ప్రాక్టీస్ చేసుకునే అద్భుతమైన అవకాశం.. ఎవరు వద్దనుకుంటారు?

కపిల్ దేవ్ ఆటోగ్రాఫ్ తీసుకోవాలని మహిమ ఎన్నాళ్ళ నుంచో కలలు కంటోంది. కోచ్ చేసిన ఈ ప్రతిపాదనకు తొలుత భైరవ ఒప్పుకోలేదు. తాను ఇప్పటికే ఎస్టాబ్లిష్ అయిన రంజీ ప్లేయర్ అనీ, మహిళలతో తనకు పోటీ ఏంటి అన్నట్లుగా కోచ్ తో వాదించాడు.

కోచ్ భైరవను సమీపించి చెవిలో చెప్పాడు.

"మహిళల బౌలింగ్‌లో ఆడటం నీకు నామోషీగా ఉందా..? లేక తమిళనాడు పెన్ గల్ అంటే నీకు కూడా భయమా..?

... ఈ మాట భైరవకు ఎక్కడ తాకాలో అక్కడ తాకింది. అతడు మైసూర్ ప్రాంతానికి చెందిన వ్యక్తి.

ఆ కోచ్ తమిళ పెన్ గల్ అనే పదం ఒత్తి పలకడం వెనుక ఒక చరిత్ర ఉంది. అదేమంటే...

కావేరి నది వివాదం ఆ రెండు రాష్ట్రాల మధ్య ఎప్పుడూ చిచ్చు రేపుతూనే ఉంటుంది. కావేరి నదిపై కర్ణాటక వాళ్ళు 1930 వ దశకంలో కృష్ణరాజసాగర డ్యామ్ నిర్మించారు. ఈ నది కర్ణాటక పర్వత ప్రాంతం నుంచి హెూగ్గెనకల్ అనే చోట తమిళనాడులోని మైదానంలోకి ప్రవేశిస్తుంది.

తమిళనాడు వాళ్ళు మెట్టూరు డ్యామ్ కట్టారు. ఇక అప్పుడు మొదలైన వివాదం ఆగింది లేదు. కావేరి ఉపనది అమరావతిపై తమిళనాడు వాళ్ళు ఒక చిన్న డ్యామ్ కడితే, కర్ణాటక వాళ్ళు చిక్కగౌండన హళ్లి వద్ద అర్కవతి ఉపనదిపై ఇంకో డ్యామ్ కట్టారు.

కావేరి, దాని ఉపనదులపై చిన్నవి, పెద్దవి దాదాపు 8 డ్యామ్‌లు ఈ రెండు రాష్ట్రాల మధ్య అగ్గి రాజేస్తున్నాయి. ఎగువ ప్రాంతంలో ఉన్న కర్ణాటక జియోగ్రాఫికల్ అడ్వాంటేజ్ వల్ల తమ ఆయకట్టు అవసరాల మేరకు రిజర్వాయర్లు నింపుకున్నాకే కిందకి వదులుతుంది. దీంతో తమిళనాడులో ముంగారు పంటలు వేసుకున్న రైతులు ఆందోళన చెందుతారు. రుతు పవనాలు మందగించిన ప్రతిసారి రెండు రాష్ట్రాల సరిహద్దుల్లో రైతుల మధ్య ఉద్రిక్తతలు తలెత్తుతాయి. కొన్ని సార్లు ఈ గొడవలు హింసాత్మకంగా పరిణమిస్తాయి.

సరిహద్దు గొడవల్లో తమిళనాడు రైతులు తమ మహిళలను రెచ్చగొట్టి పంపుతారు. తమిళ పెన్ గల్ (స్త్రీలు) చాలా ఫెరోషియస్‌గా గొడవలకు వస్తారని ప్రతీతి. నీళ్ల విషయంలో వీళ్ళు వేగంగా జట్టు కట్టి కన్నడిగుల మీదికి దండయాత్రలా వెళుతుంటారు. (రెండు రాష్ట్రాల గొడవలు తీర్చి, ఎవరికి ఎంత వాటా ఇవ్వాలో తేల్చేందుకు ఈ మధ్యనే (1990) ఒక ట్రిబ్యునల్ వేయడంతో గొడవలు తాత్కాలికంగా సద్దు మణిగాయి.)

ఇదంతా భైరవకు తెలుసు.

కోచ్ భావం పసిగట్టిన భైరవ గ్లవుజెస్ సరి చేసుకుని క్రీజ్ వద్ద నిలబడ్డాడు. బ్యాట్ ను 3 సార్లు పిచ్ పై తట్టాడు.

అంటే తాను ఛాలెంజ్ కు రెడీ గా ఉన్నట్లు సంజ్ఞ చేశాడు. ఇక మొదలైంది. బంతికి బ్యాట్ కు రసవత్తరమైన పోటీ...

నెట్స్‌లో క్రీజ్ మీద ఉన్నది రంజీ ట్రోఫీలో ఎన్నో సెంచరీలు కొట్టి జాతీయ జట్టులో చోటు కోసం ఎదురు చూస్తున్న ఆటగాడు... అంతే కాకుండా వారం రోజులుగా నెట్స్ లో అన్ బీటన్ గా ఉన్నాడు...

మరో వైపు బౌలింగ్ చేస్తున్న వారు కూడా మహిళా క్రికెట్‌లో స్టేట్‌కు ప్రాతినిధ్యం వహించి.. బిగ్ లెవెల్ క్రికెట్ కు ఎదురు చూస్తున్న వాళ్ళు. ముఖ్యంగా ఇప్పుడు కోచ్ ఇచ్చిన అవకాశం వృథా చేసుకోకూడదని తామేంటో ప్రూవ్ చేసుకోవాలి అనే కసితో ఉన్నారు...

కోచ్ ఆ ఆరుగురు బౌలర్లలో మొదటి ఛాయిస్ ఎవరికి ఇవ్వాలా అని ఆలోచించాడు. ఒక బ్యాట్స్ మాన్ నెట్స్‌లో బీట్ అయ్యాడు అనేందుకు మూడే ఋజువులు ఉంటాయి.

ఒకటి బౌల్డ్ ఔట్, రెండోది వికెట్ కీపర్ క్యాచ్ చెయ్యడం, మూడోది.. బ్యాట్స్ మాన్ ఫుట్ ఔట్ అయినప్పుడు వికెట్ కీపర్ స్టంప్ ఔట్ చెయ్యడం (ఈ మూడోది స్పిన్ బౌలింగ్ లోనే సాధ్యం). 1 నుంచి 6 నంబర్స్ రాసి చీటీలు తీయమన్నాడు. మహిమకు 6 వ నెంబర్ వచ్చింది.

అయితే, ఆమె నిరుత్సాహ పడలేదు. అతడి బ్యాటింగ్ ను పరిశీలించేందుకు ఇదొక చక్కని అవకాశం అనుకుంది.

ఈ పోరాటం తిలకించేందుకు మొత్తం క్యాంపులోని అందరు క్రీడాకారులు, కోచ్ లు, స్టాఫ్ కూడా వచ్చి గుమికూడారు.

తమిళ పెన్‌గల్‌తో బీట్ కావడం అంటే తనకు పెద్ద అవమానం అన్నట్లు ఎంతో ఏకాగ్రతగా బ్యాట్ కు పని చెబుతున్నాడు భైరవ. కొన్ని షాట్లు ఎంత భీకరంగా ఉన్నాయంటే బౌలర్ల ఆత్మవిశ్వాసం దెబ్బ తింటుండటం మహిమ గమనించింది. ఐదుగురు అమ్మాయిలు తమ అనుభవాన్ని రంగరించి బౌలింగ్‌లో ఎంత వైవిధ్యం చూపినా అతడిని ఔట్ చేయడం సాధ్యం కాలేదు. కనీసం బ్యాట్‌కు ఎడ్జ్ అయి స్లిప్స్ లల్లో నోషనల్ క్యాచ్ ఇచ్చాడు అనేందుకు కూడా కుదర్లేదు.

భైరవ బ్యాటింగ్ అంత పర్ఫెక్ట్ గా ఉంది. మహిమ వంతు రానే వచ్చింది.

బౌలర్స్ పాటించే బౌలింగ్ టెక్నిక్ తెలియాలంటే క్రీజ్ గురించిన అవగాహన అవసరం.

బౌలర్ సంధించిన బంతి బ్యాటింగ్ క్రీజ్ లైన్ కు ఎంత దూరంలో పిచ్ అయింది అనేదాన్ని బట్టి ఆ డెలివరీని 3 రకాలుగా పిలుస్తారు.

0 నుంచి 4 అడుగుల మధ్యలో పిచ్ అయితే.. ఫుల్లర్ లెంగ్త్ అనీ, 4 నుంచి 8 అడుగుల మధ్యలో పిచ్ అయితే అది గుడ్ లెంగ్త్ అనీ, 8 నుంచి 11 అడుగుల మధ్యలో పిచ్ అయితే అది షార్ట్ లెంగ్త్ బాల్ అనీ అంటారు. ఫుల్లర్ లెంగ్త్‌లో పిచ్ అయిన బాల్ ను బ్యాట్స్ మాన్ ఫ్రంట్ ఫుట్ ఆడతాడు. షార్ట్ లెంగ్త్ బాల్‌ను బ్యాక్ ఫుట్ ఆడుతాడు.

షార్ట్ లెంగ్త్ బాల్స్ అన్నీ బౌన్సర్లుగా మారుతాయి. ఫామ్‌లో ఉన్న బ్యాట్స్ మాన్‌ను బెదర గొట్టేందుకు ఫాస్ట్ బౌలర్లు అప్పుడప్పుడు బౌన్సర్లు సంధిస్తుంటారు.

మహిమ ఒక బంతి తీసుకొని దాదాపు 25 అడుగుల రనప్ చూసుకుని తన షూతో మార్క్ చేసుకుంది. కోచ్‌తో పాటు అక్కడున్న అందరూ ఆమె వైపు ప్రశ్నార్థకంగా చూసారు.

“అదేంటమ్మా.. నువ్వు అఫ్ స్పిన్నర్‌వి అని అందరికీ తెలుసు.. ఫాస్ట్ బౌలర్‌లా రనప్ తీసుకుంటున్నావ్?” కోచ్ అడిగాడు.

మహిమ పరిగెత్తుకుంటూ చీఫ్ కోచ్ దగ్గరికి వచ్చింది.

“సార్.. ఎవరెవరు ఏ బౌలింగ్ చెయ్యాలి అనే రూల్ ఏదీ మీరు పెట్టలేదు కదా...?”

“నిజమే కానీ.. నీకు అలవాటు అయిన బౌలింగ్ అయితే రిజల్ట్ రావొచ్చు కదా అని నా సలహా అంతే....”

“థాంక్యూ సార్... “

అని చెప్పి... నెట్స్‌లో బ్యాట్స్ మాన్ వెనుక ఉన్న వికెట్ కీపర్ వైపు చూసి గట్టిగా అరిచింది..

“కీపర్ సార్.. పేస్ బౌలింగ్ అండ్ అరౌండ్ ద వికెట్“అని చెప్పి రనప్‌కు వెళ్ళింది..

సాధారణంగా మీడియం పేస్ బౌలర్లు రనప్‌ను 15 నుంచి 20 అడుగులు పెట్టుకుంటారు అదే ఫాస్ట్ బౌలర్లు 25 నించి 35 అడుగులు కూడా పెడతారు. వేగంగా పరిగెత్తడం వల్ల వచ్చే బాడీ ఎనర్జీని రిస్ట్‌పై కేంద్రకరించి బంతి విసురుతారు.

దాని బట్టే డెలివరీ అయిన బంతిలో వేగం ఉంటుంది.

మహిమ విసిరిన మొదటి మూడు బంతులు గుడ్ లెంగ్త్‌లో పిచ్ అయ్యాయి. భైరవ వాటిని అలవోకగా మిడాన్, మిడ్ వికెట్‌ల వైపు డ్రైవ్ చేశాడు. నాలుగో బంతి ఫుల్ లెంగ్త్‌లో వేస్తే స్క్వేర్ లెగ్ వైపు ఫ్లిక్ చేశాడు. ఐదో బంతి షార్ట్ లెంగ్త్‌లో డెలివరీ అయింది. దాన్ని ఫైన్ లెగ్ వైపు పుల్ షాట్ ఆడాడు. దీంతో భైరవను అభినందిస్తూ చప్పట్లు మారుమోగాయి.

ఇక ఉన్నది ఒక్కటే బంతి.. మహిమకు చివరి ఛాన్స్..

మహిమ రనప్ తీసుకొని వేగంగా బౌలింగ్ క్రీజ్ వద్దకు వచ్చింది. ఆమె బెండ్ తీసుకున్న విధానం బట్టి అది ఖచ్చితంగా షార్ట్ లెంగ్త్ లేదా గుడ్ లెంగ్త్ అనుకున్నాడు భైరవ.

ఆ మేరకు బ్యాక్ ఫుట్ తీసుకున్నాడు. అయితే ఆ బంతి ఫుల్లర్ లెంగ్త్‌లో డెలివరీ అయింది. ఎలాంటి బౌన్స్ లేకుండా మిడిల్ వికెట్‌ను గిరవాటు వేసింది.

అది... యార్కర్.....

భైరవ ఒక్కసారిగా షాక్ అయ్యాడు. ఆ క్యాంపు మొత్తం చప్పట్ల మోత..

విజయగర్వంతో మహిమ..

పాలిపోయిన ముఖంతో భైరవ...

మహిళా క్రికెటర్స్ అందరూ మహిమను పైకి ఎత్తి అభినందిస్తూ గంతులు వేస్తున్నారు. భైరవ దగ్గరగా రావటం చూసి ఆమెను కిందకి దించారు.

భైరవ తన హెల్మెట్, గ్లావుజ్ పక్కకు తీసి చిరునవ్వు విసురుతూ "కంగ్రాట్స్ " అంటూ కుడి చేయి చాపాడు.

మహిమ కూడా "థాంక్యూ " అంటూ కరచాలనం చేసింది.

✦ ✦ ✦

అది జరిగిన మరుసటి దినం వాతావరణం బాగాలేక అకాడమీ నెట్స్ త్వరగా ముగించారు. న్యూ గిరి రోడ్ వెళ్లేందుకు మహిమ చెపాక్ బస్టాప్ కు వచ్చి నిలుచుంది. జోరుగా వాన పడుతోంది. బస్ కోసం ఎదురు చూస్తోంది. అప్పుడు ఒక కాంటెసా కారు వచ్చి ఆగింది.

అందులో నుంచి భైరవ దిగాడు.

"హలో మహిమా.. ప్లీజ్ గెట్ ఇన్.. నేను మీ ఇంటి దగ్గర డ్రాప్ చేస్తా "

" నో థ్యాంక్స్ మిస్టర్ భైరవ... ఐ కెన్ వెయిట్ ఫార్ బస్"

"అర్థం చేసుకోండి... సైక్లోన్ ఉధృతంగా ఉంది. ఇంటికి త్వరగా చేరకపోతే ఇబ్బంది పడతారు"

"మీకెందుకండీ రిస్క్. ఇలాంటి సైక్లోన్లు ఎన్నో చూశాను" అని చెప్పి మిన్నకుండిపోయింది తన ఎలక్ట్రానిక్ వాచ్ చూసుకుంటూ.

అతను ఓ అడుగు ముందుకు వేసి మహిమ పక్కనే వచ్చి నిలబడ్డాడు. మహిమ ఆశ్చర్యంగా అతడి వైపు చూసింది. ఆ చూపులో చిరుకోపం అతడి దృష్టిని దాటిపోలేదు. "నేను కూడా మీతో పాటే సైక్లోన్ చూస్తాను" అంటూ ఆమె పక్కన ఒదిగినట్లుగా నిలబడ్డాడు.

"ఇక్కడ ఈ బస్ షెల్టర్ కింద చాలా మంది నిలబడి ఉన్నారు. అందరూ వారి వారి ఇళ్లకు పోయే టెన్షన్ లో ఉన్నారు.. వారిని కూడా డ్రాప్ చేయండి.." మహిమ కొంటెగా అంది.

"మీరు ఇలాంటి ఫిట్టింగ్ ఏదో పెడతారు అని ఊహించా లెండి. అయినా అందరి క్షేమాలు పట్టించుకోవడానికి నేనేమైనా సంఘ సేవకుడినా..? మీరంటే నా కొలీగ్ కాబట్టి.."

మహిమ అతడి ముఖంలోకి చూసింది. ఆమె కళ్లలో భావాలేవీ అతడికి అర్థం కాలేదు. దీంతో ఆమె కళ్లలో కళ్ళు కలిపి మళ్ళీ అడిగాడు..

"ఇంతకీ మేడం గారికి హెల్ప్ చేసే అదృష్టం నాకు ఉన్నట్టా లేనట్టా..?"

మహిమ కొంచం మెత్తబడినట్టే అనిపించింది.

"ప్లీజ్..." అని మళ్ళీ రిక్వెస్ట్ చేశాడు. చుట్టూ ఉన్న వాళ్ళు వీరి వంక వింతగా చూస్తున్నారు. ఇక బాగోదు అన్నట్టు వెళ్లి కారులో కూర్చుంది.

ఆమె ఒక క్రికెటర్‌గా అకాడమీ వాళ్ళు ఏర్పాటు చేసే వ్యాన్‌లలో ఎన్నో సార్లు ప్రయాణించింది. వేరే రాష్ట్రాల టోర్నమెంట్‌లకు ట్రైన్‌లలో కోచ్ దగ్గరుండి తీసుకెళ్ళాడు. ఇలా ఒక అబ్బాయితో కారులో ప్రయాణం చేయడం ఇదే మొదటి సారి.

వాణి మహల్ మీదుగా న్యూగిరి రోడ్ వెళ్ళాలి అని ఇంటి అడ్రస్ చెప్పింది. వాన జోరుగా పడుతుండగా చెన్నై వీధుల్లో కొత్త అనుభూతి నిస్తోంది. తన కారులో రావడం ఆమెకు కొంచం నామోషీగా ఉన్నట్టు అతడికి అర్థమైంది. ఆ పొరలు తొలగించేందుకు అన్నట్టు అడిగాడు.

"మీరు రెగ్యులర్ అఫ్ స్పిన్నర్ కదా.,. నిన్న నాకు పేస్ బౌలింగ్ ఎలా వేశారు?"

"స్కూల్ క్రికెట్ లో నేను అకేషనల్ పేస్ బౌలర్‌ని. అండర్ 19 టీంకి వచ్చాక జట్టుకి ఆఫ్ స్పిన్నర్ అవసరం అయింది. కోచ్ కూడా నా బాడీకి స్పిన్ బౌలింగ్ బెటర్ అన్నారు... నేను స్పిన్ కే సెటిల్ అయ్యా "

"కానీ ఆ రోజు పేస్ బౌలింగ్ చెయ్యాలని ఎందుకు డిసైడ్ అయ్యారు..?"

మహిమ బదులు ఇవ్వకుండా భైరవను చూస్తూ ఒక చిరునవ్వు విసిరింది. అతడిలో ఆసక్తి ఇంకా పెరిగిపోయింది.

"చెప్పండి. పేస్ బౌలింగ్ వెయ్యాలని ఎందుకనిపించింది.?"

మహిమ చెప్పాలా వద్దా...అని కాసేపు తటపటాయించింది.

"మహిమా..ప్లీజ్.." అభ్యర్థించాడు.

"మొత్తం ఐదుగురులో ఒకరు ఆఫ్ స్పిన్ ఇంకోరు లెగ్ స్పిన్ వేశారు. ఫుల్ లెంగ్త్ అండ్ గుడ్ లెంగ్త్ బంతులను మీరు అద్భుతంగా ఆడుతున్నారు. నేను బాగా గమనించాను. ఫుట్ వర్క్ లో తడబాటు అస్సలే లేదు. ఇక నేను కూడా స్పిన్ వేసి ప్రయోజనం ఏముంది..?"

"అలా అయితే ఇద్దరు మీడియం పేసర్లు, ఒక ఫాస్ట్ బౌలర్ ని కూడా నేను ఎదుర్కున్నా గదా..! బ్యాటింగ్‌లో నా బలహీనత ఏమి కనిపెట్టారు..?"

"మీరు ఎక్కడా వీక్‌గా లేరు. బ్యాక్ ఫుట్ కూడా బాగానే ఆడుతున్నారు. అయితే, బ్యాక్ ఫుట్ ఆడిన ప్రతి సారీ నెక్స్ట్ బాల్ ఫుల్ లెంగ్త్‌లో పడితే మీ షాట్స్ లో టైమింగ్ మిస్ అవుతోంది. ఇది నాకు అర్థం అయిపోయింది."

"కానీ, ఒక ఫామ్‌లో ఉన్న బ్యాట్స్ మాన్‌ను.. ఫుల్లర్ లెంగ్త్ బంతితో కానీ, ఫుల్‌టాస్‌తో కానీ బీట్ చేసే ప్రయత్నం ఎవరూ చేయరు గదా..?"

"మిమ్మల్ని బీట్ చేయాలంటే షార్ట్ లెంగ్త్ అండ్ ఫుల్ లెంగ్త్ బాల్స్‌తో కన్ఫ్యూజ్ చెయ్యక తప్పదు. నేను ఐదో బంతిని షార్ట్ లెంగ్త్ లో వేసినప్పుడు మీరు ఫుల్ షాట్ కొట్టి.. మంచి ఆత్మ విశ్వాసంతో ఉన్నారు. మీ బాడీ అండ్ మైండ్ కూడా దానికి ట్యూన్ అయిపోయి ఉంటుంది. బౌలర్ పై ఆధిక్యత సాధించాను అని మీరు అనుకున్నారు. నేను ఫుల్లర్ లెంగ్త్‌లో వేసేసరికి మీ టైమింగ్ అడ్జెస్ట్ కాలేదు... నాకు దొరికిపోయారు."

"కానీ మీరు వేసింది యార్కర్... ప్రొఫెషనల్ ఫాస్ట్ బౌలర్ కూడా ఎప్పుడో గానీ ఆ బంతి వెయ్యలేడు. అలాంటిది మీకు ఎలా సాధ్యం అయింది..?"

"మన క్రికెట్‌లో ఒక పాపులర్ ఫ్రేజ్ ఉంది... మీకు తెలియందేమి కాదు..

హిట్ ఔట్ లేదా గెట్ ఔట్..."

"కానీ అది బ్యాట్స్ మెన్ విషయం లో కదా..!"

"ఎవ్వరికైనా అన్వయించుకోవచ్చు... ఆ క్షణంలో నా మైండ్‌లో ఏముంది అంటే.. మిమ్మల్ని బీట్ చెయ్యలేక పోతే నేను క్రికెట్ ఆడటం వృధా అనుకున్నాను.. మనం ఒత్తిడిలో ఉన్నప్పుడు పొరపాట్లు చేస్తాం. నాకు మాత్రం ఫుల్లర్ లెంగ్త్‌లో వెయ్యడమే కరెక్ట్ అనిపించింది. అదే చేశా.. యార్కర్‌గా టర్న్ అయింది ." అని చెబుతున్న ఆమె వైపు కొద్ది సేపు అలాగే చూస్తూండిపోయాడు. మళ్లీ రోడ్‌పై దృష్టి పెట్టాడు.

అక్కడ నుంచి మహిమ సూచనల ప్రకారం న్యాగిరి రోడ్‌లోకి ఎంటర్ అయ్యాడు. మహిమ ఫ్యామిలీ ఉంటున్న అపార్ట్మెంట్ వద్ద కారు నిలిపాడు.

మహిమ కారు దిగింది.

గొడుగు చేత బట్టింది. తనను ఇంట్లోకి ఆహ్వానిస్తుందేమో అని ఎక్స్‌పెక్ట్ చేశాడు. అలాంటిదేమి లేదు.

“థాంక్యూ భైరవ... జాగ్రత్తగా వెళ్ళండి.” అని చేయి ఊపింది.

దీంతో భైరవ.. “మహిమా ఒన్ సెకండ్ ప్లీజ్ “ అన్నాడు.

“ఎస్ భైరవ..?” ఏమిటి అన్నట్లు చూసింది.

“మీరు యార్కర్ విసిరింది క్రీజ్ లో ఫుల్ లెంగ్త్ పై కాదు..”

“అదేమిటి..? ఫుల్లర్‌లో కాకుండా ఇంకెక్కడ విసిరాను..?” ఆశ్చర్యంగా అడిగింది.

“నా గుండెల్లోకి..” అంటూ కారు ముందుకు కదిలించాడు.

మహిమ అవాక్కయి నిలుచుండి పోయింది. గొడుగును పట్టుకున్న ఆమె చేయి ఎప్పుడో పట్టు సడలినట్లుంది.

తడిసి ముద్ద అవుతున్న సంగతి కూడా ఆమె గుర్తించలేదు.

ఇంతకూ ఆమె తడుస్తున్నది వానజల్లు లోనా..? లేక కొత్తగా కురిసిన ప్రేమజల్లు లోనా.?

✦ ✦ ✦

మహిమ విసిరిన యార్కర్ భైరవ గుండెల్లోకి దూసుకు వెళ్లిందో లేదో గానీ... ఆ మాటతో అతడు విసిరిన బాణం ఆమె హృదయంలోకి నేరుగా వెళ్లి గుచ్చుకుంది. అపార్ట్మెంట్ మెట్లు ఎక్కుతూ అడుగు తడబడింది. తూలి పడబోయి తమాయించుకుంది. తన కోసం ఇంత దూరం వచ్చిన భైరవను ఇంట్లోకి పిలిచి కాఫీ కూడా ఆఫర్ చెయ్యలేకపోయానే..అనే గిల్టీ ఫీలింగ్ కొద్ది సేపు వెంటాడింది. కానీ ఆమెకు తన కుటుంబ స్థితిగతులు తెలుసు.

ఎప్పుడో దశాబ్దాల క్రితం కట్టిన అపార్ట్మెంట్ అది. అంతా సినిమా కార్మికులే ఉంటారు. సింగల్ బెడ్ రూం రెంటెడ్ ఫ్లాట్‌లో తమ కుటుంబం. నాన్నది స్పోర్ట్స్ మెటీరియల్స్ బిజినెస్. మౌంట్ రోడ్‌లో ఉన్న షాపులో స్పేస్ సరిపోక ఇంటినే గోడౌన్‌గా మార్చేశారు. వస్తువులన్నీ చిందర వందరగా ఉంటాయి. అందుకే అతిధులను ఇంటికి పిలవడానికి తను ఎప్పుడూ ఇబ్బంది పడుతుంది. అంత చిన్న వ్యాపారంలో నాన్న ఎంతో శ్రమిస్తూ ఇద్దరు బిడ్డలకు లోటు లేకుండా చదివిస్తూ వచ్చారు. ముఖ్యంగా తన ఖర్చులు చాలా ఎక్కువయ్యాయి.

ఈ మధ్యనే అక్క మణీయమ్మను తిరుచ్చిలో దూరపు బంధువు అయిన తంగరాజ్ రెడ్డియర్‌కు ఇచ్చి పెళ్లి చేశారు.

అక్క పెళ్లితో కుటుంబ ఆర్థిక పరిస్థితి పూర్తిగా దిగజారింది. అయినా అతి కష్టం మీద కొద్దికొద్దిగా మిగిల్చి మైలాపూర్‌లో ఇంటి స్థలం కొన్నారు. అక్కడ సొంత ఇల్లు కట్టించి అమ్మ పేరు పెట్టాలి అని నాన్నగారి కల. ఎప్పుడు నెరవేరుతుందో ఏమో..!

భైరవ వల్ల కలిగిన తడబాటు నుంచి త్వరలోనే కోలుకుంది మహిమ. వీలైనంత వరకు అతడిని అవాయిడ్ చేస్తోంది.

ఈడెన్ గార్డెన్స్‌లో వారం రోజుల పాటు జరిగిన నేషనల్ క్యాంపుకు తమిళనాడు తరుపున పాల్గొన్న ఏకైక క్రికెటర్‌గా మహిమకు పెద్ద గుర్తింపు వచ్చింది. ఆమె గురించి పత్రికలు స్పోర్ట్స్ పేజీల్లో బ్యానర్ ఐటమ్స్ రాశాయి.

త్వరలో జరగబోయే ఆస్ట్రేలియా సిరీస్‌కు ఎంపికయ్యే నేషనల్ జట్టులో ఆమె పేరు ఉండటం ఖాయం అంటూ.. ఆమె గతంలో సాధించిన గణాంకాలు కూడా ప్రచురించాయి. క్రికెట్ సర్కిల్‌లో ఆమెకు వచ్చిన క్రేజ్ పై ఎందరికో అసూయలు మొదలయ్యాయి.

✦ ✦ ✦

ఒక రోజు చెపాక్ స్టేడియంలో TNCAక్యాంపు...

ఓపెన్ నెట్స్‌లో కంబైన్డ్ ప్రాక్టీస్ ఏర్పాట్లు జరిగాయి.

మహిమ ఒక టీంకు భైరవ ఇంకో టీంకు రిప్రెజెంట్ చేస్తున్నారు.

స్టేడియంలో ఈశాన్యం వైపు ఉన్న పట్టాభిరామన్ స్టాండ్ కు 3 పిల్లర్లు ఉన్నాయి. అలాగే పడమరవైపు ఉన్న అన్నా పెవిలియన్ స్టాండ్‌కు 3 పిల్లర్లు ఉన్నాయి. బి.సి.సి.ఐ నుంచి క్రికెటర్స్‌కు గిఫ్ట్ వోచర్లు వచ్చాయి.

వాటిని ఫ్లకార్డ్ రూపంలో ఆ పిల్లర్లకు టాగ్ చేసి ఉంచారు. అన్నీ సూపర్ బ్రాండెడ్ ఐటమ్స్.

ఏ పిల్లర్‌కు సిక్స్ కొడితే ఆ పిల్లర్‌కు టాగ్ చేసిన ఐటమ్ ఆ బ్యాట్స్మన్‌కు ఇస్తారు. గ్లోవ్స్, పాడ్స్, హెల్మెట్, ఇలా ఉన్నాయి. పట్టాభిరామన్ స్టాండ్‌లో మూడో పిల్లర్‌కు, అలాగే థర్డ్‌మ్యాన్ బౌండరీ వెనుక పిల్లర్‌కూ ఎం.జి మాగ్నం కంపెనీ బ్యాట్ ఉంది. అది సిసలైన ఇంగ్లీష్ విల్లోతో తయారైన ఖరీదైన బ్యాట్. ఇంటర్నేషనల్ క్రికెటర్స్ మాత్రమే ఆబ్యాట్‌ను అఫోర్డ్ చేసుకోగలరు...

మహిమ బ్యాటింగ్ సమయానికి అన్నా పెవిలియన్ ఎండ్ నుంచి బౌలింగ్ వేయాల్సి ఉంది. అంటే ఆమె క్రీజ్ కు వెనుక వైపు మాత్రమే ఆమె కోరుకున్న గిఫ్ట్ ఉంది. మహిమ రైట్ హ్యాండ్ బ్యాట్స్ ఉమన్. కాబట్టి థర్డ్ మాన్ వైపు సిక్సర్ కొట్టడం సాధ్యం కాదు. డీప్ స్క్వేర్ లెగ్ వైపు మాత్రమే ట్రై చెయ్యాలి.

తనకు అనుకూలమైన హైట్‌కు బౌన్స్ అయ్యేలా బౌలింగ్ షార్ట్ లెంగ్త్‌లో వేస్తే తప్ప అంత బలమైన పుల్ షాట్ ఆడలేం. గుడ్ లెంగ్త్ బాల్స్, లేదా ఫుల్లర్ లెంగ్త్ బాల్‌ను ఫ్రంట్ ఫుట్ లేదా ఫార్వార్డ్ స్టెప్‌తో బలంగా బాది.. టార్గెట్ ఏరియాకు డ్రైవ్ చేయొచ్చేమో కానీ, ఇలా స్క్వేర్ లెగ్ టార్గెట్ వైపు కరెక్ట్‌గా పుల్ చెయ్యడం సాధ్యం కాదు.

అవతల ఆల్ రౌండర్ భైరవ బౌలింగ్ చేస్తున్నాడు.

వేసిన 4 బంతుల్లో మూడింటిని బౌండరికి పంపే సరికి అతనిలో తీవ్రమైన అసహనం. దీంతో చాలా మంది ఫాస్ట్ బౌలర్ల టెక్నిక్‌నే అతను కూడా అమలు చేశాడు. చివరి రెండు బంతులు షార్ట్ లెంగ్త్‌లో విసిరాడు. మహిమ ఒకటి వదిలేసి చివరి బంతిని బలంగా పుల్ చేసింది. అది పట్టాభి రామన్ పెవిలియన్ వైపు సిక్సర్ అయింది కానీ ఆమె టార్గెట్ చేసిన పిల్లర్ మాత్రం తాకలేదు.

మహిమ ప్రదర్శనకు అందరు క్రికెటర్లు చప్పట్లతో అభినందించారు.

భైరవ మరోసారి అవమానభారంతో ఊగిపోయాడు. మహిమ చేతిలో రెండు సార్లు దెబ్బతిన్నట్టుగా అతడు భావిస్తున్నాడు. కానీ, మహిమకు తన ప్రదర్శన పట్ల ఏదో వెలితిగా ఉంది.

పుల్ షాట్‌లో కూడా టార్గెట్ ఎలా ఛేధించాలి? ఇదీ ప్రస్తుతం ఆమె మదన పడుతున్న అంశం. ఆట ముగిశాక భైరవ అక్కడి నుంచి మౌనంగా నిష్క్రమించాడు. కానీ, మహిమ చీఫ్ కోచ్ దగ్గరికి వెళ్ళింది.

“సర్.. నాకు కొన్ని రోజులపాటు ఒకగంట ఎక్స్ట్రా ప్రాక్టీస్ ఇవ్వగలరా.?”

“ఎందుకమ్మా..! ఈ రోజు ఓపెన్ నెట్స్‌లో అందరికన్నా నువ్వే బాగా ఆడావు కదా..!”

“కావొచ్చు సార్.. కానీ, నేను టార్గెట్ ఛేదించలేక పోయా.. “

“ఏది..ఆ బ్యాట్ గురించేనా నువ్వు బాధ పడుతున్నావ్.?”

“ఎస్ సార్.. ఆ బ్యాట్‌తో ఆడాలి అని ఎన్నాళ్ళనుంచో ఆశ పడుతున్నాను “

“అయ్యో.. డోంట్ వర్రీమ్మా... ఎలాగూ ఎవ్వరూ సాధించుకోలేక పోయారు.. రేపు సెక్రటరీ గారితో మాట్లాడి ఒక బ్యాట్ అయినా నీకు ప్రెజెంట్ చేయిస్తాలే..” అని ఓదార్చ బోయాడు.

“లేదుసార్.. అలా ఒద్దు. నేను దాన్ని ఛేదించాకే దక్కించుకుంటాను”

ఆయన భృకుటి ముడివేసి అడిగాడు.

“అయితే, నేను ఏ సహాయం చెయ్యాలో చెప్పు.”

“వచ్చే వారం మరో ఓపెన్ నెట్స్ సెషన్ పెట్టండి. అంతవరకూ నాకు ఒక గంట ఎక్స్ట్రా నెట్ ప్రాక్టీస్ ఇవ్వండి.”

“ఇవ్వొచ్చు కానీ, డైలీ ప్రాక్టీస్ సెషన్ ముగిసే సరికే లైట్ ఫెయిల్ అవుతోంది కదా..!”

“నెట్స్‌కు ఈ మధ్యనే ఫ్లడ్ లైట్స్ వేశారు కదసార్”

“దానికి సెక్రటరీ గారి స్పెషల్ పర్మిషన్ తీసుకోవాలి. ఒక వేళ ఆయన ఒప్పుకున్నా.. నీతో పాటు ప్రాక్టీస్‌కు ఎవరు సిద్ధ పడతారు.?

అమ్మాయిలు 6 గంటల తర్వాత ఒక్కరు కూడా ఉండరు.”

“అబ్బాయిలను అడిగి చూడండి సార్. ఇద్దరు ఫాస్ట్ బౌలర్లు ఉన్నా చాలు”

మహిమ చెబుతోంది విని కోచ్ వింతగా చూశాడు.

“నువ్వేం అడుగుతున్నావో నీకు అర్థం అవుతోందా..? రాత్రి పూట ఫ్లడ్ లైట్స్ వెలుగులో షార్ట్ లెంగ్త్ బాల్స్ ఆడుతావా..? ఒక్క షాట్ టైమింగ్ మిస్సయినా ఎంత రిస్కో తెలుసా..? హెల్మెట్ కూడా అలవాటు లేదు నీకు”

“రిస్క్ ఏమిటో నాకు బాగా తెలుసు సార్.. ఒకసారి మీరే అన్నారు. కొన్ని సాధించాలి అంటే కొన్ని ఒదులుకోవాలి అని... అందుకు నేను సిద్ధం సార్.. క్రికెట్ అంటే నాకు ప్రాణం కన్నా ఎక్కువ..” ఎంతో దృఢంగా చెప్పింది మహిమ. కోచ్ ఆమె వైపు దీర్ఘంగా చూశాడు.

“ఆల్ రైట్ మహిమా.. అన్నాడు. ఈ దేశం నిన్ను చూసి గర్వించే రోజు త్వరలోనే వస్తుంది “

మహిమ బస్టాప్ వద్దకు చేరేసరికి భైరవ అక్కడ ఉన్నాడు.

“మీరేమిటి ఇక్కడ? కారు ఏమైంది?”

“ఉంది.. అక్కడే స్టేడియంలో పార్కింగ్ లోనే పెట్టేశాను.”

“ఎందుకని..? ఏమైనా రిపేరా..?”

“అలాంటిదేమీ లేదు... నా కారులో డ్రాప్ చేస్తాను అంటే మీరు ఒప్పుకోవడం లేదు. నెట్స్ దగ్గర మీతో మాట్లాడే అవకాశం కూడా రావడం లేదు. అందుకే బస్సులో అయినా మీతో పాటు ప్రయాణించే భాగ్యం కలుగుతుంది కదా అని.”

“ఒక వేళ బస్సులో మీరు ఎక్కినా.. నాతో మాట్లాడే వీలు ఉండదు.”

"ఏం.. ఎందుకని..? బస్సు ఎక్కంగానే మౌన వ్రతం పాటిస్తారా..!"

"మీ జోక్ బాగుంది కానీ.. మీరు సిటీ బస్సు ఎప్పుడూ ఎక్కలేదా..? ఫ్రంట్ సైడ్ సీట్లు మొత్తం లేడీస్‌కు రిజర్వేషన్. మీరు వెనక సీట్లలో కూర్చోవాలి. లేదంటే నిల్చోవాలి."

ఈలోగా టీ.నగర్ వెళ్లే సిటీ బస్సు వచ్చేసింది. మహిమ "బై భైరవ" అంటూ ఫ్రంట్ సైడ్ డోర్ ఎక్కేసింది.

బస్సు కిక్కిరిసి ఉంది. 15 నిమిషాల్లో న్యూ కాలేజీ రోడ్ స్టాప్ వద్ద ఆమెకి సీట్ దొరికింది. ఆమె లెఫ్ట్ సైడ్ విండో లోంచి కాలేజీ రోడ్ విశేషాలు చూస్తోంది. ఎక్కడ చూసినా తన లాంటి స్టూడెంట్స్ ఉన్నారు. బస్టాప్ లు, టీ సెంటర్లు, బేకరీల వద్ద అమ్మాయిలు, అబ్బాయిలు ముచ్చట్లాడుతూ కనిపిస్తున్నారు.

కొద్ది సేపటికే బస్సు మౌంట్ రోడ్ లోకి ఎంటర్ అయింది. సిటీలోనే బిజీయెస్ట్ రోడ్ ఇది. ఈ మధ్యనే అన్నా దురై పేరు మీద అన్నా సలై అని పేరు పెట్టారు. తన 8 ఏళ్ల వయసులో చెన్నై చేరినప్పటి నుంచి ఈ రోడ్‌తో అనుబంధం ఉంది. నాన్న నడిపే స్పోర్ట్స్ షాపు ఈ మౌంట్ రోడ్‌కు అనుబంధంగా చిన్న సందులో ఉంటుంది. ఈ రోడ్ పై తనను తొలి నాళ్లలో సైకిల్ మీద, ఆ తర్వాత స్కూటర్ మీద తిప్పేవాడు.

బస్సు సెమ్మోళి పార్క్ వద్ద ఆగింది. ఈ పార్క్‌ను లవర్స్ పార్క్ అని కూడా అంటారు. అది మూడు ప్రధాన రోడ్లకు జంక్షన్. టి.నగర్ వెళ్లే జి.ఎన్.చెట్టి రోడ్ కూడా ఇక్కడే మొదలవుతుంది.

దాదాపు సగం ప్రయాణికులు ఇక్కడ దిగేసారు. తన పక్కన సీటు కూడా ఖాళీ అయింది. ఎందరో యువతీ యువకులు ఉల్లాసంగా, ఉత్సాహంగా కబుర్లు చెప్పుకుంటూ పార్క్ సమీపంలో కనిపించారు. ఎందుకో ఆమె ఊహలు భైరవ వైపు మళ్లాయి.

ఈ పార్క్‌లో భైరవ పక్కన తాను కబుర్లు చెప్పుకుంటున్నట్లు ఊహించుకుంది. ఆ ఊహ ఎంతో అందంగా ఉంది. మనసుకు ఆహ్లాదంగా ఉంది. తీయని భావనలు రేపుతోంది. ఆమె ఆలోచనలు ఆలా సాగుతుండగా పక్కన ఎవరో కూర్చున్నారు.

" ఏమిటి ఆ పార్క్ వైపు అంత దీర్ఘంగా చూస్తున్నారు..?"

ఆ గొంతు సుపరిచితంగా అనిపించడంతో ఉలిక్కిపడి చూసింది.

తన పక్కన భైరవ చిరునవ్వుతో...

అతన్ని చూసి కొద్ది క్షణాలు ఆనందంగా అనిపించినా.. వెంటనే తన భావాలను ముఖంపై కనిపించకుండా తమాయించుకుంది.

"ఏమిటి మీరు కూడా బస్సు ఎక్కేసారా..?"

"అవును.. జనాలు ఎక్కువ ఉన్నారు కదా...మీరు నన్ను గమనించలేదు. నేను మాత్రం మిమ్మల్ని చూస్తూనే ఉన్నా.."

"అంటే ఇంత సేపూ నిలబడే ఉన్నారా.?"

"అవును... ఇప్పుడే గదా సీట్ దొరికింది.."

"మీకు సిటీ బస్ జర్నీ అలవాటే లేదు కదా..ఎందుకు రిస్క్ తీసుకున్నారు.?"

"మనకు అపురూపంగా అనిపించింది ఏదైనా సాధించుకోవాలి అంటే.. కొంతైనా రిస్క్ తీసుకోక తప్పదు కదా..!"

మహిమ అతడి ముఖంలోకి చూసింది. ఇందాక తాను కోచ్ దగ్గర ఇదే మాట చెప్పింది. ఇతడు గానీ విన్నాడా ఏమిటి..!

నో నో.. అప్పుడు అక్కడ ఎవరూ లేరు. బహుశా కోచ్ గతంలో ఇతడికి కూడా ఈ మాట చెప్పి ఉండొచ్చు.

"భైరవ...మీరు నన్ను డిస్టర్బ్ చేస్తున్నారు." కొంచం సీరియస్‌గా ఫేస్ పెట్టి చెప్పింది ఆ మాట. ఇందుకు భైరవ గల గల నవ్వేశాడు.

"నేను చెప్పాలి ఆ మాట. మీరు నన్ను ఎప్పుడో డిస్టర్బ్ చేసేసారు. బెంగళూరులో ప్రశాంతంగా క్రికెట్ ఆడుకునే వాణ్ని. చెన్నై దాకా లాక్కొచ్చారు.."

మహిమ విస్తుపోతూ అతడి వైపే చూడసాగింది.

"మిస్టర్ భైరవా... మీరు ఏమంటున్నారు...!"

"ఎస్... నూరు శాతం నిజం... బెంగళూరు ఎన్.సి.ఏ క్యాంపులో ప్రతిరోజూ మిమ్మల్ని బాగా గమనించే వాణ్ని. ఈ రఫ్ క్రికెట్‌లో ఇంత అందమైన సుకుమారి ఎవరా..! అనుకునే వాడిని. క్యాంపు రోజులు ముగిసాక మీరు చెన్నై వెళ్లిపోయారు. నాకు ఏదో వెలితిగా అనిపించింది. మిమ్మల్ని చూడకుండా క్రికెట్ పై కూడా కాన్సంట్రేషన్ చెయ్యలేక పోయాను. నెట్స్ వద్ద ప్రాక్టీస్ చేసేటప్పుడు ఎవరు బంతి విసిరినా ఆ బౌలర్ లో మీరే కనిపించే వారు. నేను బౌలింగ్ చెయ్యబోతే అక్కడ బ్యాటింగ్ చేస్తున్నది మహిమే అనే భ్రమ కలుగుతుంది. ఎక్కడ గాయపడుతుందో అనే భయం కలిగి గురి తప్పేది. మీరు లేకుండా ఇక ఎన్నోనాళ్ళు బెంగళూరు లో ఉండలేను అనిపించింది. అందుకే రాబోయే రంజీ సీజన్ కు తమిళనాడుకు రిప్రెజెంట్ చేస్తానని అప్లై చేసుకున్నాను. ఇదిగో ఇప్పుడు ఇలా మీ పక్కన కూర్చున్నాను"

అతడు చిరునవ్వుతో ముగించినా, అతడి మాటలు ఆమెను బాగానే కలవర పెట్టాయి.

ఏమిటి..! భైరవ తన కోసం చెన్నై వచ్చాడా..! అంటే తనను అతడు అంత గాఢంగా ప్రేమిస్తున్నాడా..! తన ప్రేమ కోసం అతడి కెరీర్ నే పణంగా పెట్టి వచ్చాడా..!

(భైరవ మాటల మత్తులో మునిగిన మహిమకు తెలియని విషయం ఏమంటే.. కర్ణాటక నుంచి నలుగురు క్రికెటర్లు జాతీయ జట్టులో ఉండగా.. భైరవ లాంటి వాడికి అవకాశాలు తక్కువ అనీ, అదే తమిళనాడు నుంచి ఒక్క శ్రీకాంత్ తప్ప వేరే ఎవరూ లేరు కాబట్టి తనకు మెరుగైన ఛాన్సెస్ ఉంటాయినే ప్లాన్ కొద్దీ ఇక్కడికి వచ్చాడు అని. అయితే మిడిల్ క్లాస్ కుటుంబం నుంచి వచ్చిన టీనేజ్ అమ్మాయిలపై భైరవ లాంటి వారి మాటలు శీఘ్రంగా ప్రభావం చూపుతాయి.)

తన మనసును తీవ్ర ప్రకంపనలకు గురించేస్తున్న ఆలోచనల నుండి మహిమ కోలుకోకమునుపే బస్సు వాణీమహల్ స్టాప్ వద్ద ఆగింది.

ఆమె మౌనంగా బస్సు దిగింది. ఆమె వెంటే అతడు కూడా... ఆమెకు ఎందుకో ఇంటికి వెళ్ళాలి అనిపించలేదు. అక్కడ వాణీ మహల్‌లో...

ఈ మధ్యనే సద్గతి చెందిన సంగీత సామ్రాజ్ఞి..

డా॥ ఎం.ఎల్. వసంతకుమారి సంస్మరణ సభ జరుగుతోంది. ఆమె ప్రియ శిష్యురాలు సుధా రఘునాధన్ కచేరి ఇస్తున్నారు. 20వ శతాబ్దంలో కర్ణాటక సంగీతాన్ని ఏలిన ఇద్దరు మహిళామణుల్లో ఒకరు ఎం.ఎస్ సుబ్బులక్ష్మిగారు కాగా, ఇంకొకరు డా॥ ఎం.ఎల్. వసంత కుమారిగారు. త్యాగరాయ ఒరవడులతో మరుగున పడిపోయిన పురందరదాసు కృతులను వెలుగులోకి తెచ్చి శాస్త్రీయ సంగీతన్ని సుసంపన్నం చేశారు. సంగీతంలో ఆమెకే సొంతమైన మనోధర్మ రాగాలతో అలరించే వారు.

మహిమ నాన్న శంకరన్‌కు ఆమె సంగీతం అంటే ప్రాణం. ఏడు ఏండ్ల క్రితం ఒకసారి త్యాగరాయ గానసభలో జరిగిన ఆమె కచేరీకి తీసుకు వెళ్లిన జ్ఞాపకాలు మెదిలాయి. వాణీ మహల్‌లోకి ఆమె అడుగులు పడ్డాయి.

హాల్‌లో సుధా రఘునాధన్ గారి స్వరం వీనుల విందుగా ఉంది.

“ఎం.ఎల్.గారి ఒరవడిని కొనసాగిస్తూ సంగీత ప్రపంచంలో దూసుకు వస్తున్న యువ కెరటం ఆమె. కోకిల కంఠంతో పాటు కచేరీలలో తంబుర సొంతంగా వాయించటం ఆమె ప్రత్యేకత.

ఆ సమయంలో ఆమె కురల్ ఒండ్రుమ్ ఇళ్లై అనే కీర్తనతో ప్రేక్షకులను కట్టి పడేశారు. అందరూ ఆ గానామృతం ఆస్వాదిస్తూ మైమరిచిపోయారు.

సంగీత ప్రియురాలైన మహిమ కూడా ఆ రసాస్వాదనలో లీనమై పోయింది. ఇదంతా భైరవకు బోర్ కొట్టింది.

"ఒకే మహిమా... సీయూ టుమారో" అంటూ అతడు వెళ్ళిపోయాడు.

హాలు చప్పట్ల తో మారు మొగుతుండగా ఆమె కళ్ళు తెరిచింది.

సుధా రఘునాథన్ "తాయే యశోదా "అంటూ మరో కీర్తన అందుకుంది. అందులో అల్లరి కృష్ణుడి లీలల గురించి పాడుతున్నప్పుడు ఆమె మనసులో భైరవ మెదిలాడు. భైరవ నిజంగా ఎంత అల్లరోడో కదా..!అనిపించింది ఆమెకు.

అయితే ఆమెకు తెలియనిదేమంటే కీర్తనలో ఆలపించినట్టు అతడు యశోదా కృష్ణుడు కాదు అనీ... చపల చిత్తుడైన గోపికా కృష్ణుడు అని.

✦ ✦ ✦

మహిమ అభ్యర్థనను టి.ఎన్.సి.ఏ సెక్రటరీ ఆమోదించాడు. వివాదం లేకుండా ఉండేందుకు నోటీసు బోర్డులో ఆయన ఒక ప్రకటన కూడా ఇచ్చేశాడు. ఆ ప్రకారం ఆసక్తి ఉన్న క్రికెటర్స్ ఎవరైనా సరే ఒక గంట పాటు ఫ్లడ్ లైట్స్ వెలుగులో ప్రాక్టీస్ చేసుకోవచ్చు.

మహిమ లాంటి అందమైన క్రికెటర్ ప్రాక్టీస్ కావాలి అని అడుగుతుంటే అబ్బాయిలు ఒప్పుకోరా..! 5 మంది ఫాస్ట్ బౌలర్లు తయారయ్యారు.

నెట్స్ పై ఫీల్డింగ్ పాయింట్స్‌ను సొంతంగా ఐడెంటిఫై చేసుకుంది మహిమ. క్రికెట్ పై మక్కువ , అనుభవం ఉన్న ప్లేయర్స్‌కు మాత్రమే ఇలా సాధ్యం అవుతుంది.

గ్రౌండ్‌లో వాడే 'టీ కోన్స్' 7 కలర్స్‌లో తెచ్చుకుంది. తను స్వయంగా ఐడెంటిఫై చేసిన లెగ్ గల్లి, స్క్వేర్ లెగ్, డీప్ స్క్వేర్ లెగ్, బ్యాక్ వర్డ్ స్క్వేర్ లెగ్, ఫైన్ లెగ్, డీప్ ఫైన్ లెగ్, లాంగ్ లెగ్ పాయింట్స్‌లో 7 వేర్వేరు రంగుల టీ కోన్‌లు ఫిక్స్ చేసుకుంది.

షార్ట్ లెంగ్త్ డెలివరీలను పుల్ చేసినప్పుడు ఆ షాట్‌లో ఫోర్స్ లేకపోతే పైన పేర్కొన్న ఏదో ఒక పాయింట్‌లో క్యాచ్‌ఔట్ అయ్యే వీలుంది. బౌలర్‌ను బట్టి, ఈ పాయింట్స్ మధ్య ఫీల్డింగ్ ప్లేస్ మెంట్స్ ఉంటాయి. బ్యాట్స్మెన్ ఈ ఫీల్డర్ల మధ్యన గ్యాప్‌లలోకి పుల్‌చేసి పరుగులు రాబడుతుంటారు. కానీ, మహిమ చేస్తున్న ఈ అడిషనల్ ప్రాక్టీస్.. గ్యాప్‌ల కోసం కాదు. డీప్ ఫైన్ లెగ్, లాంగ్ లెగ్, డీప్ స్క్వేర్ లెగ్‌ల మీదుగా సిక్స్ కొట్టడం. ఆ షాట్స్ తాను పర్ఫెక్ట్‌గా ఆడ గలగటం.

పుల్ షాట్ అంటే మిగతా అన్ని షాట్స్ మాదిరి కాదు. నడుం వద్ద ఒక వైపు ట్విస్ట్ చేసి మొత్తం బాడీలోని ఎనర్జీ అంతా రిస్ట్‌లోకి జనరేట్ చేసి చక్కటి టైమింగ్‌తో షాట్ సంధించాలి.

గంట సేపు ఏకధాటి ప్రాక్టీస్ అంటే ఆషా మాషీ కాదు . మధ్య మధ్యలో గ్లూకోస్, ఎలక్ట్రాల్ వాటర్ తాగుతూ ఇన్‌స్టంట్ ఎనర్జీ తీసుకుంటూ,. చెమటలు చిందిస్తూనే

ఉండాలి. సముద్ర ప్రభావంవల్ల చెన్నైలో వాతావరణం ఎప్పుడూ తేమగా ఉంటుంది. విపరీతమైన చెమట పోస్తుంది. చిన్న పాటి శ్రమకు కూడా తీవ్రంగా దాహం వేస్తుంది.

మొదటి రోజు ఆ ఎక్స్‌ట్రా ప్రాక్టీస్ అయ్యాక గ్రౌండ్‌లోని బెర్ముడా గ్రాస్ పై వెల్లకీలా పడుకుంది. అలసటతో రొప్పుతూ ఊపిరి పీలుస్తోంది. తనకు నాన్న నేర్పించిన శవాసనంలో దాదాపు 20 నిముషాలు విశ్రమించిన తర్వాత గానీ రిలాక్స్ కాలేక పోయింది. మెల్లగా కళ్ళు తెరిచింది. ఎదురుగా భైరవ ఉన్నాడు. ఎనర్జీ డ్రింక్ ఏదో కలిపి తెచ్చినట్టున్నాడు.

ప్రొటినెక్స్ పౌడర్ ఇది.. త్రాగమంటూ అభ్యర్థించాడు. ఆమె కళ్ళు మూసుకొని తాగేసింది. మిగతా ప్లేయర్స్ అందరూ అప్పటికే వెళ్ళిపోయారు.

"ఇంత సేపూ మీరు ఇక్కడే ఉన్నారా..?" అడిగింది మహిమ.

"లేదు.. మెరీనా బీచ్‌లో జాగింగ్ కు వెళ్లి వచ్చా. మీ ప్రాక్టీస్ గురించి ఇప్పుడే తెలిసింది." స్టేడియం బయటకు నడక సాగించారు.

"ఈ రోజు ఇక్కడే ఆలస్యం అయింది కదా..! నా కారులో డ్రాప్ చెయ్యమంటారా..?"

ఆమె సాలోచనగా నిలబడింది. అది చూసి భైరవ మళ్ళీ చెప్పాడు.

"మీరేం ఆలోచించొద్దు.. మీకోసం ప్రత్యేకంగా రావడం లేదు. నేను ఉంటున్న హొటల్ కూడా పాండీబజార్ పక్కనే... అంటే వాణి మహల్ మీదుగానే వెళ్ళాలి.." మహిమ తన డ్రెస్ వైపు చూసుకుంటూ చెప్పింది.

"ఓకే.. డ్రెస్ చేంజ్ చేసుకొని వస్తా.." అని చెప్పి డ్రెస్సింగ్ రూంకు వెళ్లి పోయింది.

రాయపేట జంక్షన్ దగ్గర ట్రాఫిక్ జాం అయింది.

"ఎలా ఉంది మీ ప్రాక్టీస్..?"

"ఈ రోజే కదా స్టార్ట్ అయింది. ఆరు రోజుల పాటు పర్మిషన్ ఇచ్చారు.. మీరు కూడా పాల్గొవచ్చు కదా..?"

"ఆ బ్యాట్ కోసం ఎందుకు అంత పట్టుదల..? మీకు కావాలి అంటే నేను కొనిపించి ఇస్తా."

మహిమ అతడి వైపు చుర చుర చూసింది.

"మీది పెద్ద బిజినెస్ ఫ్యామిలీ అని విన్నాను. ధనవంతులు కాబట్టి మీరు ఇస్తారు. కానీ తీసుకోవడానికి చేయి సాచే నిరుపేద కూడా ఇక్కడ ఉండాలి కదా..!"

ఆమె ఏమి చెప్పిందో అతడికి అర్థం అయింది.

"సారీ మహిమా... మీరు అపార్ధం చేసుకున్నారు."

ట్రాఫిక్ క్లియర్ కావడంతో కారు ముందుకు కదిలింది.

మహిమ చెప్ప సాగింది.

"నేను దేన్నైనా శ్రమించే సాధిస్తాను. మా అమ్మ, నాన్నల నుంచి నేను కష్టపడే తత్త్వమే నేర్చుకున్నాను "

"గ్రేట్ ఆఫ్ యూ మహిమా... ఐ రియల్లీ అప్రీసియేట్ యువర్ యాటిట్యూడ్"

"రేపు మీరు కూడా బౌలింగ్ చేస్తారా..?"

"లేదు... కానీ మీ ప్రాక్టీస్ అయ్యేవరకూ మీకోసం వెయిట్ చేస్తా.." కారు వాణి మహల్ దగ్గర ఆపాడు భైరవ.

మహిమ కారు దిగి...

"థాంక్యూ సోమచ్. అండ్ గుడ్ నైట్ మిస్టర్ భైరవా" అని చెప్పి వెళ్ళబోయింది.

"మహిమా ఒక్క నిమిషం...నిన్న నేను చెప్పింది ఏమి ఆలోచించారు.?"

మహిమ చిరునవ్వు రువ్వి చెప్పింది.

"ఆ విషయం ఆలోచించే కొద్దీ మైండ్ డిస్టర్బ్ అవుతోంది. మనం మన కెరీర్ గురించి మాట్లాడుకోవటమే బెటర్ అనుకుంటా.."

"ఓకే మహిమా.. నాకర్థం అయింది. ముఖ్యంగా ఈ వారమంతా నువ్వు ఒక టార్గెట్ పై దృష్టి పెట్టావ్ ...అంతవరకూ నేను నిన్ను డిస్టర్బ్ చెయ్యను... వచ్చే ఆదివారం ఓపెన్ నెట్స్ అయ్యాక.. నీ కోసం మెరీనా బీచ్ లో ఎదురు చూస్తాను.. బై.." అంటూ కారు ముందుకు కదిలించాడు.

6 రోజుల పాటు ఆమె ఒక తపస్సులా శ్రమించింది. ఎన్ని టీ కోన్‌లు బెండ్ అయ్యాయో లెక్కే లేదు. ప్రతి రోజూ సెషన్స్ అయ్యాక భైరవ వచ్చి ఎనర్జీ డ్రింక్ ఇస్తూనే ఉన్నాడు. ఆమెను వాణి మహల్ వద్ద డ్రాప్ చేస్తూనే ఉన్నాడు.

ఆదివారం వచ్చింది. ముందే అనుకున్నట్టు ఆ రోజు కంబైన్డ్ ఓపెన్ నెట్స్.

గతవారం ప్లేయర్స్ ఎవరూ సాధించుకోలేక పోయిన మిగతా గిఫ్ట్ కోసం ఈ వారం ప్రయత్నం చేయొచ్చు.

అందరి దృష్టి మహిమ పైనే ఉంది. ఎందుకంటే ఆమె ఆ బ్యాట్ కోసమే వారమంతా శ్రమించింది. ఆ విషయం అందరికి తెలుసు.

లాంగ్ ఆన్, లాంగ్ ఆఫ్, డీప్ ఎక్స్ట్రా కవర్ ల వైపు గిఫ్ట్ ఏమీ లేవు. ఎవరో ఒకరు దక్కించుకుంటూ వచ్చారు.

ఇప్పుడు లాంగ్ లెగ్, థర్డ్‌మ్యాన్ వైపు పిల్లర్స్‌కు టాగ్ చేసిన బ్యాట్స్ గురించే అందరి ఆసక్తి.

మహిమ విషయానికొస్తే.. నెట్స్‌లో ప్రాక్టీస్ చెయ్యడం వేరు.. ఫీల్డ్‌లో ప్రాక్టికల్‌గా అమలు చేయడం వేరు. 6 రోజుల పాటు ఎక్స్ట్రా ప్రాక్టీస్ ఇచ్చాం కాబట్టి, ఓపెన్ నెట్స్‌లో మిగిలిన వారికి ఛాన్స్ ఇచ్చాకే మహిమకు ఛాన్స్ ఇస్తామని చీఫ్ కోచ్ చెప్పాడు. అది న్యాయమే అనిపించింది. ఆమె కూడా ఆ షరతుకు ఒప్పుకుంది.

ప్రతి ఒక్కరికీ 30 బాల్స్ చొప్పున ఆడే అవకాశం ఇచ్చారు. ప్రాక్టీస్‌లో పాల్గొన్న క్రికెటర్స్ ఎవరూ ఒక్క బ్యాట్ నూ సాధించలేక పోయారు. లెఫ్ట్ హ్యాండ్ బ్యాట్స్‌మెన్ కానీ, ఉమెన్ కానీ థర్డ్‌మ్యాన్ సైడ్ ఉన్న బ్యాట్‌ను కూడా ఛేదించలేకపోయారు. మహిమ వంతు వచ్చింది.

బ్యాట్‌ను అలవోకగా పట్టుకుని ఊపుకుంటూ వస్తోంది.

ఆమె నడకలో హుందా తనం శరీర కదలికలో ఉట్టి పడుతున్న ఆత్మవిశ్వాసం అందరినీ అబ్బుర పరుస్తోంది. మహిమ క్రీజ్‌లోకి వచ్చి స్థాన్స్ సరి చూసుకుంది. ఓపెన్ నెట్స్‌లో ప్రతి ఓవర్‌కూ రెండు షార్ట్ బాల్స్ వేయాలి అనే నిబంధన పెట్టుకున్నారు. మూడు ఓవర్లలో ఆమెకు సరైన అవకాశాలు దక్కలేదు.

నాలుగో ఓవర్‌లో షార్ట్ లెంగ్త్‌లో పడిన రెండు బంతులూ అఫ్ సైడ్ వెళ్లిపోయాయి. దీంతో ఫుల్ షాట్ ఆడే అవకాశం రాలేదు. ఇక ఒకే ఓవర్ మిగిలింది.

ఫాస్ట్ బౌలర్ మణి రామన్ బౌలింగ్.

రెండు బంతులు ఫుల్ లెంగ్త్ లో వేశాడు. మూడో బంతి షార్ట్ లెంగ్త్ లో ఆఫ్ సైడ్ పిచ్ అయింది.

థర్డ్‌మ్యాన్ పాయింట్ లో ఫీల్డర్ ఎవరూ లేరు అనే ధైర్యం తో హుక్ చేసింది. అనూహ్యంగా అది థర్డ్‌మ్యాన్ వెనుక పిల్లర్ తాకింది.

అంటే ఆమె కోరుకున్న బ్యాట్ ను సాధించింది.

దీంతో చప్పట్లు మారుమోగాయి. అందరూ ఆమెను అభినందించేందుకు పరిగెట్టుకు వచ్చారు.

అయితే మహిమ లో పెద్దగా రెస్పాన్స్ రాలేదు.

ఆమె వెంటనే పొజిషన్ తీసుకుంది. ఆమెకు ఆ క్షణంలో భైరవ గుర్తుకు వచ్చాడు. అతడు అక్కడ ఉండి తనను ప్రోత్సాహిస్తున్నట్లుగా ఊహించుకుంది. అది లిప్త కాలమే. కానీ బ్యాటింగ్‌లో తడబాటుకు అది చాలు.

నాలుగో బంతి గుడ్ లెంగ్త్‌లో పడి కాస్త ఎడ్జ్ అయింది. అది శరవేగంగా వచ్చి ఆమె పొత్తి కడుపును బలంగా తాకింది.

దీంతో కడుపు కండరాలు మెలి పెట్టాయి. తీవ్రమైన నొప్పితో క్రీజ్‌పై పడిపోయింది. తోటి మహిళా క్రికెటర్స్ వచ్చి ఆమెకు ఉపశమనం కలిగించసాగారు. బాల్ తగిలిన చోట ఎర్రగా కంది పోయింది. వాపు కూడా వచ్చింది. కోచ్ సూచనతో ఐస్ ప్యాక్ పెట్టారు. గాయం తీవ్రత దృష్ట్యా ఆమె ఇప్పట్లో బ్యాట్ పట్టే అవకాశం లేదు అనీ.. ఇక ఇంతటితో ఓపెన్ నెట్స్ ముగిస్తున్నట్లు కోచ్ ప్రకటించాడు.

ఇది విని మహిమ వెంటనే లేచి కూర్చుంది.

“సార్.. ఇంకా రెండు బంతులు మిగిలి ఉన్నాయి “అని గట్టిగా అరిచింది. ఆమె అరుపు విని అందరూ విస్తూపోయారు. కోచ్ దగ్గరికి వచ్చాడు.

“నీవు కోరుకున్న బ్యాట్‌ను సాధించావ్ కదమ్మా.. ఇప్పుడు ఈ గాయంతో మళ్ళీ రిస్క్ దేనికి..?” అడిగాడు.

మహిమ లేచి నిలబడి డీప్ స్క్వేర్ లెగ్ వైపు పిల్లర్ ను చూపెట్టింది.

“ఓహ్ అదా..? అది కూడా సేమ్ బ్యాట్.. రిస్క్ వద్దు.. నీకు రెస్ట్ కావాలి... కమాన్... పాడ్స్ డౌన్..”

“నో సార్...ఇందాక థర్డ్‌మ్యాన్ సైడ్ సిక్సర్‌తో వచ్చింది. అది ఒక ఫ్లూక్ మాత్రమే సార్...

నేను సాధించాలి అనుకున్నది స్క్వేర్ లెగ్ సైడ్ నుంచి. నేను ప్రాక్టీస్ చేసింది కూడా దాని కోసమేనని మీకు తెలుసు.” అని చెప్పి గ్లోవ్స్ సరి చేసుకుంది.

మహిమ మాటలో దృఢత్వం ఉంది. చేసేది లేక కోచ్ విజిల్ ఊదాడు. దీంతో అందరూ ఎవరి ఫీల్డింగ్ పాయింట్స్‌కు వాళ్ళు వెళ్లారు.

ఐదో బంతి... స్ట్రైట్ డెలివరీ కావడంతో డిఫెన్స్ ఆడింది. ఇక చివరి బంతి మిగిలింది. రూల్ ప్రకారం షార్ట్ లెంగ్త్ లో వెయ్యాలి. అయితే అది ఆఫ్ సైడ్ వేస్తే తను ఏమీ చెయ్యలేదు.

ఖచ్చితంగా ఆఫ్ సైడ్ వేయబోతున్నట్లు కూడా ఆమెకు అర్థం అయింది. వ్యూహం మార్చుకోక తప్పదు. వెంటనే స్థాన్స్ అఫ్ సైడ్ జరిగి తీసుకుంది.

బౌలర్ మణిరామన్ నుంచి బంతి బుల్లెట్‌లా దూసుకు వచ్చింది. ఆమె ఊహించినట్లుగానే అఫ్ సైడ్ పిచ్ అయింది. మహిమ శక్తి నంతా కూడ దీసుకుని స్క్వేర్ లెగ్ వైపు పుల్ చేసింది. మహిమ గురి తప్ప లేదు. ఆమె కోరుకున్న బ్యాట్ సాధించింది.

అంతే కాదు.. ఆ రోజు నుంచి ఆమె పుల్ షాట్లు ఏవీ గురి తప్ప లేదు.

✦ ✦ ✦

మెరీనా బీచ్‌లో...

ఆ సాయంత్రం... పొత్తి కడుపుకు పట్టీ కట్టుకుని వచ్చింది.

"నువ్వు వస్తావన్న ఆశ నాకు లేదు. ఇంజురీతో ఆసుపత్రికి వెళ్తావనుకున్న.."

అతడు కొన్ని రోజులుగా ఏకవచనంలో సంబోధిస్తుండటం మహిమ గమనించింది.

"అంత సీరియస్ ఇంజురీ కాదు భైరవ.. మీరు ఇక్కడ ఎదురు చూస్తుంటానని లాస్ట్ మండే చెప్పిన విషయం గుర్తుంది. మీ ప్రశ్న కు నేను సమాధానం ఇవ్వాలి కదా.!" భైరవ ఆసక్తి గా చెవులు రిక్కించాడు.

"నేను బాగా ఆలోచించాను. నాకు అనిపించింది ఏమంటే... కెరీర్ అండ్ లవ్ ఒకే పడవలో సాగవు. నాకు నా క్రికెట్ కెరీర్ ముఖ్యం.. మీరు కూడా మీ కెరీర్ పై మరింత దృష్టి పెట్టండి.."

సూటిగా చెప్పేసింది మహిమ.

"కానీ మహిమా.. నేను నీకోసమే బెంగళూరు నుంచి వచ్చాను.. నీ మనసులోకి చూసి చెప్పు.. నేనంటే నీకు ఇష్టమా లేదా..?"

"మీరు ఆ మాట చెప్పినప్పుడు నా మనసు మీ వైపు మొగ్గిన మాట వాస్తవం. కానీ దీనివల్ల నా ఏకాగ్రత దెబ్బ తింటోంది. అది నాకు స్పష్టంగా తెలిసి పోతోంది. క్రికెట్ తప్ప వేరే ప్రపంచాన్ని నేను ఊహించుకోలేను. ప్రస్తుతం నా ధ్యేయం ఇండియాకు ఆడటం... మీ ధ్యేయం కూడా అదే కదా..! కాబట్టి రాబోయే ఫస్ట్ క్లాస్ క్రికెట్ సీజన్లో మనం రాణించి తీరాలి. కెరీర్‌పై దృష్టి పెడదాం... మంచి స్నేహితులుగా ఉండిపోదాం" అని చెప్పేసి ఆమె బీచ్ రోడ్ బస్టాప్ వైపు నడిచింది.

వారం రోజులుగా రోజూ తన కారులో డ్రాప్ చేస్తున్న భైరవ తనకు ఇంజురీ అయిన ఈ రోజు ఆ ఆఫర్ ఎందుకు ఇవ్వలేదు..?

అని క్షణం మాత్రమే అనిపించింది మహిమకు. ఆమెది ఇతరులపై ఆధార పడే తత్వం కాదు. సిటీ బస్ ఎక్కి కూర్చుంది.

ఫస్ట్ క్లాస్ క్రికెట్ సీజన్ ముగిసింది. మహిమ, భైరవలు అద్భుతంగా పర్మార్మ్ చేశారు. జాతీయ జట్టుకు ఎంపికయ్యే అవకాశాలు ఇద్దరికీ ఉన్నాయి.

అయితే, మీడియా మాత్రం మహిమ ప్రదర్శనలనే ఎక్కువ హైలైట్ చేసింది. తమిళ నాడు క్రికెట్‌లో ఎక్కడ చూసినా మహిమ నామస్మరణే. ఇది ఒకరకంగా భైరవ ఈగోను దెబ్బతీసింది.

✦ ✦ ✦

క్రికెట్ సీజన్ ముగిసింది కాబట్టి, భైరవతో పాటు ఫస్ట్ క్లాస్ క్రికెటర్స్ కొందరు జాలీ ట్రిప్ ప్లాన్ చేశారు.

టి.ఎన్.సి.ఏ క్యాంపు చివరి రోజు ముగిసాక మెరీనా బీచ్ లో ...

మహిమ చెంతకు వచ్చాడు భైరవ. మామళ్ళాపురం బీచ్ రిసార్ట్స్‌లో రెండు రోజుల జాలీ ట్రిప్‌కు మహిమను కూడా రావాల్సిందిగా ఆహ్వానించాడు. మహిమ ఆలోచనలో పడింది. తనకూ వెళ్లాలనే ఉంది. వాస్తవానికి తీరికలేని క్రికెట్ వల్ల జీవితంలో ఎలాంటి వినోదాలకు నోచుకోవడం లేదు. కానీ నాన్న పర్మిషన్ తీసుకుందా అంటే ఊర్లో లేడు. అక్క వాళ్ళ ఇంట్లో ఫంక్షన్ ఉంటే తిరుచ్చి వెళ్ళిపోయాడు.

ఆమె డోలాయమాన స్థితిని చూసి భైరవ అన్నాడు.

"చాలా మంది అమ్మాయిలు కూడా వస్తున్నారు. నువ్వు వస్తే టూర్‌కు మరింత గ్లామర్ వస్తుంది"

దీంతో మహిమ అతడి వైపు చర్రున చూసింది.

"ప్లీజ్ మహిమ.. ఎప్పుడూ రొటీన్ క్రికెటేనా..? లెటజ్ చిల్ అవుట్"

అతడు రిక్వెస్ట్ చేసుకుంటున్న తీరు ఎంతో ముచ్చటగా అనిపించింది.

ఎందుకో "నో " చెప్పాలని ఆమెకి అనిపించ లేదు.

ఆమె నుంచి అతడికి వచ్చిన సిగ్నల్. థమ్సప్...

అదే ఆమె తన జీవితంలో చేసిన అతి పెద్ద పొరబాటు.

✦ ✦ ✦

మామల్లాపురం... మహాబలిపురం అని కూడా అంటారు. చెన్నైకి 60కి.మీ. దూరం. బెంగాల్ సముద్ర తీరాన ప్రకృతి రమణీయతకు పెట్టింది పేరు.

పల్లవుల కాలం నాటి అద్భుతమైన ఏకశిలా మండపాలు, కనువిందైన బీచ్ లూ... ఏపుగా పెరిగిన కొబ్బరి తోటలూ... సూర్యోదయం ఇక్కడ చూసి తీరాల్సిందే... అరుణోదయ వేళ సముద్రమంతా పరుచుకునే ఎరుపు, పసుపు, తెలుపు కలగలసిన లేత కిరణాలు తడియారని ఇసుక రేణువులపై ప్రతి బింబింబిస్తుంటే చూడటానికి రెండు కళ్ళు చాలవు. విస్తారమైన ఇసుక తిన్నెల పై కూర్చొని సముద్రం లోంచి

పొడుచుకు వచ్చే అరుణ బింబం అందాలు ఆస్వాదించడం ఒక అద్భుతమైన అనుభూతి.

అంతే కాదు.. 8వ శతాబ్దంలో పల్లవ రాజు రెండో నరసింహ వర్మన్ కాలంలో కట్టిన గుడులు, ఏకశిలా మంటపమూ, ఏకశిలా రథం అన్నీ సముద్రం సమీపంలో ఒక కొండ దడికి ఉంటాయి..

యూరోపియన్ యాత్రికుడు మార్కోపోలో వర్ణించిన 7 పగడాలలో ఒకటైన శైవ గుడి ఈ బీచ్‌కి ఆనుకుని సముద్రపు అలలు తాకేంత దగ్గరలో ఉంటుంది. సూర్యోదయ వేళ ఈ కొండ దడులపై కూర్చొని బీచ్ లో ఉన్న ప్రధాన ఆలయం చూడటం అంటే తమిళ చారిత్రక, సాంస్కృతిక వైభవాన్ని మనసుతో వీక్షించినట్టే..

మహిమ జీవితంలో సూర్యోదయాలు మిగిల్చిన తీపి జ్ఞాపకాలు ఏవీ లేవు. అందుకే ఆమె చెన్నై మెరీనా బీచ్‌లో సూర్యుడి ప్రమేయం అంతగా లేని సాయంత్రాలు మాత్రమే ఎంజాయ్ చేస్తుంది. మిత్రులంతా మామల్లాపురం సూర్యోదయాల గురించి గొప్పగా చెబుతుంటే, చూడాలన్న కోరిక ఆమెకు కూడా కలిగింది.

టి.ఎన్.సి.ఏ.కి సంబంధం లేకుండా ప్రైవేట్‌గా ఏర్పాటు చేసుకున్న టూర్ ఇది.

మైలాపూర్ రామకృష్ణ మఠం నుంచి మినీ ట్రావెలర్ బస్ ఏర్పాటు అయిందనీ, లంచ్ తర్వాత 3 గం॥లలోపు అందరూ అక్కడికి చేరుకోవాలని నిర్ణయించారు. బస్‌లో మహిమ విండో సైడ్ కూర్చుంది. అమ్మాయిల్లో 5 మందే వచ్చారు. అబ్బాయిలే ఎక్కువ ఉన్నారు.

సీటుకు ఇద్దరు చొప్పున కూర్చున్నారు. బస్ స్టార్ట్ అయ్యింది.

భైరవ ఇంకా రాలేదు. సీట్లోంచి లేచి అతడి కోసం వెనుక వైపు కలయజూసింది.

"భైరవ కోసమేగా చూస్తున్నావ్..? తిరువాన్మయుర్లో జాయిన్ అవుతాడులే.. బెంగ పడొద్దు."

వెనుక నుంచి హేమనాథన్ అనే కొలీగ్ అన్నాడు.

అతడు చివరిలో పలికిన మాట తనకు నచ్చలేదు. తన అసంతృప్తిని కళ్లతోనే వెళ్లగక్కింది.

మళ్ళీ అన్నాడు అతడు.

"నీ భైరవ కోసమే గదా... నీ పక్కసీటు కూడా ఖాళీగా పెట్టాం "

మహిమకు కోపం తన్నుకు వచ్చింది. నా భైరవ ఏమిటి? ఈ సొల్లు వెధవకు బుద్ధి చెప్పాలి అనుకుంటు లేచింది. అతి కష్టం మీద తమాయించుకుని కూర్చుంది. అతడు అంతటితో ఆపలేదు.

"భైరవగాడి లవర్ కి ఎంత రోషమో చూడు.."

పక్కన ఇంకెవరితోనో గుసగుసగా చెప్పాడు. అదో పెద్ద జోక్ అన్నట్టు కొందరు పగలబడి నవ్వారు. అతడు ఎంత మెల్లగా చెప్పినా ఆ మాట ఆమె చెవికి సోకింది.

వెంటనే సీట్లోంచి లేచి అతడి దగ్గరికి వచ్చి నిలబడింది.

"ఏమన్నావ్..?" నిలదీసినట్లు అడిగింది.

"నేనేమన్నాను..? భైరవ లవర్ అని ఉన్న విషయమే కదా చెప్పాను "

"మిస్టర్ హేమనాథన్.. మళ్లీ ఎప్పుడూ రిపీట్ చెయ్యొద్దు. నేను మహిమ... మహిమా శంకరన్.. మైండిట్"

వార్నింగ్ ఇచ్చినట్టుగా చెప్పి తన సీట్లో కూర్చుంది. ఒక్కసారి గా అందరూ సైలెంట్ అయిపోయారు.

పావుగంటలో తిరువాన్మయూర్ బస్టాండ్ వచ్చింది. వీపుకు తగిలించుకున్న డుఫల్ బ్యాగ్‌తో భైరవ చిరునవ్వు విసురుతూ అందరికీ విష్ చేస్తూ బస్ ఎక్కాడు. బ్యాగ్‌ను పైన సర్ది, మహిమ పక్కన వచ్చి కూర్చున్నాడు.

మహిమకు అది విశేషం ఏమీ కాదు. కానీ, ఇందాక జరిగిన సంఘటన వల్ల భైరవ తన పక్కనే కూర్చొడం కొద్దిగా ఇబ్బందిగా ఉంది. అయితే తన మనసు కరెక్ట్‌గా ఉన్నంతవరకు ఇతరుల గురించి పట్టించుకోవడం అనవసరం అనుకుంది. ఒక సభ్యత లేని వ్యక్తి మాటలకు తాను ఎందుకు ప్రభావితం కావాలి? అనుకుని భైరవను చిరునవ్వు తోనే రిసీవ్ చేసుకుంది.

కొద్ది సేపట్లో మినీ బస్ వీజీపీ గార్డెన్స్ చేరుకుంది. ఇక్కడ రెగ్యులర్‌గా తెలుగు, తమిళ సినిమాల షూటింగ్స్ జరుగుతుంటాయి. గార్డెన్ వైపు చూడటంలో భాగంగా భైరవ దాదాపు ఆమెను ఆనుకున్నాడు. తన చెంపలకు అతడి ఊపిరి సోకుతోంది. బస్సు మలుపు తీసుకున్నప్పుడల్లా ఆమె మీద పడిపోతున్నాడు.

చెన్నై మహాబలిపురం ప్రయాణం మొత్తం సముద్ర తీరంలోనే ఉంటుంది. కొబ్బరి తోటల మధ్య నుంచి సముద్రాన్ని చూడటం చాలా బాగుంది. ఆలా చూస్తూ భైరవ మైమరచి పోయి చూస్తుండగా తన మెడ మీదుగా అతడి గడ్డం గుచ్చుకుంటోంది.

ఆ స్పర్శ తనకు గిలిగింతలు పెడుతోందో లేక పులకింతలు రేపుతోందో ఆమెకే అర్థం కాని పరిస్థితి.

ఆలా కొద్ది క్షణాలే.. వెంటనే తేరుకుని అతడిని తట్టరిసి అడిగింది.

" మిస్టర్ భైరవ.. డూ యూ వాంట్ విండో సీట్...?"

"నో నో.. నాకు సౌకర్యంగానే ఉంది" అన్నాడు తన సీట్లో సర్దుకుని కూర్చుంటూ.

నీకు కంఫర్ట్ గానే ఉంటుంది. నాకే ఇరిటేషన్‌గా ఉంది.. అని చెప్పాలి అనుకుంది కానీ చెప్పలేక పోయింది.

ఎక్కడ నో చెప్పాలో ఎక్కడ మొహమాట పడాలో తెలియక పోవడమే కొందరి ఆడవాళ్ల బలహీనత. వ్యక్తిత్వం ఉన్న ఆడవారు కూడా ఒక్కోసారి ఇలా మొహమాటానికి లోనై ఇబ్బందులు కొని తెచ్చుకుంటారు.

సాయంత్రం 4.30కి మామల్లాపురం చేరుకున్నారు. రిసార్ట్స్‌లో ఒక్కో రూం ఇద్దరికి చొప్పున కేటాయించారు. ఇక్కడ కూడా మహిమకు సింగల్‌గా రూం ఏర్పాటు అయింది.

అందరూ ఫ్రెష్ అప్ అయి స్పోర్ట్స్ వేర్‌లో బీచ్ వద్దకు చేరాలి అని ఇంటర్‌కాంలో రిసెప్షనిస్ట్ చెప్పాడు.

అక్కడ నీరెండలో బీచ్ వాలీబాల్ పోటీ ఏర్పాట్లు చేశారు.

మూడు టీంలుగా విభజించి రౌండ్ రాబిన్ లీగ్ ఆడారు.

విజేతలు ఎవరు అనే విషయం పక్కన బెడితే సముద్ర శీతల పవనాల మధ్య ఆ ఆట అందరూ ఎంజాయ్ చేశారు.

అలసటతో అందరూ ఇసుక పై వెల్లకిలా విశ్రమించారు.

భైరవ తెచ్చిన ఎనర్జీ డ్రింక్ సేవించి రిసార్ట్స్ లోకి వచ్చేసింది మహిమ.

ఆ రాత్రి బీచ్ ఒడ్డున మూన్ లైట్ డిన్నర్ చాలా బాగుంది. మరునాడు నిండు పౌర్ణమి.

చంద్రుడికి సముద్రుడికి ఏమి సంబంధమో మహిమకు తెలియదు. పున్నమి రోజుల్లో సముద్రుడిలో అలజడి ఎందుకో తెలియదు. అయితే, జాబిల్లిని ముద్దాడాలని అలల రూపంలో సముద్రుడు ఎగసెగసి పడుతున్న దృశ్యం ఆమెను పులకింప జేస్తోంది.

ఆ సమయంలో భైరవ ఆమెను సమీపించాడు..

మూన్ లైట్ డిన్నర్ మిగిల్చిన మధుర అనుభూతులతో ఒక్కొక్కరు రిసార్ట్స్ లో తమ గదుల్లోకి చేరుకున్నారు. తన రూంలో తాను ఒక్కతే కాబట్టి ఇంకాసేపు ఆ వాతావరణం ఎంజాయ్ చేసి వెళదామనుకుంటూ మహిమ అక్కడే కూర్చుంది. ఎగసెగసి పడుతున్న అలలను చూస్తూ మైమరచి పోయింది.

భైరవ వచ్చి ఆమె ఎదురుగా కూర్చున్నాడు.

"ఏంటి..? మీరు ఇంకా మేలుకునే ఉన్నారా.? " అడిగింది అతన్ని చూసి.

"పరవశింప జేసే పండు వెన్నెల జాబిలి చెంతనే ఉండగా నిదుర ఎలా పడుతుంది..?" అన్నాడు భావ యుక్తంగా..

అతడు ఎవరి గురించి అంటున్నాడో అర్థం చేసుకోలేనంత అమాయకురాలు కాదు మహిమ.

"మీరు కవిత్వం కూడా చెబుతారా..?"

మహిమ ప్రశ్నకు జవాబు ఇవ్వకుండా...

"జాబిల్లిని చూస్తే సముద్రుడి అలజడి ఎందుకో తెలుసా..?"

అడిగాడు భైరవ.

"సెవెంత్ క్లాస్‌లో ఏదో పాఠం ఉండేది. సరిగా గుర్తు లేదు '

"నువ్వు చదివింది సైన్స్.. కానీ పురాణాలు ఏం చెబుతున్నాయో తెలుసా..? సముద్రుడు జాబిల్లి ఇద్దరూ గాఢ ప్రేమికులు. పున్నమి రోజుల్లో సముద్రుడి కోసమే జాబిల్లి భూమికి దగ్గరగా వస్తుంది. సముద్రుడు తన ప్రియురాలైన జాబిల్లిని అందుకుని ముద్దాడాలని తెగ ఆరాట పడుతుంటాడు. అందుకే అంత అలజడిగా ఉంటాడు. "

"అదేం థియరీ...? సముద్రుడు, చందమామ ఇద్దరూ పురుషులుగానే పిలుచుకుంటాం కదా..!"

"మన దేశంలో మాత్రమే జాబిల్లిని పురుషుడుగా వర్ణిస్తాం... ప్రపంచంలో అన్ని దేశాల్లోనూ స్త్రీ గానే కొలుస్తారు.."

"నిజమా..! ఎన్ని పురాణాలు చదివారేంటి..?"

"అన్నిటి గురించి నేను చెప్పలేను గానీ, గ్రీకు పురాణంలో సూర్యుడైన హీలియోస్ కు జోడీగా చెప్పుకునే గ్రీకు దేవత ఆర్థిమిస్ జాబిలి రూపమే కదా..! చైనా వారు, ఇంకాలు, అజ్‌టెక్‌లు వారి నాగరికతల్లో జాబిలిని స్త్రీ లింగం గానే కొలిచారు.."

అతడు ఇంకా ఏం చెప్పేవాడో గానీ.. మధ్య లోనే కట్ చేసింది మహిమ

"మహాశయా... ఇక ఆపండి మీ పురాణ విజ్ఞానం.. సముద్ర కల్లోలానికి కారణం ఆ జాబిల్లి అంటావ్... అంతేగా..?"

"అవును.."

"సరే ఒప్పుకుంటాను.. అయితే ఇప్పుడేమిటి.?"

"ఏముంది... నా హృదయంలో అలజడి కూడా అర్థం చేసుకోమంటున్నాను."

"మనం ఇక్కడికొచ్చింది ఎంటర్టైన్మెంట్ కోసం.. ప్రేమ పురాణాలు వల్లించుకోడానికి కాదు... గుడ్ నైట్ భైరవ" అంటూ తన రూంవైపు చకచకా నడిచింది.

✦ ✦ ✦

మరునాడు... ముందుగా అనుకున్న ప్రకారం ఉదయం 5 గంటలకే అందరూ కొండ గట్టుకు చేరుకున్నారు. అక్కడ నుంచి సముద్ర గట్టున ఉన్న పురాతన శైవ మందిరాన్ని సూర్యోదయ కాంతిలో వీక్షించాలి.

అయితే, ఆ రోజు వారికి ఆ అదృష్టం కలగలేదు. ఆకాశం మబ్బులు కమ్మి సూర్యోదయ కాంతి పరుచుకోనేలేదు.

దీంతో బీచ్కి వచ్చి వాలీబాల్ ఆడారు. రెగ్యులర్గా లాన్లో ఆడే ఆటకు ఇసుకలో ఆడే బీచ్ వాలీబాల్కు చాలా తేడా ఉంటుంది. ఇసుకలో తొందరగా అలసట వస్తుంది. ఎనర్జీ లెవెల్స్ పెంచుకోవాలి. తరుచూ ఇసుకలో జారి పడుతూ ఉంటాం. అయితే కింద పడ్డా గాయాలు అయ్యే అవకాశం తక్కువ.

మూడు మ్యాచ్లు ఆడిన మహిమ చివరి మ్యాచ్లో బాల్ను అటాకింగ్ చేయబోయి జారి పడింది. భైరవ వేగంగా వచ్చి చేయి అందించాడు.

తాను సొంతంగా లేవగలదు. ముంగాలు పైకి లేపింది కూడా... అయితే, ఎవరైనా చేయి ఆసరాగా అందిస్తే, అందుకొని పైకి లేవడం అనేది క్రీడల్లో ఒక సంప్రదాయంగా వస్తోంది.

మహిమ అతడి చేయి అందుకుంది. అతడు ఒక్క ఉదుటున పైకి లాగాడు. ఎంత లాఘవంగా అంటే ఆమె సరాసరి అతడి కౌగిట్లో వాలి పడేంతగా....

అది ఆమెకు స్పష్టంగా తెలుస్తోంది. తాను తుళ్లి పడలేదని. ఉద్దేశ్య పూర్వకంగానే అతడు అలా చేశాడు అని. ఆమె స్పర్శ తాలూకు మైకం అతడిని కమ్మేసినట్లుంది. అర్ధ నిమీలిత నేత్రాసద్రుస్యుడై ఉన్నాడు. ఆమె తమాయించుకుని పక్కకు జరిగేలోగా ఆమెను బిగి కౌగిట బంధించి ఆమె చెంప పై ముద్దు పెట్టాడు. అందరూ చూస్తుండగానే అతడు అలా చేశాడు.

మహిమ క్షణం ఆలస్యం చేయలేదు. వెంటనే తేరుకుని నిలబడింది. అతడి చెంప చెళ్లుమనిపించింది.

ఎంత గట్టిగా అంటే.. పున్నమి నాటి అలల ఘోషలో కూడా ఆ సవ్వడి అందరికీ వినిపించింది. దీంతో అందరూ నిర్ఘాంత పోయి చూస్తూ నిలబడ్డారు.

భైరవ అయితే ఆ నొప్పికి కొద్ది సేపు గుడ్లు తేలేశాడు.

ఎడమ చేత్తో తన చెంప రాసుకుంటూ ఆమె వైపే చూడ సాగాడు.

"మిస్టర్ భైరవ... నావి కూడా క్రికెట్ ఆడిన చేతులే... డోంట్ టేక్ మహిమ ఫర్ గ్రాంటెడ్" అని వార్నింగ్ ఇస్తూ అక్కడి నుంచి వేగంగా తన రూమ్ వైపు నడిచింది.

అందరి ముందూ కోలుకోలేని అవమానం జరిగినట్లుగా భావించాడు భైరవ. కానీ ఒక ఆడ మనిషి ఇష్టాయిష్టాలతో ప్రమేయం లేకుండా ఆమెను ముద్దు పెట్టుకోవడం అంటే ఆమె ఆత్మాభిమానాన్ని మంట పెట్టి కాల్చినట్టే అని పురుషాహంకారులకు అర్థం అయ్యేదెన్నడు.?

ఆ సాయంత్రం.. నిండు పౌర్ణమి... వెన్నెల సముద్రమంతా పరుచుకుని కనువిందు చేస్తోంది. అలల సవ్వడితో పాటు మహిమ మనసులోనూ అలజడి. భైరవకు చనువిచ్చి పొరపాటు చేశానా..?

అని ఆలోచనల్లో ఉండగా..

తొలుత భైరవ వచ్చి ఆమె పక్కన కూర్చున్నాడు.

"ఐయామ్ వెరీ సారీ మహిమ.. ఎందుకో తెలియదు. ఆ క్షణంలో నా కళ్ళు పొరలు కమ్మేశాయ్. నా తప్పుకు నువ్వు ఏ శిక్ష విధించినా సరే.. ఆనందంగా అనుభవిస్తాను.. ఒక్కసారి నన్ను క్షమించాను అని చెప్పవా ప్లీజ్.." బతిమాలుకున్నాడు. మహిమ కరిగి పోయింది.

"ఇట్సాల్ రైట్ భైరవ.."

యుగ యుగాలుగా స్త్రీ మూర్తి గొప్పదనం అదే. మగవాడి తప్పులను నిండు హృదయంతో క్షమించడం... మగవాడి మాటలు అమాయకంగా నమ్మటం.. చివరకు తమకు తామే బలిపీఠం ఎక్కడం..

టూర్ మేట్స్ అందరూ ఒక్కొక్కరుగా అక్కడికి చేరుకున్నారు.

సముద్రంలో దాదాపు ఒక కి మీ.దూరంలో ఒక ట్రాన్స్పోర్ట్ షిప్ లంగర్ వేసి ఉంది. పల్లవులు, చోళుల కాలంలో మహాబలిపురం ఒక పెద్ద ఓడరేవు. మద్రాస్ హార్బర్ అభివృద్ధి చెందాక ఇది రిజర్వుడు హార్బర్ గానే ఉండి పోయింది.

ఒక అమ్మాయి వచ్చి గట్టిగా అరుస్తూ చెప్పింది...

"బులా చౌదరి ఇంగ్లీష్ ఛానల్ ఈదిందిట. దూరదర్శన్‌లో చూపిస్తున్నారు."

"నిజమా.. రియల్లీ ప్రౌడ్ మూమెంట్ ఫర్ ఇండియా.." ఒకమ్మాయి అభిప్రాయ పడింది.

"అందులో గొప్పేముంది..?

అర్తి సాహా ఎపుడో 1959 లోనే ఈదింది..” అన్నాడు కళానిధి.

అతడు క్రికెటర్ కాకముందు మంచి స్విమ్మర్. స్విమ్మింగ్‌లో నేషనల్స్ ఆడాడు. కానీ కెరీర్‌లో గ్రోత్ లేక క్రికెట్ వైపు మొగ్గు చూపాడు.

“ఇంగ్లీష్ ఛానల్ ఈదిన మొట్ట మొదటి భారతీయురాలు అర్తి సాహా.. ఆమె ఘనతను తీసేయలేం కానీ, బులా చౌదరి కేవలం పదిన్నర గంటల్లోనే ఈదింది. పురుషులకు కూడా సాధ్యం కాలేదు ఈ రికార్డు.”

ఆ అమ్మాయి వాదించింది. మళ్ళీ ఆమే రెట్టించింది...

“ఇంగ్లీష్ చానల్ వరకు ఎందుకు.? మన కళ్ల ముందే ఉన్న షిప్ వరకు ఈత కొట్టి రండి తెలుస్తుంది.”

“నేను 10 కి మీ. ఈదిన వాణ్ని. నాకు ఇదొక లెక్కే కాదు. కానీ ఈ రోజు అలల తాకిడి చాలా ఉధృతంగా ఉంది..”

దీంతో మహిమ కలుగజేసుకుని చెప్పింది..

200 మీ. వరకే అలల తీవ్రత ఉంటుంది. అంత వరకూ శ్వాస ఉగ్గ బట్టుకుని సబ్ టైడల్ స్విమ్మింగ్ చేస్తే ఈ టాస్క్ పెద్ద కష్టం కాదు..”

దీంతో కళానిధి మరింత పట్టుదలకు పోయాడు.

“ఒకే... నేను ఈ టాస్క్ కు సిద్ధం... నాతో పోటీకి ఎవరొస్తారు..?”

మహిమ తల అడ్డంగా ఆడిస్తూ చెప్పింది.

“నేను నాకు తెలిసింది చెప్పాను అంతే... ఈ పోటీలో పాల్గొంటాను అని చెప్పలేదే..!”

“అయితే తను ఓడిపోయినట్టు ఒప్పుకున్నట్టే గదా.!” అన్నాడతడు.

అందరూ పగల బడి నవ్వారు. దీంతో మహిమ వాళ్లవైపు దీర్ఘంగా చూసింది.

అక్కడ నుంచి లేచి తన రూం వైపు నడిచింది. గది తలుపు వేసుకోవటం అందరూ చూశారు.

“చూశారా..! ఈ ఆడోళ్ళకు మాటలు చెప్పినంత ఈజీ కాదు.. అలల మధ్యన ఈత కొట్టడం అంటే..”

వాళ్ళు ఇంకా ఏమేమో మాట్లాడుకుంటున్నారు.

10 నిమిషాల్లో మహిమ తిరిగి రావడంతో వాళ్ళ నోళ్లు మూతలు పడ్డాయి.. మహిమ స్విమ్మింగ్ షార్ట్స్ ధరించి వచ్చింది.

"ఎక్స్‌క్యూజ్ మి...ఈ రేస్ కు విజిల్ ఎవరు ఊదుతారు..?" అని అడిగి సముద్రం నీళ్లలో పాదాలు ముంచింది.

దీంతో ఖంగు తిన్న కళానిధి అలెర్ట్ అయి వచ్చి ఆమె పక్కన నిలుచున్నాడు. అతడు అప్పటికే షార్ట్స్‌లో ఉన్నాడు.

ఇద్దరు క్రికెటర్స్ మధ్యన కనీవినీ ఎరుగని ఈ రేస్ ఒక్కసారిగా అక్కడి వాతావరణాన్ని వేడెక్కించింది. రేస్ మొదలైంది.

మహిమ, కళానిధి ఇద్దరూ అలల కిందుగా ఎదురు ఈదుతూ సముద్రంలోకి దూసుకు వెళ్లారు. ఓ 10 నిమిషాల తర్వాత వెన్నెల కాంతిలో చిన్న బిందువుల్లా ఆగుపించ సాగారు. మరి కాసేపటికి ఇంకేమీ తెలియలేదు. అందరూ ఉత్కంఠంగా ఎదురు చూస్తున్నారు.

దాదాపు గంటన్నర తర్వాత ఒక పెద్ద అల వెంట వేగంగా దూసుకు వచ్చింది మహిమ. ఆమె వెనుక ఒక నిమిషం తేడాతో కళానిధి కూడా..

మహిమ విజయోత్సాహంతో బొటన వేలు పైకి ఎత్తి చూపింది. ఇసుక పై అలసట తీర్చుకుంటూ వెల్లకిలా పరుండి పోయింది మహిమ.

భైరవ ఆమె చెంతకు వచ్చి ఎనర్జీ డ్రింక్ ఇచ్చాడు.

విపరీతంగా దాహం వేస్తుండటంతో ఆ డ్రింక్ తాగేసింది. ఆ డ్రింక్ రుచిలో ఏదో తేడా అనిపించినా అతడిపై అనుమానం కలుగలేదు.

ఆ డ్రింక్‌లో మారిజువానా అనే మత్తు మందు కలిసిన విషయం ఆ క్షణంలో ఆమె పసిగట్ట లేకపోయింది. మహిమ అక్కడ నుంచి లేచి వడివడిగా తన రూంవైపు అడుగులు వేసింది. సముద్రంలో ఈత కొడితే రెండు ఇబ్బందులు ఉంటాయి. ఒకటి ఉప్పు శాతం అధికంగా ఉంటుంది కాబట్టి చర్మం, జుట్టు జిగటగా మారుతుంది. రెండోది అలల తాకిడి వల్ల ఒక్కోసారి చెవిలోకి ఉప్పునీరు చేరుకుని విపరీతంగా చెవిపోటు వస్తుంది.

మహిమ అరగంట పాటు షవర్ స్నానం చేసి బాగా రిలాక్స్ అయింది. అయితే చెవి పోటు మొదలయింది. ఇయర్ గార్డ్స్ పెట్టుకోకుండా సముద్రంలో ఈత కొట్టి పొరపాటు చేసినట్లుగా తొలుత భావించింది. అయితే నొప్పి అంతకంతకూ పెరుగుతూ ఉండటంతో పాటు మెదడు మొద్దుబారుతూ స్వాదీనం తప్పుతోంది.

బీచ్ ఒడ్డున డిన్నర్‌లో కాక్ టైల్ పార్టీ నడుస్తోంది. ఇద్దరు అమ్మాయిలు కూడా ఆ పార్టీ లో జాయిన్ అయ్యారు. నిన్నటి లాగా మూన్ లైట్ డిన్నర్ మహిమకు ఏమాత్రం ఆహ్లాదంగా లేదు. అలల హొరు తో చెవులు ఒకటే రొద పెడుతున్నాయి. కాక్ టైల్ పార్టీ అయ్యాక అమ్మాయిలు త్వరగా తమ రూమ్స్‌కు వెళ్లి పోయారు.

మహిమకు తిండి కూడా సహించటం లేదు. టేబుల్‌పై ఉన్న వేడి సూప్ మాత్రమే కొద్దిగా చప్పరించింది. అది కూడా చప్పగానే ఉంది. పొగలు గక్కుతోంది గానీ వాసన తెలియటం లేదు. ఏమైంది తనకు..? సముద్రంలో ఈత కొట్టడం ఇవాళ కొత్త గాదు గదా..!

అక్కడి నుంచి లేచి నిలబడింది. రూం వైపుగా అడుగు వేయబోయి కుర్చీ తట్టుకుని తూలి పడబోయింది.

ఎక్కడ నుంచి వచ్చాడో తెలియదు. భైరవ ఆమెకు ఆసరా ఇచ్చి పట్టుకున్నాడు. మహిమ తలెత్తి అతడి వైపు చూసింది. అతడిలో ఏ భావమూ లేదు.

"థాంక్యూ భైరవ... కానీ, నాకు ఎవరి సాయం అక్కర్లేదు... నేను నడవ గలను.." అంటూనే మళ్ళీ తూలింది.

ఈ సారి ఆమె నడుం చుట్టూ పొదివి పట్టుకున్నాడు.

"ఏమైంది నాకు...? నేనెందుకు నడవ లేక పోతున్నాను..?" మాటలు తడబడుతుండగా అడిగింది.

"ఏమీ కాలేదు... నీకు కాక్ టైల్ తాగటం మొదటి సారి అనుకుంటా.. ప్రశాంతంగా నిద్రపో.. తెల్లవారే సరికి దిగిపోతుందిలే."

"వాట్..? యు ఆర్ మిస్టేకన్.. నేను ఎలాంటి డ్రింక్స్ తీసుకోలేదు"

"నాకు తెలుసు..."

"యు నో అబౌట్ మి రైట్..?. నేను ఆల్కహాలిక్ కాను"

"ఎస్..ఎస్.. ఐ నో" అంటూ ఓదార్చినట్టు ఆమె భుజం తట్టి ముందుకు నడిపించాడు.

ఈ సారి ఆమె కాళ్ళు అసలే సహకరించ లేదు.

దీంతో ఆమెను తన వైపు తిప్పుకుని రెండు చేతులతో పైకి ఎత్తుకుని మోసుకుంటూ వెళ్ళ సాగాడు.

"ఏయ్ భైరవ.. ఎందుకు ఎత్తుకున్నావ్...? నేను చిన్నపిల్లనా...?"

అంటున్న మహిమ ఊపిరి నుంచి వెలువడుతున్న మరిజువానా మత్తు మందు సువాసన అతడిని మరులు గొలుపుతోంది. అతడి ఎడదపై వాలిన ఆమె ఎద పొంగుల సుతి మెత్తని రాపిడి అతడి పురుషత్వానికి సవాల్ విసురుతోంది. ఈ దృశ్యాలన్నీ బంధిస్తూ ఒక యాషికా కెమెరా క్లిక్ మంటోంది. మత్తు మందు ప్రభావంతో శరీరం పూర్తిగా అదుపు తప్పుతోన్న మహిమ అరమోడ్పు కళ్ళు ఈ కుట్రను పసిగట్ట లేకపోయాయి.

మహిమను ఆమె రూంలోకి చేర్చి బెడ్ పై పరుండబెట్టాడు. తలుపు వేసివచ్చి ఆమె పక్కన పడుకున్నాడు.

జరుగుతున్న దారుణం ఏమిటో ఆమెకి తెలిసి వస్తోంది కానీ, మత్తు ప్రభావంతో ప్రతిఘటించలేక పోతోంది. ఆమె వలువలు ఒక్కొక్కటి ఒలుస్తూ అందిన చోటల్లా పెదాలు రాస్తున్నాడు.

"మిస్టర్ భైరవ.. ప్లీజ్ గో అవే.. నువ్వు చేస్తోంది తప్పు..

నేను నిన్ను ఎన్నటికీ క్షమించను... ప్లీజ్.. ప్లీజ్.. డోంట్ డూ దిస్ టుమి"

మాటలు ఇంకా ఇంకా తడబడుతున్నాయి. మారిజువానా ప్రభావంతో ఆమెలో ఇంకా ఇంకా నిస్సత్తువ ఆవరిస్తోంది.

కొద్దిసేపటికి భైరవ ఆమెను పూర్తిగా ఆక్రమించుకున్నాడు.

నాలుగు గోడల మధ్యన ఒక ఘోరం జరిగిపోయింది. ఒక స్త్రీత్వం నలిగి పోయింది. ఒక అభి'మానం' మంటకలిసింది. పురుషాహంకారపు కర్కశ కండకావరం కింద ఒక లాలిత్యం నలిగిపోయింది. ఒక సౌ'కుమార్యం' వసివాడి పోయింది.

✦ ✦ ✦

తెలతెల వారుతోంది.

మహిమకు మరిజువానా మత్తుమందు తాలూకు ప్రభావం తగ్గిపోయింది. దాంతో పాటు నిద్ర మత్తు కూడా వదిలిపోయింది. ఎవరో కొట్టినట్టుగా ఉలిక్కిపడి లేచింది. కళ్ళు తీవ్రంగా మండుతున్నాయి. కళ్ల ముందర వాస్తవాలు కనిపిస్తున్నాయి. తన స్థితిని పరిశీలించి చూసింది.

తన దుస్తులు చెదిరి ఉన్నాయి. బెడ్ షీట్ నలిగిపోయి ఉంది. మెల్ల మెల్లగా ఆమెకు జరిగిన ఘోరం అర్థం అవుతోంది. స్పృహ సరిగ్గాలేని సమయంలో తనపై భైరవ లైంగిక దాడి చేశాడు. తన ప్రమేయం లేకుండా తనను దారుణంగా అనుభవించాడు.

వాడు ఇంత నీచుడా?

అయినా ఇది ఎలా జరిగింది..? తన శరీరం తన స్వాధీనంలో లేకుండా పోవడం ఏమిటి..? ఒక కుటిల పురుషుడి నుంచి తననుతాను రక్షించుకోలేక పోయిన బేల స్థితిలో తానుందా?

ఎందుకు ప్రతిఘటించలేక పోయింది. ఆలోచించే కొద్దీ ఆమె తల పోటెత్తి పోతోంది.

మెదడులో నరాలన్నీ చిట్లి పోయేలా ఉన్నాయి.

ఏదో జరిగింది.. తనపై ఒక ప్రణాళిక ప్రకారమే కుట్ర జరిగింది.

ఆమెకు మొత్తం లీలగా జ్ఞాపకం వస్తోంది.

తాను స్విమ్మింగ్ రేస్ లో పాల్గొనటం.. అలసి పోయిన తనకు భైరవ ఒక ఎనర్జీ డ్రింక్ ఇవ్వటం.. రుచిలో తేడా ఉన్నా తాను కళ్ళు మూసుకుని త్రాగేయటం.. ఆ తర్వాత డిన్నర్ సమయానికి తన శరీరం స్వాధీనం తప్పటం....

అన్ని సంఘటనలూ ఆమెకు గుర్తుకు వచ్చాయి...

ఎస్.. ఆ ఎనర్జీ డ్రింక్‌లో ఏదో మత్తు మందు కలిపి ఇచ్చాడు. ఒక క్రూర మృగం వలలో తాను పడింది. అది తన తనువునూ, మనసునూ నిలువెల్లా గాయ పరిచింది.

తనను కట్టుకున్న వాడికి మాత్రమే సమర్పించుకోవాలని ప్రతి యువతీ కలలు కనే అపురూప సంపదను ఒక గుంట నక్క మాటేసి దోచేసింది..

ఇప్పుడేమిటి చెయ్యడం?

ఆ గుంటనక్కని వేటాడి చంపడమా లేక తనదారికి వదిలెయ్యడమా..? తాను పాటించాల్సిన సూత్రం ఏమిటి? మహిమ లేచి కిటికీ తెరిచింది. సూర్యోదయం కాబోతున్నట్లు గుర్తుగా పక్షులు అటూ ఇటూ ఎగురుతూ కిలకిలారావాలు వినిపిస్తున్నాయి.

తనకు ఇంత అన్యాయం జరిగితే ప్రకృతి ఏ మాత్రం ప్రకోపించడం లేదేమిటి..?

తన సహచరులందరూ అప్పటికే బీచ్ వద్దకు చేరి తొలి భానుడికి స్వాగతం పలికేందుకు కూర్చొని ఉన్నారు. ఈ దారుణం గురించి వాళ్ళకు తెలియదా..! ఒకవేళ తెలిసినా ఎవరికి పట్టనట్టు ఉన్నారా..?

దీనర్థం ఏమిటి ...?

తనకు జరిగిన ఈ ఘోర కలి వల్ల ప్రకృతి స్తంభించి పోలేదు...

ఒక పక్క అలలు ఎగస్తూనే ఉన్నాయి. మరో పక్క పక్షులు ఎగురుతూనే ఉన్నాయి.

ఒక పక్కన సూర్యుడు ఉదయిస్తూ ఉన్నాడు. ఆ ఉదయించే సూర్యుడిని గౌరవిస్తూ మరో పక్కన చంద్రుడు నిష్క్రమిస్తూ ఉన్నాడు. ఈ వింతలన్నీ చూసి ఎంజాయ్ చేసేందుకు తన సహచరులు బీచ్ ఒడ్డునే కాచుకొని ఉన్నారు. వారికి తెలిసినా తెలియక పోయినా తన కోసం అంటూ ఏదీ ఆగలేదు.

ఎవరి కోసం ఎవరూ ఆగరు. ఎవరి జీవితాలు వారివి. ఎవరి కష్ట నష్టాలకు వారే బాధ్యులు. ఎవరికి వారు చక్క దిద్దుకోవాలి. ఎవరికి అన్యాయం జరిగిందో వారే న్యాయం కోసం పోరాటం చెయ్యాలి.

ఇది నగ్న సత్యం....

మహిమకు అక్కడ నొప్పిగా అనిపించి బాత్ రూం వెళ్ళింది.

తన ప్రమేయం ఉన్నా లేకున్నా తనకు మలినం అంటింది.

మురికిని వదిలించుకున్నాకే కర్తవ్యం గురించి ఆలోచించాలి.

ఒక్క స్నానంతోనే ఆ మురికి వదిలిపోయింది. కానీ, తన మనసును చిత్ర వధ చేస్తున్న ఆలోచనల సంగతేమిటి? దహించి వేస్తున్న ప్రతీకార జ్వాలల మాటేమిటి?

ఒక నిశ్చయానికి వచ్చి రిసార్ట్స్ బయటకు నడిచింది.

బీచ్ ఒడ్డున అందరూ సూర్యోదయం తిలకిస్తూనే ఉన్నారు. భైరవ అక్కడ లేడు. అతడి రూం మేట్ హేమనాథన్ మహిమను వింతగా తేరిపారా చూశాడు. అతడు అలా ఎందుకు చూశాడో మహిమకు తెలుసు. అక్కడ నుంచి ఆమె నేరుగా భైరవ రూం వైపు నడిచింది. తలుపు దగ్గరికి వేసి ఉంది. తెరుచుకుని లోనికి వెళ్ళింది. లోపల నుంచి గడియ వేసింది. ఒంటరిగా గాఢ నిద్రలో ఉన్నాడు భైరవ. ఇంటర్కాం కోసం బిగించిన టెలిఫోన్ కేబుల్ లాగింది. అతడి రెండు చేతుల్ని లాఘవంగా వెనక్కి లాగి మంచం తలకోడుకు బంధించింది.

దీంతో భైరవ ఉలికిపాటుగా నిద్ర లేచాడు. మహిమను అక్కడ చూసి భయ కంపితుడయ్యాడు. గట్టిగా అరవబోయాడు. వెంటనే మహిమ అతడి నోట్లో చేతి రుమాలు కుక్కేసింది. అతడి రెండు కాళ్ళను తన పాదాలతో తొక్కి పట్టింది.

"యూ కల్చర్లెస్ క్రూక్... డర్టీ యానిమల్..." అని అరుస్తూ... చెప్పు తీసుకొని చెంపలు రెండూ వాయించ సాగింది.

ఈ క్రమంలో ఆవేశంగా రొప్పుతూ ఆమె పెడుతున్న కేకలు రిసార్ట్ అంతటికీ వినిపిస్తున్నాయి. హెూటల్ సిబ్బందితో పాటు మహిమ టూర్ మేట్స్ అందరూ అక్కడికి పరుగెట్టుకు వచ్చారు. కిటికీలోంచి లోపల జరుగుతున్నది చూసారు. బయట నుంచి తలుపులు దబ దబ బాద సాగారు.

దీంతో మహిమ తలుపు వైపు చూసింది. తలుపు పక్కనే ఉన్న టీపాయ్ పై ఒక ట్రేలో కొన్ని ఆపిల్స్ తో పాటు ఒక చాకు కనిపించింది.

మహిమ వెళ్లి ఆ చాకు చేత బట్టింది.

"మహిమా.. డోర్ తెరు.." అని అందరూ మొత్తుకుంటున్నా వినలేదు.

కిటికీ దగ్గరికి వెళ్లి చాకు పైకి చూపుతూ చెప్పింది.

"మీరేం వర్రీ అవొద్దు.. అతడిని నేను చంపను. జీవితంలో మళ్ళీ ఇంకో ఆడబిడ్డ జోలికి రాకుండా శిక్షిస్తా.. అంతే.." అంటూ కిటికీ తలుపులు దడేల్న మూసి లోపలి నుంచి గడియ పెట్టింది.

అందరిలోనూ ఒకటే టెన్షన్.. ఇద్దరి మధ్య ఏం జరిగింది..?

కత్తితో అతడిని ఏం చేయబోతోంది.?

ఈ లోపల సిబ్బంది ఆ తలుపును మూకుమ్మడిగా తోయడంతో గడియ చిలుకు ఊడి వచ్చింది. తలుపులు తెరిచేసరికి చాకు చేత పట్టుకొని అతడి ఎదురుగా నిలబడి ఉంది. అతడు ప్రాణ భయంతో గింజుకులాడు తున్నాడు. రెండు కాళ్ళు టప టప అల్లాడిస్తూ ప్రతిఘటిస్తున్నాడు.

చాకుతో ఆమె ఏం చేయాలనుకుంటున్నదీ వారికి అర్థం అయిపోయింది. అందరూ వెళ్లి ఆమె చేతులు, భుజాలు పట్టుకుని వెనక్కి లాగేశారు. మహిమ ఆవేశం చల్లారలేదు.

"నాకు అడ్డు రాకండి. వీడు ఏం చేశాడో తెలుసా..?" అని అరుస్తూ ఊగి పోయింది.

హొటల్ సిబ్బంది ఆమె చేతిలో చాకును మెల్లగా తీసేసుకున్నారు.

అమ్మాయిలు వచ్చి మహిమను శాంతపరుస్తూ సోఫాలో కూర్చోబెట్టారు.

"ఏమైంది మహిమా..? రాత్రి డిన్నర్ దగ్గర మీ ఇద్దరూ కలిసి మాట్లాడుకున్నారు కదా..?

దీంతో మహిమ మళ్ళీ ఉగ్రరూపం దాల్చి అన్నది.

"దిస్ డర్టీ రోగ్ నన్ను రేప్ చేశాడు. అంటూ అవేశంతో రొప్ప సాగింది.

హొటల్ సిబ్బంది భైరవ దగ్గరికి వెళ్లి చేతి కట్లు విప్పేశారు. అతడి ముఖం నుంచి భయం ఇంకా వీడిపోలేదు.

"ఏం జరిగింది సార్..?" అని అడిగారు.

మహిమ అతడి నోట్లో కుక్కిన చేతి రుమాలు బయటకు తీసి గట్టిగా అరిచాడు.

"ఆమె డ్రగ్ అడిక్ట్... ఒక మానసిక రోగి.. సెక్స్ కోసం నన్ను ఒత్తిడి చేసింది. ఒప్పుకోనందుకు నన్ను ఇలా కట్టేసి చంపబోయింది. లక్కీగా మీరు వచ్చి కాపాడారు"

అతడి ఆరోపణలకు టూర్ మేట్స్, హొటల్ సిబ్బంది షాక్ తిన్నారు... వారితో పాటు మహిమ కూడా...

అందరూ మహిమ వైపు వింతగానూ, భయంగానూ చూశారు.

హోటల్ సిబ్బంది ఇచ్చిన సమాచారం మేరకు మహాబలిపురం పోలీసులు వచ్చారు. రెండు వైపులా ఫిర్యాదులు తీసుకున్నారు.

భైరవ ఇచ్చిన ఫిర్యాదుకు ప్రత్యక్ష సాక్షుల సపోర్ట్ ఉంది. భైరవ చేతులు కట్టేసి ఉండటం, పండ్లు కోసే చాకుతో ఆమె అతనిపై దాడి చేయటం.. దాదాపు అందరూ చూశారు. పైగా అక్కడి దృశ్యాలు కూడా పోలీసులు వచ్చేంత వరకూ చెరిగి పోలేదు.

ఇక మహిమ ఫిర్యాదుకు వస్తే.. ఆమె చెప్పేదాంట్లో ఒకదానికొకటి పొంతన లేదు. వినేవారికి అదొక కాకమ్మ కథలా ఉంది.

ఆమె రూంకు ఇరువైపులా రూమ్స్ ఉన్నాయి. ఆమె సహచరులే ఉన్నారు. ఒక మాదిరిగా అరిచినా పక్క రూం కు వినిపిస్తుంది.

ఆమె ఆరోపించినట్లు గా భైరవ వచ్చి రేప్ చేస్తుంటే ఎందుకని గట్టిగా అరిచి కేకలు పెట్టలేదు..?

అర్థరాత్రి ఎప్పుడో రేప్ జరిగితే తెల్లవారే వరకు ఎందుకు మిన్నకుండి పోయింది..?

ఆమె అనుమానిస్తున్నట్లుగా భైరవ ఆ ఎనర్జీ డ్రింక్‌లో మత్తు మందు కలిపి ఉంటాడు అనేది కూడా కరెక్ట్ అనిపించడం లేదు. ఎందుకంటే దాదాపు అదే సమయంలో కళానిధికి కూడా భైరవ ఎనర్జీ డ్రింక్ ఇచ్చాడు. అతడికి లేని ప్రభావం ఈమెకు మాత్రమే ఎందుకు ఉంది..?

సందేహమే లేదు.. ఈమె ఒక డ్రగ్ అడిక్ట్... తనపై ఎవరో రేప్ చేస్తే తీరిగ్గా స్నానం చేసి బట్టలు మార్చుకుంటుందా..!

వాస్తవానికి ఆ సంఘటన నిగ్గు తేల్చేందుకు అక్కడికొచ్చిన ఇన్స్పెక్టర్ విశ్వనాథన్‌కు ఏ రకంగానూ మహిమ ఆరోపణల్లో నిజాయితీ కనిపించలేదు. సీన్ అఫ్ ది యాక్షన్ వద్ద అతడు మొట్ట మొదట తీసుకున్న స్టేట్‌మెంట్ హేమనాథన్ ది. అతడు చెప్పిన ప్రకారం వారిద్దరూ ఎప్పటినుంచో లవర్స్. తరుచూ బీచ్ ల్లోనూ, లాడ్జిల్లోనూ కలుస్తూ ఉంటారు.

ఏ పోలీస్ అధికారికైనా తమ ఇన్వెస్టిగేషన్ లో ఇలాంటి మొదటి సాక్షి ప్రభావం ఉంటుంది. ఇక ఆ ఇన్స్పెక్టర్ మైండ్ లో ఒకటే ఫిక్స్ అయిపోయింది. అదేమంటే...

డ్రగ్స్ సేవించి మహిమ చాలా పొద్దుపోయాక డిన్నర్‌కు వచ్చింది. భైరవ తన ప్రియురాలికి ఆసరా ఇచ్చి తోడ్కొని వెళ్ళాడు. అర్థరాత్రి మహిమ రూంలో వాళ్లిద్దరూ ఇష్ట పూర్వకంగా సెక్స్‌లో పాల్గొన్నారు. ఆ తర్వాత భైరవ తన రూంకి వచ్చి నిద్రపోయాడు. డ్రగ్ ప్రభావంలో ఉన్నందున ఆమెకు తెల్లవారుజామున మళ్ళీ కోరికలు

చెలరేగాయి. ఫ్రెష్‌గా స్నానం చేసి భైరవ రూంకు వచ్చి అతడిని బలవంత పెట్టింది. సూర్యోదయం చూసేందుకు అందరూ అప్పటికే మేల్కొని ఉన్నారు కాబట్టి ఆమె కోరిక తీర్చేందుకు అతడు అంగీకరించలేదు. ఇక్కడి నుంచి వెళ్ళిపో అంటూ ఆమెను తోసేసాడు. ఆమె సరే అంటూ నమ్మించి టెలిఫోన్ తీగ లాగి అతడి రెండు చేతులను వెనక్కి కట్టేసింది. ఆపై అతడిపై వాలి.. నా కోరిక తీరుస్తావా లేక కత్తితో పొడిచెయ్యనా అంటూ బెదిరించ సాగింది. ఈలోగా హెూటల్ సిబ్బంది వచ్చి అతడిని రక్షించారు..

అక్కడ నమోదైన ఎఫ్.ఐ.ఆర్‌కు ఆ గంట సేపట్లో ఇన్స్పెక్టర్ చేసిన ఇన్వెస్టిగేషన్ సారాంశం ఇది.

పై అధికారులు గనుక ఒత్తిడి చేస్తే అప్పటికప్పుడే ఛార్జ్ షీట్ కూడా ఫైల్ చేసేలా ఉన్నాడు.

ఆడమనిషి పై ఒక్కసారి చులకన భావం కలిగితే ఆమె బాధితురాలు అని తేలినా సరే సమాజం సానుభూతి చూపదు.

భైరవ తండ్రి స్వయంగా రంగ ప్రవేశం చేశాడు.

ఇంకేముంది..? ధన స్వామ్యపు నీడలో వ్యవస్థలన్నీ 'అద్భుతం'గా పని చేశాయి. డ్రగ్ అడిక్ట్ అయిన ఒక సైకో యువతి బారినుంచి అతడిని రక్షించాయి.

✦ ✦ ✦

చెంగల్పట్టు జిల్లా ఆసుపత్రిలో మహిమకు మెడికల్ టెస్టులు నిర్వహించారు. ఆమెను ఇంకా మేజిస్ట్రేట్ ముందు హాజరు పరుచలేదు. అసలు కేసు కట్టారో లేదో కూడా తెలియదు.

మహిమ చెంగల్పట్టు జిల్లా పోలీసుల అదుపులో ఉండంగానే ఆమె తండ్రి తిరుచ్చి నుంచి చెన్నైకి తిరిగి వచ్చేశాడు. విషయం తెలుసుకుని గాబరా పడుతూ చెంగల్పట్టు చేరుకున్నాడు. స్టేషన్లో ఒక దోషిగా కూర్చొని ఉన్న కూతుర్ని చూసి ఆ తండ్రి హృదయం తల్లడిల్లింది. ఆమెపై ఆరోపించబడ్డ నేరం సామాన్యమైంది కాదు. తమిళనాడు చరిత్రలో ఎవరూ ఎప్పుడూ కనీ వినీ ఎరుగనిది.

తాను ఆమె తండ్రిని అని చెప్పగానే అందరూ తననో వింత జంతువులా చూస్తున్నారు. మహిమను సమీపించి ఆప్యాయంగా తల నిమిరాడు.

అంతే... తండ్రి గుండెలపై వాలిపోయింది. వెల్లువలా ఉబికి వస్తున్న కన్నీటితో ఆమె వేదనా భారం దించుకుంది. ఆయన తన కూతురిని ఒక్క ప్రశ్న కూడా అడగలేదు.

కొద్ది సేపు గడిచాక ఆమె తన తల పైకెత్తి తండ్రి ముఖంలోకి చూసింది.

"నన్ను క్షమించు నాన్నా " అడిగింది ఆర్ధ్రంగా.

"ఎందుకమ్మా.. నువ్వేం తప్పు చేశావని క్షమాపణ కోరుతున్నావ్..?"

"నేను తప్పు చేశాను నాన్నా.."

"ఏంటమ్మా.. ఏం మాట్లాడుతున్నావ్ నువ్వు..?"

" మొట్టమొదటిసారి నీ పర్మిషన్ లేకుండా ఒక ప్రైవేట్ టూర్‌కు వచ్చాను."

"అది నీ కన్నతండ్రికి నువ్వు ఇవ్వాలి అనుకున్న గౌరవం అంతే... నేను అందుబాటులో ఉండి ఉంటే, నన్ను పర్మిషన్ అడిగే దానివే కదా..! నువ్వు ఎవరినో నమ్మి వారి వెంటవచ్చి మోసపోయావ్.. ఇందులో నీ తప్పు ఏముంది..?"

"అదే నేను జీవితంలో చేసిన అతి పెద్ద పొరపాటు.. దాని ఫలితమే ఇది నాన్నా " అంటూ తల దించుకుంది.

ఇది చూసి ఆయన మరింత చలించి పోయాడు. ఆమె చుబుకం పట్టుకుని తల పైకి నిలిపాడు. ఆమె కళ్లలోకి చూస్తూ చెప్పాడు.

"నువ్వెందుకమ్మా తల దించుతావ్..? ఎప్పుడైనా ఎక్కడైనా తప్పు చేసిన వాడే తల దించుకోవాలి... సమయపురం మారియమ్మ వర ప్రసాదం నువ్వు.. నిన్ను కష్టపెట్టిన ఆ నీచుడి ఆనందం స్వల్ప కాలమే. దీనికి ప్రతిఫలం అనుభవించి తీరుతాడు. సరైన సమయంలో సరైన శిక్ష వాడికి పడుతుంది. నీవు మాత్రం నీ లక్ష్యసాధన పైనే దృష్టి పెట్టు "

తండ్రి మాటలు ఓదార్పు గానూ, స్ఫూర్తి దాయకం గానూ అనిపించి ఉపశమనం పొందింది మహిమ.

ఏదో అనుమానం వచ్చి తండ్రిని అడిగింది.

"నాన్నా.. ఈ విషయం అక్క వాళ్ళకు తెలుసా..?

"లేదమ్మా... చెన్నై కి వచ్చాకే కదా నాక్కూడా తెలిసింది.! టి.ఎన్.సి.ఏ పరువు పోతుంది అని ఈ వార్త మీడియాకు ఎక్కకుండా మేనేజ్ చేశారట."

ఆ మాటలు విన్న మహిమ రిలాక్స్ అయింది.

"నువ్వు అధైర్య పడొద్దు తల్లీ... జీవితం అంటేనే పోరాటం.

ఎలాంటి ఉపద్రవాన్ని అయినా ఎదుర్కొనే మానసిక స్థైర్యం నీకుంది... నా ఆశీస్సులు నీకు ఎప్పుడూ ఉంటాయి." అని మహిమ భుజం తట్టాడు.

"నువ్వు ఇక్కడే ఉండు. నేను ఒక లాయర్ తో మాట్లాడి వస్తా.."

అని చెప్పి ఆయన అక్కడి నుంచి కదిలాడు. స్టేషన్ గుమ్మం దాటుతూ ఒక్కసారి వెనక్కి తిరిగి మళ్ళీ కూతురి వైపు దీర్ఘంగా చూశాడు.

అలా తన వైపు చూస్తూ వెళ్లిన తండ్రి ముఖం మహిమ మనోఫలకం పై చిరస్థాయిగా ఉండిపోయింది.

మహిమ అలా చూస్తుండగానే ఆమె తండ్రి శంకరన్ కనుమరు గయ్యాడు. రెండు రోజులుగా మహిమ అప్రకటిత రిమాండ్‌లో ఉంది. పోలీస్ అధికారులు ఆమె ఫోటో ఎన్నోసార్లు పత్రికల్లో చూసారు. ఆ రకంగా ఆమె కేసు పట్ల పోలీసులకు ఎంతో ఆసక్తి ఉంది.

జిల్లా ఎస్.పి. రాజ మాణిక్కంకు ఈ కేసు పెద్ద తలనొప్పిగా ఉంది. ఇన్స్పెక్టర్ తయారు చేసిన నేర అంగీకార పత్రం పై మహిమ సంతకం పెట్టడం లేదు. అసలు ఆమె దేనికీ భయపడటం లేదు. తనపై తప్పుడు కేసు పెట్టారు అని బల్ల గుద్ది చెబుతోంది. పై స్థాయి ఒత్తిళ్ళతో భైరవను ఎప్పుడో వదిలి పెట్టారు. మహిమను మాత్రమే ముద్దాయి చేయాలంటే ఆమె ఫిర్యాదును బుట్ట దాఖలు చెయ్యాలి. మేజిస్ట్రేట్ ముందు ప్రవేశ పెట్టినప్పుడు ఆమె తన ఫిర్యాదు గురించి చెబితే తాము ఇరుక్కోవాలి.

ఒక మంత్రి స్వయంగా ఫోన్ చేసి భైరవపై కేసు లేకుండా చూడమంటాడు. టి.ఎన్.సి.ఏ. సెక్రటరీ కాల్ చేసి ఈకేసు ముందుకు వెళితే మీడియా దృష్టిలో పడుతుందనీ అప్పుడు బీసీసీఐ నుంచి తమకు పెద్ద ఎత్తున తలనొప్పులు వస్తాయి అని రిక్వెస్ట్ చేస్తాడు.

ఆ మంత్రికి సహకరించక పోతే తనను లూప్ లైన్‌లో వేయించినా వేయిస్తాడు. చివరికి ఒక నిర్ణయానికి వచ్చాడు రాజ మాణిక్కం. మహిమ మెడికల్ రిపోర్ట్స్ బట్టి ఛార్జ్ షీట్ ఫైల్ చేసి మేజిస్ట్రేట్ ముందర హాజరు పరిచేదే బెటర్. ఆ మేరకు రిపోర్ట్స్ త్వరగా తెప్పించే ఏర్పాటు చూడమని ఇన్స్పెక్టర్‌ను ఆదేశించాడు.

✦ ✦ ✦

శంకరన్ స్టేషన్ దాటి బయటకు వచ్చాడు. స్కూటర్ తీసి తనకు తెలిసిన లాయర్ ఇంటి వైపు నడప సాగాడు. కూతురికి ధైర్యం చెప్పి వచ్చాడే గానీ ఆయన మనసంతా ఆందోళనగా ఉంది.

ఆయన మనో ఫలకం పై తన చిన్నారి మహిమ మెదిలింది. రెడ్డియాపట్టి లో వ్యవసాయం చేసే రోజుల్లో ఎట్టక్కపట్టి చెరువులో నాలుగేళ్ల మహిమ చక చకా ఈత కొడుతూ చాలా లోపలికి వెళ్లిపోయేది. నీళ్లలో తేలియాడటం అంటే తనకు ఎంత ఇష్టమో..! ఎంత పిలిచినా ఒక పట్టాన బయటకు వచ్చేది కాదు. శివకాశిలో ఉండగా తప్పిపోయింది. దాదాపు ఆశలు వదులుకున్న సమయంలో కష్టాలెన్నో మోసి తిరిగి వచ్చింది కానీ కన్నతల్లికి దూరమైంది.

తల్లి లేని పిల్లలను పైకి తెచ్చేందుకు తాను ఎంత శ్రమించాడో..!

క్రికెట్ కోసం తన కూతురు అంతకన్నా ఎక్కువే శ్రమించింది. క్రికెటే తన ప్రపంచం అనుకుని నిరంతరం మైదానాల్లోనే గడిపింది. అందుకోసం ఎన్ని ఆనందాలను వదులుకుందో..! ఆమె కఠోర శ్రమకు ఫలితం దక్కబోతుంది అని అందరమూ మురిసిపోతున్న వేళ ఇప్పుడు ఈ ఘోర దురంతం.. ఎలా భరిస్తుందో ఏమో...!

ఆయన అలా పరధ్యానంలో వెళ్తుండగా.. ఒక ట్రక్ వచ్చి స్కూటర్‌ను ఢీ కొట్టింది.

✦ ✦ ✦

మెడికల్ మరియు ఫోరెన్సిక్ రిపోర్ట్లు వచ్చాయి.

మహిమ భుజాలపై గోటి గిచ్చుళ్ళు ఉన్నాయి. ఆమె మర్మస్థానం లోపల మెంబ్రేన్ టేర్ ఉంది. మహిమ యూరిన్‌లోనూ, అలాగే బీచ్ వద్ద భైరవ ఇచ్చిన రెండు ఎనర్జీ డ్రింక్ బాటిల్స్‌లో ఒకదానిలో మాత్రమే మారిజువానా మత్తు మందు అవశేషాలు ఉన్నాయి. తాము ఆధారపడిన సాక్ష్యాలకు పూర్తిభిన్నంగా మెటీరియల్ ఫాక్ట్స్ ఉన్నాయి. అని పోలీసులకు అర్థమైంది.

మారిజువానా మత్తు మందుకు ఉన్న ప్రత్యేక లక్షణం వల్ల మెదడు ఒక ప్రత్యేక ప్రపంచంలోకి వెళ్తుంది. నాడీ వ్యవస్థ స్థంభించిపోతుంది. శరీరంలో ప్రతిఘటనా శక్తి నీరసిస్తుంది.

దీన్ని బట్టి మహిమ చెబుతున్న దాంట్లోనే నిజముంది అని తేలిపోయింది. ఇప్పుడేం చెయ్యాలి?

స్టేషన్ రైటర్ వచ్చి ఎస్.పి.కి సెల్యూట్ చేశాడు.

“మహిమ ఫాదర్‌కు యాక్సిడెంట్ అయింది. స్పాట్ డెడ్ సార్..”

“వాట్.?” అని అరిచాడు.

ఎస్.పి. ముఖం పాలిపోయింది.

తన చాంబర్ బయట ఒక బెంచ్ పై తలవంచుకుని కూర్చొని ఉన్న మహిమ పట్ల ఎంతో సానుభూతిగా చూసాడు.

ఎస్.పి, సీఐ లకే కాదు.. ఎవరికీ ఆ కేసు లోతుపాతులు తీయాలి అనిపించ లేదు. జరిగిందేమిటో అందరికీ స్ఫటిక సదృశ్యంగా అర్థం అయింది. ఈ కేసు ఫైల్ ను విజయవంతంగా అటక ఎక్కించారు.

✦ ✦ ✦

తండ్రి ఆకస్మిక మృతి నుంచి కోలుకునేందుకు మహిమకు చాన్నాళ్లు పట్టింది. ఆమె తిరిగి అకాడమీ దగ్గరికి వెళ్లేసరికి పరిస్థితులు వేరుగా ఉన్నాయి. చీఫ్ కోచ్, కార్యదర్శిలు ఇద్దరూ మారిపోయారు. భైరవ జాతీయ జట్టుకు సెలెక్ట్ అయ్యాడు. తమిళనాడు తరుపున కొత్త సెలబ్రిటీ అవతరించాడు.

దాదాపు అదే సమయంలో ప్రకటించిన మహిళా క్రికెట్ జాతీయ జట్టులో మహిమ పేరు లేదు. ఆమె పేరు పరిశీలనకు కూడా రాలేదు. ఎవరైనా ప్లేయర్‌ను జాతీయ జట్టుకు పరిగణించాలి అంటే సంబంధిత రాష్ట్ర బోర్డు ఎన్.ఓ.సి. ఇవ్వాలి. అలాగే కాండక్ట్ సర్టిఫికెట్ విధిగా ఇవ్వాలి. మహిమకు టి.ఎన్.సి.ఏ వాళ్ళు ఆ రెండు సర్టిఫికెట్స్ ఇవ్వలేదు.

దీంతో కొత్త కార్యదర్శితో మహిమ వాదనకు దిగింది.

"ఎందుకు సార్ నాకు ఇంత అన్యాయం చేశారు..?"

"మేము చేసిందేమీ లేదమ్మా... నువ్వే చేసుకున్నావ్.. ఒక డ్రగ్ అడిక్ట్‌ను జాతీయ జట్టుకు ఎలా సిఫార్సు చేస్తారు.? రాష్ట్రం పరువు పోదూ..?"

ఆయన మాటలకు మహిమ షాక్ తిన్నది.

"సార్.. నేను డ్రగ్ అడిక్ట్ అని ఎవరు నిర్ధారించారు..?"

"చెంగల్పట్టు ఆసుపత్రి నుంచి మెడికల్ రిపోర్ట్ తెప్పించి చూపాలా ఎట్లా..? "

"సార్ నాపై ఒక కుట్ర ప్రకారం డ్రగ్స్ ప్రయోగించారు. ఇన్వెస్టిగేషన్‌లో వెలుగు లోకి వస్తుంది. కానీ, పోలీసులు కేసు తొక్కిపెట్టేసారు. బోర్డు వాళ్ళు చొరవ తీసుకుని అసలు విషయం నిగ్గు తేల్చాల్సింది పోయి.. మీరేమిటి సార్ ఇలా ఆరోపిస్తున్నారు..? "

"నీపై 5 ఏళ్ల పాటు నిషేధం విధిస్తూ రాష్ట్ర క్రికెట్ బోర్డు తీర్మానం చేసింది " అంటూ ఆ కాపీ ని తెప్పించి చూపాడు.

దీంతో మహిమ నిలువెల్లా కంపించి పోయింది. తనపై నిషేధమా..!

కుర్చీలో అచేతనంగా కూర్చొని ఉండిపోయింది. కొద్ది సేపటికి తేరుకుని అడిగింది.

"సార్.. క్రికెట్ లో ఇంతవరకూ డోపింగ్ పరీక్షలే లేవు. అలాంటప్పుడు నాపై నిషేధం ఎలా విధిస్తారు ? "

"డోపింగ్ టెస్టులు ఉన్నాయా లేవా..! నువ్వు అందులో పట్టు బడ్డావా లేదా..! అనేది కాదు పాయింట్.. డ్రగ్స్ తీసుకోకుండా ఉండటం ముఖ్యం. ఒక క్రికెటర్‌కు ఉండాల్సిన కనీస నైతిక ధర్మం అది... నీ కాండక్ట్ బాగున్నప్పుడు బోర్డు వాళ్ళు నీకు

ఎంత సపోర్ట్ ఇవ్వాలో అంత ఇచ్చారు. ఇప్పుడు ఇది బోర్డు పరువుకు సంబంధించిన విషయం. నీపై చర్య తీసుకోక తప్పలేదు. మెజారిటీ బోర్డు సభ్యులు తీసుకున్న నిర్ణయం ఇది. నేనేం చెయ్యలేను. వెళ్ళమ్మా.. వెళ్లి ఏదైనా ఉద్యోగం చూస్కో"

మహిమ తీవ్ర నిరాశతో బయటకు వచ్చింది. కొత్తగా వచ్చిన చీఫ్ కోచ్, జూనియర్ కోచ్‌లు నెట్స్ నడుపుతున్నారు. మహిమ రాకతో అందరూ తలలు తిప్పి చూశారు. మళ్ళీ వాళ్ళ ప్రాక్టీస్ లో మునిగిపోయారు. మహిమ వెళ్లి నెట్స్‌కు ఒక పక్కగా కూర్చొని దీర్ఘంగా చూడసాగింది. ఈ క్యాంపులో ఇకపై తనకు ప్రవేశం లేదు అనే భావనే భారంగా ఉంది.

తన కిట్ తెరిచి బ్యాట్ బయటకు తీసింది. తాను వారం రోజుల పాటు కష్టపడి సాధించుకున్న ఎం.జి. మాగ్నం కంపెనీ బ్యాట్ అది. ఇదే బ్యాట్‌తో ఈ సీజన్‌లో అద్భుతమైన స్కోర్లు చేసింది. బ్యాట్‌ను ఒకసారి ఆప్యాయంగా ఒడిలోకి తీసుకుంది. మళ్ళీ నెట్స్ వైపు చూసింది. ఇప్పుడు క్రికెటర్స్ అస్పష్టంగా కనిపిస్తున్నారు. నెట్స్‌లో బంతి కదలికలు కూడా మసక బారుతున్నాయి. ఆమెకు అర్థం అయింది. తన కళ్ళు వర్షిస్తున్నాయి.

✦ ✦ ✦

అధ్యాయం - 9

ఇంతవరకూ చెప్పి బృహదీశ్వరి ఆగిపోయింది.

వింటున్న రిపుంజయ్ ఒక ట్రాన్స్‌లో ఉండిపోయాడు.

అతడి కళ్ళు అప్పటికే చెమ్మగిల్లాయి. హృదయం బరువెక్కిపోయింది. మేడం పట్ల అనురాగం, ఆరాధన వంటి అవ్యక్త మైన భావనలు అతడి మనసంతా ముప్పిరి గొన్నాయి.

అప్పుడే గుర్తొచ్చినట్టు అడిగాడు.

"ఇప్పుడు మణీయమ్మ ఎక్కడ ఉన్నారు.? "

ఇందుకు బృహదీశ్వరి చిరునవ్వు తో చెప్పింది.

"నేనే మణీయమ్మ ను. ఇంట్లో అలాగే పిలుస్తారు.

తంజావూరు బృహదీశ్వర స్వామి మా నాన్న గారికి ఇష్టమైన దైవం. ప్రతి ఏటా మమ్మల్ని తీసుకు వెళ్తాడు. నా జాతకం చూసిన అక్కడి పూజారి సలహాతో స్కూల్ లో నా పేరు మార్పించారు. "

"మీరు ఆయన కన్న కూతురు కాదని, తుఫాన్ లో దొరికిన బిడ్డ అని మీకు ఎలా తెలిసింది..? "

"ఈ విషయం నాకు పెళ్లి నిశ్చయం అయ్యేంత వరకూ తెలియదు. మా ఇద్దరి పెంపకంలో ఎక్కడా తేడా చూపలేదు. నా పెళ్లి చూపులప్పుడు పూజారి నా జాతకం అడిగారు. నాన్న ఎంతో భద్రంగా దాచి పెట్టి ఉంచిన జాతకం బయటకు తీశారు. నేను పుట్టిన సమయం బట్టి కాకుండా నేను వారికి దొరికిన సమయాన్ని బట్టి జాతకం రాసి ఇచ్చారట. దీనిపై చాలా చర్చ చేసి పెళ్లి ఖాయం చేశారు. ఆ తర్వాత మేము ప్రాధేయపడితే ఆయన మా కుటుంబ చరిత్ర మొత్తం చెప్పారు. నా కన్న తల్లిదండ్రులు ఎవరో ఎప్పటికీ తెలుసుకోలేను. కానీ, అంత గొప్ప తండ్రికి కూతుర్ని అయినందుకు నాకు ఎంత గర్వం గా ఉందో..!"

చెబుతున్న ఆమె కళ్లలో మెరుపు కనిపించింది.

"మేడంకు క్రికెట్ అంటే ప్రాణం కదా..! క్రికెట్ విడిచిపెట్టి ఎలా ఉండగలిగారు..?"

"బోర్డు విధించిన నిషేధం పై ఆమె న్యాయపోరాటం చేసింది. ఈ పోరాటంలో గెలిచింది కూడా. కోర్టు తీర్పు ప్రకారం కొన్ని నెలలకే నిషేధం ఎత్తేశారు. కానీ, తోటి ప్లేయర్స్ ఆమె కనిపిస్తే చాలు.. డోపీ మళ్ళీ వచ్చింది అంటూ గుస గుస లాడటం..

కోచ్‌లు ఆమెకు సరైన ప్రాక్టీస్ ఇవ్వక పోవడం చేసేవాళ్ళు. బోర్డు నుంచి కూడా ఏ మాత్రం సహకారం లేదు. క్రికెట్ అనేది బ్యాడ్మింటన్, టెన్నిస్ ఆటల్లాగా ఇండివిడ్యువల్ గేమ్ కాదు. టీం గేమ్... టీం సభ్యుల సహకారం లేకుండా ఏమీ చెయ్యలేం. క్రికెట్‌పై మెల్లగా ఆశలు వదులుకుంది.

తర్వాత మా నాన్న గారి వ్యాపారం అందుకుని బాగా సక్సెస్ అయింది. శివకాశి బాల కార్మికులకు పునరావాసం కల్పిస్తూ.. వారిని చదివిస్తూ.. తన సంపాదనలో సగం పైగా వారికోసం ఖర్చు పెడుతోంది.

ఎందరో పిల్లలకు ఆమె ఆరాధ్య దైవం.. నిజ జీవిత విజేత.. కానీ, ఆమె తన ప్రాణ సమానమైన క్రికెట్‌లో మాత్రం ఓడిపోయింది."

బృహదీశ్వరి మాటలను కట్ చేస్తూ రిపుంజయ్ అన్నాడు.

"లేదు.. మేడం ఓడిపోలేదు.. ఆట ఇంకా మిగిలి ఉంది" అంటూ లేచి నిలబడ్డాడు.

"సమయపురం ఇక్కడికి ఎంత దూరం..?" అడిగాడు రిపుంజయ్.

"దగ్గరే.. ఇక్కడికి 10 కి.మీ. కూడా ఉండదు. అమ్మవారిని దర్శించు కుంటావా..? నేను నీకు తోడుగా వస్తా " అంటూ బృహదీశ్వరి తన స్కూటర్ తీసింది.

అతడికి మొదటి నుంచి గుడులూ దేవతలు, దేవుళ్ళ పట్ల పెద్దగా ఆసక్తి లేదు. దేవుడు ఉన్నాడు అనో.. లేడు అనో ఎవరితోనూ వాదనకు దిగడు. అయితే, తనకు ఎంతో ప్రియమైన మేడం పుట్టుకను సమయపురం మారీయమ్మన్‌తో ముడిపెట్టారు. కాబట్టి, అమ్మవారిని ఒకసారి దర్శించుకోవాలి అన్న ప్రగాఢమైన కోరిక కలిగింది.

ఇద్దరూ సమయపురం చేరుకున్నారు. సమయం 6 గంటలు కావస్తోంది. సాయ రచ్చయ్(రక్ష) పూజ సమయం. బాగా రద్దీగా ఉంది.

బృహదీశ్వరి తన స్కూటర్ పార్కింగ్ చేసి వచ్చేలోగా రిపుంజయ్ స్పెషల్ టికెట్ కౌంటర్ వద్ద ఉన్నాడు.

వేగంగా వెళ్లి అతడిని వారించింది.

"స్పెషల్ టికెట్ వద్దు.. క్యూ లైన్ లో పోదాం "

"ఎందుకు వద్దు మేడం.?. రద్దీ ఎక్కువగా ఉంది కదా.?"

"అయినా పర్లేదు... సులభంగా దొరికే దర్శనంలో ఆనందం ఉండదు. గంటల కొద్దీ కష్టపడి క్యూ లైన్ దాటుకుని వెళితే.. అప్పుడు అమ్మవారి దర్శనం అపురూపంగా ఉంటుంది."

ఆమె చెప్పిన దాంట్లో ఎంతో వాస్తవం ఉంది అనిపించింది.

“సరే.. అలాగే కానివ్వండి “ అంటూ ఆమెతో పాటు క్యూ లైన్ వైపు నడిచాడు.

“మా నాన్న ఎన్నోసార్లు మమ్మల్ని తెచ్చి దర్శనం చేయించాడు. అమ్మవారిని ఎప్పుడు చూసినా కొత్తగా ఉంటుంది. అమ్మవారిని ఒక్కసారి చూసారంటే దుష్టులు కూడా తమ వక్ర బుద్ధి మార్చుకుంటారు”

ఆమె అలా చెప్పుకుంటూ పోతోంది. దాదాపు రెండు గంటలు గడిచాక అమ్మవారి దర్శనం దొరికింది.

విగ్రహ రూపాన్ని మనసుతో వీక్షించి కళ్ళు మూసుకున్నాడు రిపు. వెనుకే ఉన్న బృహదీశ్వరి తన చేతులతో పాటు అతడి చేతులను కూడా జోడించి “మొక్కుకో “ అంటూ చెవిలో చెప్పింది. చూసేవారికి ఇదంతా ఒక తల్లి తన చిన్నపిల్లవాడితో దేవతకు మొక్కించినట్లు ఉంది.

✦ ✦ ✦

మరునాడు ఉదయం తెల్లవారక ముందే రిపుంజయ్ మైలాపూర్ చేరుకున్నాడు. మేడం ఇంటి కాంపౌండ్‌లోకి మొదటిసారి అడుగు పెడుతున్నట్టు ఉంది. తన తండ్రి శంకరన్ గారు కొనిపెట్టుకున్న స్థలంలో మహిమ తన అభిరుచి మేరకు ఎంతో అపురూపంగా ఇల్లు కట్టుకుంది.

కాలింగ్ బెల్ కొట్టగానే మహిమ స్వయంగా తలుపు తీసింది. స్పోర్ట్స్ వేర్‌లో ఉంది. చెపాక్ స్టేడియంలో కోచింగ్ క్యాంపు కోసం వెళుతున్నట్టుంది. అధికారికంగా ఇప్పుడు ఆమె లెవెల్ 3 కోచ్. తన స్టూడెంట్ రిపుంజయ్ ఈ క్యాంపులో ఉన్నాడనో, రాలేదనో ఆమె గైర్హాజర్ కావడానికి లేదు.

రిపుంజయ్‌కి నిన్నటి వరకూ తెలిసిన మేడం వేరు. నిన్నటి దినం తాను తెలుసుకున్న మహిమ వేరు. వాకిట్లో నిలువెత్తున ఎంతో గంభీరంగా దర్శనం ఇచ్చిన మహిమను కళ్ళు విప్పార్చి అలాగే చూస్తుండిపోయాడు. మారీయమ్మన్ ప్రతిరూపమే తన ఎదురుగా ఉన్నట్లు అనిపించింది.

ఆమె గతజీవితం తాలూకు ఉద్విగ్న క్షణాలు అతడి కళ్ల ముందు మెదిలాయి. ఆమె జీవితం యావత్తు ముళ్ల బాట పైనే నడిచింది. అన్ని సవాళ్లను ఆమె అలవోకగా జయించింది. ధైర్యం, సాహసం, మానవత్వంతో పాటు మహోన్నతమైన వ్యక్తిత్వం మూర్తీభవించిన స్త్రీ మూర్తి ఈమె..!

ఆమె ఎదుట తాను నిలబడి ఉన్నాడు... ఆ క్షణంలో అతడికి భక్తి, ఆరాధన, ప్రేమ, వాత్సల్యంతో సమ్మిళతమైన అవ్యక్త భావన తనువెల్లా ఆవహించింది.

వేగంగా దగ్గరికి వెళ్లి ఆమె భుజం పై తల వాల్చాడు. మహిమ అతడిని మరింత దగ్గరికి తీసుకుంది. అతడి మనసు ఎందుకో తీవ్రంగా కలత చెంది ఉన్నట్టు ఆమెకు అర్థం అయింది. అనునయిస్తూ భుజం తట్టింది.

“ఏయ్ రిప్పూ.. ఏమైంది..? . గెట్ ఇన్ “ అంటూ లోపలికి దారి తీసింది.

రిప్పూ ఆ ఇంట్లోకి అడుగు పెడుతూ గతంలో ఎన్నడూ చవిచూడని అనుభూతికి లోనయ్యాడు.

“మేడం, నేను ఒక విషయం అడుగుతాను సూటిగా బదులివ్వండి..”

“అడుగు “

“మీరు నన్నెందుకు చేరదీశారు..?”

“ఇప్పుడెందుకురా ఆ ప్రశ్న..?”

“మేం తిరుచ్చిలో అనుకోకుండా ఒక రిహాబిలిటేషన్ సెంటర్‌కు వెళ్ళాం. మీ నాన్నగారి పేరుతో మీరే నడుపుతున్నారని తెలిసింది. ఎందరో అభాగ్యులు, అనాధలైన బాలకార్మికులను మీరు పోషిస్తున్నారు. కానీ, నాపై మీరు అందరికన్నా ఎక్కువ అభిమానం కురిపించారు. ఎందుకు?”

“ఎవరన్నారామాట..?”

“ఏమో నాకే అనిపించింది “

“అయితే విను... ఒక పిల్లవాడు బాల కార్మికుడుగా మారితే అతడి ఒక్కరి జీవితం మాత్రమే నష్టపోతాడు. కానీ, ఫ్యాక్షన్ బాధితుడి వల్ల ఊరు ఊరంతా అగ్గి రాజుకుంటుంది. అతడు లీడర్‌గా ఎదిగి రాజకీయ నాయకుడు అయిపోతే సొసైటీకి ఇంకా ప్రమాదం. ఊళ్లకు ఊళ్లే నాశనం అవుతాయి. అందుకే నిన్ను ఆ సాలెగూడు నుంచి తప్పించాలి అనుకున్నాను..”

ఆమె సమాధానంలో అతడికి స్పష్టత లేదు.

“నేను ఫ్యాక్షన్ బ్యాగ్రౌండ్ నుంచి వచ్చాను అని తెలియక ముందే నన్ను చేరదీశారు కదా.!”

“చేరదీయడం వేరు.. లక్ష్యం వైపు మళ్లించడం వేరు. నీకు ఒక విషయం తెలియదు. నేను మీ ఊరికి కూడా వెళ్లి వచ్చాను. నువ్వు ఫ్యాక్షన్‌లో కూరుకుపోయే అవకాశం ఉంది అని తెలిశాకే నీ లక్ష్యం నీకు గుర్తు చేశాను”

సోఫాలో కూర్చున్నాక అడిగింది.

“టూర్ ఎలా ఉంది...?”

"వెరీ ఎగ్జయిటింగ్ మేడం ... మీ కోసం మారియమ్మన్ ప్రసాదం కూడా తెచ్చాను"

"రియల్లీ..! సమయపురం వెళ్ళావా..?"

"ఎస్ మేడం..."

"అయితే పిలిగ్రిమేజ్ టూర్ అన్నమాట.. ఎంటర్టైన్మెంట్ ఏమీ లేదా..?"

"వెళ్ళాం మేడం... అక్కడ సూర్యోదయం చాలా బాగుంది "

"దట్స్ గుడ్... ఇంతకూ టూర్ ఎక్కడ...?"

"మహా బలిపురం" అన్నాడు ఆమె ముఖం పరీక్షగా చూస్తూ..

"మహా బలిపురం..?"

అతడు ఊహించినట్లుగానే ఆమె ముఖంలో రంగులు మారాయి. అది కొద్దిసేపే...

"ఓకే రిప్పూ.. ఫ్రెషప్ అయిపో.. నేను క్యాంపుకు వెళ్లి వచ్చేస్తా."

✦ ✦ ✦

ఆ సాయంత్రం మెరీనా బీచ్ ఇసుకలో ఇద్దరూ జాగింగ్ చేస్తున్నారు. అలసట తీర్చుకునేందుకు లైట్ హౌస్ అరుగు మీద కూర్చున్నారు.

"బెంగళూరు నేషనల్ క్యాంపులో నీ పెర్ఫార్మన్స్ చాలా బాగుంది. సౌత్ జోన్ క్రికెటర్స్ అందరి కన్నా నువ్వే ఆకట్టుకున్నావ్ "

"క్యాంపులో పెర్ఫార్మన్స్ ను బట్టి నేషనల్ టీం సెలక్షన్ ఉంటుందా మేడం..?"

"లేదు... సెలెక్టర్ల పై కార్పొరేట్ స్పాన్సర్ల ప్రభావం ఉంటుంది.. ఇప్పటికే ఎస్టాబ్లిష్ అయిన ప్లేయర్స్ మాటున కొత్తవారు వెలుగులోకి రావడం చాలా కష్టం. అయినా సరే, అవకాశం కోసం ఎదురు చూడాల్సిందే. వచ్చినప్పుడే ప్రూవ్ చేసుకోవాలి."

"కొత్త టీం ను ఎన్ని రోజుల ముందు ప్రకటిస్తారు..?"

"ఏమీ చెప్పలేం.. బహుశా ఒక వారం లేదా పది రోజుల ముందు."

"అయితే నేను తమిళనాడు తరుపున విజయ్ హజారే ట్రోఫీలో పాల్గొనొచ్చా..?"

"ఖచ్చితంగా.. రేపు సెక్రటరీ ని కలిసి విల్లింగ్ లెటర్ ఇచ్చేయ్ "

"మేడం... ఈ టోర్నమెంట్‌కు నాకు ఒక బహుమతి ఇవ్వగలరా..?"

"ష్యూర్... ఏం కావాలి..?"

"ఎం.జి మాగ్నం బ్యాట్..."

"అదా..! ఆ బ్యాట్ ఇప్పుడు మార్కెట్‌లో లేదు కదా..! ఇంగ్లాండ్ నుంచి తెప్పించాలి. ఇప్పుడు ట్రేడ్ నేమ్ కూడా మార్చేశారు అనుకుంటా "

"మా మేడం అనుకుంటే సాధ్యం కానిది లేదు"

ఆమె కొద్ది క్షణాలు ఆలోచించి అంది.

"కానీ, బహుమతి ఏదైనా పోరాడి సాధించుకోవాలి "

"నాకు తెలుసు మేడం.. మీ నుంచి నేను నేర్చుకున్న పాఠం అది."

"సరే.. విజయ్ హజారే ట్రోఫీలో నువ్వు సెంచరీ కొట్టు. ఆ బ్యాట్ తెప్పించి ఇస్తా "

విజయ్ హజారే వన్డే ట్రోఫీ...

అప్పటికి నెల రోజులుగా జరుగుతోంది. రంజీట్రోఫీ తర్వాత అంతటి ప్రాముఖ్యత ఉంది. జాతీయ ఆటగాళ్లు ఫామ్ కాపాడుకోవటం కోసం లేదా కోల్పోయిన ఫామ్‌ను తిరిగి పొందేందుకు ఈ టోర్నమెంట్‌లో కూడా పాల్గొంటారు. ఫైనల్ టీం సెలక్షన్ ప్రాసెస్‌కు ఈ ట్రోఫీలో పెర్ఫార్మన్స్ కూడా అవసరపడొచ్చు.

బెంగళూరు, ముంబై, కోల్ కత్తా నగరాల్లో జరిగిన ఎన్.సి.ఏ. క్యాంపుల్లో పాల్గొన్న క్రికెటర్స్ అందరికి ఈ టోర్నమెంట్‌లో పాల్గొనే అవకాశం రాలేదు. అయితే ఢిల్లీ, తమిళనాడు జట్లు ఫైనల్‌కు చేరుకోవడం వల్ల ఆ రెండు రాష్ట్రాల క్రికెటర్స్ ఇప్పటికే తమ తమ జట్లలో చేరిపోయారు.

ఢిల్లీతో తమిళనాడు ఫైనల్ మ్యాచ్.

వేదిక... ముంబై వాంఖడే స్టేడియం.

ఉదయం నెట్ ప్రాక్టీస్ వద్ద... తమిళనాడు కెప్టెన్ భైరవ వచ్చి కాస్త ఆలస్యంగా టీంతో కలిశాడు.

సీనియర్ నేషనల్ ప్లేయర్ కాబట్టి అందరూ అలెర్ట్ అయిపోయి గౌరవంగా విష్ చేశారు. రిపుంజయ్ ఏమాత్రం కేర్ చేయకుండా పాడ్స్ వేసుకుంటున్నాడు. భైరవ నేరుగా రిపుంజయ్ దగ్గరికి వచ్చాడు.

"నువ్వు కూడా జట్టు లో ఉన్నావా..? బాగా అప్సెట్ అయిపోయి డిప్రెషన్ లో ఉంటావనుకున్నా "

రిప్పు వెంటనే తలపైకెత్తి అన్నాడు... "టీంలో ఎవరెవరున్నారో తెలుసుకోకుండానే నెట్స్ వద్దకు వచ్చిన కెప్టెన్‌ను నిన్నే చూస్తున్నా మిస్టర్ భైరవ"

ఏకవచన సంబోధనను భైరవ పసి గట్టాడు.

“సీనియర్స్‌ను గౌరవించాలని నేర్పలేదా నీ మేడం..?”

‘ఎస్... నేర్పించారు.. సంస్కారవంతులైన సీనియర్స్‌ను మాత్రమే గౌరవించాలని చెప్పారు ... నా మేడం కోచ్ “

“ఓహ్.. నీకు ఆమెపై ఇంకా భ్రమలు తొలగిపోలేదన్న మాట... మొన్న బెంగళూరు క్రెసెంట్ హోటల్ నుంచి ఎంతో అప్సెట్‌గా వెళ్లిపోయినట్లు విన్నానే “

“భ్రమల్లో మునిగిపోవడానికి నా కళ్లకు మత్తు పొరలు కమ్మలేదు.. మిస్టర్ భైరవ.” అంటూ ఎడమ చేతికి బ్యాటింగ్ గ్లోజ్ తొడుక్కుని భైరవ కళ్ల ఎదురుగా 3 సార్లు అడ్డంగా ఆడించాడు.

ఈలోగా విదర్భ కోచ్ కిరణ్ పట్కే వచ్చి పలకరించాడు.

“మిస్టర్ రిపుంజయ్... మేడం కోచ్ ఇక్కడికి రాలేదా?”

ఒక యంగ్ టాలెంట్ ను వెలుగులోకి తెచ్చిన మేడం కోచ్ ను చూడాలన్న ఆసక్తి అతడి గొంతులో ఉంది.

“నాకు తెలియదు సార్.. ఈ రోజు రారనే అనుకుంటా “

రిప్పు సమాధానం విని భైరవ కలుగజేసుకున్నాడు.

“ఇంకెక్కడి మేడం..? ఆమె అసలు స్వరూపం బయట పడింది కాబట్టి, శిష్యుడికే కాదు ఎవరికీ తన ముఖం చూపించుకోలేదు. ఇక ఆమె క్రికెట్‌కు శాశ్వతంగా గుడ్ బై చెప్పినట్టే..” అన్నాడు. దీంతో రిప్పు కోపం నషాళానికి అంటింది.

భైరవ దగ్గరికి వెళ్లి అతడికి మాత్రమే వినిపించేలా చెవిలో అన్నాడు.

“మిస్టర్ భైరవ... నీకేం తెలుసురా మేడం అసలు స్వరూపం..? ఒకప్పుడు శాంత స్వరూపిణిగా ఉన్న మహిమను మాత్రమే నువ్వు చూశావ్” శక్తి స్వరూపిణి అయిన ప్రళయ రుద్ర మారియమ్మను అతి త్వరలో చూస్తావ్ “అని చెప్పి నెట్స్‌లోకి వెళ్లి పోయాడు.

అతడి మాటలకు భైరవ కొద్ది సేపు షాక్‌లో ఉండిపోయాడు. ప్రాక్టీస్‌లో నిమగ్నమైన రిప్పును అలా చూస్తూ నిలబడ్డాడు.

నెట్స్‌లో రిపుంజయ్ సంధిస్తున్న లాఫ్టెడ్ డ్రైవ్ షాట్లు సరాసరి భైరవ గుండెలకు శూలాల్లా గుచ్చుకుంటున్నాయి.

✦ ✦ ✦

తమిళనాడు కెప్టెన్‌గా భైరవ టాస్ గెలిచి ఫీల్డింగ్ ఎంచుకున్నాడు. ఢిల్లీ జట్టు 310 పరుగుల భారీ టార్గెట్ పెట్టింది. లక్ష్య ఛేదనలో భైరవ ఓపెనర్‌గా వెళ్లి అర్ధ సెంచరీ చేసి ఔట్ అయ్యాడు. అయితే, టాప్ ఆర్డర్ బ్యాట్స్మన్‌గా వన్ డౌన్ లేదా టూ డౌన్‌లో రావాల్సిన రిపుంజయ్‌ను ఆల్‌రౌండర్ జాబితాలో లోయర్ ఆర్డర్‌కు పరిమితం చేశాడు.

భైరవ కెప్టెన్‌గా ఉండగా తన చేతిలో ఏముంటుంది..? అవకాశం ఎప్పుడొచ్చినా తానేమిటో నిరూపించుకునే వాడే అసలు సిసలు స్పోర్ట్స్ మాన్.. అని మేడం చెప్పిన మాట గుర్తుకు వచ్చింది.

ఉదయం ఫ్లైట్‌కే మేడం వస్తాను అని చెప్పింది. ఇంతవరకూ ఆమె జాడ లేదు. మేడం ఉంటే ఆ ధైర్యమే వేరు.. అనుకోసాగాడు రిపుంజయ్.

6 వికెట్లు కూలిన దశలో రిప్పు క్రీజ్ పైకి వచ్చే సరికి 90 బంతుల్లో 150 పరుగులు చేయాల్సి ఉంది. రిప్పు అటాకింగ్ గేమ్ మొదలు పెట్టాడు.

2 ఓవర్లలోనే 2 సిక్సర్లు 2 ఫోర్లతో 24 పరుగులు చేసాడు. క్రీజులో పాతుకునే లోపే డ్రింక్స్ టైమ్ వచ్చింది.

అదరెండ్ బ్యాట్స్మన్‌తో పాటు పెవిలియన్‌కి వెళ్లి బ్యాట్, గ్లౌజ్ అక్కడ టీ పాయ్ పై పెట్టి క్యాంటీన్‌లోకి వెళ్ళాడు.

సమోసా తింటూ టీ తాగుతున్న రిప్పు వద్దకు కెప్టెన్ భైరవ వచ్చాడు.

"నీ జోరు చూస్తుంటే సెంచరీ కొట్టేలాగే ఉన్నావ్.. నువ్వు గనక సెంచరీ కొడితే ఈ టీం కెప్టెన్ గా నీకు ఒక గిఫ్ట్ ఇవ్వాలి అనుకుంటున్నా.."

"దూరదర్శన్‌లో ఈ మ్యాచ్ ప్రత్యక్ష ప్రసారం అవుతోంది. మేడం కోచ్ ఎక్కడ ఉన్నా నా బ్యాటింగ్ చూస్తూనే ఉంటారు. నేను సెంచరీ చేయకుండా ఆపే అన్ని ప్రయత్నాలు నువ్వు చేస్తావు అని కూడా నాకు తెలుసు... కానీ, మేడం ఆశీర్వాదం నా మీద ఉన్నంతవరకు నన్ను ఎవరూ ఆపలేరు.." అంటూ పెవిలియన్ వైపు నడిచాడు.

అక్కడ టీ పాయ్ పై తాను పెట్టిన గ్లౌజ్ వేసుకుని ఉలిక్కి పడ్డాడు. వేళ్ళకు చల్లగా తడి అంటింది. ఆందోళనగా బ్యాట్ వైపు చూశాడు. దాని బ్లేడ్ కూడా పూర్తిగా తడిచిపోయి ఉంది. ఒక వాటర్ బాటిల్ ఆ టీపాయ్ పై ఒలకబడి ఉంది. టీ పాయ్ పై పెట్టి ఉంచిన వాటర్ బాటిల్ పొరబాటున ఒలికి పోయి అతడి గ్లౌజ్, బ్యాట్ తడిచిపోయినట్లు ఉంది అక్కడి సీన్. ఇది పక్కా ప్లాన్ ప్రకారం చేసిందే అని రిప్పుకు అర్థం అయింది.

తడిచిపోయిన గ్లౌజ్ అర చేతికి సరైన పట్టు ఇవ్వలేవు. ఇంగ్లిష్ విల్లోకు ఉన్న ప్రత్యేక లక్షణం ఏమంటే, తేలికగా ఉంటుంది కానీ బంతిని కఠినంగా తాకుతుంది.

284 మేడం...C ✦ కాశీపురం ప్రభాకర రెడ్డి

అయితే బ్లేడ్ కు తడి అంటిన బ్యాట్ ఏమాత్రం స్ట్రోక్ ఇవ్వలేదు. అంటే... ఇప్పుడీ బ్యాట్ కనీసం 2 గంటల పాటు పనికి రాదు. ఫస్ట్‌క్లాస్ లేదా పై లెవెల్ క్రికెట్‌లో ఒకరి బ్యాట్ ఇంకొకరు వాడటం ఉండదు. బ్యాట్ హ్యాండిల్‌కు ఏ ప్లేయర్‌కు అనువైన గ్రిప్ వారు వేసుకొని ఉంటారు. అలాగే బ్యాట్ బరువులో తేడా ఉన్నా స్ట్రోక్ జనరేట్ కాదు. ప్రతి ప్లేయర్‌కూ స్టాండ్ బై బ్యాట్ ఉంటుంది. వేగంగా వెళ్లి తన కిట్ తెరిచాడు. అది కూడా ఫైబర్ డ్యామేజ్ అయి ఉంది.

ఇదంతా భైరవ చేసిన కుట్ర అని అర్థం చేసుకోలేనంత అమాయకుడు కాదు గదా..!

అప్పటికే డ్రింక్స్ కోసం కేటాయించిన 15 నిముషాల సమయం ముగిసింది. నిబంధనల ప్రకారం ఇంకో 2 నిమిషాల్లో బ్యాట్స్ మెన్ క్రీజ్ పై ఉండాలి.

మైదానంలో ఫీల్డర్స్ సిద్ధం అయ్యారు. అంపైర్ విజిల్ ఊదాడు. నిబంధనల ప్రకారం రిజర్వ్‌డ్ కిట్స్‌లో నుంచి కెప్టెన్ ఏదో ఒక బ్యాట్‌ను సమకూర్చాలి.

భైరవ తాను స్వయంగా వాడే బ్యాట్‌ను తెచ్చి రిపుకు అందించాడు. అందరి దృష్టిలో అది అతడి ఉదార లక్షణం అనిపించేలా... కానీ హ్యాండిల్‌కు ఒక చీప్ క్వాలిటీ రబ్బర్ గ్రిప్ వేసిఉంచిన సంగతి ఇతరులకు తెలియదు. బ్యాట్‌ను చేతబట్టుకున్న రిపుకు ఆ తేడా స్పష్టంగా తెలుస్తోంది. కానీ గ్రిప్ మార్చుకునేంత టైమ్ ఇప్పుడు లేదు. తన కిట్‌లో సేఫ్‌గా ఉన్న రిజర్వ్ గ్లౌజ్ తొడుక్కుని మైదానంలోకి అడుగుపెట్ట బోయాడు. ఇంతలో అతడికి చిరపరిచితమైన గొంతు వీనులకు ఇంపుగా వినబడింది.

“ రిపూ... ఆగు “ అంటూ. ఆ గొంతు.. తన మేడం మహిమది వెనుదిరిగి చూశాడు.

రిపు ముఖంలో ఒక్కసారిగా ఉప్పొంగిన ఆనందం.. స్పష్టంగా తెలుస్తోంది.

“అంపైర్ విజిల్ ఊది ఒక్క నిమిషమే అయింది. ఇంకా ఒక నిమిషం మిగిలే ఉంది.. యుద్ధ రంగంలోకి సరైన ఆయుధం తోనే దిగాలి” అంటూ తన వెంట తెచ్చిన కిట్ తెరిచింది. అందులో నుంచి ఒక రంగు వెలసిన బ్యాట్ ను బయటకు తీసింది. దాన్ని చూసి రిపు కళ్ళు మెరిశాయి. అది ఎం.జి. మ్యాగ్నం బ్యాట్. 12 ఏళ్ల క్రితం మహిమ మేడం వారం రోజుల పాటు కష్టపడి, పోరాడి సాధించుకున్న బ్యాట్ ఇది.

ఇదే బ్యాట్‌తో మేడం ఎన్నో సెంచరీలు కొట్టింది. దీంతో భైరవ ఇచ్చిన బ్యాట్‌ను పక్కన పెట్టేశాడు రిపు.

మేడం ఇచ్చిన ఆ అపురూపమైన బ్యాట్‌ను చేత పట్టుకోగానే రిపుంజయ్ ఒళ్ళు ఒక్కసారిగా పులకరించింది. సరికొత్త ఉత్తేజం మనసంతా ఆవహించింది. ఆ బ్యాట్‌ను రెండు చేతులతో తన హృదయానికి హత్తుకున్నాడు.

"థాంక్యూ... మేడం కోచ్" అంటూ ఆ బ్యాట్ పైకెత్తి మేడం వైపు చూశాడు.

"గో అహెడ్ " అన్నట్లుగా కళ్ల తోనే సైగ చేసింది.

"ఆల్ ద బెస్ట్" అంటూ ప్రోత్సాహంగా అరిచిన మహిమ గొంతు ఒక చోదక శక్తిలా రిపును మైదానంలోకి నడిపించింది. హుందాగా నడుస్తూ క్రీజ్ మీదికి వెళ్తోన్న రిపును అలా చూస్తూనే ఉండి పోయింది. తన శిష్యుడి నడకలో ఎంతటి రాజసం..? సింహానికైనా అది సాధ్యం అయ్యేనా..?

ఆమె ఆలోచనలను బ్రేక్ చేస్తూ... వెనుక నుంచి ఒక గొంతు వినిపించింది.

"నీ శిష్యునికి ఒక తుప్పు పట్టిన బ్యాట్‌ను ఇచ్చి మైదానంలోకి పంపావ్. దాంతోటి సెంచరీ చేస్తాడు అని కలలు గంటున్నావా..?" ఆ గొంతు ఆమెకు పరిచయం ఉన్నదే. ఒకప్పుడు తనను మత్తులో ముంచిన ఆ గొంతు ఇప్పుడు వినేందుకు కంపరంగా ఉంది.

ఆ గొంతు భైరవది.

మహిమ వెనక్కి తిరిగింది. ఆమె చూపులు చురకత్తుల్లా ఉన్నాయి. అది తట్టుకోలేక భైరవ ఎటో చూశాడు. దీంతో మహిమ మళ్ళీ మైదానం లోకి చూస్తూ చెప్పింది.

"మిస్టర్ భైరవ.. నీవు గెలుపు కోసం దొంగ దారులు వెతుకుతావు... కానీ అక్కడ ఉన్నది రిపుంజయ్... వాడు నడిచేది ముళ్ల బాట అయినా రాచబాట చేసుకుంటాడు. దొరలాగా దూసుకుపోతాడు. క్రికెట్ మైదానంలోకి ఆ మారియమ్మన్ సంధించి వదిలిన మహిమాన్విత బాణం... జెంటిల్మన్ క్రికెట్ నుంచి నీ లాంటి గుంటనక్కలనీ, దుష్ట శక్తులనూ తరిమి తరిమి కొడుతుంది "

ఆమె అలా చెబుతుండగానే రిపుంజయ్ కొట్టిన సిక్సర్ పెవిలియన్ మెట్ల వైపు రివ్వున దూసుకువచ్చింది.

ఆ బంతిని మహిమ ఒడుపు గా పట్టుకుని ముద్దు పెట్టుకుంది. ఆ వెంటనే మిడాన్ ఫీల్డర్ వైపు విసిరింది. భైరవ కళ్ళు విస్తుపోయి చూస్తుంటాయి అని ఆమెకి తెలుసు.

తల మాత్రమే వెనక్కి తిప్పి...

"మా వాడి బూట్లకు ఈ మధ్యనే కొత్త స్పైక్స్ వేయించాను. వాడి దారికి అడ్డు వచ్చే వృధా ప్రయత్నం మానుకో... పద ఘట్టనల కింద నలిగి పోతావ్ జాగ్రత్త.." అని హెచ్చరిస్తూ వి ఐ పి గ్యాలరీ వైపు నడిచింది.

✦ ✦ ✦

సాహసి కాని వాడు సైనికుడు కాలేడు. సాహసి అయినంత మాత్రాన యుద్ధం గెలవలేడు. సరైన ఆయుధం చేతిలో ఉండాలి. ఆ ఆయుధం పనితీరుపై అతడికి నమ్మకం ఉండాలి.

ఇదే సూత్రం రిపుంజయ్ కి వర్తిస్తుంది.

ఒకనాడు మేడం చేతబూనిన ఆయుధం ఇప్పుడు తన చేతిలో ఉంది. ఆ ఊహే అతడిలో అపరిమిత ఆత్మవిశ్వాసం నింపింది.

క్రీజ్ పై చెలరేగి పోయాడు.

ప్రత్యర్థి టీం గుండెలు బాదుకునేలా..

భైరవ గుండెలు చెదిరేలా...

కన్నతల్లి గుండెలు నిండేలా...

కుముద్వతి గుండెలు ఉప్పొంగేలా ...

నీలవేణి గుండెలు పులకరించేలా...

ముత్యాలపల్లె అన్ని గుండెలు ఒక్కటయ్యేలా...

మొత్తానికి క్రికెట్ ప్రపంచం యావత్తు ఉలిక్కిపడేలా..

✦ ✦ ✦

రిపుంజయ్ సెంచరీ కొట్టగానే పెవిలియన్ దగ్గర ఉన్న మహిమ వైపు బ్యాట్ చూపుతూ అభివాదం చేశాడు. విజయ్ హజారే ట్రోఫీ తమిళనాడు వశం అయింది.

రిపుంజయ్ రూపంలో భారత క్రికెట్‌లో సరికొత్త సెన్సేషన్ అవతరించినట్లు మాజీ టెస్ట్ క్రికెటర్, కామెంటేటర్ రవిశాస్త్రి పేర్కొన్నాడు.

కెప్టెన్ భైరవ రిపుంజయ్ ఇన్నింగ్స్ ను ప్రశంసించాడు. బీసీసీఐ అధ్యక్షులు మన్మోహన్ దాల్మియా చేతుల మీదుగా రిపుంజయ్ మ్యాన్ ఆఫ్ ద మ్యాచ్ అవార్డు అందుకోవలసి ఉంది.

అంతకంటే ముందు రిపుంజయ్ చేతికి మైక్ ఇచ్చారు. కామెంటేటర్ రవిశాస్త్రి అడిగాడు...

"మిస్టర్ రిపుంజయ్... మీ అత్యద్భుతమైన బ్యాటింగ్ ప్రదర్శనకు అభినందనలు."

"థ్యాంక్యు సోమచ్ సార్"

"మీరు క్రీజ్ లోకి ఎంటర్ అయినప్పుడు కఠినమైన టార్గెట్ ఉంది. చేధించగలం అని అనుకున్నారా..?"

"ఎస్ సార్... సంకల్ప బలం ఉంటే టార్గెట్ ఎప్పుడూ చిన్నగానే కనిపిస్తుంది అని మా మేడం కోచ్ చెప్పేవారు."

"వెల్ మిస్టర్ రిపుంజయ్... వాట్ ఈజ్ ద సీక్రెట్ బిహైండ్ దిస్ పవర్ ప్యాక్డ్ ఇన్నింగ్స్...?"

"క్రికెట్‌లో నాకు మా మేడం నేర్పించిన సూత్రం మెరిట్ ఆఫ్ ద బాల్. బేసిక్స్ కి కట్టుబడి ఉంటే ఎక్కడో ఒకచోట బంతిపై బ్యాట్ డామినేట్ చేసే అవకాశం ఉంటుంది... నేను అదే చేశాను"

"ఎస్ రిపుంజయ్... నేను ఆమె గురించి చాలా విన్నాను. ఆమెను ఈ క్రికెట్ ప్రపంచానికి పరిచయం చేస్తావా...?"

"ష్యూర్ సార్.." అంటూ తన కిట్ వద్దకు నడిచి వెళ్లి మేడం ఇచ్చిన ఎం.జి. మ్యాంగ్నం బ్యాట్‌ను బైటికి తీశాడు. అనంతరం మైక్ తీసుకున్నాడు.

"ఈ రోజు నేను ఆడిన ఇన్నింగ్స్ గురించి అందరూ ప్రశంసిస్తున్నారు. ఇప్పుడు మీ కళ్ల ముందు ఉన్న ఈ బ్యాట్ తోనే నేను సెంచరీ చేశాను . ఇది 12 ఏళ్ల క్రితం నాటి రంగు వెలసిన బ్యాట్. అయితే కొందరికి ఒక అనుమానం పట్టి పీడిస్తోంది. ఇంత పాత బ్యాట్‌తో స్ట్రోక్స్ ఎలా వచ్చాయి? ఇందులో దాగిన మహిమ ఏమిటి..? అని....

అందరూ వినండి.. అది మా మేడం కోచ్ మీద నాకున్న నమ్మకం తప్ప ఇంకోటి కాదు. నన్ను ఈ స్థాయికి తెచ్చిన నా కోచ్ పేరు మహిమ మేడం. ఆమె తన బాల్యం నుంచి ఎన్నో కష్టనష్టాలను చూశారు. జీవితపు ప్రతి దశలోనూ, మనలో ఎవరూ కలలో కూడా ఊహించని సవాళ్లను ఎదుర్కొన్నారు. తనకు ఎదురైన ప్రతి సవాల్ నూ సాహసోపేతంగా ఎదురీది అధిగమించారు. తనను తాను రాటు దేల్చుకున్నారు. అదే క్రమంలో క్రికెట్‌లో తన కెరీర్‌ను వెదుక్కున్నారు. దేశానికి ప్రాతినిధ్యం వహించాలి అని ఆమె తన జీవిత లక్ష్యంగా పెట్టుకున్నారు. దాని కోసమే అనుక్షణం తపించారు, శ్రమించారు. తన లక్ష్యంకోసం ఆమె తన చదువుతోపాటు వినోదాలను, విహారాలను మరెన్నో ఆనందాలను దూరం చేసుకున్నారు. నా చేతిలోని ఈ బ్యాట్.. ఆ మేడం కష్టార్జితం. ఒక సవాల్‌ను స్వీకరించి వారం రోజుల పాటు పోరాటం చేసి సాధించుకున్నారు. అయితే ఆమె ప్రతిభను, పాపులారిటీని చూసి సహించలేని గుంటనక్క ఒకటి ఆమెను మాటు వేసి కాటేసింది. తనకున్న డబ్బు పొగరుతో అధికార యంత్రాంగాన్ని గుప్పిట్లో పెట్టుకుని ఆమెపై డోపింగ్ మచ్చ వేసి ఆమె కెరీర్‌ను నాశనం చేసింది. దేశానికి ఒక అద్భుతమైన క్రికెటింగ్ జీనియస్‌ను దూరం చేసింది.

అయితే, ఆమె ఒక ఫీనిక్స్ పక్షిలా లేచి నిలబడ్డారు. జీవితంలో సరికొత్త లక్ష్యాలను నిర్దేశించుకున్నారు. సుమారు రెండున్నరేళ్ళ క్రితం.. దారీతెన్ను లేని నా జీవితంలోకి కాంతి పుంజమై ఆమె వచ్చారు.

ఫ్యాక్షన్ ఊబిలో కూరుకుపోవడానికి సంసిద్ధుడై ఉన్న నన్ను పక్కకి లాగి జీవితానికి అర్థం చెప్పిన దివ్య తేజోమణి ఆమె. నాలో క్రికెటర్ ను గుర్తించి మెరుగులు దిద్ది నేడు మీ ముందు సగర్వంగా నిలబడేలా చేసిన కర్తవ్య దీపశిఖ ఆమె. ఒక పిల్లవాడు ఉన్నత స్థితికి రావడం వెనుక తల్లి దండ్రుల త్యాగం ఉంటుంది. గురువుల సమర్థమైన మార్గ నిర్దేశనం ఉంటుంది. ఇందాక రవిశాస్త్రి గారు అడిగినట్లు మా మేడం ను ఇంట్రడ్యూస్ చేసే స్థాయి నాది కాదు.. ఎందుకంటే నన్ను వెలుగులోకి తెచ్చింది ఆవిడే కాబట్టి...

నేటి నా ప్రదర్శన వెనుక కూడా అడుగడుగునా ఆమె పాత్ర ఉంది. నా ఈ క్రికెట్ జీవితం ఆ దయామయి పెట్టిన భిక్ష...ఆమె లేనిది నేను లేను... ఆమె ఎవరో కాదు.. గ్యాలరీ లో ఒక పక్కన ఒంటరిగా కూర్చొని ఉన్నారు,... అదిగో.. దేర్ స్టాండ్స్ మై ఇన్స్పిరేషన్... మేడం కోచ్ మహిమ..” అంటూ ఆమె దిశగా తన బ్యాట్ చూపించాడు.

దీంతో అందరి చూపు ఆమె వైపు పడింది. రిపుంజయ్ స్వయంగా నడుచుకుంటూ వెళ్లి మహిమను ఆహ్వానించాడు.

ఆమె రావడానికి ఇష్టపడలేదు. దీంతో ఆమె ముందు వినమ్ర పూర్వకంగా మోకరిల్లాడు. తల పైకిఎత్తి అభ్యర్థించాడు. అప్పటికే కెమెరాలన్నీ వాళ్ళిద్దరి వైపు ఫోకస్ అయ్యాయి. సాధారణ పంజాబీ డ్రెస్‌లో ఎంతో సింపుల్‌గా ఉన్న మహిమను అందరూ ఆశ్చర్యంగా చూస్తున్నారు. రిప్పు లేచి ఆమె చేతికి తన బ్యాట్ ఇచ్చాడు.

“మేడం ఈ బ్యాట్ ను నాకు ఈనాటి అవసరానికి మాత్రమే ఇచ్చారు. ఇది ఇప్పటికీ మీదే... సెంచరీ కొడితే నాకు బహుమతిగా ఇస్తానని మాటిచ్చారు. ఇప్పుడు అందరి ఎదుట మీ మాట నిలబెట్టుకుంటారు అని ఆశిస్తున్నాను” అని వేడుకున్నాడు. ఆమె ఆప్యాయంగా రిప్పు తల నిమిరింది.

ఆమె మొహంలో చాన్నాళ్ల తర్వాత చిరునవ్వు వెల్లివిరిసింది. తన ప్రాణ సమానం అయిన రిప్పుతో అలా బతిమలాడించుకోవడం ఆమెకు ఇష్టం లేదు.

ఓకే అన్నట్టు ఆమె కళ్లతోనే సైగ చేసింది.

దీంతో రిపుంజయ్ ఆమెను తన రెండు చేతులతో పైకి ఎత్తుకున్నాడు.

“మై కోచ్... మహిమ మేడం కోచ్” అంటూ గట్టిగా అరుస్తూ మైదానంలోకి వచ్చాడు.

మహిమ కూడా ఉబ్బి తబ్బిబ్బవుతూ తన బ్యాట్‌ను గాలిలోకి ఊపుతూ అభివాదం చేయసాగింది. గురు శిష్యుల భావోద్వేగపు క్షణాలను ఆస్వాదిస్తూ ప్రేక్షకులు చప్పట్లతో హోరెత్తించారు. నిర్వాహకులు, అతిధులు బహుమతి ప్రధానోత్సవ ప్రాంగణం నుంచి దిగివచ్చి ఆమెను వేదికపైకి ఆహ్వానించారు.

రవిశాస్త్రి మైక్‌లో చెబుతున్నాడు. "ఇది ఒక అపూర్వ ఘట్టం... భారత క్రికెట్‌లో ఎన్నడూ చూడనిది. ఒక మహిళా క్రికెటర్ తను కోల్పోయిన కెరీర్‌ను తన శిష్యుని రూపంలో సాధించుకోవడం... దేశానికి ఒక అద్భుతమైన క్రికెటర్‌ను అందించిన మహిమ గారికి ఈ దేశం రుణపడి ఉంటుంది. మై సెల్యూట్స్ టూ యూ మేడం కోచ్.."

ఆమె వేదిక వైపు నడుస్తుండగా అందరూ స్టాండింగ్ ఓవేషన్ ఇచ్చారు. అతిధుల్లో ఒకరిగా ఉన్న విజేష్ పటేల్.. ఆమెలో ఒకనాటి రాయంచ నడకను చూశాడు.

కెప్టెన్ భైరవ ఆమెలో ఒక ఆదిపరాశక్తిని చూశాడు. ఆమె చేతిలోని బ్యాట్ ఒక శక్తి దేవత చేతిలోని త్రిశూలంలా అనిపించడంతో భయపడి పక్కకు తొలిగాడు.

రిపుంజయ్ కోరిక మేరకు ఆ బ్యాట్ తో పాటు మ్యాన్ ఆఫ్ ద మ్యాచ్ అవార్డు ను కూడా మహిమ చేతుల మీదుగా అందుకున్నాడు.

✦ ✦ ✦

అధ్యాయం - 9

విజయ్ హజారే ట్రోఫీలో రిపుంజయ్ కొట్టిన సెంచరీ సెలెక్టర్లనే కాదు... దేశంలోని క్రికెట్ అభిమానులు అందర్నీ కట్టిపడేసింది. సీనియర్ ఆటగాడు భైరవతో పాటు లేటెస్ట్ సెన్సేషన్ రిపుంజయ్ కూడా జాతీయ జట్టులో చోటు సంపాదించు కున్నాడు. రాబోయే వెస్టిండీస్ సిరీస్‌లో చూపిన ప్రతిభ ఆధారంగా.. త్వరలో జరగబోయే ప్రపంచకప్ కు సెలెక్ట్ చేస్తారు.

రిపుంజయ్ దేశం తరుపున ఆడబోతున్నాడు అని తెలిసి కుముద్వతి తీరం అంతటా సంబరాలు మిన్నంటాయ్. రిపుంజయ్, మహిమలకు ఘనమైన స్వాగత ఏర్పాట్లు జరిగాయి. జిల్లా కలెక్టర్ స్వయంగా ముత్యాల పల్లె వచ్చి స్వాగత ఏర్పాట్లు చేశాడు.

చెన్నై తిరుగు ప్రయాణం... తమిళనాడు టీంతో పాటు వివిఐపి హెూదాలో మహిమ కూడా ఉంది.

విజయ్ హజారే కప్ గెలిచి వచ్చిన తమిళనాడు క్రికెట్ జట్టుకు స్వాగతం చెప్పేందుకు టి.ఎన్.సి.ఏ. భారీ ఏర్పాట్లు చేసింది.

చెన్నై పుర వీధుల గుండా ఊరేగింపు జరిపేందుకు ఓపెన్ టాప్ జీప్ సిద్ధం చేశారు.

ఈలోగా వందల సంఖ్యలో శంకర ఇంజినీరింగ్ కాలేజీ విద్యార్థులు చుట్టుముట్టారు. మహిమ, రిపుంజయ్ లతో ఫోటోలు తీసుకున్నారు.

చెన్నైలో మీనం బాక్కం నుంచి చెపాక్ వరకు... వీధి వీధినా “వెల్కం మహిమా శంకరన్” ప్లకార్డులు దర్శనం ఇచ్చాయి. చెపాక్ స్టేడియంలోని టి.ఎన్.సి.ఏ. కార్యాలయం గజమాలతో ఎదురేగి వచ్చి ఆహ్వానించింది. మహిమకు ఒక్కసారి గతం గుర్తుకు వచ్చింది.

ఏ అకాడమీ అయితే తనకు డోపింగ్ మచ్చ అంటగట్టి క్రికెట్ నుంచి వెలివేసిందో...అదే అకాడమీ తనను సగర్వంగా ఆహ్వానించేందుకు ఆరాటపడుతోంది. తనకై పూల బాట పరచి ఉంచింది.

✦ ✦ ✦

ఆ సాయంత్రం మెరీనా బీచ్‌లో...

మహిమ పక్కనే రిప్పు కూర్చున్నాడు.

"రిప్పూ... నువ్వు కూడా ఈ మేడం కు అబద్దాలు చెప్పి మోసం చేస్తావా?"

మహిమ వేసిన ప్రశ్నకు రిపుంజయ్ షాక్ అయ్యాడు.

"నేను మోసం చెయ్యడం ఏమిటీ.? మీకు నేను అబద్దాలు చెప్పానా...!"

"అవును... టూర్ వెళ్తున్నాను అని చెప్పి ఎక్కడికి వెళ్ళావ్? నా పర్మిషన్ లేకుండా బృహదీశ్వరిని ఎందుకు కలిశావ్? అసలు నా గతంలోకి ఎందుకు తొంగి చూశావ్..?"

మహిమది కోపమో, చిరు కోపమో, అసంతృప్తో.. ఇంకోటో రిప్పుకు అర్థం కాలేదు. అలా తలవంచుకు కూర్చున్నాడు. మహిమ అతడి భుజం పై చెయ్యి వేసి దగ్గరికి తీసుకుంది.

"ఈ లోకంలో అందరూ వ్యక్తిగతానికి ముడిపెట్టి వ్యక్తిత్వాన్ని అంచనా వేస్తారు. అందుకే మహిళలం మా వ్యక్తిగత అంశాలను షేర్ చేసుకోలేము. వ్యక్తిత్వం వేరు, వ్యక్తిగతం వేరు.. అని ఈ జనాలు ఎన్నటికీ తెలుసుకోలేరు.."

"మేడం... నేను ఇవన్నీ ఆలోచించలేదు. ఆ భైరవ మీ వ్యక్తిత్వానికి మచ్చ తెచ్చే ప్రయత్నం చేశాడు. ఆ మచ్చ తొలగించడం నా బాధ్యత అనిపించింది. ఇందుకోసం నేను ఒక్కసారి కాదు వందసార్లు అయినా మీకు అబద్ధం చెబుతాను. నన్ను క్షమించండి.." ఉద్వేగంగా చెబుతున్న రిప్పు తల నిమిరింది.

"సరే.. లీవ్ఇట్. ఇకపై నీవో సెలబ్రిటీవి. ఈ మేడంను ఇలా బీచ్‌ల్లో పార్కుల్లో కలిసే వెసులుబాటు నీకుండదు. ఒక స్పోర్ట్స్ మాన్ కెరీర్ వైకుంఠపాళీ వంటిది. నిచ్చెనలే కాదు, పడదోసే పాములు కూడా ఉంటాయి. అనునిత్యం అప్రమత్తంగా ఉంటూ కెరీర్ నిర్మించుకోవాలి." ఆమె చెప్పేది రిప్పు శ్రద్ధగా వింటున్నాడు.

వేరు శనక్కాయలు అమ్మే యువకుడు అటు వచ్చాడు. రెండున్నర ఏళ్ల క్రితం అతన్ని ఇక్కడే ఇలాగే చూశాడు. ఇప్పుడూ అలాగే ఉన్నాడు. మేడం తన జీవితంలో తటస్థ పడకపోయి ఉంటే తన పరిస్థితి ఏమిటి..? ఎక్కడ ఎలా ఉండేవాడు..?

మహిమ సెల్ ఫోన్ రింగయింది.. వంశీధర్ ఊరి నుంచి కాల్ చేస్తున్నాడు. ఏ రోజు ఏ విధంగా కడపకు వస్తారో తెలుసుకొమ్మని కలెక్టర్ అడిగారట.

✦ ✦ ✦

అధికారులతో పాటు జిల్లా ప్రజలు ఎక్కడెక్కడ నుంచో ముత్యాలపల్లెకు తరలి వచ్చారు. మహిమ, రిపుంజయ్‌లకు స్వాగతం చెప్పేందుకు వంశీధర్‌తో పాటు తిమ్మారెడ్డి కూడా కలిసివచ్చాడు. ఆ దృశ్యం చూసేందుకు కనుల పండువగా ఉంది ఆ ఊరి జనాలకు. ఊరంతా కోలాహలమే. కోలన్న నృత్యంలో వంశీధర్, తిమ్మారెడ్డి

ఇద్దరూ పాల్గొన్నారు. అనంతరం తిమ్మారెడ్డి ఏర్పాటు చేసిన భారీ విందు కార్యక్రమం పర్యవేక్షణలో వాళ్లిద్దరూ మునిగిపోయారు. ఒక విజేతగా ఇంటికొచ్చిన రిప్పును చూసి అమ్మ, చిన్నమ్మ, వదినలు ఆనంద పరవశులయ్యారు.

తన మరిది రిప్పు కళ్ళు ఎవరి కోసమో వెదుకుతున్నట్లు కనిపెట్టింది సుచిత్ర. మరిది చెవిలో గుసగుసగా చెప్పింది. "వాళ్ళ ఇంట్లో టెలిఫోన్ పని చెయ్యడం లేదంట.. వెళ్లి రిపేర్ చెయ్.."

అప్పుడే వంశీధర్ ఇంట్లోకి వచ్చాడు.

"ఏమిటీ... నీ మరిదికి ఏదో నూరి పోస్తున్నావ్.?" సుచిత్రను అడిగాడు.

"నీలవేణితో మాట్లాడాలట. వాళ్ళ టెలిఫోన్ రిపేర్‌చేసి రమ్మంటున్నాను. "కొంటెగా చెప్పింది.

"మా వాడికి ఇక ఆ ఖర్మ పట్టలేదు. మన ఊర్లో బిఎస్ఎన్ఎల్ టవర్ ఏర్పాటు చేస్తున్నట్లు ఇందాకే కలెక్టర్ ప్రకటించారు. ఇకపై సెల్ ఫోన్లు తప్ప టెలిఫోన్ల తో పని లేదు' అన్నాడు. దీంతో అందరూ నవ్వుకున్నారు.

నీలవేణి తనను ఎక్కడ కలుస్తుందో రిపుంజయ్‌కి తెలుసు.

✦ ✦ ✦

కుముద్వతి నది తీరంలో...

చింతచెట్టుకు వేలాడ దీసిన ఉయ్యాలలో రిపుంజయ్ ఒక్కడే ఊగ సాగాడు. మూడేళ్లుగా అలవాటు తప్పిన ఆట. తడబాటుతో తూలి పడబోయాడు.

అప్పుడు వినిపించిందో నవ్వు. ఆ నవ్వులో కిలకిలా రావాలు అతడి గుండె లయ తప్పించాయి.

అది తనకు చిరపరిచితమైన నవ్వు. తనను పరవశానికి గురి చేసే నవ్వు. రిప్పు అటు వైపు చూశాడు.

అతడి ఊహ కరెక్టే...

నీలవేణి పైటచెరుగు ఊపుతూ నిలబడి ఉంది.

"ఏంటి బావగారూ... ఢిల్లీలో సెంచరీ కొట్టినంత ఈజీ అనుకున్నారా ఉయ్యాల ఊగటం అంటే...?."

ఎప్పటి మాదిరే ఉడికిస్తూ అంది. దీంతో రిప్పు ఉక్రోషంగా అన్నాడు.

"అది వేరు.. ఇది వేరు.. పైగా ప్రాక్టీస్ అసలే లేదు కదా.."

"ఓహో... తమరు క్రికెటర్ కదా... ప్రాక్టీస్ లేకుండా బరిలో దిగరు అనుకుంటా.. అది సరే గానీ ఉయ్యాల ఊగటం నేర్పలేదా మీ మేడం కోచ్...?"

"ఇదిగో నీలూ... మా మేడం గురించి ఒక్క మాట అన్నా సహించేది లేదు చెప్తున్నా"

"తెలుసులే సార్... మేడం అంటే తమరికి ఎంత భక్తి ఉందో టీవీలో ప్రత్యక్షంగా చూశాం కూడా "

"ఏయ్ నీలూ.. మాటలు కట్టి పెట్టి బరిలోకి రా.. నువ్వో నేనో తేల్చుకుందాం "

దీంతో పైట కొంగు బిగించి నీలు వచ్చేసింది. ఉయ్యాల ఎక్కేసింది.

కానీ... ఒక్క క్షణం కూడా నిలబడలేక పోయింది. బావ ఎదపై పరవశంగా వాలిపోయింది.

తొర్రలోనుంచి బయటకు వచ్చిన ఉడుత ఒకటి ఈ వింత చూసి మళ్ళీ లోనికి వెళ్లి పోయింది.

అప్పుడే తోటలోకి వచ్చిన మహిమ, సుచిత్రలు ఈ దృశ్యం చూసి కళ్ళు తిప్పుకున్నారు. ముసిముసిగా నవ్వుకుంటూ ఏటిలోకి నడిచారు. చెలిమల దగ్గర కూర్చొని కబుర్లలో పడ్డారు.

కొద్దిసేపటికి బావా మరదళ్ళు ఏటి వైపు వచ్చారు. అక్కడ మేడంను చూసి పరుగెట్టుకు వచ్చింది నీలవేణి.

తన హీరోను జాతీయ హీరో చేసిన మేడంను చూసి పరవశించి పోయింది. దగ్గరికి వచ్చి "థాంక్యూ సో మచ్ మేడం" అంటూ అమాంతం అల్లుకుపోయింది.

✦ ✦ ✦

ఆ సాయంత్రం... ఇంటికి వచ్చే సమయంలో కళ్లాల దగ్గర ఒక దృశ్యం మహిమను ఆకర్షించింది.

పిల్లల కోడి ఒకటి 'కొక్కో కొక్కోక్కో' అంటూ గట్టిగా అరుస్తూ జెర్రిపాముతో పోరాడుతోంది.

ఆ పాము నుంచి తన పిల్లలను కాపాడుకునేందుకు అది తన ప్రాణాలకు తెగించి కలియ బడింది. ఒక దశలో అది అమాంతం పైకి ఎగిరి దాని తల మీద ముక్కుతో పొడిచింది. దాంతో ఆ పాము పక్కనే ఉన్న గోడసందుల్లోకి దూరి పారిపోయింది. పిల్లల కోడి శరవేగంగా తన పిల్లలను వెంట వేసుకుని దిబ్బల్లోకి పోయింది.

ప్రకృతిలో ఏ జీవి అయినా అంతే... పిల్లల జోలికివస్తే తల్లి ఊరుకోదు. ప్రాణాలకు తెగించి కాపాడుకుంటుంది. లేదా ఆ పోరాటంలో ప్రాణమే ఒదులుకుంటుంది.

✦ ✦ ✦

చెన్నై శంకర ఇంజినీరింగ్ కాలేజీలో...

రిపుంజయ్, మహిమలకు అభినందన సభ ఏర్పాటు అయింది.

కాలేజీ యాజమాన్యం ఆహ్వానం మేరకు రాష్ట్ర క్రీడా శాఖ మంత్రి అరుల్ మోళి, టి.ఎన్.సి.ఏ. అధ్యక్ష, కార్యదర్శిలతో పాటు కార్యవర్గం కూడా హాజరు అయింది. ప్రింట్ అండ్ ఎలక్ట్రానిక్ మీడియా భారీగా తరలి వచ్చింది.

ఆ క్యాంపస్‌లో చదివిన పూర్వ విద్యార్థులతో క్యాంపస్ కిక్కిరిసిపోయింది.

రెండేళ్ల క్రితం సండే లీగ్ ఛాంపియన్ షిప్‌ను తమ కాలేజీ సాధించినప్పుడు ఇలాగే ఒక అభినందన సభ జరిగింది. ఆ రోజు రిపుంజయ్‌కి మహిమ బ్యాగ్రౌండ్ ఏమీ తెలియదు. ఆమె చేతుల మీదుగా అవార్డు తీసుకున్నాడు. కోచ్ వీరప్పన్ ఆమెను గుర్తించి క్రికెట్‌లో ఆమె గత వైభవం గురించి వెల్లడి చేయడంతో, ఆమె అక్కడి నుంచి అర్థంతరంగా లేచి వెళ్ళిపోయింది. క్యాంపస్‌లోని స్టాఫ్ కు విద్యార్థులకు ఇదంతా గుర్తుకు వచ్చింది.

మేడం కోచ్ ప్రసంగించాలంటూ విద్యార్థులు అందరూ నినాదాలు ఇవ్వసాగారు.

కాలేజీ కోచ్ వీరప్పన్ మైక్ తీసుకున్నాడు. "వజ్రమైనా.. మాణిక్యం అయినా... మట్టిలోనే దొరుకుతాయి. కానీ.. సాన పెట్టినాకే తెలుస్తుంది అది వజ్రం అని.. మెరుగులు దిద్దాకే తెలుస్తుంది అది మాణిక్యం అని. వాటిని కనిపెట్టి తీర్చిదిద్దడంలోనే ఉంది అసలైన నేర్పరితనం. మన కళ్ల ముందరే ఉన్న మన కాలేజీ విద్యార్థి రిపుంజయ్ లోని క్రికెటర్ ను మనమే గుర్తించలేక పోయాం. మహిమ గారు ఎలా పసిగట్టారో తెలియదు. క్రికెట్ సాధనలో ఏళ్ల పాటు సముపార్జించిన శక్తి యుక్తులన్నిటినీ అతడి కోసం ధారపోశారు. అతడిని తీర్చిదిద్దేందుకు అకుంఠిత దీక్షాదక్షులై శ్రమించారు. క్రికెట్‌లో ఏకంగా తన ప్రతిరూపాన్నే దేశానికి అందించారు. రెండేళ్ల క్రితం ఇదే వేదికలో మాట్లాడేందుకు మేడం మహిమ ఇష్టపడలేదు. ఇప్పుడు ఆమె ఒక విజేతగా వచ్చారు. ఇక మన కోరిక మన్నిస్తారని ఆశిస్తున్నాను." అంటూ మహిమ వద్దకు వచ్చాడు.

"మీ సందేశం కోసం ఈ క్యాంపస్ యావత్తు ఉత్కంఠగా ఎదురు చూస్తోంది. మీరు మా అందరి కోరిక మన్నించి తీరాలి మేడం." అని అభ్యర్థించాడు.

దీంతో క్యాంపస్ లోని వందలాది విద్యార్థులు లేచి నిలబడ్డారు.

"మేడం... మేడం... మేడం..." అంటూ గట్టిగా నినదించ సాగారు.

ఇక ఆమెకు తప్పలేదు. మైక్ తీసుకుంది.

క్యాంపస్ మొత్తం నిశ్శబ్దం అయిపోయింది. ఆమె ఏం చెబుతుందా..! అని ఉత్కంఠ.

"క్రికెట్ అంటే 11 మంది ఫూల్స్ ఆడుతుంటే 11000 మంది ఫూల్స్ చూసే ఆట..." అని ఒక్కక్షణం ఆపింది. ప్రేక్షకులు అందరివైపు పారజూసింది. ప్రేక్షకులతో పాటు అతిథులు కూడా ఒకరి ముఖం ఒకరు చూసుకోసాగారు.

మహిమ కొనసాగించింది.

"జార్జ్ బెర్నార్డ్ షా ఈ మాట ఎందుకు ఏ సందర్భంగా అన్నాడో నాకు తెలియదు. ఒక్కటి మాత్రం చెప్పగలను.

"క్రికెట్ అనేది నాటకాలు రాసే రచయితల ఆట మాత్రం కాదు". ప్రపంచ మేధావుల్లో అగ్రగణ్యుడిగా ఆయనను కీర్తిస్తారు. క్రికెట్ మైదానంలో 11 మంది కాదు 13 మంది యాక్షన్‌లో ఉంటారు అని తెలుసుకోకుండానే ఈ వ్యాఖ్యలు చేశారంటే ఆశ్చర్యం అనిపిస్తుంది. చదరంగం ఒక మైండ్ గేమ్ అయితే క్రికెట్ అనేది మైండ్ అండ్ మజిల్ గేమ్. ఇండియన్ క్రికెట్‌లో బెర్నార్డ్ షా ప్రభావం ఉందేమో తెలియదు. అన్ని రాష్ట్రాల పాలక మండలిలో ఎప్పుడూ క్రికెట్ ఆడని మేధావుల పెత్తనమే ఎక్కువ. నేను ఒకప్పుడు క్రికెట్‌లో రాణించి ఉండొచ్చు. ఈ రోజు మన రిపుంజయ్ మంచి క్రికెటర్ అయి ఉండొచ్చు. క్రికెట్ ఒక్కటే కాదు ఏ స్పోర్ట్స్‌లో అయినా తెల్లవారేలోపు ఛాంపియన్స్ పుట్టుకు రారు. దాని వెనుక ఆ క్రీడాకారుల ఏళ్ల తరబడి నిరంతర కఠోర శ్రమ, త్యాగం దాగి ఉంటుంది.

నాకు ఒక కొత్త బ్యాట్ సమకూర్చేందుకు మా నాన్న ఎన్ని రోజులు పస్తులు ఉన్నదీ నాకు తెలుసు. మా అక్క తన పండుగ బట్టలు త్యాగం చేసి, చిరిగిన గౌన్ వేసుకోవడం వల్లనే క్రికెట్ యూనిఫామ్ నా ఒంటి పైకి వచ్చింది. మా అక్క ప్రతిరోజు తన స్కూల్‌కు నడిచి వెళ్ళటం వల్లనే నేను మద్రాస్ మైదానాలకు సిటీ బస్సులో వెళ్ళగలిగాను. వ్యక్తిగత జీవితం, కుటుంబ జీవితం.. ఎంతో పోగొట్టుకుంటే తప్ప ఒక క్రీడాకారుడు కాలేడు. అటువంటిది.. ఈ మేల్ డామినేటెడ్ సొసైటీ నుంచి ఒక మహిళ క్రీడాకారిణిగా ఎదగాలి అంటే ఎన్ని సమస్యలు, సవాళ్లు ఎదుర్కోవాలి?

అన్ని కష్టాలకు, నష్టాలకు, త్యాగాలకు ఓర్చి నేను సాధించుకున్న క్రీడా తపో ఫలాన్ని ఆనాటి సూడో మేధావుల పాలకవర్గం కర్కశంగా అణచి వేసింది. డోపీని

అంటూ గుండెలు పిండే నిందలు వేసింది. ఆనాడు నేను చేయని తప్పుకు నన్ను ఎంత దారుణంగా శిక్షించారు..? నన్ను క్రికెట్ నుంచి బహిష్కరణ చేసిన పాలక మండలిలో ఒక్కరైనా క్రికెట్ ఆడిన వాళ్ళు ఉన్నారా? అలాంటప్పుడు నా భవిష్యత్‌ను కాలరాసే హక్కు వారికెవరు ఇచ్చారు?

మనం మనుషులుగా పుట్టాం... పొరపాట్లు మానవ సహజం. మనలో ఎవరమైనా అలా ఒక పొరపాటు చేసినప్పుడు సమాజం నుంచి మనం ఏంఆశిస్తాం..?! తప్పటడుగు వేసినప్పుడు నైతిక మద్దతు ఇచ్చి సరిదిద్దుకునే అవకాశం ఇస్తేనే కదా మంచి సమాజం అనిపించుకుంటుంది?

క్రికెట్ ఆట గొప్పది... నా కంటే, రిపుంజయ్ కంటే, సోబర్స్, బ్రాడ్ మాన్‌ల కంటే కూడా ఎంతో గొప్పది. క్రికెట్ మనకు ఫిట్నెస్‌తో పాటు క్రమశిక్షణ నేర్పుతుంది. పోరాట తత్వాన్ని నేర్పుతుంది. జీవితమంటే ఏమిటో కూడా నేర్పుతుంది. మన దేశంలో ఎన్నో జాతులు, మతాలు, విభిన్న మైన సంస్కృతులు ఉన్నాయి. అందరి భావోద్వేగాలను కట్టి పడేసేది, ఏకం చేసేది క్రికెట్ ఒకటే... క్రికెట్ ఒక ఆట మాత్రమే కాదు.. అది మన అందరి శ్వాస.

స్పోర్ట్సమన్ స్పిరిట్ అణువణువునా నింపుకున్న ఈ ఆటలో జెంటిల్మెన్‌కు మాత్రమే స్థానం ఉండాలి. కానీ... కుట్రలు, కుతంత్రాలు అడుగడుగునా రాజ్యం ఏలుతున్నాయి. డబ్బు, పలుకుబడి లేని టాలెంటెడ్ క్రీడాకారులు నిర్దాక్షిణ్యంగా అణచి వేయబడుతున్నారు. క్రికెట్ పై మోజుతో ఎందరో పిల్లలు తమ చదువు నాశనం చేసుకుంటుంటే, తల్లిదండ్రులు తమ పిల్లల భవిష్యత్ ఏమిటో తెలియక తీవ్ర మనోవేదనకు గురవుతున్నారు. డబ్బు, పలుకుబడి చట్రాలను అధిగమించి ఏ ఒక్కరో వెలుగులోకి వస్తారు. వారి సక్సెస్ స్టోరీలను అందంగా అల్లి అందరిలో ఆశలు రేకెత్తిస్తారు.

క్రికెట్‌లో స్కూల్ లీగ్స్ ను ఎందుకు పెడుతున్నారు? సెలవుల్లో కాకుండా స్కూల్ జరిగే రోజుల్లో మాత్రమే లీగ్స్ పెడితే ఆ విద్యార్థి చదువేం కావాలి? చదువు పోయినా పర్లేదు అనుకునే ప్రొఫెషనల్ క్రికెటర్స్‌కు మన ప్రభుత్వ స్పోర్ట్స్ పాలసీ ఇచ్చే భరోసా ఏమిటి?

క్రికెట్ కోసమే బాల్యం అంతా వెచ్చించి బిగ్ లెవెల్ క్రికెట్ రాజకీయాల్లో బలైపోతున్న వారి దుస్థితి ఏమిటి? అటు క్రికెట్‌లో అవకాశాలు రాక, ఇటు ఉన్నత చదువులు లేక జీవితాలను ఛిద్రం చేసుకుంటున్న వారి గురించి ఈ మేధావులు ఎన్నడైనా ఆలోచించారా..? ఎప్పుడో బ్రిటిష్ కాలం నాటి క్లబ్ వ్యవస్థలు ఇప్పుడెందుకు? కోటీశ్వరుల గుప్పిట్లో ఉండే క్లబ్‌లు గల్లీ క్రికెట్‌లోని టాలెంట్‌ను ఎలా గుర్తిస్తాయి..?

డబ్బు చెల్లించకుండా ఏదైనా క్లబ్‌కు ఆడే అవకాశం ఒక నిరుపేదకు ఎలా వస్తుంది? టాలెంట్‌ను గుర్తించి, అవినీతిని, బంధు ప్రీతినీ, రాజకీయ జోక్యాన్ని అరికట్టే సమర్థమైన వాచ్ డాగ్ వ్యవస్థ ను ఏర్పాటు చేయాలని, ఆ మేరకు సంస్కరణలు ఇకనైనా తీసుకురావాలి అని ప్రభుత్వాన్ని కోరుతున్నాను. చివరిగా... విద్యార్థులకు నేను చెప్పదలుచుకున్నది ఒక్కటే.

క్రికెట్ నుంచి మనం నేర్చుకోవాల్సింది ఏమిటి అంటే...

జీవితంలో గెలవండి.. గెలుపుకోసం పోరాడండి.. కానీ ఎలాగైనా గెలవాలి అని మాత్రం అనుకోవద్దు" అంటూ ముగించింది.

మహిమ లేవనెత్తిన పాయింట్లు ఆహూతులందరి హృదయాలను తాకాయి. చప్పట్లతో ఆ క్యాంపస్ మారుమోగిపోయింది.

✦ ✦ ✦

ఎన్.సి.ఏ. క్యాంపు బెంగళూరు. సౌత్ జోన్ క్రికెటర్స్‌కు శిక్షణ శిబిరం.

భైరవ, రిపుంజయ్‌తో పాటు సౌత్ జోన్‌కు చెందిన నలుగురు జాతీయ జట్టు క్రికెటర్స్ కూడా పాల్గొంటున్నారు. లెవెల్ 3 కోచ్‌గా మహిమకు కూడా ఆహ్వానం అందింది. రిపుంజయ్ అప్పటికే చేరిపోయాడు.

ఫుడ్ పాయిజనింగ్‌తో అనుకోకుండా మహిమ అనారోగ్యం పాలైంది. కోడంబాక్కంలోని డాక్టర్ సుధీంద్రన్ అపాయింట్మెంట్ తీసుకుని వెళ్ళింది. అక్కడ ఆసుపత్రి ప్రాంగణంలో ఒక వ్యక్తి ఎదురయ్యాడు.

"హలో మహిమా.. నన్ను గుర్తు పట్టారా..?" అంటూ పలకరించాడు.

అతడిని వెంటనే పోల్చుకోగలిగింది.

అతడు ఒకప్పుడు టి.ఎన్.సి.ఏ. క్యాంపులో తన కొలీగ్.. మహాబలిపురం బీచ్‌లో తనను సముద్రంలో స్విమ్మింగ్‌కు ఛాలెంజ్ చేసినవాడు. అతడి పేరు కళానిధి. అతడినీ... తన జీవితంలోకి చీకట్లు కమ్మిన ఆ కాళరాత్రినీ తాను ఎలా మర్చిపోగలదు..?

చాన్నాళ్ల తర్వాత కళానిధిని చూసి మహిమకు కూడా ఆనందంగా ఉంది.

"హలో మిస్టర్ కళానిధి... ఏమిటి ఇలా వచ్చారు..?"

"కొద్దిగా హెల్త్ బాలేదు... జనరల్ చెకప్ కోసం వచ్చాను "

"చాలా ఏండ్ల తర్వాత మిమ్మల్ని చూడటం... ఎలా ఉన్నారు..? ఎక్కడ ఉన్నారు? ఏం చేస్తున్నారు..?"

ప్రశ్నల వర్షం కురిపించింది.

"మనం కాఫీ తాగుతూ మాట్లాడుకుందామా..?" అడిగాడు.

రిసెప్షన్ పక్కనే ఉన్న కాఫీ షాప్ లోకి వెళ్లి కూర్చున్నారు.

"ఆనాడు నీకు జరిగిన అన్యాయానికి నేను చాలా బాధ పడ్డాను. కానీ ఏమీ చెయ్యలేని అశక్తుడిని. మౌనంగానే రోదించాను."

"ఇట్సాల్ రైట్ మిస్టర్ కళానిధి.. అదో పీడకల అంతే.. అయినా ఇప్పుడు తలుచుకుని ఏం ప్రయోజనం..?"

"కానీ ఆ రోజు నీపై జరిగిన కుట్రలో నా ప్రమేయం లేదు. ప్లీజ్ బిలీవ్ మీ... తెల్ల వారిన తర్వాతే తెలిసింది. హేమనాథన్‌తో కలిసి భైరవ ఈ కుట్ర చేశాడు. నీవు డ్రగ్స్ మత్తులో ఉన్నప్పుడు ఫొటోస్ తీసింది కూడా హేమనాథనే..."

మహిమ ముఖం పక్కకు తిప్పుకుంది.

"అదో పీడకల... ఇదంతా ఇప్పుడు నాకు ఎందుకు చెబుతున్నట్టు?"

"రిపుంజయ్‌పై మరో కుట్ర జరగబోతోంది. భైరవ ఈసారి చాలా పగడ్బందీగా ప్లాన్ చేశాడు.."

"వ్వాట్..? "

"ఎస్... కార్పొరేట్ స్థాయిలో అతడికి ఉన్న డబ్బు, పలుకుబడిని ఉపయోగించి టీం ఇండియా మేనేజ్మెంట్ ని ప్రభావితం చేశాడు. రాబోయే వెస్టిండిస్ టూర్‌లో రిపుంజయ్‌ని రిజర్వ్ బెంచ్‌కే పరిమితం చేయబోతున్నారు. టీంలో ఉంటాడు కానీ, ప్లేయింగ్ 11 లో ఉండడు." మహిమ ముఖం అప్పటికే జేవురించింది.

"మిస్టర్ కళానిధి.. ఈ కుట్ర గురించి మీకు ఎలా తెలిసింది..?"

"భైరవకు కార్పొరేట్ మార్కెటింగ్ మేనేజర్ ను నేనే కాబట్టి.."

మహిమ ఆశ్చర్యంగా నొసలు చిట్లించింది.

"నిజమా..! అయితే మీరు ఇప్పటికీ భైరవ థింక్ ట్యాంక్‌లోనే ఉన్నారన్నమాట..?"

కాఫీ సిప్ చేయడం పూర్తి అయింది. కళానిధి ముఖంలోకి దీర్ఘంగా చూసింది.

"మీరు ఇచ్చిన సమాచారానికి కృతజ్ఞతలు... కానీ, ఒక విషయం అడగొచ్చా...?"

"అడుగు మహిమా"

"మిమ్మల్ని ఎంప్లాయ్ చేసుకున్న భైరవను కాదని నాకెందుకు ఈ కుట్ర గురించి చెబుతున్నారు..?"

"గతంలో నీకు జరిగిన అన్యాయానికి నేను ఇప్పటికీ చింతిస్తున్నాను. ఇప్పుడు ఇక మనసు ఉండబట్టలేక చెప్పాను"

మహిమ నిట్టూర్చి అన్నది.

"ఓహో.. ఆనాటి తప్పుకు ప్రాయశ్చిత్తం అన్నమాట.." అనేసి కుర్చీ నుంచి లేవబోయింది.

"మహిమ.. ఒన్ మినిట్.. రిపుంజయ్ పైనే కాదు.. నీపై కూడా తాజాగా కుట్ర పన్నుతున్నాడు. నీవు లేకుండా రిప్పును ఒంటరిని చేయాలి అనే ఉద్దేశ్యం కావొచ్చు. నీకు అతడి నుంచి హాని ఉంది జాగ్రత్త."

"మానవ చరిత్రలో ఎన్నో వేల, లక్షల యుద్ధాలు జరిగాయి. ప్రతిసారీ కుట్ర చేసిన వాడే గెలవాలనిలేదు"

"నిజమే కావచ్చు. కానీ భైరవ నీపై పన్నిన కుట్ర ఏమిటో తెలుసా..?" అంటూ ఏదో చెప్పబోయాడు.

మహిమ అడ్డంగా తలూపింది.

"తెలియదు... మీకు తెలిసినా చెప్పొద్దు ...

"యుద్ధంలో కుట్రలు సహజం... ఛేధించి గెలవడమే వీరత్వం" అంటూ సెల్ ఫోన్ తీసింది. ఏదో ట్రావెల్ ఏజెన్సీకి కాల్ చేసింది.

"బెంగళూరుకు అర్జెంట్‌గా ఫ్లైట్ బుక్ చేయండి" అంటూ బయటకు నడిచింది.

ఈలోగా... మహిమ రాక గురించి తెలుసుకున్న డాక్టర్ సుధీంద్రన్ స్వయంగా హాల్ లోకి వచ్చాడు.

అప్పటికే మహిమ కారు కదిలిపోయింది. వాస్తవానికి ఫుడ్ పాయిజనింగ్ వల్ల పలుమార్లు వామిటింగ్స్‌తో మహిమ ఎంతో డీహైడ్రేట్ అయింది. చాలా నీరసంగా కూడా ఉంది. రిప్పు ఉజ్వల కెరీర్‌ను అడ్డుకునే ప్రయత్నం జరుగుతుంటే... అనారోగ్యం పేరుతో తాను చేతులు కట్టుకుని కూర్చోలేదు.

విషసర్పంతో పోరాడి తన పిల్లలను కాపాడుకున్న పిల్లలకోడి గుర్తుకు వచ్చింది ఆమెకు ఆ క్షణంలో.

రిపుంజయ్‌కి తోడుగా తాను ఉండగా ఎవ్వరి ఆటలూ సాగనివ్వదు. ఇంటికి వెళ్లి అటకపై ఉన్న ఒక కిట్ ను దించింది.

అందులో నుంచి ఎం.జి. మ్యాగ్నం బ్యాట్‌ను బయటకు తీసింది.

12 ఏళ్ల క్రితం చెపాక్ స్టేడియంలో ఓపెన్ నెట్స్‌లో పోరాడి సాధించుకున్న రెండు బ్యాట్‌లలో ఇది ఒకటి. ఒక బ్యాట్‌ను రిపుంజయ్‌కి గిఫ్ట్‌గా ఇచ్చింది. ఇది రెండోది. ఇంతవరకూ ఎన్నడూ ఉపయోగించనిది.

✦ ✦ ✦

సౌత్ జోన్ ఎన్.సి.ఏ. క్యాంపులో మహిమ రిపోర్ట్ చేసింది.

విజేష్ పటేల్ ఛాంబర్‌కు వెళ్లి కలిసింది. "కంగ్రాట్స్ మహిమా... రిపుంజయ్ విండీస్ సిరీస్‌కు సెలెక్ట్ అయినందుకు.."

"థ్యాంక్యు సార్... ప్లేయింగ్ 11 లో రిప్పు ఉంటాడు గదా సార్..?"

"వై నాట్ మహిమా...! అతడికోసం దేశం యావత్తూ ఎదురు చూస్తోంది. అదే గాక మిడిల్ ఆర్డర్‌లో ఇంత డిపెండబుల్ బాట్స్మెన్ ఎవరూలేరు. కెప్టెన్ గౌరవ్ రంగూలి, జవాల్కర్‌లు ఓపెనింగ్ బాట్స్మెన్. రాహూ గ్రావిడ్, వి.వి.ఎస్. రామన్‌లు ఇద్దరూ టాప్ ఆర్డర్‌లో ఉన్నారు. ఇక భైరవ తర్వాత మిడిల్ ఆర్డర్‌లో ఎవరున్నారు? పైగా రిపుంజయ్ ఆల్ రౌండర్ కూడా.."

"నిజమే సార్.. కానీ... టీం మేనేజ్మెంట్ ఆలోచన వేరేలా ఉంటే..?"

"ఎంతో ప్రత్యేక పరిస్థితిల్లో తప్ప అలా జరిగే ఛాన్స్ లేదు".

మహిమ మౌనం దాల్చింది.

"నీవు చాలా సిక్‌గా ఉన్నావు... రిపుంజయ్‌కి ఇప్పుడు నీ గైడెన్స్ అవసరం లేదు కూడా. గో అండ్ టేక్ రెస్ట్. బాగా కోలుకున్నాకే నెట్స్ దగ్గరికి వచ్చేయ్"

"ఎస్ సార్... అతడికి నా అవసరం లేదు... కానీ నా ప్రజెన్స్ అవసరం.." అంటూ బయటకు వచ్చింది.

✦ ✦ ✦

రెండు రోజుల పాటు నెట్ ప్రాక్టీస్‌లో గమనించింది. గతంలో లాగా భైరవ తడబాటులో లేదు. ఇతర ఆటగాళ్లు, కోచ్‌లతో ఎంతో కలివిడిగా ఉన్నాడు. తాను ఉన్నా లేనట్లే అతడి ప్రవర్తన ఉంది. దీని అర్థం అతడు ఏదో గట్టి ప్రణాళికతోనే ఉన్నాడు. అది ఖచ్చితంగా దుష్ట పన్నాగమే అయి ఉంటుంది. ఏమై ఉంటుంది..?

నెట్స్‌లో సునీల్ దోషి అనే ఆల్ రౌండర్ ప్రాక్టీస్ చేస్తున్నాడు. అతడు లెఫ్ట్ హ్యాండ్ బ్యాట్స్ మాన్. ఇండియాకు కొన్ని టెస్ట్‌లు, వన్డే మ్యాచ్‌లు ఆడాడు. ఫామ్ కోల్పోయి జట్టులో స్థానం కూడా కోల్పోయాడు. తిరిగి జట్టులోకి వచ్చేందుకు రెండేళ్లుగా కృషి చేస్తున్నాడు.

భైరవ వేసిన ఒక బంతి గుడ్ లెంగ్త్‌లో పడి ఆఫ్ సైడ్ కు స్వింగ్ అయింది. సునీల్ దోషి బ్యాట్ కు ఎడ్జ్ కావడంతో క్యాచ్ లేచింది. దీంతో మహిమ సునీల్ తో..

"పుల్ షాట్‌కు ట్రై చేయండి" అని సూచించింది.

దీంతో అతను వింతగా చూశాడు. బౌలింగ్ చేస్తున్న భైరవ కలుగజేసుకున్నాడు.

"కోచ్ గారూ మీరు ఏం చెబుతున్నారో తెలుసా..!"

"తెలుసు.. పుల్ షాట్ ఆడమంటున్నాను.."

ఆమె చెప్పిన దానికి భైరవ ఎగతాళిగా నవ్వి.. "అతడు లెఫ్ట్ హ్యాండ్ బ్యాట్స్ మాన్. కాబట్టి ఆ బాల్ అతడికి ఆఫ్ సైడ్ కింద లెక్క. "

"నో డౌట్ అది ఆఫ్ సైడ్ బంతే... సోవాట్..?"

"మరి పుల్ షాట్ గురించి చెబుతావేంది..?"

వీళ్ళ వాదన విని విజేష్ పటేల్ అక్కడికొచ్చాడు.

"ఏంటి సార్ ఇది..? ఓనమాలు రాని వాళ్ళను కోచ్‌లుగా తెచ్చి మా నెత్తిన పెట్టారు." అంటూ భైరవ ఫిర్యాదు చేశాడు.

"వివాదం దేని గురించి..?" అడిగాడాయన.

"గుడ్ లెంగ్త్‌లో పిచ్ అయిన ఆఫ్ సైడ్ బంతిని లెగ్ సైడ్ పుల్ చెయ్యమంటోంది. 15 టెస్ట్ మ్యాచ్‌లు ఆడిన దోషి భాయ్‌కే పాఠం చెబుతోంది "

దీంతో ఆయన మహిమ వైపు తిరిగి అడిగాడు.

"మిస్ మహిమ... అతడి ఫిర్యాదుపై నీ వివరణ ఏమిటి?...?"

"సార్... మీడియం పేసర్లు ఎక్కువ శాతం బంతులు ఆఫ్ సైడ్ వేసి బ్యాట్స్ మాన్‌ను టెంప్ట్ చేస్తుంటారు. బ్యాక్వార్డు పాయింట్ లేదా థర్డ్ మాన్ పొజిషన్‌లో ఫీల్డర్స్‌ను పెట్టి క్యాచవుట్ కోసం చూస్తారు. ఫైన్ లెగ్, డీప్ స్క్వేర్ లెగ్ వైపు ఫీల్డర్స్ ను ఉంచరు. కాబట్టి, బ్యాట్స్ మాన్ కొద్దిగా ఆఫ్ సైడ్ కదిలి ఫ్రంట్ ఫుట్‌లో బెండ్ అయి పుల్ చేయొచ్చు. ఈ షాట్ ద్వారా లాంగ్ లెగ్ వైపు లేదా స్క్వేర్ లెగ్ వైపుకో ఫోర్ గానీ, సిక్స్ గానీ రాబట్టవచ్చు."

ఇది విని విజేష్ పటేల్ ఆమెను అభినందిస్తూ...

"ఫెంటాస్టిక్ టెక్నిక్ మహిమా.. నీవు ఒకసారి నిరూపించి చూపగలవా..?"

అని అడిగాడు.

మహిమ "స్యూర్ సార్" అంటూ నెట్స్‌లోకి వెళ్ళింది.

రిపుంజయ్ పరిగెత్తుకుంటూ వెళ్లి ఆమెకు పాడ్స్, గ్లౌజ్ అందించాడు. ఆమె తనకు గిఫ్ట్‌గా ఇచ్చిన మ్యాగ్నం బ్యాట్ ఇచ్చాడు.

మహిమ స్థాన్స్ తీసుకుంది.

మొత్తం క్యాంపులోని క్రికెటర్స్ అందరూ చూస్తున్నారు.

భైరవ ఒక ఆఫ్ సైడ్ బంతి బౌలింగ్ చేశాడు. మహిమ ఫ్రంట్ ఫుట్ తీసుకుని అలవోకగా పుల్ చేసింది.

మరో రెండు షార్ట్ బంతులను కూడా అలాగే ఆడింది. క్యాంపస్ అంతా చప్పట్లతో మారు మోగింది.

దీంతో భైరవ...

"నెట్స్‌లో ఎవరైనా ప్రయోగాలు చేస్తారు. మైదానంలో ప్రూవ్ చెయ్ చూద్దాం.." అంటూ సవాల్ విసిరాడు.

దీంతో విజేష్ పటేల్....

"మహిమా.. ఓపెన్ నెట్స్‌లో ఈసవాల్‌ను స్వీకరించేందుకు సిద్ధమా..?"

మహిమ ఇలాంటి సవాళ్లకు వెనుకడుగు వేసే తత్త్వం కాదు. ఆ విషయం ఆయనకు కూడా తెలుసు.

"సార్.. ఓపెన్ నెట్స్ మాత్రం ఎందుకు..? డైరెక్ట్‌గా మ్యాచ్‌నే కండక్ట్ చేయండి. మహిమ నెవర్ స్టెప్స్ బ్యాక్.. పుల్ షాట్స్ కొట్టి తీరుతా.. అడ్డుకొని మ్యాచ్ గెలవమని చెప్పండి." అంటూ గ్లోవ్స్ తొలగించింది.

దీంతో విజేష్ పటేల్ చిన్నస్వామి స్టేడియం మేనేజర్‌కు, క్యూరేటర్‌కు కాల్ చేశాడు.

ఎల్లుండి 30 ఓవర్స్ ప్రాక్టీస్ మ్యాచ్‌కి పిచ్‌ని రెడీ చేయాలి అంటూ ఆదేశించాడు.

✦ ✦ ✦

టీం... ఏ, టీం...బిల నిర్మాణం మొదలైంది.

టీం–ఏకు భైరవ కెప్టెన్ కాగా టీం–బిని మహిమ లీడ్ చేస్తుంది.

సౌత్ జోన్ క్యాంపు నుంచి బాట్స్మెన్, ఆల్ రౌండర్స్, ఫాస్ట్, మీడియం పేస్, ఆఫ్ స్పిన్, లెగ్ స్పిన్నర్స్ తో కూడిన 20 మంది క్రికెటర్స్‌ని సిద్ధం చేశారు. వారిలో నుంచి ఒక కెప్టెన్ తమకు నచ్చిన బ్యాట్స్ మెన్‌ను, ఇంకో కెప్టెన్ తనకు నచ్చిన బౌలర్లను ఎంపిక చేసుకోవచ్చు. తాము ఏ టీంకు ఆడాలి అనే ఛాయిస్ మాత్రం ఆల్ రౌండర్లు సొంతంగా నిర్ణయించుకోవచ్చు.

రిపుంజయ్ సహజంగా తన మేడం వైపు నిలుస్తాడు అని అందరూ భావించారు.

అయితే, అందరినీ విస్మయానికి గురి చేస్తూ...

టీం–ఏలో కలిశాడు.

రిపుంజయ్ నిర్ణయం అందరికీ ఆశ్చర్యం అనిపించింది కానీ మహిమకు కాదు.

ఆమె రిపుంజయ్ కళ్లలోకి చూసింది. అతడి కనురెప్పలు కొన్ని క్షణాల పాటు మూసుకుని తెరుచుకున్నాయి. అది చాలు ఆమెకు.

తన శిష్యుడి కను రెప్పల కదలికలే కాదు...

ఎరుపెక్కుతున్న ముక్కు పుటాలు, కదులుతున్న కర్ణపుటాలు చెప్పే భాష కూడా ఆమెకు అర్థం అవుతుంది.

తన పక్కన వచ్చి నిలబడిన రిపుంజయ్ చెవిలో భైరవ అన్నాడు...

“ఇంతటితో మీ మేడం ఆట కట్టు... అని తెలుసుకొని నా వైపు వచ్చావా..?.. ఎంతైనా తెలివైనోడివే..”

రిప్పు చిరునవ్వు విసిరి అన్నాడు.

“నీ కనికట్టు మాయోపాయాలు కట్టి పెట్టు.. మా మేడంకు ఏదో హాని తల పెట్టావ్.. అది కనిపెట్టి, నీ ఆట కట్టించేందుకే వచ్చాను.”

“అంటే.. మీ మేడంతో మ్యాచ్ ఫిక్సింగ్ అన్నమాట. మంచి కోవర్ట్‌నే పంపిందే..”

రిప్పు అతడి వైపు సూటిగా చూశాడు.

“డోంట్ వర్రీ మిస్టర్ భైరవ్... నేను ఎక్కడ ఉన్నా టీం కోసమే ఆడుతానని నీకు తెలుసు. మా మేడంకు నీలాగ దొంగ దారులు తెలియవు. మరిజువానా మత్తుమందు ఎక్కడ దొరుకుతుందో కూడా ఆమెకు తెలియదు. ఆమెకి తెలిసింది ఒక్కటే... జీవితంలో ఎదురయ్యే ఏ సవాల్‌కైనా ఎదురు నిలిచి వీరనారిలా పోరాడటం..”

“అబ్బో... నీ మేడం ఓ ఝాన్సీ లక్ష్మిబాయో, కిత్తూరు చెన్నమ్మో అన్నట్టు చెబుతున్నావే... వాళ్ళు ఎంత పోరాటం చేసినా చివరికి ఓటమి పాలై చరిత్రలో కలిసిపోయారు. అది తెలుసా మీ మేడం కోచ్ కు..?”

“మిస్టర్ భైరవా... మా మేడం ఇక్కడికి చరిత్ర పాఠాలు చదువు కునేందుకు రాలేదు.. క్రికెట్‌లో ఒక కొత్త చరిత్ర సృష్టించేందుకే వచ్చారు...” అంటూ వెళ్లిపోయాడు.

భైరవ సూచన మేరకు రెండు టీంలు వేర్వేరుగా ప్రాక్టీస్ చేసేందుకు.. అవతలి టీం సభ్యుడితో సంప్రదింపులు జరిపే వీలు లేకుండా ఏర్పాటు జరిగింది.

✦ ✦ ✦

విజేష్ పటేల్ మహిమను తన ఛాంబర్‌కు పిలిపించుకుని అడిగాడు.

"భైరవ ఒకప్లాన్ ప్రకారం నిన్ను రెచ్చగొట్టి ఈమ్యాచ్‌లో దించుతున్నాడు. నువ్వు అమాయకంగా ఒప్పుకున్నావ్,."

దీంతో మహిమ లేచి నిలబడి చాలా స్పష్టంగా బదులిచ్చింది.

"కానివ్వండి సార్... ఇలాంటి అవకాశం కోసమే నేను కూడా ఎన్నో రోజుల నుంచి ఎదురు చూస్తున్నాను"

ముందుగా అనుకున్న ప్రకారం ఒక టీం సభ్యులు ఇంకో టీంతో మాట్లాడటానికి లేదు. ఎవరి విడిది వారికి ఏర్పాటు చేశారు.

✦ ✦ ✦

అంతిమ యుద్ధం

కె.సి.ఏలో ఉత్కంఠ భరితమైన ఆరోజు రానే వచ్చింది.

చిన్న స్వామి స్టేడియం... ఒక చరిత్రాత్మకమైన మ్యాచ్‌కి వేదిక అయింది. ఎవరి టీం వాళ్ళు విడిగా నెట్ ప్రాక్టీస్ చేసుకుంటున్నారు.

మహిమ తన ఎం.జి. మ్యాగ్నం బ్యాట్ తీసింది.

ఉడెన్ హ్యామర్‌తో నాకింగ్ చేయడం మొదలు పెట్టింది.

ఇంగ్లీష్ లేదా కాశ్మీర్ విల్లోతో చేసిన కొత్త బ్యాట్‌లను ఉడెన్ హ్యామర్‌తో కొన్ని గంటల పాటు నాకింగ్ చేస్తారు. దీనివల్ల ఆ బ్యాట్ బ్లేడ్‌లోని ఫైబర్ కఠినంగా తయారై, మంచి స్ట్రోక్ ఇస్తుంది. సచిన్ టెండూల్కర్, సనత్ జయసూర్య కూడా సొంతంగానే తమ బ్యాట్‌లను నాకింగ్ చేసుకుంటారు. చాన్నాళ్ల పాటు పక్కన పెట్టిన బ్యాట్‌లను కూడా ఇలాగే నాకింగ్ చేసుకుని లైవ్‌లోకి తెచ్చుకుంటారు.

నెట్స్‌లో తన టీం ప్లేయర్స్ బ్యాటింగ్‌ను ఓ కంట గమనిస్తూ మరో కంట మహిమ తన బ్యాట్‌ను నాకింగ్ చేసుకుంటోంది. ఈ దృశ్యం చూసే వారికి ఎలా ఉందంటే, వేటగాడు తన ఆయుధాన్ని పదును పెట్టుకుంటున్న భ్రాంతి కలుగుతోంది.

✦ ✦ ✦

టాస్ గెలుచుకున్న భైరవ తొలుత బ్యాటింగ్ ఎంచుకున్నాడు. రిపుంజయ్‌ని ఆల్‌రౌండర్ కింద చూపి, లోయర్ ఆర్డర్‌కు పరిమితం చేశాడు. మహిమ టీంకు మద్దతుగా బాల్స్ తినేయడమో లేదా అదర్‌ఎండ్ బ్యాట్స్‌మెన్‌ను రనౌట్ చేయించడమో చేస్తాడని భైరవ అనుమానం.

టీం ఎంపికలో భైరవ ఫాస్ట్ బౌలర్లకు ప్రాధాన్యత ఇచ్చాడు. స్టీఫెన్ బిన్నీ, కుమార్ పొన్నప్ప, పరశురామ్ భట్, దొడ్డ రమేష్ లాంటి ప్రఖ్యాత ఆటగాళ్ళను ఎంచుకున్నాడు. లెగ్ స్పిన్నర్ అఖిల్ కాంబ్లీతో పాటు ఆఫ్ స్పిన్నర్ సునీల్ దోషిలతో టీం–ఏ బౌలింగ్ పటిష్టంగా ఉంది.

డాక్టర్ సలహా మేరకు మహిమ తరుచూ ఓరల్ ఫ్లూయిడ్స్ తీసుకోవాలి. అంపైర్ పర్మిషన్‌తో ఒక ఎనర్జీ డ్రింక్ బాటిల్‌ను వికెట్ కీపర్ వెనుక ఉన్న హెల్మెట్ పాయింట్‌లో పెట్టుకుంది.

✦ ✦ ✦

ఆట మొదలైంది.

కేవలం 30 ఓవర్ల మ్యాచ్ కాబట్టి లోయర్ ఆర్డర్ వరకు బ్యాటింగ్ అవకాశం రాలేదు. కెప్టెన్ మహిమతో పాటు జనగళ్ శ్రీకాంత్, వెంకటేష్ ప్రకాష్, లక్ష్మీపతి బానోజీ, తదితర బౌలర్లు టీం–ఏ బ్యాటింగ్‌ను అదుపులో ఉంచారు. మిడిల్ ఆర్డర్‌లో వచ్చిన కెప్టెన్ భైరవ, ఆల్‌రౌండర్ సునీల్ దోషిలు క్రీజ్‌లో పాతుకుని ఇన్నింగ్స్ నిర్మించారు. ఒక దశలో బానోజీ బౌలింగ్‌లో భైరవ కవర్ డ్రైవ్ చేశాడు. ఒక రన్ పూర్తి అయింది. కవర్స్‌లో మిస్ ఫీల్డ్ కావడంతో రెండో రన్ కోసం పరిగెత్తాడు. అయితే ఎక్స్‌ట్రా కవర్ పాయింట్‌లో ఉన్న జయమంగ్ బదానీ ఆ బంతిని అంది పుచ్చుకుని వికెట్ కీపర్ వైపు శరవేగంగా విసిరాడు. దీంతో క్రీజ్ వైపు బ్యాట్ ఆనించేందుకు భైరవ డైవ్ చేశాడు. ఫీల్డర్ విసిరిన బంతి స్టంప్స్‌ను తాకే లోగా బ్యాట్‌ను క్రీజ్ పై ఉంచాడు కానీ, ఆ క్రమంలో పిచ్ పై జారిపడ్డాడు. ఫస్ట్ స్లిప్‌లో ఉన్న జవగల్ శ్రీకాంత్ చేయి అందించాడు. అప్పటికి 3 ఓవర్ల నుంచి ఒక్క బౌండరీ లేకుండా సింగిల్, టూస్ చొప్పున రన్స్ చేస్తుండటంతో దప్పిక అయినట్టుంది. వాటర్ కోసం చెయ్యి పైకి ఎత్తాడు. సెకండ్ స్లిప్‌లో ఉన్న మహిమ హెల్మెట్ పాయింట్ వద్దకు వేగం గా పరిగెత్తి ఎనర్జీ డ్రింక్ తెచ్చింది. అయితే అది తాగేందుకు భైరవ భయపడ్డాడు. అంపైర్ వైపు చూసి.. "నాకు మినరల్ వాటర్ కావాలి" అన్నాడు .

"మిస్టర్ భైరవ్... నాకు తెలిసి ఇప్పుడు మీకు ఎనర్జీ డ్రింక్ అవసరం" అంది మహిమ.

"లేదు లేదు... నాకు దప్పికగా ఉంది. తాగునీరే కావాలి."

మహిమ భైరవదగ్గరికి వెళ్లి అతడికి మాత్రమే వినిపించేలా చెప్పింది.

"నీకులా మత్తు మందు కలిపి మోసం చేసే అలవాటు నాకు లేదు. నీ పతనానికి ఇంకా కొద్ది సేపు టైమ్ ఉందిలే... ధైర్యం గా తాగు" అంది.

దీంతో బాటిల్ తీసుకొని డ్రింక్ తాగాడు. అనంతరం ఆ ఖాళీ బాటిల్ తీసుకొని అతడి ముఖం వైపే ఓరగా చూస్తూ వెళ్ళింది మహిమ. భైరవ కన్ఫ్యూజ్ అయ్యాడు.

తనకు ఇంకా టైముంది అంటోంది.. ఇంతకూ ఏమి ప్లాన్ వేసింది ఈమె..? అయినా, ముందు తాను వేసిన ప్రణాళిక నుంచి మహిమ తప్పించుకుంటే గదా..!

ఇలా ఆలోచిస్తూ.. భైరవ కాన్సంట్రేషన్ పూర్తిగా తప్పింది.

ఆ మరుసటి ఓవర్ లోనే మహిమ మంచి ఇన్ స్వింగర్ వేసి అతడిని క్లీన్ బౌల్డ్ చేసింది. అయినప్పటికీ 30 ఓవర్లలో 5 వికెట్ల నష్టానికి 188 పరుగులు వచ్చాయి. అంటే 6 పైగా రన్ రేట్‌తో టార్గెట్ ఉంది. మహిమ కెప్టెన్సీ నైపుణ్యం వల్ల పటిష్టమైన ఫీల్డింగ్ ప్లేస్మెంట్స్ కుదరడంతో టీం–ఏ భారీ స్కోర్ కు అడ్డుకట్ట పడింది.

ఇక రెండో ఇన్నింగ్స్‌లో శఠగోపన్ రాజేష్‌కు జతగా 18 ఏళ్ల యువ బ్యాట్స్ మాన్ రాబిన్ పుట్టప్ప ఓపెనర్‌గా వెళ్లాడు. ఓపెనర్లు ఇద్దరూ డేరింగ్ బ్యాట్స్ మెన్ కావడంతో రన్స్ ధాటిగా వచ్చాయి. అయితే అనుభవం ఉన్న లెగ్ స్పిన్నర్, టెస్ట్ క్రికెటర్ అయిన అఖిల్ కాంబ్లీ వీళ్లిద్దరినీ అవుట్ చేయడంతో రన్ రేట్ మందగించింది.

స్థిరంగా ఆడుతారు అనే పేరున్న బదానీ, బద్రీనాథ్‌లు కూడా స్వల్ప స్కోర్ల కే అవుట్ అయ్యారు.

20 ఓవర్లు పూర్తి అయ్యేసరికి 5 వికెట్లకు 115 రన్స్ వచ్చాయి. మహిమ తన బ్యాట్‌తో రంగంలోకి దిగే సరికి 10 ఓవర్లలో 74 పరుగులు రావాల్సి ఉంది. చాలా ఏళ్ల తర్వాత ఆమె మ్యాచ్ ఆడుతోంది. మహిమకు తోడుగా బద్రుద్దీన్ క్రీజ్ లో ఉన్నాడు.

భైరవ ప్లేయర్స్ అందరినీ దగ్గరికి పిలిచి ఫీల్డింగ్ సమాలోచన చేశాడు. మహిమ పుల్ షాట్లలో నిపుణురాలు కాబట్టి, స్క్వేర్ లెగ్ వైపు ఫీల్డర్‌ను పెట్టాడు. ఆఫ్ సైడ్ బంతులను బౌండరీకి పుల్ చేసి ప్రాక్టికల్‌గా నిరూపిస్తాను అని ఛాలెంజ్ చేసింది కాబట్టి, డీప్ స్క్వేర్ లెగ్‌లో కూడా రెగ్యులర్ ఫీల్డర్‌ను ఉంచాల్సిందేనని అలాగే ఏర్పాటు చేశాడు. అయితే దీనివల్ల మిడాఫ్, ఎక్స్ట్రా కవర్, డీప్ పాయింట్స్ వైపు ఫీల్డింగ్ గ్యాప్‌లు పెరిగాయి. కాబట్టి ఆఫ్ సైడ్‌లో మహిమ అలవోకగా బౌండరీలు చేసి వేగంగా రన్స్ రాబట్టింది. ఈ క్రమంలో ఆమె కొట్టిన కళాత్మకమైన స్క్వేర్ కట్‌కు సీనియర్స్ అందరూ విస్తుపోయారు.

ఇక ఆ దశలో భైరవ ఒక ఎత్తుగడ వేశాడు.

కుమార్ పొన్నప్ప, పరశురామ్ భట్‌లను రంగంలోకి దించాడు. వాళ్లిద్దరూ ప్రచండ వేగంతో బంతులు విసిరే ఫాస్ట్ బౌలర్లు.

పాకిస్థాన్ ఫాస్ట్ బౌలర్లు వఖార్ యూనిస్, షోయబ్ అక్తర్‌లు ప్రపంచ ప్రఖ్యాత బాట్స్మన్‌ను కూడా వణికిస్తున్నారు. అదే స్థాయిలో ఇండియా నుంచి కూడా పేస్ బౌలర్ల ను తయారు చేయాలన్న మిషన్‌తో ఎం.ఆర్.ఎఫ్. పేస్ ఫౌండేషన్ అనే సంస్థ డెన్నిస్ లిల్లీని రంగంలోకి దించింది.

ఆ స్కూల్ నుంచి వచ్చిన బౌలర్లే ఈ ఇద్దరూ. భైరవ అదుపాజ్ఞల మేరకు నడుచుకుంటారు.

కుమార్ పొన్నప్ప లైన్ అండ్ లెంగ్త్ సరి చూసుకున్నాడు.

మొదటి బంతి విసిరాడు. అది షార్ట్ బాల్. రివ్వున దూసుకు వచ్చింది. మహిమ వేగంగా కదిలి తల పక్కకి జరిపింది. లేకుంటే తలకి బలమైన గాయం అయ్యేదే.

క్రికెట్ ఒక జెంటిల్మాన్ గేమ్ అని బలంగా నమ్మే మహిమకు హెల్మెట్ ధరించే అలవాటు లేదు. ఈ విషయంలో సునీల్ గవాస్కర్ ఆమెకు ఆదర్శం. బంతులు పుల్‌చేసే అవకాశం లేకుండా లెగ్‌సైడ్ ప్రతి పాయింట్ లోనూ ఫీల్డర్ ఉన్నాడు. అతడి తర్వాత పరశురామ్ భట్ కూడా ఇవే బాల్స్ వేశాడు. ఆ బాల్స్ నుంచి గాయాలు కాకుండా తప్పించుకోవడమే గగనం అయింది. ఇక రన్స్ చేయడం దుర్లభం.

భైరవ ప్లాన్ ఏమిటో ఆమెకు అర్థం అయిపోయింది.

బాడీ లైన్ టెక్నిక్..అది.

అంటే, బంతిని వికెట్స్ వైపు కాకుండా బ్యాట్స్ మెన్ శరీరం పై గురి పెట్టి బౌలింగ్ చేయడం.

ఇందువల్ల తీవ్రంగా గాయపడే అవకాశం ఉంది. లేదా ఆ బంతులకు భయపడి డిఫెన్స్‌లో పడి రన్స్ చేయలేరు.

1933 యాషెస్ సిరీస్‌లో డోనాల్డ్ బ్రాడ్ మాన్‌ను పరుగులు చేయకుండా అరికట్టేందుకు ఇంగ్లాండ్ టీం ఈ ఎత్తుగడ వేసింది. క్రికెట్‌కు మచ్చ తెచ్చిన ఆ సిరీస్ చరిత్రలో బాడీ లైన్ సిరీస్‌గా మిగిలిపోయింది.

ఇలాంటి అనారోగ్య పోకడలు అరికట్టేందుకు ఇంటర్నేషనల్ క్రికెట్ కౌన్సిల్ 1964లో ఒక నిబంధన తెచ్చింది. దాని ప్రకారం ఓవర్‌కు రెండు బౌన్సర్లే విసరాలి. అలాగే వన్డే మ్యాచ్‌ల్లో ఓవర్‌కు ఒక బౌన్సర్ మాత్రమే విసరాలి అనే రూల్ 1994లో వచ్చింది. అంతకు మించితే పెనాల్టీ పరుగులు ఇస్తారు.

ఇదే విషయం గుర్తు చేస్తూ మహిమ అంపైర్ కు ఫిర్యాదు చేసింది. భైరవ జట్టులో ఉన్న సీనియర్ ఆటగాడు అఖిల్ కాంబ్లీ కూడా క్రీడాస్ఫూర్తి కి ఇది సరి కాదన్నాడు. భైరవ వినలేదు.

"టెస్టులు, వన్డే మ్యాచ్‌ల నిబంధనలు 30 ఓవర్స్ మ్యాచ్‌కి ఎలా వర్తిస్తాయి?" అని మొండిగా వాదించాడు.

అంపైర్ ఆలోచనలో పడ్డాడు. ఐ.సి.సి. అధికారికంగా 30 ఓవర్ల మ్యాచ్‌లు ఎన్నడూ నిర్వహించలేదు. చేసేదేం లేక మ్యాచ్ కొనసాగించేందుకే నిర్ణయించారు.

భైరవ తనపై పన్నిన కుట్ర ఏమిటో మహిమకు తెలిసిపోయింది. తీవ్రంగా గాయ పరిచి తనను క్రికెట్ ఫీల్డ్ కు శాశ్వతంగా దూరం చేసే కుతంత్రం అది. ఈ దశలో తాను ఏం చేయాలి..?

"హిటౌట్ ఆర్ గెటౌట్...?"

మహిమ ఒక్కసారి ఫీల్డింగ్ పొజిషన్స్ చూస్తూ ఆలోచించింది.

ఈ మ్యాచ్ ముగిసే లోపు పుల్ షాట్ కొట్టే తీరాలి. మ్యాచ్ కూడా గెలిచి తీరాలి. లేకపోతే తాను తలెత్తుకుని మైదానంలోకి మళ్ళీ అడుగు పెట్టలేదు.

"కమాన్ మహిమా... యు కెన్ డూ ఇట్" అనుకుంటూ తనని తాను మోటివేట్ చేసుకుంది.

జల్లికట్టుకే జంకింది లేదు... అరకేజీ బరువులేని బంతులకు భయపడాలా..? మహిమ స్థాన్స్ సరి చూసుకుంది. బౌలర్ పై పూర్తిగా దృష్టి కేంద్రీకరించింది. తన నెత్తి పైకి దూసుకొచ్చిన బౌన్సర్ ను అంతే వేగంగా హుక్ చేసింది.

అది లాంగ్ స్టాప్ మీదుగా సిక్సర్ అయింది. క్రికెట్‌లో అత్యంత క్లిష్టమైన షాట్ ఇది. ఆ తర్వాతి బంతి గుడ్ లెంగ్త్‌లో పడింది. ఎవరూ ఊహించని రీతిలో మహిమ కుడి వైపు బెండ్ అయి ఎడమ భుజం మీదుగా స్కూప్ చేసింది. ఇంకో బంతితో పరశురామ్ భట్ బౌలింగ్ స్పెల్ ముగుస్తుంది అనగా ఆఫ్ సైడ్ పడిన బౌన్సర్ ను బలంగా పుల్ చేసింది. అది అద్భుతమైన సిక్సర్ అయింది. దీంతో తన సవాల్‌ను రుజువు చేసినట్లు అయింది. ఈ రెండు షాట్లతో బౌలర్స్ పై ఆధిపత్యం వచ్చేసింది. భైరవ ఫీల్డింగ్ వ్యూహాలను కకావికలు చేస్తూ బంతులను చితక బాదింది.

ఆమెను ఎలా అరికట్టాలో అర్థం కాక తల పట్టుకున్నాడు భైరవ.

మహిమ పుల్ షాట్‌లో బౌండరి కొట్టకుండా నిలువరించలేక పోయాడు. కనీసం మ్యాచ్ అయినా గెలిచి పరువు నిలబెట్టుకోవాలి అనుకున్నాడు.

చివరి ఆరు బంతుల్లో 5 పరుగులు రావాలి.

క్రీజ్‌లో మహిమ ఉంది. ఇప్పుడు ఆమె ఉన్న ఫామ్‌లో అలవోకగా టార్గెట్ చేధిస్తుంది.

ఈ దశలో భైరవ ఎవరూ ఊహించని ఎత్తు వేశాడు.

రిపుంజయ్‌కి బౌలింగ్ ఇచ్చాడు. అతడి ఆలోచన ఏమంటే,..

ఫీల్డర్స్‌ను బౌండరీ దగ్గరలో పెట్టించి, మీడియం పేసర్ అయిన రిపుంజయ్‌తో ఆఫ్ సైడ్ బంతులు వేయించాలి.

దీనివల్ల ఫోర్ కొట్టడం సాధ్యం కాదు. సిక్సర్ కొట్టేంత ఎనర్జీ లెవెల్స్ ఆమెకు లేవు. సింగిల్స్ లేదా డబల్స్ తీయాలి. బాగా అలసి పోయింది కాబట్టి వికెట్స్ మధ్య స్పీడ్‌గా పరిగెత్తలేదు. అప్పుడు రన్ ఔట్‌కు ఛాన్స్ ఉంది. ఒక వేళ మహిమ ఆ రన్స్ కొట్టగలిగితే తన మేడంకు అనుకూలంగా రిపుంజయ్ లూజ్ బాల్స్ వేసి గెలిపించాడు అని ప్రచారం చేయొచ్చు.

మహిమ అప్పటికి పూర్తిగా అలసి పోయింది. నిబంధనల ప్రకారం రన్నర్ ను పెట్టుకోవచ్చు. కానీ ఆమె మనసు ఒప్పుకోలేదు.

హెల్మెట్ దగ్గరికి మెల్లగా నడిచి వచ్చింది. ఎనర్జీ డ్రింక్ సిప్ చేసింది. భైరవ అప్పుడే అక్కడికి వచ్చాడు. హెల్మెట్ తీసుకున్నాడు.

మహిమకు మాత్రమే వినిపించేలా...

"ఏయ్ డోపీ... నేను నిన్ను గెలవనివ్వను" అనేసి హెల్మెట్ ధరించాడు.

దీన్ని క్రికెట్ పరిభాషలో స్లెడ్జింగ్ అంటారు.

అంటే... బ్యాట్స్‌మాన్ మనసు గాయపడే వ్యాఖ్యలు చేసి, కాన్సంట్రేషన్ దెబ్బ తీయడం. మహిమ మౌనంగా క్రీజ్ వైపు నడిచింది.

లెగ్ స్లిప్ పొజిషన్‌లో భైరవ నిలుచుని రిపుంజయ్‌ని పిలిచాడు.

"క్రికెట్లో నీ మేడం నీకు ఫెయిర్ గేమ్ ఆడటమే నేర్పింది అన్నావుగా...? ఆమెను అవుట్ చెయ్ లేదా రన్స్ చేయకుండా బౌలింగ్ వెయ్"

రిప్పు ఒక చిరునవ్వు విసిరి...

"అలాగే కెప్టెన్... నా సంగతి సరే గానీ.. నువ్వేంటి? లెగ్ స్లిప్ పొజిషన్ లో కూడా హెల్మెట్ పెట్టుకున్నావ్..? తమిళ పెంగళ్ షాట్లు అంటే అంత భయమా..?" అని రెచ్చ గొట్టాడు. దీంతో పౌరుషంగా వెళ్లి హెల్మెట్ తీసి దాని స్థానంలో పెట్టాడు.

రిపుంజయ్ మొదటి బంతి వేశాడు. భైరవ అనుకున్నట్టే అది ఆఫ్ సైడ్ డ్రైవ్ అయింది. రెండు పరుగులు మాత్రమే వచ్చాయి. బౌలింగ్ పటిష్టంగా ఉండటంతో ఐదో బంతికి మాత్రమే మరో రెండు పరుగులు వచ్చాయి.

ఇక కావాల్సింది ఒకే ఒక్క రన్.

మహిమ సింగిల్ తీయకుండా ఎలాగైనా ఆపాలి.

భైరవ ఫీల్డర్స్ అందరినీ పిచ్ చుట్టూ మొహరించాడు.

తను మాత్రం వెనుక వైపు లెగ్ స్లిప్‌లో ఉన్నాడు.

రిపుంజయ్‌ని పిలిచి బంతిని లెగ్ వికెట్ టార్గెట్‌గా గుడ్ లెంగ్త్‌లో విసరమని సూచించాడు. అంతవరకూ ఆఫ్ సైడ్ రిథంలో ఉంది కాబట్టి, టైమింగ్ తప్పి క్యాచ్ లేస్తుంది అని భావించాడు.

మహిమ ఒక్కసారి ఫీల్డింగ్ పొజిషన్ చూసింది. స్థాన్స్ సరి చేసుకుంది.. బ్యాట్‌ను క్రీజ్ పై రెండు సార్లు తట్టింది..

భైరవ లెగ్ స్లిప్‌లో క్యాచ్ కోసం ముందుకు వంగి పొజిషన్ తీసుకుని ఉన్నాడు. మహిమ ఇంకోసారి ఎడమ వైపు వెనుకకు తలతిప్పి భైరవ ముఖం చూసింది... రిపుంజయ్ రనప్ తీసుకున్నాడు. విజేష్ పటేల్ తో సహా అందరూ ఊపిరి బిగబట్టి చూస్తున్నారు.

రిపుంజయ్ బంతి విసిరాడు. మేడం ఏ బంతి కోసం ఎదురు చూస్తోందో అతడికి తెలుసు . భైరవ తనకు సూచించిన బంతి కూడా అదే.

అతడు విసిరిన గుడ్ లెంగ్త్ బాల్.. లెగ్ వికెట్ వైపు దూసుకొచ్చింది. మహిమ శక్తి నంతా రంగరించి బలంగా పుల్ చేసింది. టైమింగ్ మిస్ కాలేదు. అది బుల్లెట్ కంటే వేగంగా దూసుకెళ్ళింది.

పుల్ షాట్లలో మహిమ నిష్ణాతురాలు. ఎన్నడూ గురి తప్పదు.

ఆ బంతి తాకిడికి భైరవ ముక్కు పుటాలు బద్దలయ్యాయి. కుడి కనుగుడ్డు పగిలిపోయింది.

మహిమ సింగిల్ రన్ తీసింది.

అంతటితో ఆట గెలిచింది.. ఆటనూ గెలిపించింది.

మైదానంలో బోర్లా పడి విలపిస్తోన్న భైరవను రిపుంజయ్ అలా చూస్తూ ఉండిపోయాడు.

మేడం వైపు చూశాడు. ఆమె కళ్ళు చింత నిప్పుల్లా ఉన్నట్టు అనిపించింది. ఆమె మేడం మహిమా.? లేక మారియమ్మ ప్రతి రూపమా..?

తేల్చుకోలేక పోయాడు.

మైదానంలో అందరూ భైరవ చుట్టూ మూగారు. స్ట్రెచర్ వచ్చింది. గ్రౌండ్ సిబ్బంది అతడిని మోసుకెళ్లారు.

ఆ క్షణంలో రిపుంజయ్‌కి... తిరుచ్చి జల్లికట్టు వేదికలో ఎదురైన పెద్దమనిషి చెప్పిన మాట గుర్తొచ్చింది.

ఆట లోనూ.. యుద్ధం లోనూ గాయపడితే ఏ కేసూ ఉండదు.. చట్టం ఎవరినీ తప్పు పట్టదు.

ఈ సంగతి మేడంకి తెలియకుండా ఉంటుందా..?

పిచ్ నుంచి కదలకుండా తన బ్యాట్‌ను ముద్దు పెట్టుకుంటున్న మహిమ వద్దకు రిపుంజయ్ వెళ్ళాడు.

"కంగ్రాట్స్ మేడం.. ఎట్టకేలకు ఆట గెలిచారు" అంటూ అభినందించాడు.

"లేదు... ఆటే గెలిచింది." అంటూ పెవిలియన్ వైపు నడిచింది.

రెండు నెలలు గడిచిపోయాయి. వెస్టిండీస్ సిరీస్ ముగిసిపోయింది.

అద్భుతమైన ఆల్‌రౌండ్ ప్రదర్శనతో మ్యాన్ అఫ్ ద సిరీస్‌గా నిలిచిన రిపుంజయ్ ప్రపంచ కప్ జట్టుకి ఎంపికయ్యాడు. ఆ జట్టుకు చీఫ్ కోచ్‌గా మహిమ నియమించబడింది.

✦ ✦ ✦

లండన్‌లోని అధునాతన కంటి ఆసుపత్రి ఓప్టెగాలో స్పెషల్ వార్డ్... భైరవకు రెండు నెలల నుంచి పలు దఫాలుగా సర్జరీ జరిగింది. అతడు త్వరగా కోలుకోవాలని భారతదేశంలో క్రికెట్ అభిమానులు ప్రార్థిస్తూనే ఉన్నారు.

చివరి పరీక్షలు ఆ రోజే జరిగాయి. ఆ ఆసుపత్రి చీఫ్ డా॥ రిచర్డ్ హెక్స్టన్ తాజా బులెటిన్ విడుదల చేశాడు. భైరవ ఆప్టిక్ నర్వ్ బాగా డామేజ్ కావడంతో ఏ కంటికీ చూపు వచ్చే అవకాశం లేదు అన్నది ఆ బులెటిన్ సారాంశం.

అయితే భైరవ చెవులు మాత్రం అద్భుతంగా పనిచేస్తున్నాయి. టీవీ చూడలేక పోయినా బులెటిన్ చదివిన డాక్టర్ గారి గొంతు మాత్రం చాలా స్పష్టంగా, పొర్లు పోకుండా వినిపించింది. నిరాశ తో కుంగిపోయాడు.

ఈలోగా న్యూస్ చేంజ్ ఓవర్ అయింది. అది కూడా అతడి చెవులకు బాగా వినిపిస్తోంది.

ప్రపంచకప్‌కు చీఫ్ కోచ్‌గా ఎంపికైన మహిమను అన్ని మీడియా చానళ్లు చుట్టు ముట్టాయి.

రిపోర్టర్ : మేడం కోచ్.. ఒకప్పుడు ప్రపంచకప్ ఆడాలని కలలుగన్న మీరు ఇప్పుడు ఆ టీం కే కోచ్ కావడం పై మీ స్పందన ఏమిటీ?"

మహిమ : ధర్మో రక్షతి రక్షితః

రిపోర్టర్ : సీనియర్ ఆటగాడు భైరవ సేవలు జట్టుకు అందుబాటులో లేకపోవడం పై మీ స్పందన..?

మహిమ : చాలా బాధగా ఉంది. అయితే అతడి అమూల్యమైన సేవలు ఇక నుంచి మన దేశ అంధుల క్రికెట్ టీం కు అందించగలడని ఆశిస్తున్నాను.

రిపోర్టర్ : యువ క్రికెటర్లకు మీరిచ్చే సందేశం..?

మహిమ : ఆటలో అయినా... జీవితంలో అయినా గెలుపు కోసం పోరాడండి. ఏదో నాడు గెలుస్తారు. కానీ, ఎలాగైనా గెలవాలి అని అనుకోకండి. ఎందుకంటే అలా అడ్డదారుల్లో గెలిచినా తిరిగి పడతారు. మళ్ళీ పైకి లేవాలన్నా లేవలేరు.

(సమాప్తం)

❖

అభిప్రాయాలు

ఫిక్షన్ కథ తాలూకు పాత్రలతో సన్నివేశాలను, వాస్తవిక సంఘటనలు, చారిత్రక వివరాలతో జత కూర్చి కథను సృష్టించి నవలగా రాయడం కత్తి మీద సాము లాంటిది. ఎందుకంటే, ఏ చిన్న వివరం తేడాగా వచ్చినా రచన, రచయిత విమర్శల పాలయ్యే అవకాశం ఉంటుంది.

ఇటువంటి సాహసాన్ని తలకెత్తుకుని సమర్థవంతంగా నవలను పూర్తి చేశారు ప్రభాకర్ రెడ్డి గారు. ఈ నవల్లో ఇంకో విశేషం, ఒక పక్క ఫాక్షన్‌ని, మరో పక్క క్రీడా నేపథ్యాన్ని పడుగూ పేకల్లా పేరుస్తూ కథను నడపటం. ఈ రెండూ ఒకదానికొకటి ఏ మాత్రం సంబంధంలేని నేపథ్యాలు. ఫాక్షన్ జీవితాల మీద రచయితకు చాలా అవగాహన ఉండటంతో ఆయా వ్యక్తుల పట్ల ఆయన సానుభూతి చూపిస్తారు.

"ఫాక్షనిస్ట్ లు అంటే రాక్షసులు కాదని, చారిత్రక, భౌగోళిక, కరువు పీడిత ప్రభావంతో అణగారిన పీడితులు అనీ గ్రహించాలి" అనడంలో ఫాక్షన్ జీవితాల పట్ల రచయిత అధ్యయనం అర్థమవుతుంది.

నవలలో వివిధ భాగాలుగా కథ నడిచినపుడు, ఆ ఒక్కో భాగాన్నీ బిగి చెడకుండా వర్ణిస్తూ కథ చెప్పడం గొప్ప స్కిల్. రిపుంజయ్ గతం, మహిమ గతం ఉదాహరణలు. మహిమ తల్లిదండ్రులు తుఫానులో చిక్కుకోవడం, శివకాశిలో బాల కార్మికులు, టపాసుల తయారీ కథ.. ఇవన్నీ రచయిత ఎంత చిక్కగా అల్లారంటే, నవల ఎక్కడ మొదలైందీ మర్చి పోయి అది వేరే కథ అనుకుంటాడు పాఠకుడు. చివరికి ఆ కథను అసలు కథకు కలిపాక, 'అరె" అనుకునేలాగా... మహిమ, రిపుంజయ్ పాత్రలను రచయిత తీర్చిన తీరు ప్రశంసనీయం. మహిమ వ్యక్తిత్వాన్ని బలంగా చూపిస్తూ, మరో వైపు రిపుంజయ్ పట్ల ఆమెలో కలిగే అమలిన మమతను అంతే సున్నితంగా చిత్రించడం అంత సులభం కాదు.

రిపుంజయ్‌ని ఉత్తేజ పరుస్తూ అతని విజయానికి బాటలు వేస్తూ, అనుక్షణం అతనికి అండగా నిలబడి గెలిపించిన మేడమ్..సి ఈ నవలకు ప్రాణం. ఆమెపై జరిగిన కుట్రకు బలై, అవమానాల పాలై, ఆ పరిస్థితిని గెల్చిన సందర్భంలో రచయిత అంటారు."ఆడ మనిషి పై చులకన భావం కలిగితే ఆమె బాధితురాలు అని తేలినా, సమాజం సానుభూతి చూపదు" అని. అక్షర సత్యం ఇది.

ఒక మేల్ ప్లేయర్‌కి మాజీ మహిళా క్రికెటర్ కోచింగ్ ఇచ్చి గెలుపు తీరాలకు నడిపించడం బహుశా ఇంతకు ముందు ఎక్కడా రాని విభిన్నమైన కథాంశం.

అత్యంత శ్రద్ధతో, అధ్యయనంతో,ఖచ్చితమైన ఆలోచనలతో రాసిన నవల మేడం...సి.

సుజాత వేల్పూరి
రచయిత్రి

✦ ✦ ✦

రాయలసీమ ఫ్యాక్షన్ ను దగ్గరుండి చూసిన వాళ్లకంటే ఊహించి హెచ్చించి ప్రచారంలో ఉన్న మాటల ప్రభావం ఎక్కువ ఉంది. మొత్తం సీమ' సమాజం మీద పగలు ప్రతీకారం కోసం కన్నబిడ్డల్ని కూడా చంపుకుంటారు అనేంతలా ఒక రకమైన వయొలెంట్ ముద్ర ఉంది. మరి రాయలసీమ సమాజం నిజంగా అలా ఉంటుందా అంటే ఉండదు. ఆ విషయం బయట సమాజానికి ఎవరు చెప్పాలి? ఫ్యాక్షన్ అనుభవించిన వారు రాయలేరు. రాయగలిగిన వారు దాని జోలికి పోరు. మధ్యన ఎవరో ఒక వారధి కావాలి. ఆ వారధే కాశీపురం ప్రభాకర్ రెడ్డి అన్న. ఆయన ఫ్యాక్షన్ లో నలిగిన మనిషి. ఆ ఫ్యాక్షన్ ప్రభావం స్వయంగా అనుభవించి వచ్చిన మనిషి. దాన్ని దూరం చెయ్యాలని ఎన్నో ఒంటరి రాత్రులను ఖర్చు చేసిన మనిషి.

కుముద్వతి నదీ తీరంలో బావా మరదల్ల అందమైన ప్రేమ కథ, అయిన వాళ్ల మధ్య దూరం పెంచే ఫ్యాక్షన్ భూతం. అటునుంచి తమిళనాడు శివకాశి టపాసుల ఫ్యాక్టరీలో బాల కార్మిక వ్యవస్థ, జల్లికట్టు, తమిళనాడు సాంప్రదాయాలు. వీటన్నింటి వెనుక బలమైన పునాదిలా క్రికెట్, అందులోని అంతర్గత రాజకీయాలు.

చూస్తూ చూస్తుండగానే పాత్రల తాలూకు అంతః సంఘర్షణ, బాధ, ఆవేశం, ఆక్రోశం, కసి, పట్టుదల, పోరాటం, ప్రేమ, సంతోషం, గెలుపు అన్నీ మనవైపోతుంటాయి. వీటన్నింటికి ఆవల జీవితంలో ఎదురయ్యే సవాళ్లనే అవకాశంగా మలుచుకుని గమ్యం వైపు నడవమని గుర్తు చేసే వ్యక్తిత్వ వికాసం లాంటి కథనం.

ఒక రచయిత ఎంతో నలిగితే తప్ప ఇలాంటి రచనలు బయటికి రావు.

వివేక్ లంకమల
రచయిత

✦ ✦ ✦

కాశీపురం ప్రభాకర్ రెడ్డిగారి రచన 'మేడం–సి' ఆద్యంతమూ చాలా ఉత్కంఠ భరితంగా సాగింది. ఆయన గతంలో కొన్ని కథలు లేదా నవలికలు వ్రాశారు. కానీ ఇదే తన తొలి నవల అంటే నమ్మలేం. ఈ నవల హీరో ఓరియెంటెడా లేక హీరోయిన్ ఓరియెంటెడా అని చెప్పడం కూడా కష్టం. రెండు భిన్న రాష్ట్రాలకు, భాషలకు, సంస్కృతులకు చెందిన ఇద్దరు స్త్రీ పురుషులు అనుకోకుండా కలిసి వారివారి ప్రతికూల పరిస్థితులను అధిగమించి వారి లక్ష్యాలను ఎలా సాధించారు అన్నదే మూలకథ. ప్రభాకర్ రెడ్డి గారి విషయ పరిజ్ఞానం అమోఘం. దానిని కథానుగుణంగా నవలలో చక్కగా చూపారు. కర్నూల్ జిల్లా (ఇప్పుడు నంద్యాల జిల్లా) ముఠా గొడవల గురించి, శివకాశిలో బాల కార్మికుల వెతలు, వెలుగు–జిలుగులు చిమ్మే పటాసులు చుట్టూ ఉన్న మాఫియా గురించి, పాఠకుడు పాత్రలో, కథలో లీనమైపోయేలా వ్రాయటంలో రచయిత కృతకృత్యులయ్యారు. రచయితకి అభినందనలు.

భూపాల్ గోపు
న్యాయమూర్తి

✦ ✦ ✦

కాశీపురం ప్రభాకర్ రెడ్డి గారు ఫోర్త్ లయన్ వాట్సప్ గ్రూపులో ఈ నవలను సీరియల్‌గా ప్రచురించారు. ఈ కథ కథనం ఎంత ఉత్కంఠ కలిగించేదంటే తర్వాతి భాగం ఎప్పుడు వస్తుందా..? అని ప్రతిరోజు ఎదురుచూశాను. ఇందులో మహిమ క్యారెక్టర్ ను తీర్చిదిద్దిన తీరు అపూర్వం. వృత్తిపరంగా నాకు ఎదురైన సవాళ్లు ఒత్తిళ్ల మధ్య కింద పడిపోతానేమో అనుకునే సమయంలో ఈ మేడం..C చదువుతూ దిస్ ఈజ్ లైఫ్ అనుకుని ధైర్యం తెచ్చుకున్న సందర్భాలు ఉన్నాయి. వ్యక్తిగతం వేరు వ్యక్తిత్వం వేరు అని రచయిత విశ్లేషించిన తీరు అద్భుతంగా ఉంది. ఈ కాలంలో ఆడపిల్లలు అన్నింటా సమానం అనుకుంటాం కానీ, శారీరక దాడులకు, వ్యక్తిత్వ హననానికి గురైనప్పుడు అంత సులువుగా కోలుకోలేరు. కానీ ఈ నవలలో మహిమ పోరాట తత్త్వం ప్రతి మహిళకూ స్ఫూర్తి దాయకం. ఇటీవలి కాలంలో ఇంత గొప్ప నవల నేను చదువలేదు...

అంజూయాదవ్
సర్కిల్ ఇన్స్పెక్టర్ ఆఫ్ పోలీస్